இரா. முருகன் குறுநாவல்கள்

இரா. முருகன் குறுநாவல்கள்

எழுத்து பிரசுரம்

Title: Era. Murukan Kurunovelgal
Author's Name: Era. Murukan

Published by Ezutthu Prachuram

Ezutthu Prachuram
(An imprint of Zero Degree Publishing)
No. 55(7), R Block, 6th Avenue,
Anna Nagar,
Chennai - 600 040

Website: www.zerodegreepublishing.com
E Mail id: zerodegreepublishing@gmail.com
Phone : 89250 61999

Ezutthu Prachuram First Edition: October 2023
ISBN: 978-93-90053-31-5
TITLE NO EP: 467

Cover Design & Layout: Vijayan, Creative Studio

முன்னுரை

குறுநாவலுக்கு என்ன இலக்கணம் என்று தெரிந்துகொள்ளாமல் நான் எழுத ஆரம்பித்தேன். கிட்டத்தட்ட இங்கே குறுநாவல் எழுதிய எல்லோருமே அப்படித்தான் என்று சொல்லலாம்.

1990-களில் தமிழ் இலக்கியச் சூழல் இன்றைக்கு இருப்பதை விடச் சற்றே மாறுபட்டு இருந்தது. எப்போதும் போல் கவிதை நிறைய உண்டு. கணிசமாகச் சிறுகதைகளும் வந்து கொண்டிருந்தன. நாவல் அத்தி பூத்தாற்போல் வரும். ஒரு நாவல் எழுதினால் அது அல்டிமேட் சாதனை. அடுத்த பத்து வருடம் ஓய்வெடுத்து விட்டு அடுத்ததை யோசிக்கலாம். இந்தச் சூழலில்தான் தமிழுக்குப் புது இலக்கிய வடிவமாக, ஆனால் பரபரப்பின்றிக் குறுநாவல் வந்து சேர்ந்தது. மேற்கில் இருந்து வந்த 'நல்லனவெல்லாம்' பட்டியலில் குறுநாவலைக் காணலாம்.

இடைக்காலத்தில் இருந்தே ஐரோப்பிய மொழிகளில் குறுநாவல் உண்டாம். பதினான்காம் நூற்றாண்டில் பொகாசியோ எழுதிய டெக்கமரான் கதைகள் நூலில் இருக்கும் ஒவ்வொரு கதையும் ஒரு குறுநாவலாம். இந்தப் பாரம்பரியம் தொடர்ந்து, பத்தொன்பதாம் நூற்றாண்டு ஜெர்மன், பிரஞ்சு இலக்கியத்தில் குறுநாவலுக்குத் தனியானதோர் இடம் அளிக்கப்பட்டதாக

அறிகிறோம். இருபதாம் நூற்றாண்டு, ஆங்கில இலக்கியத்தில் குறுநாவல் செழித்த காலம் என்பதையும் குறிப்பிட்டாக வேண்டும்.

'உமக்குத் தெரிந்த ஆங்கிலக் குறுநாவல் வகை சார்ந்த இலக்கியப் படைப்பு ஒன்றைப் பெயர் குறிப்பிடுக' என்று அரை மரியாதையோடு யாராவது கேட்டு எனக்கும் சொல்ல இஷ்டம் இருந்தால், நான் உடனே சொல்வேன்- ட்ரூமன் கபோட் எழுதிய ப்ரேக்ஃபாஸ்ட் அட் டிப்பனி *(Breakfast at Tiffany's by Truman Capote)*. ஆட்ரி ஹெப்பன் நடித்து 1960-களின் சூழலில் நிகழும் சினிமாத்தனம் சற்றே கூடிய திரைப்பட மாகத்தான் முதலில் இந்தப் புனைவு மனதில் படிந்திருந்தது. ட்ரூமன் கபோட் பற்றிப் பின் கேள்விப்பட்டு முதலில் நான் வாசித்த, 1940-களின் சூழலில் இயல்பாக நடைபெறும் குறுநாவல் இது.

காஃப்காவின் 'வளர்சிதை மாற்றம்', கார்சியா மார்க்வெஸின் 'கர்னலுக்கு யாரும் கடிதம் எழுதுவதில்லை', 'அறியாப் பெண் ஆந்த்ரியா', எர்னஸ்ட் ஹெமிங்க்வேயின் 'கடலும் கிழவனும்', யாசுநாரி கவாபாத்தாவின் 'உறங்கும் கன்னியர் வீடு', ப்ரிமோ லெவியின் 'நிக்கல்', சார்லஸ் டிக்கன்ஸின் 'கிறிஸ்துமஸ் கரோல்', ஜியார்ஜ் ஆர்வெலின் 'விலங்குப் பண்ணை', ஆஸ்கார் ஒயில்டின் 'காண்டர்வில்லி பிசாசு' இதெல்லாம் என் மனம் கவர்ந்த மற்ற குறுநாவல்கள். பஷீரின் 'பால்ய கால சகி' கூட என் ப்ரிய குறுநாவல் தான்.

உலகின் முதல் குறுநாவல் எது? எந்த மொழியில் எழுதப்பட்டது?

தெரியாது. அடுத்த கேள்வி.

தமிழில் எழுதப்பட்ட முதல் குறுநாவல் எது?

தெரியாது. அடுத்த கேள்வி? கேள்விகள் ஏதும் இல்லை. நன்றி.

இதெல்லாம் தெரியாமல் போனது போலவே தான் குறுநாவல் இலக்கணமும்.

குறுநாவலுக்குப் பக்க அளவு கிடையாது. சிறுகதையை விடக் கொஞ்சம் பெரிசு. நாவலை விடச் சிறியது. இப்படி ஒரு

விளக்கம் இணையப் பெருவெளியில் காணக் கிடைக்கிறது. இதன் மற்றொரு எல்லையில், பெரிய குறுநாவலை நாவல் என்றே அழைக்கலாம் என்ற அபத்தமாகத் தோன்றக் கூடிய, தீர யோசித்தால் பொருள் விளங்கும் இன்னொரு விளக்கமும் உண்டு!

இந்தக் குறுநாவல் இலக்கணம் மட்டும் தமிழில் குறுநாவல் எழுத வந்தவர்களுக்குக் காணாப் பாடம் படிக்காமல் அடிப்படையில் தானே படிந்து வந்தது.

சிறுகதையை விட இன்னும் கொஞ்சம் பரந்த அளவில் யோசித்து எழுதக் கைகொடுத்த இலக்கிய வடிவம் குறுநாவல் என்பதால் குறுநாவல் எழுதித்தான் பார்ப்போமே என்று இதைக் கையாண்டவர்கள் 90-களில் சற்றே அதிகம்.

குறுநாவல் வடிவம் மட்டுமில்லை, அதைப் பற்றிய இன்னொரு நிதர்சனமும் யாரும் சொல்லிக்கொடுக்காமலேயே கற்றுக் கொண்டாயிற்று. குறுநாவல்கள் கண்டிப்பாக இலக்கியப் பத்திரிகைகளுக்கு, அதாவது சிற்றிதழ்களுக்கு மட்டுமே அனுப்பப்பட வேண்டியவை. வெகுஜனப் பத்திரிகைகள் இப்படி ஒரு இனம் தமிழ் இலக்கியத்தில் இருக்கிறது என்ற பிரக்ஞையே இல்லாமல் அல்லது தெரிந்தும், இப்ப என்னங்கிறே என்கிற அலட்சியத்தோடு சிறுகதையை மட்டும் கலர் படங்களோடு பிரசுரித்து, தமிழ் கூறும் நல்லுலகத்துக்குக் கதை சொல்லும் கடமையாற்றிக் கொண்டிருந்தன. அது தமிழ்ச் சிறுகதையின் பொற்காலம் என்று சொல்லலாமா? தாராளமாகச் சொல்லிக் கொள்ளலாம்.

குறுநாவல் இலக்கணமாகப் பயின்று வரும் மற்ற கூறுகள் யாவை? சொல்வோம்.

குறுநாவலுக்குப் பரபரப்பான முடிவு இருக்க வேண்டும். ஒரே ஒரு ஒற்றை இழையாகத்தான் கதை ஓடவேண்டும். சப் ப்ளாட் என்று கதைக்குள்ளே கதையாகக் குறுக்குச்சால் போட அனுமதி இல்லை. அத்தியாயங்களாகப் பிரித்து நம்பர் போட்டு எழுதக் கூடாது. போனால் போகிறது, இரண்டு அடுத்தடுத்த பகுதிகள் இடையே போதிய இடைவெளி கொடுத்துப் பிரிவினையை ஊக்குவிக்கலாம்.

இதெல்லாம் தெரியாததால் எல்லா இலக்கணத்தையும் மீறிக் குறுநாவல் எழுதப் போனோம். அத்தியாயங்களுக்கு நம்பர் போடுவதை மட்டும் பத்திரிகை கம்பாசிட்டர்களும் உதவி ஆசிரியர்களும் கவனித்துக் கொண்டார்கள்.

எல்லா இலக்கியப் பத்திரிகைகளும் குறுநாவல்களைக் கேட்டு வாங்கிப் பெற்று மகிழ்ந்து பிரசுரம் செய்தன என்று சொல்ல முடியாது. முப்பத்தியிரண்டு பக்கமுள்ள பத்திரிகையில் குறுநாவல் முப்பது பக்கத்தை அடைத்துக் கொண்டு விட்டால், சந்தா அனுப்புங்கள் கோரிக்கையும் 'போன மாதம் வந்த எந்தக் கவிதையும் நன்றாக இல்லை' என்ற வாசகர் கடிதமும் பிரசுரிக்க மீதி ரெண்டு பக்கம் மட்டும் இருக்கும்... அபூர்வமாக கோல்ட் கவரிங் விளம்பரம் கிடைக்கும் பத்திரிகையாக இருந்தால் இந்த ஏற்பாடும் அலங்கோலமாகிவிடக்கூடும்.

தமிழ் இலக்கிய இதழ்களில் குறுநாவலை மிகத் தீவிரமாக ஆதரித்து வந்த பத்திரிகைகளில் கணையாழிக்கு முக்கிய இடம் உண்டு. 1990-களில் ஆண்டு தவறாமல் குறுநாவல் போட்டி நடத்தித் தேர்ந்தெடுத்துப் பிரசுரித்த கணையாழியும் கஸ்தூரிரங்கன் சாரும் இல்லாமல் இருந்திருந்தால் நான் முதல் குறுநாவலான 'விஷம்' எழுதி இந்த இலக்கியப் பகுப்பில் அடியெடுத்து வைத்திருப்பேனா என்று சந்தேகம்தான்.

அந்தக் காலகட்டத்தில் என்னோடு ஆண்டு தோறும் கணையாழிப் போட்டிக்கு எழுதிய நண்பர்களான ஜெயமோகன், பாவண்ணன், எஸ்.ராமகிருஷ்ணன் மற்றும் நானும் நாவலுக்குப் போய்விட்டோம். அழகியசிங்கர் விருட்ச நிழலில் அமர்ந்திருக்கிறார். மற்றவர்களும் குறுநாவலுக்குத் திரும்பும் உத்தேசத்தில் இருப்பதாகத் தெரியவில்லை.

குமுதத்துக்கு சுஜாதா ஆசிரியராக இருந்த ஆண்டில் அவர் அந்த லட்சச் சுழற்சி வெகுஜன இதழில் புகுத்திய மாற்றங்களில் குறுநாவலும் உண்டு. அந்த அத்தி அவருக்குப் பின் பூக்கவில்லை.

இனியும் ஒரு முறை நீராட முடியாத நதியாகக் குறுநாவல் தோன்றுகிறது. என் இந்தக் குறுநாவல்களைப் பாசத்தோடு பார்க்கிறேன். மறு வாசிப்பிலும் இவை எனக்கு நல்ல

வாசக அனுபவத்தையே தருகின்றன. முதல் வாசகனான எழுத்தாளனுக்குக் கிடைத்த அதே அனுபவம் இவற்றை நூல் வடிவில் இப்போது படிக்கும் வாசகர்களுக்கும் கிட்ட விழைகிறேன்.

இந்தத் தொகுப்பில் இடம் பெறும் குறுநாவல்களில், தகவல்காரர் 'முன்றில்' பத்திரிகையிலும், 'மனை', 'முத்தம்மா டீச்சர் பார்த்து முடிக்காத தமிழ்ப் படம்' ஆகியவை புதிய பார்வையிலும், 'பகல் பத்து ராப்பத்து' குமுதத்திலும் பிரசுரமானவை. மற்றவை கணையாழியில் வெளிவந்தவை. இந்தப் பத்திரிகைகளுக்கு என் நன்றி.

குறுநாவலுக்குக் கறாரான இலக்கணம் இல்லை என்பதையும் நான் கறாரான இலக்கியவாதி அல்லன் என்பதையும் இதன் மூலம் தமிழ் கூறும் நல்லுலகம் அறியத் தருவதில் மகிழ்ச்சி அடைகிறேன்.

இரா.முருகன்

பொருளடக்கம்

விஷ்ணுபுரம் தேர்தல்

'கணையாழி'யில் தி.ஜானகிராமன் நினைவுக் குறுநாவல் போட்டியில் தேர்வாகி, செப்டம்பர் 1993-ல் பிரசுரமானபோது இந்தக் குறுநாவலின் தலைப்பு - விஷ்ணுபுரம்.

இந்தக் குறுநாவலே 'பயோபிக்ஷன்' வாழ்க்கை வரலாற்று நாவலாக 2005-ல் வாராவாரம் தினமணி கதிரில் வெளியாகிப் பின்னர் நூல் வடிவமும் குறும்பட வடிவமும் பெற்ற 'நெம்பர் 40, ரெட்டைத் தெரு'வுக்கு ஊற்றுக்கண்.

★★★

1

‘மதிப்புக்குரிய ஐயா, வணக்கம். நான் எட்டாவது வகுப்பில் படிக்கும் மாணவன். பள்ளியில் ஆண்டு இறுதித் தேர்வு முடிந்து விடுமுறை இப்போது. விஷ்ணுபுரம் என்ற ஊரில் இருக்கிறேன். விஷ்ணுபுரம் சிறிய, அழகான ஊர். தமிழ்நாட்டின் தெற்குக் கோடியில் உள்ளது. இங்கே அரசு உயர்நிலைப் பள்ளியில் படிக்கிறேன். உலகில் உள்ள எல்லா நாடுகளையும் மக்களையும் பற்றித் தெரிந்துகொள்வது என் அறிவு வளர்ச்சிக்கு இன்றியமையாதது என்று ஆசிரியப் பெருமக்கள் கூறுகிறார்கள். விடுமுறை நாட்களே இதற்கு உகந்தவையாம். உங்கள் நாட்டைப் பற்றி நிறையக் கேள்விப்பட்டிருக்கிறேன். உழைப்பால் உயர்ந்த மக்கள். தேசபக்தியில் சிறந்தவர்கள். ஜனநாயகத்தைப் பேணிக் காப்பவர்கள். அவர்களைப் பற்றி இன்னும் சிறப்பாக அறிந்து கொள்ள உதவும் வகையில் உங்களிடம் புத்தகங்களும், பத்திரிகைகளும் இருக்கும் என்று நம்புகிறேன். அவற்றை எனக்கு அனுப்பி வைத்தால் மிகவும் நன்றியுடையவனாவேன். என் அறிவுத் தாகத்தைத் தீர்த்து வைப்பது உங்கள் பொறுப்பு’.

மொத்தம் பனிரெண்டு பிரதிகள் எடுக்க வேணும். பக்கத்துத் தெருவில் யாரிடமிருந்தோ வாங்கி வந்த கசங்கிய காகிதத்தை சீதரன் எனக்குக் கொடுத்திருக்கிறான். என் கையெழுத்து

கொஞ்சம் சொல்லிக் கொள்கிறாற்போல் இருக்கும் என்பதால் வேலை என் தலையில்.

நாராயணன் கடையில் வாங்கி வந்த வெள்ளைக் காகிதமும் பேனாவுமாக அவனவன் காத்திருக்கிறான்.

'எப்படிடா முடிக்கறது?'

கிரி சந்தேகத்தைக் கிளப்பினான்.

'யுவர்ஸ் ஒபீட்னு ஏதோ லீவ் லெட்டர்லே எழுதுவோமேடா...'

வார்த்தை மறந்துவிட்டது. முழுப்பரீட்சை லீவில் அவனவன் பெயர் நினைவில் இருந்தாலே அதிகம்.

'ஒபீடியண்ட்லிடா...'

கண்ணன் ஸ்பெல்லிங்கோடு சொன்னான். வயிற்றுவலி என்று அடிக்கடி பள்ளிக்கூடத்துக்கு மட்டம் போட்டிருக்கிறான் பயல்.

டெல்லியில் இருக்கிற கானா, செக்கோஸ்லோவேகியா, ஹங்கேரி, பிரான்ஸ், இன்னும் ஏதேதோ தூதரகங்களுக்குக் கீழ்ப்படிதலுள்ள பனிரெண்டு பேரின் கடிதங்கள் தபாலில் சேர்க்கப்பட்டன.

★★★

மாதவன் விந்தி விந்தி நடந்து வந்தான்.

பகல் வெப்பத்தில் நடமாட்டம் குறைவான தெரு. வக்கீல் மோகனதாசன் வீட்டுப் பக்கம், புருஷன், பெண்சாதி மாதிரி தெரிந்த இரண்டு பேர் தரையில் உட்கார்ந்து புஸ்புஸ்ஸென்று எதையோ அமுக்கி கலாய் பூசுகிறதை ஒரு மணி நேரமாக வேடிக்கை பார்க்கிறோம். அலுக்கிற நேரம் பார்த்து மாதவன் வந்தான்.

தோளில் பருப்புத் தேங்காய்க் கூடு மாதிரி தகரக் குவளை ஒலிபெருக்கி. சணலில் கட்டி அது தோளில் தொங்குகிறது. மாலை போட்ட மாதிரி ஒரு தமுக்கையும் மாட்டியிருக்கிறான். டமடமவென்று கொட்டி முழக்கிக்கொண்டு வருகிறான்.

பெருமாள் கோயில் தெருவும் எங்கள் தெருவும் சந்திக்கும் இடத்தில் ‘சாலாச்சி வருகடலை நிலையம். எங்கள் ஸ்கூல் தமிழ் வாத்தியார் நீலமேகம் வறுகடலை நிலையம் என்று திருத்தச் சொல்லியும் கடைக்காரர் மாட்டேன் என்று தீர்மானமாக மறுத்து விட்டார்.

‘வருகடலைன்னு போட்டா வருமானம் வரும். மத்த மாதிரி போட்டா சொத்தக் கடலையை வறுத்து நானும் வாத்தியாரும்தான் வாயிலே அடச்சுக்கணும்.’

அவரோ, வாத்தியாரோ சொத்தைக் கடலை தின்ன வேண்டிய அவசியமில்லாதபடி வழக்கமாக போர்டில் வருகடலை நிலையம் தான் இருக்கிறது. அந்த போர்ட் பக்கத்தில் பெரிய வேப்பமரத்தில் செல்லமாக இடித்துக் கொண்டு நிற்கிறது. வேப்ப மர நிழல்... மாதவன் அங்கே நிற்கிறான்.

அவனுக்கு முன் நாங்கள் ஆஜர்.

இதுதானா கூட்டம் என்பது போல எங்களை ஒரு பார்வை. சட்டைப் பையிலிருந்து நாலாக மடித்த காகிதத்தை எடுக்கிறான்.

இனிமேல்தான் நாங்கள் எதிர்பார்க்கிற சுவாரசியமான காரியம். தவறவிடக்கூடாது. இன்னும் நெருக்கமாகப்போய் அவனுக்கு முன்னால் நின்று கொண்டோம்.

மாதவன் காகிதத்தைத் தலைகீழாகப் பிடித்தான். அதாவது அவனுக்கு எதிர்த்தாற்போல் நிற்கிற நாங்கள் படிக்க வசதியாக. பருப்புத் தேங்காய்க்கூடு வாய்ப் பக்கம் நகர்ந்தது.

‘இதனால் யாவருக்கும் அறிவிப்பது என்ன என்றால்... விஷ்ணுபுரம் நகரசபையாக அறிவிக்கப்பட்டது தெரிந்ததே... நம் நகராட்சிக்கான தேர்தல் வரும் மே மாதம் இருபத்தெட்டாம் தேதி நடைபெறும் என்று இதனால் அறிவிக்கப்படுகிறது. மொத்தம் பதின்மூன்று வார்டுகளுக்கான உறுப்பினர்களைத் தேர்ந்தெடுக்க வேண்டியுள்ளது. போட்டியிட விருப்பமுடையவர்கள் பஞ்சாயத்து ஆபீஸில் நகல் படிவம் முப்பத்தேழு... நமூனா எண்...’

ரொம்ப ஜோராகக் கைதட்டினோம். இப்படி திடுதிப்பென்று ஒரு எலக்ஷன்... அதுவும் பரீட்சை லீவில் பார்த்து...

'யாரெல்லாம் நிப்பாங்க, மாதவன்?'

அவன் காதிலிருந்து பீடி எடுத்துப் பற்ற வைத்துக் கொண்டு வெறுமனே சிரித்தான்.

அவனே நிற்கப் போகிறானோ என்னமோ.

★★★

நாராயண பவன்.

'பிரதமர் நான்கு நாள் நல்லெண்ணம் விஜயமாக இரான் போய்ச் சேர்ந்தார்...'

ஆகாசவாணியில் தஸ்ஸுபுஸ்ஸென்று மூச்சுவிட்டுக் கொண்டு டெல்லிச் செய்தி அறிக்கை வாசித்துக் கொண்டிருக்கிறார்கள். பொழுது விடிந்ததும் ரவா உப்புமா சாப்பிட்டாக வேண்டும் என்று யாரோ தண்டனை விதித்த மாதிரி ஏழெட்டுப் பேர் சாப்பிட்டுக்கொண்டிருக்கிறார்கள்.

பாலகிருஷ்ணன் என்ற பாலுசாமி கரண்டி கரண்டியாக மாவு கரைத்த சாம்பாரை எல்லா இலையிலும் வார்த்துக் கொண்டு சுற்றி வருகிறான்.

'குருமூர்த்தி எங்கடா பாலு?'

கல்லாவிலிருந்து ராமுடு ஐயர் விசாரிப்பதற்குப் பதிலே இல்லை. பாலுவுக்குக் காது மந்தம். அது சரியாக இருந்திருந்தால் இந்நேரம் பெரிய ஆளாக இருந்திருப்பான்.

ஆனாலும் என்ன? அவன் சினிமாவில் நடித்திருக்கிறான். அந்தப் பழைய படங்கள் ஸ்ரீ கிருஷ்ணா தியேட்டருக்கு எப்போதாவது வரும். நாகேசுவர ராவோ, ராமேசுவர ராவோ 'உலகே மாயம்' என்று தோராயமான தமிழில் பாடிக்கொண்டு தெருவில் போகும் போது, இவன் குடையோடு எதிரில் வருவானாம்.

ஜெமினிகணேசன், அஞ்சலி தேவியையோ சரோஜா தேவியையோ

படமாக வரைய உத்தேசித்து, 'யாரங்கே' என்று கைதட்டவும் அரண்மனையின் உள்ளே கதவு திறந்து, வர்ணத் தட்டோடு இவன் வருவதை எதிர்பார்த்து இருந்தபோது படம் அறுந்து இடைவேளை விட்டார்கள்.

'யாரங்கே.'

காது வளர்த்த கிழவி கைதட்டுகிறாள்.

'சக்கரை சாஸ்தியா ஒரு காப்பி சாமி...'

இட்லி வாங்க நின்று கொண்டிருக்கிறேன். பாலு என்னைப் பார்க்கவே இல்லை. அவன் சபரிமலை போகிறபோதுதான் நான் தேவைப்படுவேன். என்னை... கிருபாகரனை... குள்ள கிட்டுவை... கிரியை... எல்லோரும் தேவைப்படுவோம்...

அக்பர் கூட ஒரு தடவை கூடவே வந்தான்.

'அத்தா திட்டுவாங்க... போடா...'

பாலு சொன்னாலும் அக்பர் எங்களோடு கூட அவன் பின்னால் வந்தான்.

ஒவ்வொரு வருஷமும், மலைக்குப் போவதற்கு முன், கையில் நோட்டுப்புக்கும், தோளில் மாட்டிய பெரிய பையுமாக வீதி வலம் வருவான் பாலு... பாலுசாமி.

அவனுக்கு முன்னால் சத்தமாக சரணம் விளித்துக் கொண்டு போவது நாங்கள்.

'மலை சவிட்டி விட்டு' பாலு கொண்டு வந்து தருகிற அரவணைப் பாயசத்துக்கும், உண்ணியப்பத்துக்கும் மட்டுமில்லை இது. உச்சத்தில் சரணம் விளிக்கிற குஷிக்காகவும் நாங்கள் கூடவே போவோம்.

'சாமியே... சரணம் அய்யப்பா...'

தெரு முனையில்தான் அக்பரின் அத்தா அசன் ராவுத்தர் ரெடிமேட் துணிக்கடை வைத்திருக்கிறார். வீடு வீடாக அரிசியும் பணமும் வசூல் முடித்துவிட்டு பாலு அங்கேயும் படி ஏறுவான்.

'வாவர் சாமி... மாலை போட்டிருக்கேன்...'

அத்தா ஐந்து ரூபாயும், கோடு போட்ட, யானைக்குப் போடுகிற சைஸில் இரண்டு லங்கோடும் தருகிற வழக்கம்.

மலைக்குப் போகிற வரை நாங்கள் எல்லாம் பாலுவுக்கு 'ராமுசாமி, கிரிசாமி, குள்ளக்கிட்டு சாமி...'

திரும்பி வந்ததும், தாடியை மழித்துப் போட்டுவிட்டு, 'முறுகலா ஒரு சாதா' என்று நாராயண பவனில் உக்கிராணத்தைப் பார்த்துக் குரல் கொடுக்கும்போது கண்டுகொள்ளவே மாட்டான். அதுதான் நின்றுகொண்டிருக்கிறேன்.

'தம்பி... இந்த டேபிளைத் துடைக்கிறியா...'

யாரோ... என்னைத்தான் கேட்கிறார்கள்.

'நான் இட்லி வாங்க வந்திருக்கேன் தெரியுமில்லே...'

நான் விரைப்பாக நின்றபடி சொல்கிறேன்.

வேட்டி கட்டிக்கொண்டு வந்திருக்க வேணும். அது இடுப்பில் சரியாக நிற்காவிட்டாலும் முன்னே பின்னே பழக்கமில்லாதவர்கள் டேபிள் துடைக்கச் சொல்லி ஏவ மானம் போகாது.

ஒரு வழியாக பாலு என்னைப் பார்த்தான்.

'எத்தனை இட்லிடா?'

அனாசின் மாதிரி விரலை விரித்தேன்.

"நாலு இட்லி... கெட்டிச் சட்னி தனியா பார்சல்லேஎஎஎ.'

பதினைந்து மலை சவட்டிய வல்ய குருநாதனின் இடி குரல்.

'பாத்துப்பா... பழைய கட்டிடம்... உக்காந்துடப் போறது...'

கல்லாவிலிருந்து ராமுடு ஐயர் நிலைய வித்வானின் கோட்டு வாத்திய இசையோடு சொன்னார்.

2

அந்த ஆள் பார்க்க வினோதமாக இருந்தான். வயது கிருபாகரன் அண்ணன் புருஷோத்தமனை விட கொஞ்சம் கூட இருக்கலாம். இவனுக்குப் பெரிய மீசை இருந்தது. பட்டையாக நெற்றியில் வீபூதி பூசி இருந்தான். சந்தனம், குங்குமம், ஜெமினி கணேசன் போல தொளதொள பேண்ட். கோயிலுக்குப் போய்விட்டு, 'காலங்களில் அவள் வசந்தம்' பாடத் தயாராக நிற்கிற ஜெமினி. கோயில் வாசலிலேயே நிற்கிறான். ஒரு கையில் தொப்பி. கையில் ஏதோ காகிதம். கோபுரத்தை அண்ணாந்து பார்க்கிறான். எழுதுகிறான்.

பக்கத்தில் போனோம்.

'தம்பிகளா... நீங்க இந்தத் தெருவா?'

'ஆமா'

'இங்கே... டாக்டர் சச்சிதானந்தம் வீடு இருக்குன்னு சொன்னாங்க... உங்களுக்கு...'

'சதானந்தம்னு ஒரு டாக்டர் இருக்கார் இந்தத் தெருவிலே...'

'அவரேதான்... மாத்திச் சொல்றேன்... அவரேதான்... எந்த வீடு தம்பி?'

காட்டினோம்.

‘நீங்க எங்கே இருந்து வரீங்க?’

‘இலங்கை தெரியுமா?’

தெரியாமல் என்ன? அங்கே நாள் முழுக்க சினிமா பாட்டு வைத்துவிட்டு, சாயந்திரம் ஆறு மணியானதும், ‘வணக்கம் கூறி விடை பெறுவது மயில்வாகனம்’ என்று முடிப்பார்கள். ‘சொக்கா... ஆயிரமும் பொன்னாச்சே...’ என்று ரெண்டு வரி டயலாக் ஒலிபரப்பி, யாருடைய குரல் என்று அடையாளம் கண்டுபிடித்த அதிர்ஷ்டசாலிக்கு ப்ரவுன்சன் அண்ட் போல்ஸன் கஸ்டர்டும் - இது என்னமோ தெரியாது- கோபால் பல்பொடியும் மற்றதும் காலக்கிரமத்தில் அனுப்பி வைப்பார்கள். ‘ஸ்ரீலங்கா பத்திரிகையை ஒழுங்காக வாசியுங்கள்’ என்று பாடத்தை ஒழுங்கா படியுங்கடா சத்தம் போடும் சயன்ஸ் வாத்தியார் போல் மணிக்கொரு தடவை அறிவிப்பார்கள். அதை மட்டும் தவிர்த்து விட்டால், ஏறக்குறைய சந்தோஷமான ஊராக இருக்கும்.

‘நான் இலங்கையிலிருந்து வரேன்...’

‘இங்கே என்ன பண்றீங்க?’

‘கோயில்கள் பற்றி, சைவ சமயம் பற்றி ஆராய்ச்சி பண்றேன்...’

‘அப்படீன்னா?’

‘அதாண்டா... வானாகி மண்ணாகி வளியாகி ஒளியாகி...’

சீதரன் முந்திரிக்கொட்டை மாதிரி நடுவிலே வெட்டினான்.

‘சபாஷ்... திருவாசகம் எல்லாம் தெரிஞ்சிருக்கே...’

எப்படித் தெரியாமல் போகும்? நாலு வருஷமாகத் தமிழ்ப் புத்தகத்தைத் திறந்தால் அதுதான் முதல் பாட்டு.

‘தம்பி...’

அவன் குரலை ரகசியம் பேசுகிறதுபோலத் தாழ்த்தினான்.

‘என்ன அண்ணே?’

நாங்களும் அதே அளவுக்குத் தாழ்த்தி கோஷ்டியாகக் கேட்டோம்.

‘டாக்டர் வீட்டுலே புவனலோசனின்னு ஒரு அம்மா இருக்குதா?’

‘புவனலோசனி வேலுப்பிள்ளைன்னா... உங்க ஊர் ரேடியோவிலே தானே...’

சதானந்தம் பெயரைத் தப்பாகச் சொன்ன மாதிரி இதுவும் ஆகியிருக்கும் என்ற நம்பிக்கையோடு கிரி கேட்டான். அதானே...

‘இல்லே தம்பி... அவங்க இல்லே... இது குமரு...’

என்ன குமாரோ... குமார் இல்லையாம்... குமரு என்றால் சின்ன வயசுப் பெண்ணாம்.

டாக்டர் சதானந்தம் வீட்டில் குமரு உண்டுதான். புவனா இருக்கிறாள். எங்களுக்கு அக்கா வயசு. டாக்டர் வீட்டு மாமிக்குத் தங்கை. மாமி வயசான குமரு.

இரண்டு வருஷம் முன்னால் புவனாவும், அவள் அப்பாவும் இலங்கையிலிருந்து வந்தார்கள். அப்பா இப்போது உயிரோடு இல்லை.

புவனா காலேஜில் படிக்கிறாள். சாயந்திரம் கிருஷ்ணசாமி வாத்தியாரிடம் பாட்டுச் சொல்லிக் கொள்கிறாள்.

‘பரிபாலய... பரிபாலய... பரிபாலய ரகுராமா...’

‘உட்காருகிற இடத்தில் சிரங்கு வந்தால் குப்பைமேனி இலையை விழுதாக அரைத்துப் பத்துப் போடணும்’ என்று பக்கத்தில் யாரிடமோ சொல்லிவிட்டு, அதே குரலில் வாத்தியார் பாட்டுச் சொல்லித் தருகிறார்,

‘அந்தக் குமருவுக்கு லெட்டர் கொடுக்கணுமா?’

சீதரன் கேட்டான்.

இந்த லெட்டர் கொடுப்பது விவகாரமான சங்கதி.

தெருவில் எங்களுக்குக் கிட்டத்தட்ட ஏழெட்டு வருஷம் மூத்த செட் ஒன்று உண்டு. கிருபாகரனின் அண்ணன், சீதரனின் மாமா, கிரியுடைய சித்தப்பா என்று... கஷ்டப்பட்டு மீசை

வளர்த்துக்கொண்டிருக்கிறவர்கள் எல்லோரும்... பக்கத்துத் தெருவிலிருந்து எல்லாம் இவர்களைப் பார்க்க சைக்கிளில் இவர்கள் வயது சிநேகிதர்கள் யாராவது எப்பவும் வருவது வழக்கம்.

இரண்டு மாதம் முன்பு வரை தினசரி சாயந்திரம் கோயில் பக்கத்தில் சைக்கிள் சகிதம் எல்லோரும் ஆஜர்.

புவனா கோயிலுக்குப் போவாள். அப்புறம் அக்பரின் அக்கா மெஹருன்னிசா மஜீத் தெருவில் அத்தை வீட்டுக்குப் போவாள்.

இவர்கள் இரண்டு பேரையும் பார்த்த பிறகுதான் சபை கலையும்.

புவனா தாட்தாட்டென்று தனியாகப் போகும்போது பின்னால் இருந்து சிரிப்பு கேட்கும். மெஹர் கூட அக்பரோ, நானோ போவோம்.

'அந்தப் பக்கம் பாக்காம வாடா...'

அவள் முக்காட்டைக் கடித்துக் கொண்டு வேகமாக நடப்பாள்.

இரண்டு மாதம் முன்னால், பக்கத்துத் தெருவில் இருந்து வந்த சபையின் கௌரவ உறுப்பினன் எவனோ புவனாவுக்கு 'லெட்டர்' கொடுத்தானாம். போஸ்ட்மேன் வேல்சாமி தான் வழக்கமாக எல்லோருக்கும் லெட்டர் தருவார். இது என்ன ஸ்பெஷலோ?

போலீஸ்... சத்தம்... சமாதானம்... தெருவே ஒரு வாரம் லோல்பட்டது.

கிருபாகரன் அண்ணன் மெட்ராஸில் அவன் சின்னாயினா வீட்டுக்குப் போனான். மற்றவர்களும் உறவுக்காரர்களின் அட்ரஸைத் தேடி எடுத்துப் போனார்கள். சாயந்திர சபையின் கௌரவ உறுப்பினர்கள் தலை மட்டும் அவ்வப்போது தட்டுப்படுகிறது.

இந்த ஆள் லெட்டர் கொடுக்க வந்தவன் என்றான் உஷாராக இருக்க வேண்டும்.

இல்லையாம்... சும்மாதான் கேட்டானாம்.

‘ஆராய்ச்சி பண்ணி என்ன செய்வீங்க?’

பழைய வம்புக்குத் தாவினோம்.

‘புத்தகம் போடுவேன்...’

‘போஸ்ட் கார்ட் போட்டா அனுப்புவீங்களா?’

‘பார்க்கலாம்...’

அவன் நடந்தான்.

காலக்கிரமத்தில் அனுப்புவான்.

★★★

‘ராமு... இன்னமா எழுந்திருக்கலே... எட்டு மணியாறதே...’

‘அவனுக்கு எவனோ வேலை மெனக்கெட்டு டெல்லியிலிருந்து ஒரு மூட்டை புஸ்தகம் அனுப்பியிருக்கான்...’

ஆபீசுக்குப் போகிற அவசரத்தில் அப்பா. ரசம் மணக்கிற கை படுக்கைக்குப் பக்கத்தில் எதையோ போட்டது.

‘பாக்கு டப்பா எங்கே?’

‘ராமுதான் நேத்து அதுலே வெள்ளரிக்கா விதை தேடித் தேடித் தின்னுட்டிருந்தான்...’

இனியும் படுத்துக் கிடந்தால் டின் கட்டி விடுவார்கள்.

ஓடியே போய் சைக்கிள் பின்னாலிருந்து பாக்கு டப்பாவை எடுத்துக் கொடுத்துவிட்டு, எனக்கு வந்த பொக்கிஷத்தைப் பார்த்தேன்.

கலர் கலராக ஏழெட்டுப் புத்தகங்கள் சிதறிக் கிடந்தன. நாலு வரியில் ஒரு கடிதம்.

செக்கோஸ்லோவாகியா தூதரகத்திலிருந்து அனுப்பி இருந்தார்கள்.

‘மிஸ்டர் ராமு’ என்று ஆரம்பித்தது. எனக்குத்தான் எழுதியிருக்கிறார்கள்.

சாவகாசமாகப் படித்துக் கொள்ளலாம். முதல் புத்தகத்தைப் பிரித்தேன். சுகமான காகித வாசனை. இதெல்லாம் படிக்கவா, முகர்ந்து பார்க்கவா?

பக்கத்துக்குப் பக்கம் ஏகப்பட்ட படங்கள். தொழிற்சாலையில் வேலை செய்கிறார்கள். கிழவிகள் ஆரஞ்சுப் பழம் உரித்துச் சாப்பிடுகிறார்கள். கிராப்புத் தலையோடு புவனா மாதிரிப் பெண்கள் சைக்கிளில் போகிறார்கள். பெரிய வயலிலிருந்து உருளைக்கிழங்கை லாரியில் ஏற்றுகிறார்கள். தொப்பி போட்ட கிழவர்கள் டிராக்டர் ஓட்டுகிறார்கள்.

இவர்கள் எல்லோரும் ஏதாவது ஒரு குறிப்பிட்ட பாட்டைப் பாடிக்கொண்டே இதை எல்லாம் செய்வார்கள் என்று தோன்றியது. ஆகாசவாணியில் அடிக்கடி இந்தியில் வரும் தேசபக்திப் பாடல் மாதிரி.

நாலு புத்தகத்துக்கு அப்புறம் படமே மருந்துக்குக் கூட இல்லாமல் ஒரு புத்தகம். புரட்டிப் பார்த்தேன். ஒரு இழவும் புரியவில்லை. இந்தப் புத்தகம்தான் மற்றதை விட வழுவழுப்பு. வாசனையும் இதற்குத்தான் அதிகம். என்ன பிரயோஜனம்? மிஸ்டர் ராமு இதெல்லாம் படிக்க மாட்டார்.

உள்ளே எட்டிப் பார்த்தேன். அம்மா சமையல்கட்டில்.

ஒரே ஓட்டம் வெளியே.

வக்கீல் மோகனதாசன் வாசல் படிக்கட்டில் உட்கார்ந்தபடி ஒரு கூட்டம் பொறாமையோடும் வயிற்றெரிச்சலோடும் என் புத்தகங்களைப் பார்வையிட்டது.

‘நீ மொதல்லே தபால் பெட்டியிலே போட்டியே... அதான் உனக்கு வந்திருக்கு... எனக்கு மத்யானம் வரும் பாரு...’

கிருபாகரன் சொன்னான்.

அவனை யார் வாடகை சைக்கிளில் போய்த் தபாலில் போட வேண்டாம் என்று கையைப் பிடித்து இழுத்தது? இருக்கிற கைக்காசில் தனக்கு மட்டும் இல்லாமல், ராமானுஜ நாயுடு, மங்கத் தாயாரம்மாள், பங்காருசாமி நாயுடு என்று வீட்டில் இருக்கிற எல்லோர் பெயரிலும் புத்தகம் கேட்டு அனுப்பியிருக்கிறான்.

'இந்த செக்கோஸ்லோவாகியா எங்கேடா இருக்கு?'

கிரி கேட்டான்.

'படிச்சுத் தெரிஞ்சுக்கத்தானேடா அனுப்பியிருக்காங்க...'

'தடிப்புத்தகம் என்னடா?'

'அவங்க ஊர்லே பாடப்புத்தகம் போல இருக்கு... சாம்பிளுக்கு அனுப்பியிருப்பாங்க...'

'சகாக்களே... சத்தம் போட வேணாம்...'

வக்கீல் மோகனதாசனின் குமாஸ்தா ஜீவராசன் தோளில் சிவப்புத் துண்டோடு, திண்ணையில் ஏதோ எழுதிக் கொண்டிருக்கிறார்.

'அவனுக்கு இருக்கற அறிவுக்கு ஐ.ஏ.எஸ் அதிகாரியா வந்திருக்க வேண்டியவன்... கட்சி கிட்சின்னு அலஞ்சு இப்படி உருப்படாம போய்ட்டான்...'

அப்பா அடிக்கடி சொல்கிறதுபோல ஜீவராசன் உருப்படாமல் போயிருந்தால் ஐந்து நிமிடத்துக்கு ஒரு முறை வெடிச் சிரிப்பு சிரித்துக்கொண்டு எப்படி இருக்க முடியும்?

ஜீவராசன் ஒரு புத்தகத்தைப் பிரித்துப் பார்த்தார்.

'பாத்தியா... உங்க வயசுதான் இருக்கும் இந்தப் புள்ளைக்கு... என்ன சிநேகிதமா சிரிக்கிறான் பாரு.'

அவர் காட்டிய படத்தில் ஒரு பையன், லாரி மாதிரி ஒரு வாகனத்தில் இருந்த பட்டாளக்காரனோடு கைகுலுக்கிக் கொண்டிருந்தான்.

'யார் அண்ணே அது?'

பட்டாளக்காரனைக் காட்டிக் கேட்டோம்.

'சோவியத் போர்வீரன்...'

ஜீவராசன் நரைத்துக்கொண்டிருக்கிற மீசையைத் தடவிக் கொண்டே சிரித்தார்.

'இந்தப் பையன் என்னத்துக்குக் கை கொடுக்கிறான்?'

‘அவன் நாட்டில் வந்து அமைதியை நிலைநாட்டினதுக்காக சந்தோஷப்படறான்...’

அவன் முகத்தில் அப்படி ஒன்றும் சந்தோஷம் தெரியவில்லை. ஒரு வேளை செக்கோஸ்லோவேகியாவில் சிரிக்காமலேயே சந்தோஷப்படுவார்கள் போலிருக்கிறது.

‘இது என்ன அண்ணாச்சி?’

கிரி பொம்மை போடாத புத்தகத்தை இரண்டு விரலால் தூக்கிக் காண்பித்தது, எனக்கு சுத்தமாகப் பிடிக்கவில்லை. என் புத்தகம். வீட்டுக்குப் போனதும் முதல் காரியமாக அட்டை போட வேண்டும். ராமகிருஷ்ணா மிஷனிலிருந்து வரும் தர்ம சக்கரம் பத்திரிகை சரியாக இருக்கும்... ஒரு அலமாரி நிறைய இருக்கிறது... தாத்தா அடுக்கி வைத்திருக்கிறார்.

ஜீவராசன் புத்தகத் தலைப்பைப் படித்தார். அர்த்தம் சொன்னார்.

‘*SPRING IN PRAGUE*... சோவியத் நட்புறவு கலந்த பிரேக்கு வசந்தம்.’

பெரியவனானதும் ‘பிரேக்கு வசந்தம்’ படிக்க வேண்டும்.

3

'என்னடா அம்பி... படக்கூடாத எடத்துலே கிரிக்கெட் பந்து பட்டு வீங்கிடுத்தா?'

டாக்டர் சதானந்தம் ஒரு கட்டு வெற்றிலையை மேஜை மேல் வைத்து சாவதானமாக மென்று கொண்டிருந்தார்.

'இல்லே டாக்டர் மாமா... இது மருந்து சீசா...'

நான் டிரவுசர் பையிலிருந்து வெளியே எடுத்தேன்.

'தாத்தாவுக்கு... மூணு நாளா...'

அசங்கிய விஷயம். எப்படிச் சொல்வது?

'கொல்லைக்கு வரலியாமா?'

மவுனமாக சீசாவை நீட்டினேன்.

'வாயு எல்லாம் கிரமமா பிரியறாரோ...'

நான் முழித்தேன். டாக்டர் வாயால் பர்ர்ர் என்றார்.

இப்படி எல்லாம் கேள்வி வரும் என்று தெரிந்திருந்தால் தாத்தாவையே வரச் சொல்லியிருக்கலாம்.

லீவு நாளில் இது ஒரு தொந்தரவு. தொட்டதற்கெல்லாம் 'ராமு நீ போ...'

'தெரியலே டாக்டர் மாமா...'

'தெரியாதுடா... கேக்கும்... பக்கத்திலே நின்னா மூக்கிலே...'

டாக்டர் என்றால் எல்லாம் பேசலாம். ஆனாலும் சதானந்தன் டாக்டர் ஒரு வாக்கியத்துக்கு ஒரு பெரிய சிரிப்பாக, சுற்றி எல்லாம் வெற்றிலைச் சாறு தெறிக்கக் கேட்கிறார்.

எனக்குச் சிரிப்பு வந்தாலும் சிரிக்கக் கூடாது. எம்பசி புத்தகத்தில் செக்கோஸ்லோவேகியா பையன் பட்டாளத்தானோடு நிற்கிற மாதிரி நான் நிற்கிறேன்.

பேசாமல் செக்கோஸ்லோவேகியாவில் பிறந்திருக்கலாம். ஆரஞ்சுப் பழம் உரித்துச் சாப்பிட்டு விட்டுப் பட்டாளக்காரனோடு கைகுலுக்கிக் கொண்டு...

'வீரபத்ரா...'

டாக்டர் இன்னொரு வெற்றிலையை மடித்து வாயில் அடைத்துக் கொண்டு உள்ளே பார்த்துக் குரல் கொடுக்கிறார்.

அவர் முடிக்கும் முன்னரே கம்பவுண்டர் வீரபத்ரன் கார்பனேட் மிக்சரை நுரை பரக்க அவுன்ஸ் கிளாஸில் ஊற்றிக் கொண்டிருந்தான்.

இந்த கார்பனேட் மிக்சர் கெட்ட ஆஸ்பத்திரி வாடை அடிக்கிற சமாசாரம். கையில் எடுத்துப் போனால் தெருவே 'வயிறு சரியில்லையா?' என்று விசாரிக்கும். எத்தனை பேரிடம்தான் சொல்வது... 'எனக்கில்லை'...

'கொட்டிப்புடாம எடுத்துப் போடா...'

கம்பவுண்டர் வீரபத்ரன் உர்ரென்று முகத்தை வைத்துக் கொண்டு சீசாவை நீட்டினான்.

இப்படி ஜாலியான டாக்டருக்கு இந்த மாதிரி ஒரு உம்மணா மூஞ்சி கம்பவுண்டர்...

நான் வெளியே போகத் திரும்பியபோது ஒரு பெரிய கூட்டம் மாலையும் கையுமாகப் படி ஏறி வந்து கொண்டிருந்தது.

சுபாஷ் பஜார் இரும்புக்கடை ஸ்தானிஸ்லாஸ் நாடார்... ஓட்டல்

ராமுடு ஐயர்... தையல்கார தியாகி குருசாமி...

இன்னும் யார் யாரோ... எல்லோரும் ஒற்றுமையாகத் தொளதொளவென்று காதி வஸ்திராலயத்தில் வாங்கிய கதர்ச் சட்டை போட்டிருந்தார்கள்.

‘டாக்டர்... ராகுகாலம் முடிஞ்சுடுத்து... கையெழுத்துப் போட்டுடலாம்...’

தியாகி என்னைப் பார்த்தார்.

‘தம்பி... டாக்டர் வீட்டம்மாவைக் கொஞ்சம் இங்கிட்டு வரச் சொல்லு...’

உள்ளே கையைக் காட்டினார். டாக்டர் வீடு பின் போர்ஷனில்.

நான் மருந்து சீசாவைத் தூக்கிப் பிடித்துக் கொண்டு திரையை விலக்கி உள்ளே போக, புவனா அதட்டலாக ‘என்னடா’ என்றாள்.

மாமி ஊஞ்சலில் உட்கார்ந்து ஆனந்தவிகடன் தொடர்கதை படித்துக் கொண்டே, ‘அவ மேலே பட்டுடாதேடா....’ என்றாள்.

பட்டால் போலீஸ் வருமோ என்னமோ...

‘வரச் சொன்னாங்க...’

நான் வாசலுக்குக் கையைக் காட்டினேன்.

‘என்னடா வயத்துலே கடப்பாறை வச்சுக் கெல்லணுமா... கொடுக்காப்புளி, ஜவ்வு மிட்டாய்னு கண்டதையும் மொசுக்கினா இப்படித்தான்...’

புவனா மூக்கைச் சுளித்துக்கொண்டு என் கையில் பிடித்த கார்பனேட் மிக்சரை எகத்தாளமாகப் பார்த்தாள். நான் லட்சியமே செய்யவில்லை.

அந்த ‘வானாகி மண்ணாகி’ சைவ சமய இலங்கை ஆசாமி பற்றி அவளிடம் சொல்லலாமா என்று ஒரு நிமிடம் நினைத்தேன். ஊஹூம்... சொல்லப்போவதில்லை. கடப்பாறை வச்சுக் கெல்லினாலும்...

‘யாருடா வரச் சொன்னா?’

மாமி என் பதிலை எதிர்பார்க்காமல் வாசலுக்குப் போக, நான் கூடவே நடந்தேன்.

வாசலில், டாக்டருக்கு மாலை போட்டார்கள், அவர் ஏதோ பேப்பரில் கையெழுத்துப் போட்டார். தடதடவென்று கைதட்டினார்கள்.

'மஹாத்மா காந்திக்கு ஜே... வந்தே மாதரம்...'

தியாகி டெய்லர் இருமலை அடக்கிக்கொண்டு கோஷம் போட்டார்.

'டாக்டருக்கு ஜே... போடுங்கய்யா...'

ஓட்டல் ராமுடு ஐயர் திருத்தினார்.

'மருத்துவர் வாழ்கன்னு சொல்லலாமா... பசங்க கைதட்டுவாங்க...'

நாடார் என்னைப் பார்த்துச் சொல்ல, கூட்டமாகச் சிரித்தார்கள்.

'கிளம்புங்க... இப்படியே ஊர்வலமாப் போய் வேட்பு மனு தாக்கல் செய்ய வேண்டியதுதான்...'

எல்லோரும் சத்தமாகப் பேசிக் கொண்டே படி இறங்கிப் போக, நானும், மாமியும், வீரபத்ரனும் பார்த்துக் கொண்டிருந்தோம்.

'எவ்வளவு சந்தோஷமா இருக்கு... பாத்துக்கிட்டே இருங்க அம்மா... டாக்டர் ஐயா ஜெயிச்சு முனிசிபல் சேர்மனே ஆகப் போறார்...'

நான் வீரபத்ரன் முகத்தைப் பார்த்தேன். ஒரு செக்கோஸ்லோவேகியா சந்தோஷம் தெரிந்தது.

★★★

வக்கீல் மோகனதாசன் ஆபீஸ் களைகட்டி இருந்தது.

கோர்ட் கட்சிக்காரர்களை விட, சிவப்புத் துண்டு போட்டவர்கள் தான் சாதாரணமாக இங்கே அதிகம் தட்டுப்படுவார்கள். இப்போது, கறுப்புத் துண்டு போட்ட பழக்கடை அறிவரசன், முனியாண்டி விலாஸ் தங்கராஜு, ரிக்ஷா நாச்சியப்பன் என்று ஏகக் கூட்டம்.

வக்கீல் வேதாத்திரி ஐயங்காரும் அங்கேதான் இருந்தார். இவர்

ஒருத்தர்தான் கூட்டத்தில் கதர்ச் சட்டை போட்டவர்.

நாங்கள் இடம் கிடைக்காமல் படிக்கட்டில் இடித்துப் பிடித்துக் கொண்டு நின்றோம்.

'உங்களுக்கு என்னடா இங்கே வேலை... போய் விளையாடுங்கடா...'

யாரோ விரட்டினார்கள்.

'இவங்கதான் நமக்கு பிரச்சார அணி. என்ன உடன்பிறப்புகளே... உதவி செய்வீங்களா...'

அறிவரசன் போல் அண்ணன் கேட்டுக்கொண்டால் கார்பனேட் மிக்சரைக்கூட கடகடவென்று குடித்துவிடலாம்.

'நண்பர்களே... இந்த வார்டில் அவங்க டாக்டர் சதானந்தத்தை நிறுத்தியிருக்காங்க... செல்வாக்கு... பணம்... நிறையவே இருக்கப்பட்டவர்... அவரை எதிர்த்து நாம போராடி வெற்றி அடையறது சாதாரணம் இல்லே... ஆனால், பேரறிஞர் பெருந்தகை சொன்னபடி...'

அறிவரசன் மூக்கால் பேசுகிறது போல், ஆனால் பிரமாதமாக இழுத்து இழுத்து, கணீரென்று பேசினார்.

வேதாத்திரி ஐயங்கார் கடியாரத்தைப் பார்த்தார். அவர் முசாபரி பங்களாவில் பாட்மிண்டன் விளையாடப் போகிற நேரம்...

'மிஸ்டர் அறிவு அரசு...' கேண்டிடேட்டை ஃபர்ஸ்ட்லே அனவுன்ஸ் பண்ணிடலாம்... பிரஸ் ரிப்போர்ட்டர் காத்துண்டிருக்கார்... ரெண்டு வரி நியூஸ்னாலும் நமக்கு ஸோ இம்பார்ட்டண்ட்.... என்ன நான் சொல்றது?'

அறிவரசன் தோளிலிருந்து நீளமாக தரையைத் தொட்ட துண்டால் முகத்தை மெல்லத் துடைத்துக் கொண்டார்.

'மதிப்புக்குரிய வழக்குரைஞர் ஐயா அவர்கள் கேட்டுக் கொண்டபடி, நம் வேட்பாளர்... எந்த அறிமுகமும் தேவையில்லாத, எளிய, தொண்டே தன் மூச்சாக உலவி வரும் நம் இனிய நண்பர்...'

பெரிய சரீரத்தைத் தூக்கிக் கொண்டு பாலுசாமி எழுந்து நின்று வணக்கம் சொன்னான்.

4

டாக்டருக்கு மீன். பாலுசாமிக்கு சைக்கிள்.

கேட்டதும் கொஞ்சம் வருத்தமாக இருந்தது. மீனை சுலபமாக சாக்குக் கட்டியாலோ பேனாவாலோ வரைந்து விடலாம். டிராயிங் மாஸ்டர் சொல்லிக் கொடுத்ததில் அதுதான் சுலபமாக வரைய முடியும். ஆனால் சைக்கிள்? ஓட்டத்தான் முடியும்.

ஒரு சுவர் விடாமல் மீன் வரைந்து தள்ளி விட்டார்கள். மிஞ்சிய இடத்தில் சைக்கிள் எழுத ஒருத்தன் பிரஷ்ஷும் கையுமாக அலைந்தான்.

வக்கீல் ஆபீஸுக்குப் பக்கத்து வீட்டில் 'சைக்கிள்' ஆபீஸ். நாங்கள் உள்ளே மும்முரமாக ஸ்லிப் எழுதிக்கொண்டிருக்கிறோம்.

'தம்பிகளா... இதைக் காமிச்சுத்தான் ஓட்டுப் போட சாவடிக்குப் போகணும்... பார்த்து... ஜாக்ரதையா நம்பரும் பேரும் எழுதணும்...'

அண்ணன் அறிவரசன் சொன்னதை அப்படியே கடைப்பிடிக்கிறோம்.

பாலுசாமி சுற்றிச் சுற்றி வந்துகொண்டிருந்தான். எங்களுக்கு முன்னால் தினத்தந்தியைப் பிரித்துப் போட்டு மூட மூட வேர்க்கடலை. நாச்சியப்பன் ஓரமாக உட்கார்ந்து ஒண்டிப்பிலி சர்பத்தைப் பெரிய பாத்திரத்தில் ஊற்றி எலுமிச்சம்பழம் பிழிந்து கொண்டிருந்தான். அவன் ரிக்ஷாவில் இரண்டு

பக்கமும் சைக்கிள் சின்னம் எழுதிய தட்டி கட்டி, ஒலிபெருக்கி வைத்திருந்தது. சாயந்திரம் அதில் ஏறி நின்றபடி பாலுசாமி நகர்வலம் வருவான். முன்னால் கோஷம் போட்டுக் கொண்டு ஒரு பட்டாளம் போகும்.

மொத்த வார்டையும் ஐந்து நிமிடத்தில் சுற்றி வந்துவிட முடியுமென்பதால், அடிக்கொரு தடவை இந்த ஊர்வலத்தை நிறுத்தி யாராவது பேசுவார்கள்.

எலக்ஷன் ஊர்வலத்தில் எல்லாம் கலந்து கொண்டு, கோஷம் போட்டுக் கொண்டு, தட்டி தூக்கிப் போக எல்லா வீட்டிலும் அவசரத் தடைச் சட்டம் கொண்டு வந்தார்கள்.

ஊர்வலத்தில் போகாவிட்டால் என்ன? ஸ்லிப் எழுதுவது, வீடு வீடாக பிட் நோட்டீஸ் கொண்டு போய் வீசுவது என்று ஏகப்பட்ட வேலைகள்...

இதற்கும் கடுமையான எதிர்ப்பு இருந்தது. என்றாலும் அவ்வப்போது கவனிக்காத நேரம் பார்த்து நழுவிவிட முடியும். வாசலிலேயே ஈசிசேர் போட்டு உட்கார்ந்திருக்கிற தாத்தாவை சமாளிப்பதுதான் கொஞ்சம் கஷ்டம். வேதாத்திரி ஐயங்கார் வீட்டிலிருந்து ‘சுவராஜ்யா’வும், ‘பவன்ஸ் ஜேர்னல்’ பத்திரிகையும் வாங்கிக் கொண்டு வந்து கொடுத்தால், ஒரு நாள் பூரா அவர் பாட்டுக்குப் படித்து மகிழ்ந்துகொண்டிருப்பார்.

இந்த இரண்டு புத்தகத்தையும் தினசரி ‘இண்டு’ பேப்பர் மாதிரி போட வேண்டும் என்று அரசாங்கத்தில் சட்டம் கொண்டு வந்தால் நன்றாக இருக்கும்.

‘இண்டு’ பேப்பர் என்பது வாசல் தெளித்தவுடன், ஈரமான திண்ணையில் நல்லையா சைக்கிளிலிருந்தே வீசிவிட்டுப் போவது. நான் எழுந்து வெளியே வரும்போது தாத்தா ‘ஸ்போர்ட்ஸ் பேஜை’ திருப்பியிருந்தால், அடுத்த நிமிடம், கவாஸ்கரையும் வடேகரையும் மட்டையோடு பார்க்க ‘இண்டு’ என் கையில்.

அது என்னமோ... இந்துவில் இந்தப் பக்கத்தில், ‘யாரெல்லாம் செத்துப் போனது’ என்று படிக்க ஆரம்பித்தவுடன் தாத்தா முகத்தில் ஒரு சந்தோஷம்...

'டாய்லெட் காலியா இருக்கா?'

நல்லையா தாமதமாக வந்து தொலைத்தால், கார்பனேட் மிக்சருக்காக நான் தான் ஓட வேண்டும். இண்டு பேப்பரை ஏழு மணிக்கு முன்னால் போட வேண்டும் என்று கூட ஒரு சட்டம் வேணும்...

தாத்தாவை விடக் கஷ்டமான மனிதர் அக்பரின் அத்தா. அதுவும் தெருக்கோடியிலேயே துணிக்கடை என்பதால் திடீர் திடீரென்று வீட்டுக்கு வந்து விடக்கூடிய அபாயம்.

நேற்று அக்பர் வீட்டில், கோந்து பாட்டில் எடுக்க நாங்கள் போனபோது அத்தா வந்து சேர்ந்தார். நழுவலாம் என்று பார்த்தால், வாசல் கதவை வேறு சாத்தி விட்டுப் பத்து நிமிடம் ஜீவராசன் மாதிரி பிரசங்கம்... பாட்டாளி வர்க்கமும் சோவியத் புரட்சியும் வராத பிரசங்கம் அது.

'லீவுன்னா லைப்ரரிக்குப் போய் நல்ல புத்தகமா எடுத்துப் படிக்கறது... நாலு கணக்கைப் போட்டுப் பார்க்கறது... என்ன நான் சொல்றது...'

அக்பரின் அத்தா எங்களுக்கு முன்னால் நின்று முழங்கினார்.

'கணக்கு யாராவது கொடுத்தா போடலாம்.'

சீதரன் எப்பவுமே முந்திரிக் கொட்டைதான்.

'நான் தரேண்டா... மெகரு...'

சண்டாளி. திரைக்கு அந்தப் பக்கம் ஒட்டுக் கேட்டுக் கொண்டு இருந்து விட்டு, உடனே எங்கிருந்தோ பழைய நோட்டுப் புத்தகத்தில் கிழித்த பேப்பரும், நாலைந்து பென்சிலுமாக சந்தோஷமாக எடுத்துக் கொண்டு வந்து நிற்கிறாள்.

இவள், 'குப்பி வீட்டுக்குப் போகணும்... அக்பரைக் காணோம்... நீ வர்றியாடா' என்று இனிமேல் வரட்டும்... பார்த்துக்கறேன்...

'குப்பி வீட்டுலே முறுக்கு சுட்டு எடுத்தாந்தியேம்மா... இங்கிட்டு எடுத்தா.'

அத்தா பிரசங்கத்துக்கு நடுவே இரைகிறார்.

தட்டோடு மெகர் வந்தாள். தட்டு நிறையத் தேன்குழல்.

'எடுத்துக்குங்கட.... சீக்கிரமே அக்பருக்கு மார்க்கக் கல்யாணம் வருது... நீங்க எல்லாம் ரெண்டு நாள் சாப்பாடு இங்கேதான்... இந்தப் பக்கம் சைவம்... அந்தப் பக்கம் ஆம்பூர் பிரியாணி...'

வெறும் தரையைச் சுட்டு விரலால் பிரித்துக் காட்டினபோது அக்பர் முகத்தில் சின்ன பயம். இந்த வயசில் அவனுக்கு என்ன கல்யாணம்? இருந்தால், அதுக்காகப் பயப்படுவது நியாயம் தான் என்று பட்டது.

'மார்க்கக் கல்யாணம்னா என்ன சார்?'

கிரி கேட்டான்.

அத்தா சிரித்துக் கொண்டார்.

நான் ஆம்பூர் பிரியாணியைப் பற்றிக் கேட்கலாமா என்று யோசித்துக் கொண்டிருக்கும்போது 'பனியன் எட்டே முக்கால் ரூபா மேனிக்கு எட்டு. பனியன் விலை என்ன' என்ற ரீதியில் கணக்குகளைச் சொல்ல ஆரம்பித்தார். நான் போடுகிற சைஸா, பாலுசாமி போடுகிற மாதிரியா?

'யாரு மொதல்லே சரியா விடை கண்டுபிடிக்கறீகளோ அவுகளுக்கு ஒரு பார்க்கர் பேனா நம்ம தரப்பிலே ப்ரைஸ்.'

அத்தா நைச்சியமாகச் சொன்னபடி நாலு பக்கமும் பார்த்தார்.

தூ... பேனா எல்லாம் பரிசில் சேர்த்தியா... சொக்கா அத்தனையும் பொன்னாச்சே அத்தனையும் பொன்னாச்சே என்று ஓயாமல் புலம்ப வைக்கிறதாக இருக்க வேண்டாமோ அது...

என்னவோ, ஆளை விட்டால் போதும். தலைக்கு மேலே வேலை கிடக்கிறது. வீட்டில் வேறே முடிவெட்டிக்கொள்ளப் போகச் சொல்லிப் பிடுங்கல்...

அது போனோம் வந்தோம் என்று நடந்து முடிகிற காரியமில்லை. சரோஜா முடிதிருத்தகத்தில் குட்டி சைஸ் செக்கோஸ்லோவேகியா டிராக்டர் மாதிரி ஒரு பயங்கர மெஷினை குமாரவேலு அண்ணாச்சி என் தலையை

வெடுக்கென்று கீழே தாழ்த்தி, பிடரியில் கரகரவென்று மேய விடும் அராஜகம்.

முடிந்து வீட்டுக்குப் போனால் இரண்டு நபர் கமிஷனாக அம்மாவும் தாத்தாவுமோ அல்லது அம்மாவும் அத்தையுமோ என்னை விதவிதமாகத் திரும்பச் சொல்லி தலையை மேற்பார்வையிட்டு, ‘வலது பின்னம்பக்கம்... காதுக்குக் கீழே இன்னும் கொஞ்சம் குறைக்கலாம்... போடா... நான் சொன்னேன்னு சொல்லி எடுத்துண்டு வந்துடு... குளிக்க வென்னீர் போட்டு வைக்கறேன்...’

குமாரவேலு நிற்க வைத்தே இன்னொரு தடவை தலையில் ஆழ உழுது அனுப்புவார்....

குள்ளக் கிட்டுதான் முதலில் முடித்தான்.

‘சபாஷ் தம்பி... இந்தா... பிடி.... களுவிட்டு மசியடைச்சுக்கோ’

அத்தா மேஜையைத் திறந்து சிமெண்ட் கலரில் ஒரு சுமார் புதுசு பார்க்கர் பேனாவை நீட்டினார்.

‘அத்தா... அவன் ஆளுதான் குட்டை.... டென்த் ஸ்டாண்டர்ட்...’

அக்பர் கிட்டுவின் முதுகைப் பார்த்துக்கொண்டு அலறினான்.

‘யா அல்லா.’

அத்தா ஆச்சரியப்பட்டு முடிப்பதற்குள் பிய்த்துக்கொண்டு கிளம்பினோம்.

5

முறை வைத்துக் கொண்டு மீன் ஆபீஸிலும் சைக்கிள் ஆபீஸிலும் ஒலிபரப்பு நடத்தினார்கள்.

மீன் ஆபீஸில் ‘கப்பலோட்டிய தமிழன்’ பாட்டும், ‘திருவிளையாடல்’ வசனமும் போட்டார்கள். ‘நதியில் விளையாடிக் கொடியில் தலை சீவி... சீவி... சீவி...’ என்று கிராமபோன் மக்கர் செய்த போது நிறுத்தி, ‘நான் கவிஞனுமில்லை’ போட்டார்கள்.

‘இங்கே ஒரு வருஷமாக விஷக் கிருமிகள் பரவிக் கொண்டிருக்கின்றன. காப்போம் தேசம். இல்லையென்றால் நாசம்’... என்று எழுதி வைத்துக் கொண்டு யாரோ படித்தார்கள்.

சாயந்திரம் புவனா ‘பரிபாலய... பரிபாலய... பரிபாலய ரகுராமா’ என்று கச்சேரி செய்தாள். இப்படித் தினம் மிரட்டினால் டாக்டர் ஜெயித்துவிடுவார்.

மீன் ஆபீஸ் சமாசாரம் அப்படி என்றால் சைக்கிள் ஆபீஸில் இப்படி -

அங்கே செல்லம் சவுண்ட் சர்வீஸ்காரர் திரும்பத் திரும்ப ‘நான் ஆணையிட்டால் அது நடந்து விட்டால்’ போட்டார். அப்புறம் மதுரையில் போய் ரிக்கார்ட் புதிதாக வாங்கி வந்து

ராத்திரி பத்து மணிக்கு 'தூங்காதே தம்பி தூங்காதே' போட்டார்.

ஜீவராசன் 'மைக் டெஸ்டிங் ஒன்... டூ ... த்ரி...' சொல்லி விட்டு, 'சிற்பி லெனின் பெயர் சொல்லும் பொழுதிலே அற்புத சிந்தனை தோன்றி வரும்' என்று கட்டைக் குரலில் பாடினார். 'பரிபாலய ரகுராமா'வுக்குச் சரியான போட்டி மிரட்டல் அது.

அறிவரசன் 'கல் தோன்றி மண் தோன்றாக் காலத்து, வாளோடு முன் தோன்றிய மூத்த குடியாம் தமிழர்' என்று மைக்கில் பேச ஆரம்பித்ததுமே தெரிந்தது, இதை எங்க தமிழ் வாத்தியார் கார்மேகம் தான் எழுதிக் கொடுத்திருக்கிறார் என்று. லீவ் லெட்டர் எழுதினாலும் அப்படித்தான் அவர் தொடங்குவது வழக்கம்.

வேதாத்திரி ஐயங்கார் சைக்கிள் ஆபீஸில் மைக்கைப் பிடித்து இருமித் துப்பி, 'சுவராஜ்யாவிலே ராஜாஜி என்ன எழுதியிருக்கார்ன்னா...' என்று பேசியபோது தாத்தா முகத்தைப் பார்த்த மாத்திரத்தில், அவர் ஓட்டு பாலுசாமிக்கு என்று தெளிவாகியது - 'இண்டு' பத்திரிகை சரியாக நேரத்துக்கு வரும் பட்சத்தில்.

காமராஜ் வருகிறார்... எம்ஜியார் வருகிறார் என்று எல்லாம் பேச்சு அடிபட்டது.

'இல்லை... வரமாட்டார்... நம்பாதே...'

நாகேஷ் வசனம் முழுவதும் மனப்பாடம் ஆனது.

'சந்தைக்கடை மாதிரி ஓரே இரைச்சல்...'

தாத்தா ஹியரிங் எய்டைக் கழற்றியபோது அன்றைய ஒலிபரப்பு முடிவடைந்தது.

★★★

'டாக்டர் சதானந்தம் மச்சினியோடு ஜலசா...'

வாரச் சந்தைக்கு வியாழக்கிழமை போய்க் கொண்டிருந்தபோது சுவரில் எழுதியிருந்ததை சுந்தரம் பலமாகப் படித்தான்.

சந்தைக்குப் போவது சாதாரணமாகப் பெரியவர்கள் செய்வது. ‘லீவு தானே... இப்பப் பழகிக்காட்ட எப்பப் பழகிக்கறது...’ என்று எல்லா வீடுகளிலும் இருந்து எங்களைப் பையும் கையுமாகத் துரத்தி விட்டார்கள். சீதரன் வீட்டில் ஒவ்வொரு காய்கறி விலையும் உத்தேசமாகக் குறித்த துண்டுச் சீட்டு கொடுத்திருந்தார்கள். அதற்கு மேல் விலை கொடுக்கக் கூடாது. அவ்வளவு தான்.

‘ஜலசான்னா போட்டுலே போறதுதானே...’

சீதரன் கேட்டான்.

‘ஜலசா இல்லேடா... ஜல்ஸா...’

கிரி சொன்னான்.

இந்த வார்த்தையை வேறு எங்கேயோ பார்த்திருக்கிறோமே....

நினைவு வந்து விட்டது. காயாம்பு பெட்டிக்கடையில் கடலை மிட்டாய் பாட்டிலுக்குக் கீழே ‘இந்து நேசன்’ என்று போட்டு ‘குட்டி நடிகையோடு இன்னார் ஜல்ஸா’ என்று பெரிய எழுத்தில் அச்சான பேப்பர் தொங்குமே...

‘ஜல்ஸான்னா என்னடா?’

இதெல்லாம் சரியாகச் சொல்லக்கூடிய குள்ளக் கிட்டு வரவில்லை.

இது ஏதாவது நடிகை.... நடிப்பு... பாட்டுப் பாடுவது சம்பந்தப்பட்ட விஷயமாக இருக்கு... லெட்டர் கொடுக்கிறது மாதிரி கெட்ட காரியம்....

ஆம்பளையும் பொம்பிளையுமாகக் கட்டிப் பிடித்துக் கொண்டு... பாட்டுப் பாடிக்கொண்டு...

புவனாவுக்குத் தெரிந்த ஒரே பாட்டு ‘பரிபாலய’ தான். சும்மா பாடினாலே பின்னாலிருந்து யாரோ குரல்வளையை நெரிக்கிற மாதிரி இருக்கும். கட்டிப் பிடித்தால் பாட்டு வருமா...? அதுவும் டாக்டரை...

இவர் ஐந்தடிதான் இருப்பார். அவள் ‘உசரமா சிவப்பா லிஸ் டெய்லர் மாதிரி’ இருப்பதாக கிருபாகரன் அண்ணன்

வகையறாக்கள் பேசுவதை ஒட்டுக் கேட்டிருக்கிறோம். அம்மா கூட 'கோயில் அம்மன் விக்ரகம் மாதிரி லட்சணமான பொண்ணு புவனா' என்று எப்போதாவது சொல்வாள்.

ஒருத்தரே எப்படி அம்மன் ஆகவும், டெய்லராகவும் இருக்க முடியும் என்று தெரியவில்லை.

அது போகட்டும்... புவனா ஏன் டாக்டரைக் கட்டிப் பிடித்துப் பாட வேண்டும்? பைண்டு செய்த தொடர்கதை படிக்காத நேரத்தில் மாமியே இதையெல்லாம் செய்யலாமே... ஊஞ்சலில் உட்கார்ந்து வீசி வீசி ஆடுவது தவிர, சமயத்தில் அதில் படுத்திருக்கிற டாக்டருக்கு தலைவலி மருந்து தேய்த்துவிடுகிற மாமியை விகடன் இரவல் வாங்கப் போனபோது பார்த்த ஞாபகம்... அதெல்லாம் ஜல்ஸாவில் சேர்த்தி இல்லையோ...

ஒரு மண்ணும் விளங்கவில்லை. இருந்தாலும் ஒரு குறுகுறுப்பு... வீட்டுக்குப் போனதும், குள்ளக் கிட்டுவைப் பார்க்க வேண்டும் ஜல்ஸா என்றால் பாட்டு மட்டும் இருக்காது.

'கத்திரிக்காய் கிலோ ஒரு ரூபாய்க்குத் தருவீங்களா?'

கண்டிப்பான குரலில் கேட்டோம்.

'தங்கமா எடுத்துட்டுப் போங்க... எட்டணான்னுதான் கொடுத்துக்கிட்டிருக்கேன்...'

★★★

கிருபாகரன் சாப்பிட்டு விட்டு ஓட்டமும் நடையுமாக வந்தான். கையில் மஞ்சளும் சிவப்புமாக ஏதோ பத்திரிகை.

'எனக்கு கானா நியூஸ் வந்திருக்குடா...'

கவரை வாங்கிப் பார்த்தோம். 'மங்கத் தயிரம்மா, கேர் ஆப் ராம்நிஜம் நாயுடு' என்று விலாசம் எழுதி, இருபத்து நாலு பக்கத்துக்கு இருந்தது. எல்லாப் பக்கத்திலும் நல்ல கறுப்பாக ஒருவர் மைக்கில் பேசிக்கொண்டிருந்தார். அதே சாயலில் ஏழெட்டுப் பேர் டமாரம் வாசிக்கிற படம் கடைசிப் பக்கத்தில்

‘பிரேக் வசந்த’த்துக்கு உறைபோடக்கூட வராது... என்றாலும் இது மாதாமாதம் வரும் போல் தெரிகிறது.

‘ஏண்டா இது உங்க பாட்டி பெயருக்கு மட்டும் வந்திருக்கு?’

‘நான் எல்லோர் பேர்லேயும் தாண்டா அனுப்பிச்சேன்... அவங்க என்னமோ இது மட்டும் அனுப்பியிருக்காங்க...’

கண் சரிவரத் தெரியாமல், சதா கை உரலில் வெற்றிலை பாக்கு இடித்துக்கொண்டு, ‘தம்புடு பாக உந்தியா’ என்று நிலைப்படியில் யாராவது வருகிற சத்தம் கேட்டால் விசாரித்துக் கொண்டு பாக்கி நேரம் இருமிக்கொண்டு திண்ணையில் இருக்கப்பட்ட மங்கத்தாயாரம்மாளுக்கு கானா நாட்டு சமாசாரங்களை உடனுக்குடன் அறிவிப்பது தலைபோகிற காரியமாக அவர்கள் நினைத்திருக்கலாம்.

‘எல்லோருக்கும் வந்தாச்சுடா... ஏதாவது புஸ்தகம்... பேப்பர்னு... பாவம்டா சுந்தரம்... அவனுக்கு இன்னம் வரலே...’

‘எனக்கு நேத்து ஜீவ வெளிச்சம் சர்ட்டிபிகேட் வந்ததே...’

சுந்தரம் விட்டுக்கொடுக்காமல் சொன்னான்.

அதில் நாங்களும் சேர்ந்து பாதியில் விட்டுவிட்டோம்... வாரா வாரம் பைபிள் சம்பந்தமாகக் கேள்வி அச்சடித்த காகிதம் அனுப்புவார்கள். ‘காயினின் சகோதரன் பெயர் என்ன’ என்பது மாதிரிக் கேள்விகளுக்கு வேறு யாராவது எந்தத் தெருவிலாவது எழுதியதை வாங்கி வந்து பொறுமையாகப் பார்த்து எழுதி அனுப்பினால், அதைத் திருத்தி, ‘ஏசுவை விசுவாசி’ என்று எழுதி முன்பாரம் பின்பாரமாகச் சிலுவை வரைந்து கையெழுத்துப் போட்டுத் திருப்பி அனுப்புவார்கள். நாலு தடவை இப்படி கடிதப் போக்குவரத்து நடந்து முடிந்ததும் ஒரு சர்ட்டிபிகேட்டும், சின்னச் சின்னதாக நாலு புத்தகமும் வரும். ‘தேவ ஊழியம் செய்ய வாருங்கள்’ என்று சுந்தரத்துக்குக் கடிதம் கூட அச்சடித்து வந்திருக்கிறது.

‘இப்ப வரத் தோதுப்படாதுன்னு எழுதிடுடா... எலக்‌ஷன் இருக்கு...’

எழுதினானா என்று தெரியவில்லை.

'ராமு போய்ச் சாப்பிட்டு வரலாமா...'

நான் சைக்கிள் ஆபீசிலிருந்து வெளியே வந்தேன்.

சுட்டெரிக்கிற வெய்யில். விஷ்ணுபுரத்தில் வருஷம் முழுக்க வெய்யில் தான். கோடை விடுமுறையை இன்னும் கூட இரண்டு மாதம் நீட்டிக்கலாம்.

இரண்டு மாதத்தில் நாலு கானா நியூஸ் வரும்... கொடுத்து வைத்தவர்களுக்கு...

6

நான் உள்ளே நுழைந்தபோது, வீட்டுக் கூடத்தில் மெகருன்னிஸா.

இப்படிச் சுவரில் சாய்ந்து கொண்டு, காலை நீட்டிக் கொண்டு தொடர்கதை படிப்பதை அசன் ராவுத்தர் பார்த்தால் தொலைந்துவிடுவார்.

அம்மாவுக்கு அவள் என்னமோ செல்லம். நித்தியப்படிக்கு மதியம் இங்கே தான். அம்மாவுக்கு எம்பிராய்டரி தெரியும். அதைக் கற்றுக்கொள்ள வருவதாகச் சாக்கு.

'நீங்க வச்ச மைசூர் ரசம் ரெம்ப நல்லா இருந்திச்சு மாமி.... இவஹளே பூராக் குடிச்சுட்டாஹ...' என்று அக்பரின் உம்மா கொல்லைக் கதவைத் திறந்து அம்மாவிடம் சொல்லவும், 'உங்க நிலத்திலே பயிர் பண்ற வெள்ளரிக்கா தேவாமிர்தமா இருக்கு' என்று அம்மா சர்ட்டிபிகேட் கொடுக்கவும் மெகர் மூலமாகப் பண்டமாற்று செய்யப்படுகிறது.

'புவனா நல்ல பிள்ளை மாமி.... யார் வம்புக்கும் போக மாட்டா... என்ன, கொஞ்சம் ஹெட்வெயிட் அதிகம்... காலேஜ்லே படிக்கிறா இல்லே... அத்தா அனுப்பியிருந்தா நானும் காலேஜ் போயிருக்க மாட்டேனா என்ன...'

தெருமுழுக்க புவனா பேச்சுத்தான்.

‘கண்டிப்பா... உன் புத்திசாலித்தனத்துக்கு கலெக்டராக் கூட வரலாம்... தட்சணம் நிலைமையையும் பார்க்க வேண்டியிருக்கேடி... கலிகாலம்டியம்மா... கலி...’

‘சும்மா வெளையாட்டா வேணும்னு எழுதியிருப்பானுங்க, மாமி...’

வேணும்னு எழுதினானோ வினையா எழுதினானோ... எழுதியாச்சு... படிச்சாச்சு...’

‘யார் மாமி எழுதியிருப்பாங்க... சைக்கிள்காரங்களா இருக்குமோ...’

பேச்சு என்னைப் பார்த்ததும் நின்றது. சைக்கிள்காரன்.

‘இவனை ஏன் மாமி எலக்ஷன் ஆபீஸுக்கு விடறீங்க... அக்பர் பயலும் சொன்னது கேக்காம அங்கேதான் ஓடுறான்... லீவுன்னா பழைய பாடத்தை எல்லாம் மறக்காம எழுதிப் பார்க்கலாமில்லே...’

முக்காடும், நீளமான தலைமுடியுமாக புடவையில் இருக்கிற அசன் ராவுத்தர்...

‘நல்லா சொல்லுடியம்மா... இவங்க அப்பாவும் என்ன ஏதுன்னு கேக்கறது இல்லே... வாசல்லே இருக்கறதோ பரப்பிரம்மம்... இண்டு பேப்பரே கைலாசம்... பவான்ஸ் ஜேர்னலே வைகுந்தம்... முக்காட்டைக் கடிச்சு எச்சப் பண்ணாதேடி... காலை மடக்கி உக்காரு...’

அம்மா ரெண்டு சைடிலும் கோல் போடுவாள்.

அக்பரின் அத்தா எங்களைக் கணக்குப் போட வைத்த பிரதாபங்களை மெகர் அம்மாவிடம் விஸ்தாரமாகச் சொல்லிக் கொண்டிருந்தபோது நான் சமையல்கட்டில்.

‘அஞ்சு என்ன... ராவுத்தர் அம்பது கணக்குக் கொடுத்திருக்கணும்...’

அம்மா உள்ளே வந்தாள்.

‘கொஞ்சம் இரு... இவனுக்கு சாதம் போட்டு அனுப்பிட்டு

எம்ப்ராய்டரி ஆரம்பிக்கலாம்...'

'அந்த அக்கா சொல்றதை நம்பாதே அம்மா... அவளுக்கு எம்ப்ராய்டரியும் வராது ஒண்ணும் வராது... சோம்பேறி...'

வாயில் அவசரமாக சாதத்தை அடைத்துக் கொண்டேன்.

'பாவம்டா... உனக்கு அக்கா இருந்தா... இந்த மாதிரி இதே வயசுதான் இருக்கும். ஒரே மாசம், ரெண்டு நாள் தான் வித்யாசம்... இவ உம்மாவும் நானும் பக்கத்துப் பக்கத்துலே ஆஸ்பத்திரியிலே... ஒரு வயசுலே ஜன்னி வந்து உங்க அக்கா...'

அம்மா கண்கள் நிறைவதைப் பார்க்க சங்கடமாக இருந்தது.

திடீரென்று சிரித்தாள்.

'நீ பொறந்த போதும் அதே மாதிரி பக்கத்துக் கட்டில்லே உம்மா... வயத்துலே அக்பர், நீங்க ரெண்டும் சித்திரைச் சுழியன்கள்...'

'மாமி... நாளைக்கு உம்மாவும் அத்தாவும் நிலத்தைப் பார்க்க நெட்டூர் போறாங்க... நான் உங்க வீட்டுலே சாப்பிட்டுக்கட்டா...'

மெகர் சமையல்கட்டு... கதவைப் பிடித்துக்கொண்டு நின்றாள்.

'பேஷா... உனக்கு என்ன பிடிக்கும்... பருப்பு உசிலிதானே... பண்ணிடறேன்...'

எனக்கும் இப்படி ஒரு அக்கா இருந்தால் தலை வாரி விடுவாள். கண்ணில் தூசு விழுந்தால் மெல்ல ஊதி எடுப்பாள். சயன்ஸ் நோட்டில் படம் போட்டுக் கொடுப்பாள். மார்கழி மாதம் வாசலில் பெரிய கோலம் போடுவாள்.

மெகருன்னிஸா கோலம் போடுவாளா?

★★★

டாக்டர் சதானந்தத்தை எத்தனையோ தடவை வக்கீல் மோகனதாசன் வீட்டுத் திண்ணையில் பார்த்திருக்கிறோம். மோகனதாசனுடனோ, ஜீவராசனுடனோ, இல்லை வருகிற சிவப்புத் துண்டுக்காரர்களிடமோ ஊர் வம்பு பேசிக்கொண்டு...

இது சாதாரணமாக ராத்திரி ஒன்பது மணிக்கு அவர் சாப்பிட்டு விட்டு பனியனுடன் வெளியே வரும்போது நடக்கும்.

அப்பா கூட சில சமயம் அங்கே போய் நிற்பார். ராத்திரி பதினொரு மணி வரை 'பிரிவீபர்ஸ்' என்று ஏதோ மணி பர்ஸ் மாதிரியான சமாச்சாரங்களைப் பற்றிப் பேச பெரியவர்களால் தான் முடியும்.

இப்போது நல்ல பகல் நேரம். மோகனதாசன் ஆபீஸில் டாக்டர் சதானந்தம், அவர் கூட தியாகி, நாடார், ஓட்டல்காரர்... இன்னும், பரோபகாரி வரதன்...

நான் சாப்பிட்டுவிட்டு சைக்கிள் ஆபீஸில் நுழைந்தால் அது முழுக்கக் காலி. கூட்டம் எல்லாம் இங்கேதான்.

'உங்களுக்கு ஓட்டுப் போடணும்னா ஒழுங்கா முறையாக் கேட்டுட்டுப் போங்க... இது இன்னும் விஷ்ணுபுரம் அக்ரஹாரம் தான். பாரதியார் தெருன்னு பேர் வச்சதாலே மாறிப் போயிடலே. உங்க வக்கீல் ஆபீஸை இங்கே விட்டதே தப்பு. அந்த மிதப்பிலே நீங்க தெருவிலே போறவனை எல்லாம் கேண்டிடேட்டாக்கி, ஒரு அந்தஸ்து வேணாம் டாக்டரோட மோத, ஜெயிக்கப்போறதில்லேன்னு தெரிஞ்சதும் இப்படி ஆளை விட்டு, அசிங்கமா சுவத்துலே எழுதறது... ஏன், மாதவன் கிட்டே எழுதிக் கொடுக்க வேண்டியதுதானே... தமுக்கு அடிச்சுண்டு போய் ஊரெல்லாம் சொல்வான்...'

வரதன் கீச்சுக் கீச்சென்று அலறுகிறான்.

மூச்சுவிடாமல் பேசியதால் வாயிலிருந்து எச்சில் வடிய, எங்களை முறைத்துவிட்டுப் புறங்கையால் துடைத்துக் கொண்டான்.

வரதன் எப்போதோ 'பரோபகார நிதி' என்று ஆரம்பித்து, பணம் சேர்த்து, கம்பி நீட்டிவிட்டுத் திரும்ப வந்ததாகத் தாத்தா சொல்வார். பார்த்தால் அப்படித் தெரியாது. நான் பிறந்ததிலிருந்து ஒரே வயதில்தான், காப்பிக் கொட்டை கலர் சட்டையும் நீர்க்காவி வேஷ்டியுமாக இருக்கிறான்.

நாடார் முகத்தைச் சுளிக்கிறார். டாக்டரும்தான். வரதனை ஏன் அப்புறம் கூடக் கூட்டி வரவேண்டும்?

தடாரென்று ஜீவராசன் எழுந்தார்.

‘இந்த உள்ளூரான்... வெளியூரான்... இந்தத் தெரு... அடுத்த தெரு... பேச்சு எல்லாம் இனியும் வேணாம்... நீங்க விருப்பப் பட்டாலும் இல்லேன்னாலும் அக்ரகாரமும் சேரியும் செட்டித் தெருவும் வன்னியத் தெருவும் வலையத் தெருவும் இனிமே இருக்கப் போறதில்லே... அசன் ராவுத்தர் இங்கே வந்து வீடு கட்டிப்பாரு... ஜகன்னாத ஐயர் மிலிட்டரியிலேருந்து ரிடையர் ஆகி வந்து, மசூதி இருக்கிற ஆசாத் தெருவிலே விலை படிஞ்சு வந்தா வீடு வாங்கிக் குடிபோவாரு... என்னை மாதிரி ஆளுங்க சேரியைத் தாண்டி இப்படித் துண்டு போட்டுக்கிட்டு வீதி நெடுக நடப்போம்... ஒருத்தனும் ஏன்னு கேக்க முடியாது. அது போறது... விஷயத்துக்கு வருவோம்... எவனோ எதையோ எங்கேயோ கிறுக்கினா நாங்க ஏன் பழிசுமக்கணும்? டாக்டர் எங்க எல்லோருக்கும் நல்ல நண்பர். இந்த மாதிரி அசிங்கமா நாங்க நினைக்கக் கூட மாட்டோம். ஒரு வக்கரித்த மனசை இப்படிப் பெரிசுபடுத்தறதைவிட, ஒரு பக்கெட்டிலே தண்ணியும், பழைய துணியும் எடுத்துப் போய் கிறுக்கினதை அழிச்சிட்டி நாம இனி ஆகவேண்டியதைப் பார்க்கலாம்... உங்களுக்கு முடியாட்ட நானே செய்யறேன்...’

கைதட்டினால் உதைப்பார்கள்.

‘மிஸ்டர் ஜீவா... நீங்க எழுதினதா சொல்லலே... உங்க ஆளுங்க... முக்கியமா ஒரு அடிமட்டத் தொண்டன்... பேரு சொல்றேனே... ரிக்ஷா நாச்சியப்பன்... அவனை புதன்கிழமை ராத்திரி சந்தைக் கடைப்பக்கம் பார்த்தா ஆளு இருக்கு...’

நாடார் சொன்னார்.

‘ஐயோ சாமி எனக்கு நாலு எழுத்து தெரிஞ்சிருந்தா நா ஏன் ரிக்ஷா மிதிக்கறேன்...’

நாச்சியப்பன் அழாத குறையாகச் சொன்னான்.

‘நாச்சியப்பா... நீ சந்தைக்கடைப் பக்கம் போனியா?’

மோகனதாசன் கேட்டார்.

நாச்சியப்பன் தலை குனிந்திருந்தது.

'எதுக்குப் போனே...'

'அது... சாமி... அதெல்லாம் எதுக்குங்க?'

'சொல்லு... கேப்போம்... அட சொல்லுப்பா...?'

'அது... வந்து... சும்மாத்தான்...'

'நீங்க போங்கடா...'

அதிசயமாக அறிவரசன் அண்ணன் எங்களை விரட்டினார்.

'கிராக்கி... ராத்திரி... ஜாலியா...'

பம்மி பம்மி நாச்சியப்பன் குரல் அரைகுறையாகக் காதில் விழுந்தது.

'அதாண்டா ஜல்ஸா...'

குள்ளக் கிட்டு கண்ணடித்தான்.

7

இன்று மீன் ஒலிபரப்பு இல்லை. சாயந்திரம் 'பரிபாலய ரகுராமா' இல்லை. டாக்டர் வீட்டில் இருந்து அழுகைச் சத்தம்.

'நீ என்ன காப்பி கொண்டு போறது... நான் சாதம் போட மாட்டேனா? எங்கேயோ ஒழியறேன்... எல்லாரும் சௌக்கியமா இருங்கோ... சந்தி சிரிச்சா என்ன போச்சு?'

டாக்டர் வீட்டு மாமி குரல்தான்.

மாமி விடுவிடுவென்று படி இறங்கிப் போனாள்.

'அம்மா...'

வீரபத்ரன் பின்னாலேயே ஓடினான்.

'விடுடா வீரபத்ரா... நெட்டூருக்கு நிலத்தைப் பார்க்கப் போறேன்... எங்க அப்பா சாகறபோது மஞ்சக்காணி சொத்தா கொடுத்துட்டுப் போனார் மகானுபாவன்... அது தாண்டா எனக்குக் கொழந்தை. மனுஷா எல்லாம் கபடம்...'

பஸ் ஸ்டாண்டை நோக்கிப் போகிற மாமி...

'சமையல் மாமியை தோசை மாவை அரைக்கச் சொல்லு. காலம்பறயே ஊறப்போட்டது. அரை உப்பு போட்டா போதும். கல்லுப்பு.'

போகிற போக்கில் உள்ளே பார்த்துக் குரல் கொடுத்துவிட்டுப் போனாள்.

சைக்கிள் ஆபீஸில் பாட்டுப் போட ஆரம்பித்ததும், ஜீவராசன் வேண்டாம் என்று சொல்லிவிட்டார்.

நாங்கள் வேறு தெருக்களில் வேடிக்கை பார்க்கப் போனோம். படகு, இங்க் பாட்டில், குடை, கடியாரம், ரேடியோ என்று ஊரே ஏகக் களேபரமாக இருந்தது.

'குதிரை வீரன்' சின்னத்துக்காக வேலாயுதசாமி கோவில் தெருவில் ஒரு சின்னப் பையன் குதிரையில் உட்கார்ந்து கொண்டு 'நாயினா... எறக்கி விடு... ஒண்ணுக்கு' என்று நச்சரித்தான்.

'ஊரில் நூத்து நாற்பத்துநாலு தடையுத்தரவு போடப்பட்டுள்ளது' என்று அறிவிக்க மட்டுமே பயன்பட்ட குருசாமி ஆசாரியின் சவுண்ட் சர்வீஸில் கூட யாரோ மைக் வாடகைக்கு எடுத்து, 'ஒய்ங்ங்க்.... ஒய்ங்ங்க்...' என்ற ஓட்டை ஸ்பீக்கர் சத்தத்துக்கு நடுவே 'படகு... படகு...' என்று பேசினார்கள்.

திரும்பி வந்தபோது, அக்பர் வீட்டு மாடியில் விளக்கு எரிந்தது.

'சைவ சமயக் குரவர் நால்வர்...'

போன வருஷப் பாடத்தை அக்பர் படிக்கிற சத்தம். குப்குப் என்று ரயில் எஞ்சின் போல புகை.

அத்தா கோபமாக இருந்தால் சுருட்டு பிடிப்பார்.

★★★

பொழுது விடிந்து அதிகாலையில் குளத்தில் குளிக்கப் போன பாலுசாமியை யாரோ இருட்டில் கத்தியால் குத்திவிட்டு ஓடி விட்டார்கள். ஏராளமான ரத்த சேதத்தோடு அவனை மதுரை ஆஸ்பத்திரிக்குத் தூக்கிப் போனார்கள்.

கடை வீதியில் தியாகி டெய்லரின் தையல் கடை காலையில் பற்றி எரிந்துகொண்டிருந்தது.

நாச்சியப்பனை யாரோ துரத்தித் துரத்தி அடித்து அவன் ரிக்ஷாவையும் நொறுக்கினதாகப் பேச்சு...

தாத்தா வாசல் திண்ணையில் இருந்து கூடத்துக்கு நாற்காலியை மாற்றிக் கொண்டு, விட்ட இடத்திலிருந்து பவன்ஸ் ஜெர்னலைப் படிக்க ஆரம்பித்தார்.

'இவன் வெளியே இறங்கினா காலை உடச்சுடு...'

அப்பா ஆபீஸ் போகிறபோது எட்டு ஊருக்குக் கேட்கிற குரலில் சொல்லிவிட்டுப் போனதைக் கடைப்பிடிக்க அம்மாவுக்குக் கஷ்டமில்லை.

தெரு முழுக்க சிறைகள்... கிழவிகளோடு பல்லாங்குழி விளையாட நிர்ப்பந்திக்கப்பட்ட கைதிகள்.

ஒற்றைப் போலீஸ்காரன் கையில் பிரம்போடு சாவகாசமாக நடந்தபோது, பக்கத்துத் தெருக்களில் ஒலிபரப்புகள் சத்தமாக முழங்கிக்கொண்டிருந்தன.

ஒரு சாக்பீஸ்... ஒரு சுவர்... மீனும் சைக்கிளும் போன இடம் தெரியவில்லை.

ஜல்ஸா என்றால் சந்தோஷமில்லை. பயங்கர பூதம்.

★★★

'மெழுகுவர்த்தி எங்கே தொலஞ்சது?'

'இருட்டிலே வாசப்பக்கம் போகாதேடா... கதவைச் சார்த்து....'

'உங்களுக்கு ஒண்ணுமில்லே... ஹியரிங் எய்டைக் கழட்டி வச்சுட்டுப் படுத்துக்குங்கோ...'

'டார்ச் லைட் தலைமாட்டுலேதான் இருக்கு... இண்டு பேப்பரை மடிச்சு பத்திரமா வச்சாச்சு... எத்தனை தடவைதான் சொல்றதோ...'

'எலக்‌ஷனும் மண்ணும் எதுக்காக வர்றதோ! முனிசிபாலிடி ஆகலேன்னு யாரு அழுதா? வருஷம் பூரா தண்ணி கிடையாது... மண்ணெண்ணெய் கிடையாது, சக்கரை கிடையாது... கரண்டு

வேறே இப்படிப் போயிடும்...'

'எல்லோரையும் உள்ளே இருக்கச் சொல்லிட்டு இவர் எங்கே போனார்... தெருக்கோடியிலே நின்னு வம்பு பேசற நேரமா இது?'

'என்ன சொல்றேள்... டாக்டர் மாமியா... எப்போ.... நெட்டூருக்குப் போயிருக்கான்னு சமையல் பண்ற ராயர் மாமி சொன்னாளே...'

'ஆமா... நெட்டூர்லே ராவுத்தர் நிலத்துக்குப் பக்கத்து நிலம் தானே மாமிக்கு மஞ்சக்காணி... ராவுத்தர் நல்ல வேளை தெய்வம் மாதிரி போயிருக்கார்...'

'கிணத்துலே இருந்து ராவுத்தரா தூக்கி விட்டார்? யானை பலம்னா அவருக்கு! இல்லாட்ட மங்களம் மாமியைக் கயிறு கட்டியில்லே இழுக்கணும்...'

'மோகனதாசன் கார் அங்கே எங்கே வந்தது? மதுரையிலே பாலுசாமியை ஆஸ்பத்திரியிலே சேர்க்க வக்கீல் கார்லே போனாராமா?'

'பாலுசாமிக்கு எப்படி இருக்காம்? பொழச்சுண்டுட்டானா.... அப்பாடி.... எத்தனை மலை போயிருக்கான்! பகவான் கண்ணை மூடிண்டு இருந்துடுவானா என்ன? என்னமோ போறாத காலம்... எலக்ஷன்... மண்ணாங்கட்டின்னு...'

'மாமிக்கு ஒண்ணுமில்லையே... மெல்ல போய்ப் பார்த்துக்கறேன். ராவுத்தருக்கும் உம்மாவுக்கும்தான் அவா நன்னியோடு இருக்கணும்... போக வேண்டிய உசிரைப் பிடிச்சு இழுத்துண்டு வந்திருக்காளே...'

'படுடா போய்... பெரியவா பேசறபோது எல்லாம் வாய் பாத்துண்டு... குறுக்கே பேசிண்டு...'

8

'நீ தமிழ்நாடுதானே...'

இருபது வருடமாக டெல்லியில் இருக்கிறேன். தமிழ்நாட்டில் எனக்கு என்று அரை அடி மண் கூட இல்லை. இங்கே முன்னீர்காவில் இரண்டு அறை கொண்ட, சுவர்கள் ஈரம் பூரித்து நிற்கிற, கழிவுநீர் தினம் அடைத்துக்கொள்கிற டி.டி.ஏ ஃப்ளாட் இருக்கிறது. பத்திரிகைக்காரன் என்பதால் பிழைத்துப்போ என்று கொடுத்தார்கள். என் மனைவி மராத்தி பேசுகிறாள். பள்ளிக்கூடம் போகிற பிள்ளை, 'காய்கோ கூப்பிடறே சும்மா... அப்பன் வெரி பிஸி...' என்று புதிய மொழி பேசுகிறான். தமிழ்ப் பத்திரிகைக்காகவும், இட்லி சாம்பாருக்காகவும் எப்போதாவது காரை எடுத்துக்கொண்டு கரோல் பாக் வருகிறேன். பிள்ளைக்குத் தமிழ் சொல்லித் தரவில்லையே என்ற குற்ற உணர்ச்சி அப்போதெல்லாம் பலமாக உண்டாகிறது.

என்றாலும் நான் 'மதராஸி'தான். தமிழ் பேசுகிறவன்.

'விஷ்ணுபுரம் தெரியுமா?'

பத்திரிகையின் ஆசிரியர் தொடர்ந்து என்னைக் கேட்கிறார்.

'பிறந்த ஊர் சார்..?'

என் குரல் எனக்கே கொஞ்சம் பலமாக ஒலிக்கிறது. முப்பத்தைந்து வயதுக்கு மேல் உணர்ச்சிவசப்படுவதைக் குறைத்துக்கொள்ளாவிட்டால் உடம்புக்கு காலக்கிரமத்தில் ஏதேதோ வரலாம்... காலக்கிரமம்... மயில் வாகனம்... வணக்கம் கூறி விடைபெறுவது...

'என்னப்பா யோசனையிலே மூழ்கிட்டே..? நீ உடனே விஷ்ணுபுரம் போ... அங்கே இடைத் தேர்தல் நிலவரத்தைப் பத்தி ஒரு அனலைசிஸ் அனுப்பு... நாடே கவனிக்கிற தேர்தல் இது. அணிகள் சிதறியும் உருவாகியும் வர்ற சூழ்நிலை!'

ஆங்கிலப் பத்திரிகை. தேர்தலுக்குப் பதினைந்து நாள் முன்னால் தான் இப்படி விழித்துக் கொண்டு போகச் சொல்கிறார்கள். நான் புரட்டிய தமிழ்ப் பத்திரிகைகள் எல்லாவற்றிலும் ஏற்கனவே நிறைய அலசிவிட்டார்கள். அவர்கள் எல்லாவற்றையுமே அலசுகிறார்கள்... அரசியல் அலசல்... சினிமா அலசல்... விலைவாசி அலசல்... கலவர அலசல்... கலாச்சார அலசல்... வானிலை அலசலும் நீர்மட்ட அலசலும்தான் பாக்கி...

என் பங்குக்கு நானும் அலச வேண்டும்.

'நாளைக்குக் காலை மெட்ராஸ் ஃப்ளைட்...'

★★★

இருள் பிரியாத அதிகாலை. விஷ்ணுபுரத்தில் என்னை இறக்கி விட்டுத் தெற்கே போனது ரயில்.

எல்லா ரயில் நிலையத்துக்கும் ஒரே முகம். வாசனை... ஊருக்குள்ளேயே இருந்தாலும் ஊரோடு கலக்காமல்... பஸ் ஸ்டாண்ட் போல ஒரு சம்சாரியின் சந்தோஷமும் துக்கமும் கலக்காத முகம்...

வெளியே வந்தேன். பழைய நினைவுகள் எதுவும் வந்து உடல் புல்லரிக்கவில்லை. ஒரு காப்பி சாப்பிட வேண்டும் முதலில். நிச்சயமாக நாராயண பவன் இருக்காது.

'நல்ல ஓட்டலா பாத்துப் போப்பா... குதிரை வண்டி இப்பல்லாம் கிடையாதா? ஒரே ரிக்ஷாவா கிடக்கே...'

புதுசு புதுசாகக் கட்டடங்கள். வரிசையாகக் குடம் வைத்துத் தண்ணீர் பிடிக்கிற பெண்கள், பால் வாங்கக் காத்திருக்கிற தூக்கம் கலையாத முகங்கள். லாரிகள். சுவரொட்டி. கட் அவுட்.

நேற்று பொதுக் கூட்டம் நடந்த இடத்தில் மூத்திரச் சுவடு. வேர்க்கடலைத் தோல். சிகரெட் துண்டுகள். மைக் செட்டைக் கழற்றுகிறவனின் கெட்ட வார்த்தை சத்தம். திருப்பத்தில் சிவன் கோவில்.

மனசு விம்முகிறது. இது விஷ்ணுபுரம். இந்தக் கோயில் போதும் அடையாளம் சொல்ல. பழைய நினைவுகளின் ஊர்வலம் தொடங்கிவிட்டது.

அந்த நகரசபைத் தேர்தலில் டாக்டர் சதானந்தம்தான் ஜெயித்தார். டாக்டருக்கும் பாலுசாமிக்கும் ஒரே எண்ணிக்கையில் ஓட்டு... சரியாக நூற்று நாற்பத்தேழு... திருவுளச்சீட்டுப் போட்டு டாக்டர் தேர்ந்தெடுக்கப்பட்டார்.

ஒரே ஒரு ஓட்டு கூடுதலாகக் கிடைத்திருந்தால் பாலுசாமி ஜெயித்திருக்கலாம்...

எலக்ஷன் அன்று 'இண்டு' பேப்பர் வரவில்லை.

டாக்டர் வீட்டு வாசலில் எம்.பி.பி.எஸ்., எம்.சி., என்று போர்ட் போட்டுக் கொண்டார். அவர் கவுன்சிலராகத்தான் இருந்தார். முறுக்குக் கடைக்காரர் நகரசபைத் தலைவர்.

நான் கல்லூரிக்குப் போகிறவரை கானா நியூஸ் எல்லோருக்கும் வந்தது. அமெரிக்க எம்பஸியிலிருந்து 'புத்தகம் கேட்டுத் தொந்தரவு பண்ண வேண்டாம். கைவசம் ஏதுமில்லை' என்று கடிதம் வந்த நினைவு.

அக்பரின் மார்க்கக் கல்யாணத்தையோ, மெகரின் நிக்காவையோ நாங்கள் பார்க்கச் சந்தர்ப்பம் கிடைக்கவில்லை. கடை கடனில் மூழ்கி ராவுத்தர் வீட்டை லாரிக் கம்பெனி சாதிக் அலிக்கு விற்றுவிட்டு சாதிக் அலியின் லாரியில் தட்டுமுட்டுச் சாமானோடு குடும்பத்தையும் ஏற்றிக் கொண்டு சொந்த ஊரான புளியங்குடிக்குப் போனார். மெகர் சொல்லிக் கொள்ள வந்தபோது அம்மா கண் கலங்கினாள். அவள் லாரியில்,

அத்தா தூக்கிவிட ஏறியபோது அம்மா வாய்விட்டு அழுதாள்.

‘என் குழந்தே... உனக்கு ஒரு குறையும் பகவான் வைக்க மாட்டான்...’

அவள் ரயிலிலோ பஸ்ஸிலோ போயிருந்தால் அம்மா இத்தனை வருத்தப்பட்டிருக்க மாட்டாள் என்று தோன்றியது.

புவனா லிஸ்டெய்லர் மாதிரி அழகாக இருப்பதாக எனக்குத் தோன்ற ஆரம்பித்தபோதுதான் அவள் காணாமல் போயிருந்தாள். அவள் இலங்கையில் இருப்பதாகவும், அவள் கணவர் சைவ சமயம், திருக்கோவில்கள் பற்றி ஆராய்ந்து டாக்டர் பட்டம் வாங்கியவர் என்றும் சொன்னார்கள், வக்கீல் மோகனதாசன் ஒத்துழைப்போடுதான் அவள் கல்யாணம் நடந்ததாகச் சொன்னார்கள்.

அறிவரசன் கதர்ச் சட்டை போட்டுக் கொண்டார். ஸ்தானிஸ்லாஸ் நாடார் பெரிய துண்டோடு காணப்பட்டார். தியாகி டெயிலர் மனநிலை சரியில்லாமல் பூங்கா பெஞ்சில் சதா உட்கார்ந்தபடி ஏதோ முணுமுணுத்துக்கொண்டே இறந்துபோனார். நினைத்துக்கொண்டாற்போல, சங்கு ஊதத் தொடங்கும்போது அவர், ‘வந்தேமாதரம்’ என்று கத்திக் கொண்டே கடைத்தெருவில் ஓடுகிற காட்சி பழக்கமாகி இருந்தது அப்போது.

பாலுசாமி ஒரு இரண்டு வருஷம் போலச் சின்னதாக ஒரு ஓட்டல் நடத்தி நஷ்டப்பட்டு டாக்டர் சதானந்தத்திடம் எடுபிடியாக வேலைக்குச் சேர்ந்தான். ஒழிந்த நேரத்தில் சிங்கப்பூர் செண்டும், ரேபான்ஸ் கூலிங் கிளாஸும் ரகசியம் பேசுகிற குரலில் விற்றான். வீட்டுக்கு ஒருத்தர் சபரிமலைக்கு மாலை போட்டபோது, அவன் போவதை நிறுத்திவிட்டான்.

வக்கீல் மோகனதாசன் பப்ளிக் ப்ராசிக்யூட்டராகப் போனார். சிவப்புத் துண்டுக்காரர்கள் அவர் ஆபீஸ் பக்கம் வருவது குறைந்து நின்றே விட்டது.

சீதரனும், கிரியும், குள்ள கிட்டுவும் மூலைக்கு ஒருவராகப் போய் எங்கேயெல்லாமோ சுகமாக இருக்கிறதாகக் கேள்வி.

ஜீவராசன்…

‘வண்டியை நிறுத்துப்பா… ஜீவராசன் அண்ணே… நலமா…? என்னை அடையாளம் தெரியுதா?’

‘பிரேக் வசந்தமா…’ என்றார் அந்தக் கிழவர்.

௯

விஷ்ணுபுரம் தமிழ்நாட்டின் தென்கோடியில் இருக்கிற சிறு நகரம். தமிழகத்தின் மற்ற சிறு நகரங்கள் போல மார்பளவுச் சிலைகளும் ஒடுங்கிய வீதிகளும், ஒன்றிரண்டு சினிமா தியேட்டர்களும், தெருவில் குறுக்கும் நெடுக்கும் படர்ந்து பந்தலிடுகின்ற கேபிள் டிவி ஒயர்களும், வாகன இரைச்சலும், மக்கள் தொகைப் பெருக்கமும் இங்கும் உண்டு.

கலாச்சார ரீதியாகவோ, வரலாற்று ரீதியாகவோ, தொழிற்துறை மேம்பாட்டாலோ இதுவரை இந்த ஊர் முதன்மைப்படுத்தவோ சிறப்பாகப் பேசப்படவோ இலக்கானதில்லை. இப்போது ஆகியிருக்கிறது.

அரசியல் நோக்கர்கள் இந்தத் தேர்தலை, 'வருங்காலத்தை சூசகமாக உணர்த்துகிற' ஒரு முடிவைத் தரப்போவதாக, மாறிவரும் அரசியல் சூழ்நிலைகளின் பின்னணியில் கட்சிகளின் பலத்தையும் பலவீனத்தையும் சரியாக மதிப்பிட வழிவகுப்பதாகக் கருதுகிறார்கள்.

இடைத்தேர்தல்கள், கருத்துக் கணிப்பு போல உடனடியான, பரவலான கண்ணோட்டங்களைப் பிரதிபலிக்கின்றன. ஆனால் இந்த வாக்காளர்களை, நாட்டின் ஒட்டுமொத்தமான மக்களைப்

பிரதிநிதிப்படுத்துகிறவர்களாக நாம் கருத முடியாது. இடைத் தேர்தல்களின் பலமும் இதுதான். பலவீனமும் இதுதான்.

சராசரி மனிதர்களின் வாழ்க்கையை இந்தத் தேர்தல் எப்படிப் பாதிக்கிறது? ஓர் அலசல்.

வாரச்சந்தையில் கறிகாய்க் கடை வைத்திருக்கிற காமாட்சிநாதன் - 'தக்காளி விலை ஏறினா மட்டும் லபோ திபோன்னு அடிச்சிக்கிறாங்க... இப்படி சினிமா, வீடியோ, ஊர்வலம், விளக்கு அலங்காரம்னு செலவு செய்யறபோது யாரும் கணக்கைப் பார்க்கிறதே இல்லே... இதுக்குச் செலவழிக்கறது யாரு பணம்? எப்படி வந்தது?'

பழக்கடை உரிமையாளரான அறிவரசன் - 'நானும் ஒரு காலத்திலே இதிலே எல்லாம் தீவிரமா இருந்தவன்தான். இருபது முப்பது வருடத்தில் எல்லாமே மாறியிருக்கு! என் வீட்டுலே யாருக்கும் அரசியல் ஈடுபாடு இல்லை...'

ரிக்ஷா ஓட்டும் நாச்சியப்பன் - 'முப்பது வருஷமா ஓட்டறேன். பையனும் அதான் செய்யறான். எலக்ஷன் வந்தா நாலு காசு அதிகம் பார்க்கலாம். அடிக்கடி வரட்டும். வயிறு இருக்குதே...'

மரக்கடை நடத்தும் ஸ்தானிஸ்லாஸ் நாடார் - 'வரவர எலக்ஷன்னா வன்முறைதான் அதிகமாவுது... நான் சமீபத்துலே தான் அமெரிக்கா போய் வந்தேன்... அங்கேயும் எலக்ஷன் நடக்கறதுன்னாங்க... ஒரு ஸ்பீக்கர் சத்தம்... ஒண்ணு கேக்கணுமே... ஊஹூம்... இல்லியே... என் பையன் கம்ப்யூட்டர் எஞ்சினீயரா அங்கே இருக்கான்... கலிபோர்னியாவிலே... இதுதான் போட்டோ... ஆமா! குடும்பத்தோட... வெள்ளைக்கார்ச்சிய கட்டிக்கிட்டான்... மாமா மாமான்னு நல்ல மதிப்பு... அடக்கம்... ரெண்டு பேரும் காரு ஓட்டுவாங்களா... என்னை நம்மாளுங்க கட்டின பெருமாக் கோவிலுக்கு... என்னங்க... எலக்ஷனா... போய் ஓட்டுப் போடறாங்களோ இல்லே கம்ப்யூட்டர்லேயே போடுவாங்களோ... தெரியலே...'

டாக்டர் சதானந்தம் - 'நானும் ஒரு டெர்ம் முனிசிபல் கவுன்சிலரா இருந்தவன். அப்பல்லாம் தேர்தல் அமைதியா நடக்கும். வன்முறைன்னா என்னன்னே தெரியாது.'

லெனின் வாசக சாலை நடத்தும் ஜீவராசன் - 'வன்முறை எப்பத்தான் இல்லே? சுதந்திரப் போராட்டத்தின்போது தேவகோட்டை கோர்ட்டை எரிச்சதும், போஸ்ட் ஆபீஸ் சூறைபோனதும் எனக்குச் சின்ன வயசு ஞாபகம். இங்கே அடிப்படை மனித நேயம் குறைந்து வருது. கலாச்சாரம், கலை, இலக்கியம்... சகலமானதிலும் நாம் பழைய காலத்தின் தொடர்புகள் அறுந்து போய் அந்நியப்பட்டு நிற்கிறோம். தேர்தல் கால வன்முறைகள் இந்த வெற்றிடத்தில் கருக்கொள்பவை. நம் பிரச்சார சாதனங்களும் பத்திரிகைகளும் திரைப்படங்களும் வளர்ப்பவை. எதிர்காலம்? எனக்கு நம்பிக்கை இருக்கிறது. மக்கள் சக்தியின் மீது. இறந்துபோன சித்தாந்தமா? யார் சொன்னது... இறுதித் தீர்ப்பு இன்னும் எழுதப்படவிலை... பீனிக்ஸ் பறவை போல மார்க்சீயம் உயிர்த்தெழும்.'

★★★

கடைசியாக வந்த செய்தி:

விஷ்ணுபுரம் இடைத்தேர்தல் ஒத்திவைக்கப்பட்டது. இரண்டு வன்முறை கோஷ்டிகள் மோதல். வாசக சாலை தீயிடப்பட்டது. போலீஸ் துப்பாக்கிச் சூட்டில் வாசக சாலைக்குள்ளிருந்து வெளியே வந்த முதியவர் காயம். எட்டுப் பேர் படுகாயம் அடைந்தார்கள். ஊரடங்கு உத்தரவு. அமைதி திரும்பிக் கொண்டிருப்பதாக மாவட்ட நிர்வாக அதிகாரி...

(நிறைந்தது)

விஷம்

இது என் முதல் குறுநாவல். 1991-ல் கணையாழி குறுநாவல் போட்டியில் தேர்ந்தெடுக்கப்பட்டுப் பிரசுரமானது.

முதல் குறுநாவல் என்பதாலோ என்னமோ, கட்டற்ற, 'கேர் ஃபார் நத்திங்' மனதோடு கதை போகிற போக்கில் எழுதிப் போன குறுநாவல் இது. எழுதும் போது இருந்த அந்த மகிழ்ச்சி இத்தனை வருடம் கழித்து மீண்டும் படிக்கும்போதும் உண்டாகிறது. முதல் காதல்!

★★★

1

ரஞ்சனா ஆடிக்கொண்டிருக்கிறாள். கடமை கருதிச் சிரிக்கிற உதடுகளும், காண்டாக்ட் லென்ஸ் பொருத்திய கண்களில் முடிந்தவரை பிரதிபலிக்கும் சிங்காரமுமாக.

யாரோ ஒரு மொஹபத்ரா சட்டை இல்லாமல் தரையில் உட்கார்ந்து, மத்தளத்தைத் தட்டித் தட்டி வெறியேற்றிக் கொண்டிருக்கிறான்.

நான்தான் பாட்டுக்காரன். சூரிய உதயத்தில் தாமரைகள் கொஞ்சம் கொஞ்சமாக மலர்கிற ஆச்சரியமான விஷயத்தைப் பற்றிக் கண்கள் செருகப் பாடிக்கொண்டிருக்கிறேன்.

ரஞ்சனாவின் கைகள் ஒரு பிரம்மாண்டமான தாமரையை அபிநயிக்கும் முயற்சியில் தொடர்ந்து ஈடுபடுகின்றன. அந்தத் தாமரை பூரணமாக விடரும் முன், நேரம் ஆகிவிட்டதென்று திரைக்குப் பின்னால் நிறுத்தாமல் மணி அடிக்கிறார்கள்.

'இன்னும் கொஞ்சம்தான். நீங்கள் மட்டும் ஒத்தாசை செய்தால் இதோ முடித்து விடலாம்' என்பது போல் ரஞ்சனா கண்களால் விண்ணப்பிக்க, மத்தளக்காரன் தன் வாசிப்பை ஜீவன் முக்தியடைய உபாயமாக உணர்ந்து ஒருமித்த சிந்தனையுடன்

கொட்டி முழக்கி, என்னையும் கடைத்தேற்றக் கண் காண்பிக்க, பின்னால் தொடர்ந்து ஒலிக்கும் மணியின் அலறலையும் பொருட்படுத்தாது வயிற்றை எக்கி எக்கிப் பாடி... மூத்திரம் முட்ட விழித்துக் கொண்டேன்.

மணிச் சத்தம் மட்டும் இன்னும் ஒலித்துக்கொண்டே இருக்கிறது.

வெளியேதான் மணியை யாரோ விடாமல் அடித்துக் கொண்டிருக்கிறார்கள். இழுத்துப் போர்த்திக் கொண்டு படுக்க வைக்கும் இந்த டில்லிக் குளிரில் யாருக்கோ என்னை அழைக்க வேண்டிய அவசியம்.

நான் வேலை செய்யும் இடத்தில் கம்ப்யூட்டர் நின்றுபோய் என்னைக் கூப்பிட வந்திருக்கலாம். கனவான்கள் யாராவது மூன்றாம் உலக நாடுகளின் பொருளாதார நிலை பற்றியோ, காலத்தால் அழியாத பதின்மூன்று தமிழ்ச் சிறுகதைகள் பற்றியோ என்னோடு அவசரமான கலந்துரையாடலுக்கு வந்திருக்கலாம். ரயில் தாமதமாக வந்து சேர்ந்து, நாங்குனேரியில் இருந்தோ, பாலக்காட்டில் இருந்தோ என் உறவுக்காரர்களோ, நண்பர்களோ, பகைவர்களோ என்னைத் தேடி வந்திருக்கலாம். இதற்கு முன்னே வந்திருக்கிறார்கள்.

அல்லது, ரஞ்சனா வந்திருப்பாள்.

ரஞ்சனாவாக இருந்தால் அற்ப சங்கையைப் பொறுத்துக் கொண்டு காதல் உரையாடல் எதுவும் நடத்த முடியாது.

போன மாதம் ஒரு நாள், லஜ்பத் நகர் மார்க்கெட்டில், கீகடமான இடத்தில் செருகி வைத்த தாபாவில் சீக்குப் பிடித்த கோழியை அறுத்துப் போட்டு வைத்த சிக்கன் குருமாவும் ரூமால் ரொட்டியும் தின்று மூன்று நாள் மலச்சிக்கலான நேரத்தில், ரஞ்சனாவோடு ராஷ்டிரபதி பவன் பூந்தோட்டத்தைப் பார்வையிடப் போக வேண்டி வந்தது.

சரீர உபாதை மட்டுமில்லை, நெல்லூர் அரிசி மூட்டைக்கு சல்வார் கமீஸ் போட்ட மாதிரி, ரஞ்சனாவின் பிரம்மாண்டமான பாட்டியாலா புவா என்ற பாட்டியாலா பழிகாரி அத்தையும் அன்றைக்குக் காதலுக்கு சத்ருவாகக்

கூட வந்தாள். ஆட்டோவிலும், ஃபட்ஃபட்டியிலும் பயணமே அவளுக்காகத்தான்.

அத்தைக்கு டெல்லியைச் சுற்றிக் காட்ட வேண்டிய கடமை எனக்கு. நடுவே அவள் கால் வலித்ததென்று சட்டமாக உட்கார்ந்துவிட, ரஞ்சனா என்னைப் பார்த்த காதல் பார்வையில் அந்த அத்தையை முதுகில் சுமந்துகொண்டு நடக்கவும் வேண்டுமோ என்று பயந்து போனேன்.

பாட்டியாலா அத்தை பரலோகம் புறப்பட்டுப் போன சந்தோஷ சமாசாரத்தை உடனுக்குடன் தெரிவிக்க ரஞ்சனா வந்திருக்கக் கூடும். பொறுமை இல்லாமல் மணி அடிக்கிறாள், போக வேண்டும்.

மணியை அடிப்பது நின்று போனது.

நல்லிதயம் படைத்தவர்கள் தமிழ்ச் சிறுகதைகள் பற்றி, வரும் ஞாயிற்றுக்கிழமை மகாபாரதம் முடிந்த பிறகு கலந்தாலோசித்துப் பட்டியல் தயாரித்துக் கொள்ளலாம் என்று தீர்மானம் உண்டாகிப் புறப்பட்டுப் போயிருக்கலாம்.

ரஞ்சனாவின் அத்தை மறுபிறவி எடுத்து பாட்டியாலா திரும்பிப் போக யத்தனித்திருக்கலாம். அல்லது ராஷ்டிரபதி பவன் பூந்தோட்டத்தில், சல்வார் கமீஸ் அணிந்த புஷ்டியான பட்டாம்பூச்சியாகப் பறக்க முயன்றுகொண்டிருக்கலாம்.

என்றாலும், நான் எழுந்தாகிவிட்டது. வாசல் அல்லது டாய்லெட்.

நான் டாய்லெட்டில் இருந்தபோது மறுபடி மணி.

2

வாசலில் சங்கரன். மேல் மாடியில் குடியிருக்கும் போத்தியின் ஏக புத்ரன்.

என்னை விட உயரமான அந்தப் பதினைந்து வயதுப் பையன் அழுகையும் மலையாளமுமாகச் சொன்னது இந்தத் தரத்தில் இருந்தது -

போத்திக்கு ஏதோ ஆகியிருக்கிறது. படுக்கையில் தொப்பல் தொப்பலாக வியர்வையோடு மூச்சுவாங்கிக்கொண்டு உட்கார்ந்திருக்கிறான். வீட்டில் யாரும் இல்லை. பையனின் அம்மா சங்கணாச்சேரி போயிருக்கிறாள். எப்போது திரும்பி வருவாள் என்று தெரியாது. நான் உடனே மாடியேறி ரட்சிக்க வேண்டும்.

போத்தி. சிறையிங்கீழ் சுப்ரமணியப் போத்தி. என்னை மாதிரி ஒரு கம்ப்யூட்டர் சிஸ்டம்ஸ் அனலிஸ்ட் கம் ப்ரகிராமர். ஆபீஸில் பக்கத்துப் பக்கத்து காபின்களிலும், வீட்டில் மேலும் கீழுமாகவும் இயைந்து வாழ்ந்துகொண்டிருக்கிறோம். நான் முப்பது வயதாகியும் கல்யாணம் செய்து கொள்ளாதது பற்றியும், கவிதை எழுதுவது பற்றியும் நிஜமாகவே கவலைப்படுகிறவன். மனைவி ஊருக்குப் போகும்போது அநேகமாக சின்னப்

போத்தியை முன்னீர்காவில் மாமா வீட்டில் விட்டுவிட்டு - பள்ளிக்கூடம் பக்கத்தில் தான் - என்னோடு தண்ணியடிக்க உட்கார்ந்துவிடுவான். பால் காவடிக்காரனை மலையேற்றுகிற மாதிரி, அவனை மேலே கொண்டு போய்ச் சேர்க்கிற வேலை எனக்கு வாய்க்கும்.

பாத்ரூம் செருப்புகளோடு மாடிக்கு விரைந்த போது, பையன் சொன்னபடிக்கே கவலை அளிக்கிற சூழ்நிலையில் போத்தி. கண்கள் நிலைகுத்தப் போய்த் திரும்பி வந்து கொண்டிருந்தன. சுவாசம் கராபுரா என்று பிசிறடிக்க, பெரிய தலையணையைக் கட்டிப் பிடித்துக்கொண்டு கட்டிலில் உட்கார்ந்திருந்தான். சுற்றி நிறைய சிகரெட் துண்டு, நிலக்கடலைத் தோல். போன வாரத்துக் 'கலாகௌமுதி' பத்திரிகை கதகளி ஆட்டக்காரனின் பின் வசத்துப் புகைப்படம் தெரிய விரிந்து கிடந்தது.

'போத்தி... எடோ போத்தி...'

அவனைத் தொட்டு அசைத்து, அப்புறம் தோளில் தட்டி, கடைசியாக உலுக்கி அவன் கவனத்தைக் கவரும் முயற்சிகளில் ஈடுபட்டேன். கல்பகோடி காலம் இப்படிக் கழிந்த பிறகு போத்தி என் பக்கம் லேசாகத் திரும்பி, 'விஷம்' என்றான்.

'என்னது?'

அவன் திரும்பச் சொல்ல எந்தப் பிரயாசையும் எடுக்கவில்லை.

நான் கேட்டதைப் பையனும் உறுதி செய்தான். போத்தி விவகாரமான சமாசாரம் எதுவோ சாப்பிட்டிருக்கிறான்.

'கண்ட கருமத்தையும் எதுக்கு முழுங்கினே?'

அவன் காதில் உஷ்ணமாக அலறியபோது என் குரலே எனக்கு அந்நியமாகப்பட்டது. என்றாலும் எனக்கு அந்தத் தகவல் வேண்டும்.

இதை இங்கே நிறுத்திவிட்டு, இந்த விஷயமாகப் போன வாரம் கம்ப்யூட்டரை சம்பளப் பட்டியல் தயாரிக்க வைத்து விட்டு கன்சோலில் எழுதிய கவிதையைத் தரவேண்டியிருக்கிறது.

சேகரித்து வைத்துக்கொள்
எதுவும் இல்லாவிட்டாலும்
தகவலையாவது.
ஒரு மூட்டை வெங்காயம் என்ன விலை?
தீபாவளிப் படங்களில்
எதற்கு வசூல் அதிகம்?
கிரிக்கெட் மேட்சில் நேற்று
பாகிஸ்தான் ஸ்கோர் என்ன?
டி.வியில் புதிதாகச் செய்தி படிக்கும்
பெண்பிள்ளை பெயர் என்ன?
இன்றைக்கு ராகுகாலம்?
என்றைக்கு அடுத்த விடுமுறை நாள்? டைம்ஸில்
காலமானார் விளம்பரம் செய்யக் கட்டணம்?
சுவாசிக்க முன்னே பின்னே ஆனாலும்
நீ கொடுக்கும் தகவல்களால்
உன் இருப்பை நிலைநிறுத்த
முடியும் என்றே தோன்றுகிறது.
மேலும்,
உனக்கும் எனக்கும் பரிமாறிக் கொள்ள
வேறு என்ன உண்டு
தகவல் தவிர?

எழுதினபடிக்கு இதைப் போத்தியிடம் படித்துக் காட்டினேன்.

'ராமு, நீ ஆங்கிலம் மற்றும் தமிழில் கவிதை பண்ணுவதால் பிழைத்தாய். மலையாளத்தில் எழுதி இருந்தால் கிழித்துத் தோரணம் கட்டித் தொங்க விட்டிருப்பார்கள். முக்கியமாக எம்.கிருஷ்ணன் நாயர் போன்ற விமர்சகர்கள்.'

'எனக்கு ஒரு கொம்பனிடமும் பயம் இல்லை. நீயே வேண்டுமானால் இதை மொழிபெயர்த்து ஏதாவது மலையாளப் பத்திரிகைக்கு அனுப்பி வைக்கலாம்.'

'அதற்குப் பதில் நான் விஷம் குடித்துச் செத்துப்போவேன்.'

செய்து காட்ட முனைந்திருக்கிறான்.

'அங்கிள், ஆஸ்பத்திரிக்குக் கொண்டு போகலாமா?'

சூழ்நிலையின் கனம் எனக்கு மெல்ல உறைக்க ஆரம்பித்தது. இது நடுராத்திரி நாடகம். போத்தி என்ற பிராந்தன். அவனும், அவனுடைய, என்னை விட உயரமான, மீசை முளைக்கிற ஆரம்பிக்கிற பையனும் நானும் மட்டுமே பாத்திரங்கள். இதில் ஒன்று குறைய ஆரம்பிக்கும் முன் செயல்பட வேண்டும். என் கம்ப்யூட்டர் அறிவும், தமிழ் நாவல்களில் பெண்ணின் அங்க வர்ணனைகள் பற்றிப் பதினெட்டுப் பேரோடு உரத்த சிந்தனைகளைப் பரிமாறிக்கொள்கிற கனவான் ரக விசாரங்களும், ரஞ்சனாவைக் கெட்ட வார்த்தைக் கதைகள் சொல்லிக் கன்னம் சிவக்க வைத்துக் காதலிக்கிற எதிர் கனவான் ரகத் தோரணைகளும், இங்கே கை கொடுக்காது.

போகிற உயிரைப் பிடித்து நிறுத்த ஒரு டாக்டர் தேவைப் படுகிறார். அவரிடம் கொண்டு சேர்க்கிற உதவியைச் சின்னப் பையன் யாசிக்கிறான்.

‘தெருக் கோடியில் போய் த்ரீவீலர் ஏதாவது கிடைக்குமா என்று பார்த்து வாயேன்.’

நான் திரும்ப யாசிக்கிறேன்.

‘வேண்டாம் அங்கிள்... இந்த நேரத்தில் கிடைக்காது. உங்கள் காரிலேயே போகலாமே?’

பெரியவர்கள் தட்டிக் கழிக்க முற்படும்போது, பையன்கள் பெரியவர்கள் ஆகிறார்கள் என்று ஜென் குருமார்கள், பீங்கான் பாத்திரங்களில் சிறிய மீனும் அரிசியும் சேர்த்துச் சமைத்த உணவு அருந்தியபடிக்குச் சொல்லியிருக்கிறார்கள்.

காரை வெளியே எடுத்து நிறுத்திவிட்டு ஹாரன் அடித்தேன். பையன் மேலே இருந்து எட்டிப் பார்த்துக் கூப்பிட்டான்.

நான் போனால்தான் போத்தியைக் கீழே இறக்க முடியும்.

கைத்தாங்கலாக, அதாவது முக்காலே மூணு வீசம் சுமந்து கொண்டு, இரண்டு மாடி இறங்கி, அவனைப் புளி மூட்டை போல பின் சீட்டில் அடைத்தபோது, மணி பனிரெண்டு அடித்துப் பதினைந்து நிமிஷம்.

3

கார் டிபன்ஸ் காலனி ஃப்ளை ஓவரைத் தாண்டி விரைந்து கொண்டிருக்கிறது. பின் சீட்டில் போத்தி ஏறக்குறைய படுத்த நிலையில். என் பக்கத்தில் அவன் பிள்ளை. வெளியே நல்ல பனிமூட்டம். அதோடு ஒரு பயமும் கூடிக் கவிகிறது. சாவு பற்றிய பயம்.

நான் நேரடியாகச் சம்பந்தப்படாதவரை எந்தச் சாவும் சஞ்சலமடைய வைக்கிறதில்லை. அது ஒரு தகவல் அறிவிப்பாளனுக்கு நிமிஷ நேர முக்கியத்துவத்தைத் தரக் கூடியது. போன வாரம் கரக்பூரில் இருந்து ரஞ்சனாவின் மாமா பிள்ளை வந்திருந்தான். விண்ட்மில்கள் என்ற ராட்சசக் காற்றாடிகள் பற்றிய ஆய்வில் ஈடுபட்டிருக்கிறான். நானும் அவனும் பாதுகாப்பு அமைச்சரகத் தணிக்கைத் துறையில் குப்பை கொட்டி ரிடையர் ஆன அவன் அப்பாவும் பேசிக் கொண்டிருந்தோம். உலகத்தில் கம்ப்யூட்டர்களையும் விண்ட்மில்களையும் கணக்குத் தணிக்கையையும் தவிர வேறே எல்லா இயக்கமும் அஸ்தமித்துப் போனது. விண்ட்மில்கள் சுழலச் சுழல, பீகார் கிராமங்களில் பம்ப் செட்டு மோட்டார்கள் தண்ணீரை இறைத்துப் பொழிய, பள்ளிக்கூடங்களில் சி பிளஸ் பிளஸ் மொழியில் கம்ப்யூட்டர் புரகிராம் சிலேட்டில் எழுதும் இளஞ்சிறாரைப் பார்த்து உலகம் வியக்க, பாதுகாப்பு

அமைச்சரகம் கடைசியாக வாங்கிய ஒரு டப்பா குண்டூசியும் தணிக்கையில் விவாதிக்கப்படுகிறது. இப்படியே உலகம் நேராகப் போய்க்கொண்டிருந்தால் ஆபத்து என உணர்ந்தவளாக ரஞ்சனா தேநீர்க் கோப்பைகளுடன் வந்து, அழகியல் உணர்ச்சி இல்லாத, தொழில்மயமான உலகத்தின் அபாயங்கள் பற்றிப் பேசத் தொடங்கினாள். எல்லோரும் முயன்றுகொண்டிருந்தோம் ஒருவரை ஒருவர் இம்ப்ரஸ் செய்ய. நான் சூட்சும சரீரியாக வெளியே போய், யாரோ மிகப் பெரிய தலைவர் இறந்துபோன செய்தியுடன் உள்ளே வருகிறேன். இவர்கள் அறிந்திராத தகவலை, இவர்கள் நேரடியாகப் பாதிக்கப்படாததால் சுவாரசியமும் பரபரப்பும் ஏற்படுத்தப்போகிற தகவலை முதன்முதலாக அறிவிக்கப் போகிறவனாக என்னை உணர்கிறேன். ‘உங்களுக்குத் தெரியுமா’? அரங்கத்து ஒளி வெள்ளம் எல்லாம் என்மேல் பாய, நான் அந்த நிமிட முக்கியத்துவத்தை அடைகிறேன். தகவலைப் பகிர்ந்துகொள்கிற ஆவல் கண்களில் மின்ன, வியர்வை, வாய் நாற்றம் போன்ற ‘குறைந்த அளவு சமூக தூரம்’ சங்கதிகள் பற்றிக் கவலைப்படாமல் என்னை அடுத்து வந்து எல்லோரும் கேட்கிறார்கள்... அப்புறம் ராமு... அப்புறம்?

‘போகலாமா அங்கிள்?’

பையனின் வாக்கியத்தில் கடைசிப் பகுதி மட்டும் கேட்கிறது. எங்கே போகலாமா?

சப்தர்ஜங் ஆஸ்பத்திரி.

நான் ரிங்க்ரோடில் காரைத் திருப்பினேன்.

‘டாடிக்கு ஒண்ணும் ஆகிவிடாதே?’

சின்னப் பையன் கேட்கிறான். உள்ளபடிக்கே பதினைந்து வயதுக்காரன் அவன் ஆனதால், நான் அவனை விட உயரமாகிறேன். பின்னால் திரும்பி போத்தியைப் பார்க்கிறேன். கீழே சரிந்து கிடக்கிறான். வேற்றாள் உபயோகித்த டாய்லெட்டில் நுழைந்ததுபோல் காரில் நெடி.

4

'கட்டிட வேலை செய்கிறவர்கள் குளிக்கிறதுண்டா?'

'இது நம் இலாகா சம்பந்தப்படாத விஷயம். எதற்கு உனக்கு அந்தத் தகவல் வேண்டியிருக்கு?'

'இதோ, இந்தப் பக்கத்து வீட்டைப் பார்க்கும் போதெல்லாம் எனக்கு மூக்கில் வியர்வை நெடி ஏறுகிறது. ஒரு நிமிடம் குமட்டுகிறது. ஒரு நிமிடம் சொக்க வைக்கிறது. பீகாரியும் அவன் மனைவியும் மாறி மாறி வருகிறார்கள்.'

போத்திக்கு என்னிடம் பகிர்ந்துகொள்ள சுவாரசியமான விஷயம் கிடைத்து விட்டது. மூன்றாம் ரவுண்டில் நாக்கும் மனமும் லகுவாக இளகிப்போயிருக்கின்றன.

நாலு வருஷம் முன்னால், நீ குளித்துவிட்டு விபூதியணிந்து மெட்ராஸ் ஆப்பீஸில், தகர டப்பா கம்ப்யூட்டரில் கொபால் ப்ரொகிராம் எழுதிக் கொண்டிருந்தபோது நான் இங்கே ராப்பகலாகக் குளிரில் நடுங்கிக்கொண்டு மினி கம்ப்யூட்டர், யூனிக்ஸ் ஆபரேடிங் சிஸ்டம் என்ற மாயாலோகங்களில் புதிதாகச் சஞ்சரிக்கத் தொடங்கியிருந்தேன். 'இந்தக் குளிர் காலம் முடிவதற்குள் உன் பர்ச்சேஸ் ஓர்டர் சாப்ட்வேர் பேக்கேஜ் தயாராகாவிட்டால், நீ கரோல்பாக் நடைபாதையில்

நைலான் ஜட்டி விற்கப் போகலாம்' என்கிறார்கள் ஆபீஸில். தினசரி வீட்டுக்கு வரும்போது வக்கீல் குமஸ்தா மாதிரி ஒரு கட்டு பேப்பரோடு வருவேன். எல்லாம் பூச்சி பிடிக்க வேண்டிய புரகிராம் கோடிங். அப்போது கீழ் வீட்டில்தான் இருந்தேன். இங்கேயானால், ராவென்றாலும் பகலென்றாலும் சதா அசுர சத்தம்தான். இந்தப் பக்கத்து வீடு இருக்கிறது பார், காவிக் கொடி கட்டி. ஒரு அஸ்பெஸ்டாஸ் கூடாரமாக இருந்த இதை இடித்து அப்போதுதான் ரெட்டை மாடி வீடாகக் கட்ட ஆரம்பித்தார்கள். கட்டிட வேலை செய்து வந்த பீகாரிகள் இங்கேயே குடும்பம் குடும்பமாகத் தங்கி இருக்கிறார்கள். சாயந்திரம் வரை வேலை நடக்கிற சத்தம். இருட்டானால் காடா விளக்கு வெளிச்சத்தில் ராமாயண வாசிப்பு, இல்லை சண்டை.

வீட்டில் வழக்கம்போல இவள் சங்கணாச்சேரியில் புதையல் எடுக்கப் போயிருக்கிறாள். லீவு என்று பையனும் கூடப் போயிருக்கிறான். கூடப் படுக்கப் பெண் துணை இல்லாத டெல்லிக் குளிரில் கண்ணில் தட்டுப்படுகிற பெண்கள் எல்லாம் அப்சரஸ்கள்.

இந்தப் பீகாரிக் கும்பலிலும் ஒரு அப்சரஸ் இருந்தாள். நாள் கணக்கில் குளிக்காத அப்சரஸ். கல்யாணமானவள். வீட்டுக்காரன் விடலைப் பையன் போல இருப்பான். டாக்டர் தாவரிடம் பொய் மெடிக்கல் சர்ட்டிபிகேட் வாங்கப் போனபோது அவன் அங்கே நிஜமாகவே வைத்தியம் பார்த்துக் கொள்ள வந்திருந்தான். சத்யநாராயண் சின்ஹாவோ ஏதோ பெயர் சொன்னான். தேவையான சிநேகிதம்தான். நான் போகும்போது, வரும்போதெல்லாம் சலாம் வைக்கிற மட்டில் அப்புறம் ஒரு அடுப்பம். அப்சரஸ் நெருங்கிக் கொண்டிருந்தாள்.

'சாப், இது உங்கள் துணியா?'

அந்தச் சுந்தரி திடீரென்று ஒருநாள் சாயந்திரம் என் லுங்கியைக் கையில் எடுத்துக் கொண்டு படியேறி வந்தாள். வீட்டில் துவைத்து காம்பவுண்டுக்குள் கொடியில் உலர்த்தியது. எப்படியோ வெளியே போய் விழுந்திருக்கிறது.

துணியைப் பார்க்கிற சாக்கில் கொஞ்சம் நெருக்கமாகவே போனேன். குப்பென்று நெடி. அழுக்கான நீளப் பாவாடையும், முன்னே திரண்டு நிற்கிற மார்பும், மண்புரண்ட தலைமுடியும், கூப்பிடுகிற கண்ணும், கைத்தண்டையில் தேமலும் எல்லாமே போதையேற்றுகிறது.

'இது என்னுடையது இல்லையென்றால் என்ன செய்வதாக உத்தேசம்?'

அவள் கண்களைத் தீர்க்கமாகப் பார்த்துக்கொண்டே சிரிப்போடு கேட்டேன். எல்லாவற்றையும் விட்டுவிட்டு இவளோடு நிலக்கரிச் சுரங்கத்தில் வேலை செய்து பிழைக்க ஓடி விடலாமா?

'உங்களுடையது இல்லையென்றால் இதை நானே உடுத்திக் கொள்வேன்.'

உலகம் அழகானது. பெண் வாசனை நிறைந்த அற்புதமான உலகம்.

'லாஜ்வந்தி, அங்கே என்ன செய்யறே'

காம்பவுண்ட் சுவர் பின்னால் சின்ஹா தலை தெரிந்தது. லாஜ்வந்தி லுங்கியை எடுத்துக் கொண்டு ஓடிப் போனாள். காலையில் பார்த்தபோது, பீகாரி அந்த லுங்கியை உடுத்திக் கொண்டு எனக்கு சலாம் சொன்னான்.

அதற்கப்புறம் நான் வரும்போது, போகும்போதெல்லாம் என் பார்வை லாஜ்வந்தியைத் தேடுவதும், எந்தத் தடங்கலும் எதிர்ப்படாத கணத்தில் அவள் அதை ஏற்று வாங்கித் திருப்புவதும் வழக்கமாகி விட்டது.

ஹோலி வந்து போனது.

அந்த வாரமோ, அடுத்த வாரமோ நினைவில்லை. சனிக்கிழமை. மதிய நேரம். எதற்காகவோ விடுமுறை விட்டார்கள். நான் ஜன்னல் அருகில் உட்கார்ந்து சாரத்தில் ஏறி இறங்குகிற லாஜ்வந்தியை நோட்டம் இட்டுக் கொண்டிருந்தேன். ஒரு ஓரமாகப் பழைய சுவரை இடித்துக் கொண்டிருந்தார்கள். எதிர் வீட்டு சர்தார்ஜி குடும்பத்தில் எல்லோரும் குளித்து

விட்டுத் தலையாற்றிக் கொண்டிருந்தார்கள். தெருக்கோடியில் இருந்து ஒட்டகத்தை நடத்திக் கொண்டு ஒருத்தன் வந்தான். அதன் முதுகிலே வெங்காய மூட்டை. நான் வாசலுக்கு வந்து, வாழ்க்கையின் சின்னச் சின்ன சுவாரசியங்களை ரசிக்கிற பாவனைகளோடு பராக்குப் பார்த்துக் கொண்டிருந்தேன். அந்நிய ஸ்திரியை இச்சிக்கிற மனசு சாரத்தைப் பார்க்கிறது. அடுத்த, எதிர் வீடுகளில் இருந்து பைஜாமா அணிந்த கிழவிகள் கிளம்பி வந்து, குளிருக்கு இதமாகப் பேரம் பேசி வெங்காயம் வாங்குவதில் ஈடுபட்டார்கள்.

'சாப், வெங்காயம் வேணுமா?'

தலை பின்னிக் கொண்டு சர்தார்ஜி பையன் கேட்கிறான்.

திடீரென்று பக்கத்து வீட்டில் இருந்து பயங்கரமான அலறல். சீனியர் சர்தார்ஜியும் இந்தப் பக்கத்து வீட்டுக்காரர்களும் விழுந்தடித்துக் கொண்டு அடுத்த கட்டிடத்துக்குள் ஓடினார்கள். நானும் ஓடினேன்.

உள்ளே, தரையில் செங்கல், சிமெண்ட் கலவைக்கு நடுவே, அந்த பீகாரி சின்ஹா தாறுமாறாக விழுந்து கிடந்தான்.

'பக்கத்தில் போகாதே... ஷாக் அடிக்கும்.'

சர்தார்ஜி என்னைப் பார்த்து அலறுகிறான். தரைக்குக் கீழே வரும் மின்சார வயரை பீகாரி எப்படியோ துண்டிக்க முற்பட்டு, மின்சாரம் தாக்கிக் கிடக்கிறான்.

யார் யாரோ ஸ்கூட்டர்களில் போய் யாரை எல்லாமோ அழைத்து வந்தார்கள். ஒன்றும் பிரயோஜனமில்லை. பீகாரி இறந்து போய் இரண்டு மணி நேரம் ஆகி விட்டது. லாஜ்வந்தி அலறும்போது விம்முகிற மாரிபில் பார்வை அசந்தர்ப்பமாகப் பதிகிறது. நிலைக்கிறது. மனமில்லாமல் பிய்த்துக் கொள்கிறது.

வீட்டு சொந்தக்காரர் வந்தபோது ராத்திரி மணி எட்டு. போலீசுக்குப் போனபோது ஏதோ நடைமுறை சிக்கல், எந்த போலீஸ் ஸ்டேஷன் ஜூரிஸ்டிகேஷன் என்று.

பிணத்தைத் துணி போட்டு மூடிச் சுற்றி உட்கார்ந்திருக்கிறார்கள். மயக்கம் போட்டுத் தரையில் கிடக்கிற லாஜ்வந்தியைச் சுற்றிலும்

இன்னொரு கூட்டம்.

இருட்டு. பெண்களின் அழுகை. காற்றில் குளிரோடு சாவும் கலந்து இருட்டைக் கனமாக அப்புகிறது.

புரண்டு புரண்டு படுக்கிறேன். வாசனை. ஆளை அடிக்கிற, வசீகரமான வியர்வை வாசனை. கால் தண்டைகள் கட்டிலில் டங் டங்கென்று சங்கீதம் எழுப்ப தலைமுடியில் ஒட்டிய மண் துகள் என் கண்ணில் விழுந்து இன்பமாகக் குறுகுறுக்க, கன்னத்தில் பிசுபிசுவென்று அவள் கழுத்து வியர்வை இதமாக ஒட்ட, லாஜ்வந்தி என்மீது கவிகிறாள். வெங்காய மணத்தோடு காதோரம் சிரிக்கிறாள். காம்பவுண்ட் சுவரில் பாம்பு ஊறுகிற சத்தம். பீகாரி எட்டிப் பார்க்கிறான். அது தெரிந்ததால் எனக்குப் பயம் கலந்த சந்தோஷம். புஜங்களில் வியர்வை வடிய உள்ளே மிதந்து கொண்டு வருகிறான். ஓடு, சுவரேறிக் குதி... டாக்டர் தாவரின் டிஸ்பென்ஸரி. நான் பொய் மெடிக்கல் சர்ட்டிபிகேட் வாங்குவதற்காகக் காத்திருக்கிறேன். கம்பவுண்டர் வந்து, ‘எல்லாரும் சுவாசம் அடக்கிப் படுங்கள். டாக்டர் வருகிறார்’ என்கிறான். என் பக்கத்தில் பீகாரி படுத்துக் கொண்டு, ‘எனக்கும் சேர்த்து சர்டிபிகேட் எடுத்து விடு’ என்று மலையாளத்தில் சொல்கிறான். டாக்டர் எங்கள் இருவர் நெஞ்சிலும் குரிசு வரைகிறார்.

திடுக்கிட்டு விழித்தேன். குளிருகிறது. வியர்க்கிறது. எல்லாம் கனவு. இல்லை. பீகாரி மரணம் நிஜம். சுவருக்கு அந்தப் பக்கம் பிணம் கிடக்கிறது. ஈயென்று இளித்துக் கொண்டு, கால் பரப்பி, மல்லாந்து, சுவருக்கு இந்தப் பக்கம் என்னைக் கவனித்துப் பார்த்துக் கொண்டு ... சலாம் சாப்... குளித்தாகி விட்டதா... சாரத்தில் ஏறுகிறீர்களா? வாசனை வீபுதியா இது?

நிஜம். சாவின் வாசனை நிஜம். இதற்கு எதுவும் பொருட்டில்லை. கற்பனையும், கள்ளப் பார்வையும், இதழோரம் சிரிப்பும், நிமிஷ நேர மனச் சோரமும் எதுவும் பொருட்டில்லை. காம்பவுண்ட் சுவரில் கை பதித்துப் பார்க்கிற சாவை எதிர்நோக்க முடியாமல் அந்த ராத்திரி விடியாமல் நீண்டு போனது...

5

கார் ஆஸ்பத்திரிக்குள் நுழைந்தபோது போத்தி ஏறக்குறைய காய்கறியைப்போல, ஒரு துணியைப் போல இடுப்பு லுங்கி அவிழ்ந்து தரையைத் தொட்டுத் தொங்க...

நானும் சின்னப் பையனும் அவனை ஏந்திக் கொண்டு உள்ளே நுழைந்தோம். நான் நினைத்ததை விடப் பையன் பலசாலி என்று தெரிந்தது. சுமையில் பாதிக்கு மேல் அவன் தான் தாங்கிக் கொண்டு படியேறினான்.

நான் எதிர்பார்த்ததுபோல, ரிசப்ஷனில் யாரும் தூங்கிக் கொண்டிருக்கவில்லை. ஆனால் எதிர்பார்த்தபடியே, 'மெடிகோ லீகல் கேஸ்... போலீஸில் அறிவித்து விட்டு வந்தால்தான் ஆயிற்று' என்று சொல்லிவிட்டார்கள்.

'அவன் இறந்து விடுவானே, டாக்டர்?'

'நான் டாக்டர் இல்லை. அலுவலர் தான்'.

'அவன் இறந்து விடுவானே ஆபீஸர் சாப்'.

'வருத்தப் படுகிறேன். நான் செய்யக் கூடியது ஏதுமில்லை'.

'நான் வேண்டுமானால் டாக்டரைப் பார்க்கட்டுமா?'

‘அவரும் இதையே சொன்னால் சுகாதார மந்திரியைப் பார்க்கப் போவீர்களா?’

சர்க்கார். சாணிக் காகித வாசனையில், ஐந்தாவது கார்பன் காப்பியில் தெளிவில்லாமல் உருட்டி விழிக்கிற அதிகார முகம். ‘வேர் ஆஸ்’ என்று நைச்சியமாக ஆரம்பித்து, என் கழுத்தை அறுக்க என் கையையே கத்தி தீட்ட வைக்கிற சாமர்த்தியத்தோடு, கோந்து பாட்டில் கவிழ்த்த மர மேஜைக்கு அப்புறம் விச்ராந்தியாக அமர்ந்து சிரிக்கிற முகம். நான் அடி பணிந்தேன்.

‘நீங்கள் ஏன் சார் அவரை விஷம் சாப்பிட விட்டீர்கள்?’

அந்த போலீஸ்காரர் திரும்பத் திரும்ப அதைத்தான் கேட்டார். போத்திக்கு நானே குவளையில் அதைக் கலந்து கொடுத்து, மெதுவாக ரசித்துக் குடிக்கும்படி கேட்டுக் கொண்டிருக்கலாம் என்றோ, அல்லது அவனாகச் சுய விருப்பத்தோடு கலந்து குடித்துக் கொண்டிருந்தபோது, புத்தகம் படிக்கிற பாவனையில் ஓரக் கண்ணால் பார்த்து ரசித்துக் கொண்டு நாற்காலியில் சாய்ந்து உட்கார்ந்திருந்ததாகவோ அவர் கற்பனை செய்திருக்கலாம்.

‘நான் இவருக்கு அண்டை வீட்டுக்காரன்.’ அவசரத்தில் அண்டை வீட்டுக்காரருக்கான இந்தி வார்த்தை நினைவில் வராது போக, அதை ‘நெய்பர்’ என்று ஆங்கிலத்தில் கூறினேன். நெய்பர் என்பது மதராஸிகளுக்குள் மாமன், மச்சான் போல நெருங்கிய உறவாக இருக்கும் என்று தீர்மானம் செய்து கொண்டவர் போல அந்தப் போலீஸ்காரரின் முகம் மலர்ந்தது. இவ்வளவு நெருக்கமான உறவுக்காரர், கிடுக்கிப் பிடியாகப் பிடித்து, பேதிக்குக் கொடுக்கிறது போல வாயை வலியத் திறந்து புகட்டி இருக்கவும் கூடும். குடும்பங்களும் பந்தங்களும் சிதைந்து கொண்டிருக்கின்றன.

‘அது சரி... ஏன் சார் உங்கள் நைபரை விஷம் சாப்பிட விட்டீர்கள்?’ இன்னமும் கரிசனத்தோடு அவர் கேட்க, நான் பதில் சொல்ல முடியாமல் விழித்தபோது அண்டை வீட்டுக்காரருக்கான இந்தி வார்த்தை ஞாபகம் வந்து விட்டது.

‘சார், இவன் என் படோஸி. தலைக்கு மேலே உட்கார்ந்திருக்கிறான். வீட்டுக்குள் விஷம் குடிக்கிறானா, இல்லை, கல்யாணி பியர் குடித்துக் கொண்டிருக்கிறானா என்று நான் சதா கண்காணிக்க வேண்டும் என்று நீங்கள் உண்மையாகவே கருதுகிறீர்களா?’

6

ஒரு டாக்டரும் இரண்டு நர்ஸ்களும் டாக்டாக் என்று அறைக்குள் நுழைந்தபோது போத்தியை உயிர்ப்பிக்க முயற்சிகள் ஆரம்பிக்கப்பட்டன. நிலைமை இப்போது என்னால் கட்டுபடுத்தக் கூடியதாக உள்ளது என்று தோன்றியது. சின்னப் போத்திக்கும் அப்படியே தோன்றியிருக்க வேண்டும். நாய்க்குட்டி போல, என் பின்னாலேயே அலைந்து கொண்டிருந்தான்.

டாக்டர் எங்களை வெளியேபோக உத்தரவிட்டு விட்டு சின்னக் கதவை மூடினார். நான் வெளியே மரபெஞ்சில் அமர்ந்து ஒரு சிகரெட்டை எடுக்க, உட்கார்ந்தபடிக்கே தூங்கிக் கொண்டிருந்த ஒரு சிப்பந்தி கண் விழித்துப் பார்த்து வெளியே போய்ப் புகை விடச் சொன்னார். நான் அவசரமாக வெளியே வந்தேன்.

நடமாட்டம் இல்லாத தெருவில் அவ்வப்போது ஒரு மாருதி கார் போய்க் கொண்டிருந்தது. குல்தீப் பேண்ட் என்று எழுதிய வேனில் நான்கு பஞ்சாபி இளைஞர்கள் அமர்ந்து, ஒற்றை டியூப்லைட் மட்டும் எரியக் கையைத் தட்டிக்கொண்டு போனார்கள். ஆஸ்பத்திரிச் சுவரில், ‘இவர்களை உங்களுக்குத் தெரியுமா?’ என்று பயங்கரவாதிகளின் படங்கள் ஒட்டப் பட்டிருந்தன. அதில் ஒரு முகமும் என் சாயலில் இருக்கக் கூடாதே என்று கவலையுடன் பார்த்துக் கொண்டிருந்தபோது

பின்னால் யாரோ வந்து தோளைத் தொட்டார்கள். மனித குலத்தின் அடிப்படை பயமெல்லாம் அந்தக் கணத்தில் கவியத் திரும்பிப் பார்த்தேன். சின்னப் போத்தி தான்.

'உள்ளே டாடியை என்ன செய்து கொண்டிருப்பார்கள் அங்கிள்? அவர் அலறுகிறது போல் சத்தம் கேட்டதே?'

'பயப்படாதே. குடித்ததை எல்லாம் வெளியே எடுத்துக் கொண்டிருப்பார்கள், அப்புறம் லிட்டர் கணக்கில் சலைன் ஏற்றுவார்கள்.'

உள்ளே இருந்து ஒரு நர்ஸ் வேகமாக வெளியே வந்து பக்கத்தில் ஒரு கம்பிக் கதவு போட்ட குகைக்குள் போய் மறைந்தாள். தாமதியாது திரும்பி வந்தவளை, மலையாளி என்று முன்னமே அனுமானம் செய்திருந்தோம். அவளைப் பையன் விசாரித்தான் - என்ன நடக்கிறது?

'பயப்பட ஒன்றுமில்லை', அவனுக்கு அபயம் அளித்த புன்னகை சட்டென்று சுருக்க முடியாமல் என் பேரிலும் கொஞ்சம் நீண்டது. போத்தி இன்னும் இரண்டு ராத்திரி இங்கே தங்க நேரிட்டால், இவளோடு ஜோக் சொல்லிச் சிரிக்க வைத்து மகிழும் ஒரு பந்தம் உருவாகலாம். ஐந்து நிமிடம் முன்னால் டீ குடித்த வாடையோடு திரும்பி உள்ளே போனாள். நாளைக்குத் தங்கினால் இவளோடு சேர்ந்து டீ குடிக்கலாம். மூல்சந்த் ஃப்ளை ஓவர் பக்கம் நல்ல டீ கிடைக்கும். கூட்டிப் போகலாம்.

நேரம் என்ன? பையன் கேட்டான். என் கையில் ரேடியம் டயல் வாட்ச் இரண்டு முப்பது என்றது.

காத்திருக்க வேண்டும். இந்த அசாதாரணமான நாள் முடிந்து புதிய தினத்தில் பிரவேசிக்கும்போது போத்திக்கு சுவாசமும் ஜீவனும் திரும்பக் கிடைக்கக்கூடும். இது வீண் போகாத காத்திருப்பு. அவன் காத்திருந்ததைப்போல மனதை உளைக்கிற விஷயமில்லை.

லெக்சரர் சேகரனின் உடலுக்காகப் போத்தியும் மற்றவர்களும் காத்திருந்தது அது.

7

கடைசி இதழையும் உதிர்த்தாகி விட்டது. ஜவ்வந்திப் பூவின் காம்பு டியூப்லைட் வெளிச்சம் அப்பிய தெருவில் தெறித்து விழுந்தது. கொஞ்சம் தள்ளி இன்னும் நிறையப் பூ இரைந்து கிடந்தது. சேகரன் வருவதற்குள் அதையும் எடுத்து வந்து உதிர்த்துக் கொண்டிருக்கலாம். எதிரே சப் ஸ்டேஷனில் கூழாங்கல் பரப்பில் கம்பீரமாக நின்று டிரான்ஸ்பார்மர்கள் ஹூம்ம்ம் என்று பாடிக் கொண்டிருக்க, ஓடைப் பாலத்துச் சுவரில் போத்தி தனியாக உட்கார்ந்திருந்தான். வழியெல்லாம் பூ. அலங்காரமாக அணிந்து கொண்டு போனவன் கூப்பிடு தூரத்தில் சுடலையில் முதல் ஷெட்டில் எரிந்து கொண்டிருந்தான். தூவிக் கொண்டு போனவர்கள் பொதுக் கிணற்றில் குளித்து, ஈர வேட்டி தொடையில் ஒட்டக் குளித்த சுகத்தை அனுபவித்துக் கொண்டு, வேதாந்தம் பேசி இக்பால் ஈவினிங் மட்டன் ஸ்டால் கடையில் எண்ணெய்ப் பொரட்டா தின்னக் கிளம்பிப் போய்விட்டார்கள். கொட்டு முழக்கோடு ஊர்வலம் கிளம்பிப் போய்க் கொஞ்ச நேரம் கழித்துப் பின்னாலேயே பூவையும் புகையையும் முகர்ந்து கொண்டு போத்தியும் சேகரனும் புறப்பட்டார்கள். சப்கோர்ட் அருகே வந்தபோது வலது பக்கம் சந்தில் திரும்பினான் சேகரன்.

'போத்தி, நீயும் வாயேன்.'

அவன் போகிற இடம் போத்திக்குத் தெரியும்.

‘குடும்ப பென்ஷன் விஷயமா ஜி.ஓ. காப்பி ஒண்ணு விஜயா கேட்டிருந்தாள். கொடுத்துவிட்டு உடனே வந்துடலாம் வா.’

அத்தனை சீக்கிரம் அவன் வரப் போவதில்லை. கல்லூரி விட்டு வந்ததும் விஜயாவைப் பார்க்கப் போக ஏதாவது காரணம் தேடிக் கொண்டிருப்பான். கல்யாணமாகாத, வேலையில்லாத போத்தி. கல்யாணமாகிக் கணவனை இழந்த விஜயா.

‘நீ என்னடா கூடமாட ஒத்தாசையா?’

ஈவினிங் மட்டன் ஸ்டால் வாசலில் புகை பிடித்துக் கொண்டு நிற்கிற கூடப் படித்த நண்பர்கள் போத்தியைக் கிண்டுவார்கள். அது அவன் தனியாக மாட்டும் போது. சேகரன் முரடன் என்று பெயர் எடுத்தவன். அவனிடம் வைத்துக்கொள்ள மாட்டார்கள்.

போன வாரம் வலுக்கட்டாயமாக இழுத்துக் கொண்டு போனதால் போத்தி கூடப் போனான். நிறையத் தவிர்த்தாலும் சமயத்தில் இப்படி வாய்த்து விடுகிறது.

‘சங்கர்... சேகர் அங்கிளுக்கு ஹலோ சொல்லு’

சின்னப் பையன் சேகரனை லட்சியம் செய்யாது போத்தியின் காலைக் கட்டிக் கொண்டான். மூன்று வயது இருக்குமா? சுவரில் பூப்போட்டு மாட்டி இருந்த மீசைக்காரன் படம் சாயலைச் சொன்னது. கண் குழி விழுந்து பாழ் நெற்றியோடு விஜயா யாரிடமோ பதக்கம் வாங்கும் படம் சின்னதாகப் பக்கத்தில். அது நிச்சயம் எதிரே உட்கார்ந்து கன்னம் குழிய நிறையச் சிரித்துச் சேகரனோடு பேசிக் கொண்டிருக்கும் விஜயா இல்லை.

குழந்தை போத்தியின் மடியில் படுத்துத் தூங்கிப் போனது. ஜூஸ் கொடுத்த டம்ளர்களில் எறும்பு மொய்க்க ஆரம்பித்தது. போத்தியைச் சுருட்டி, சுவரில் படமாகத் தொங்க விட்டு விட்டு அவர்கள் இருவரும் பேசிக் கொண்டிருந்தார்கள். கால் மரத்துப் போக ஆரம்பித்தது.

‘அப்ப வீட்டுக்குப் போ.’ என்றான் பக்கத்தில் தொங்கிக் கொண்டிருந்த மீசைக்காரன்.

‘போத்தி, நீ வேணா போய்ட்டு இரு. இந்த அப்ளிகேஷனை மட்டும் ட்ரா பண்ணிக் கொடுத்திட்டு வரேன்’.

‘குழந்தையை சோபாவிலேயே விட்டுடுங்க... பாவம் உங்களுக்கு கஷ்டம்... வேஷ்டியை நனைச்சுட்டானா?’

போத்தி வெளியே நடந்து மெயின் ரோட்டில் திரும்பும்போது, அந்த வீட்டுக்குள் விளக்கு அணைந்திருக்கும் என்று மனது அரிக்கத் திரும்பிப் பார்த்தான். இல்லை. அணைந்திருக்கவில்லை.

அது அன்றைக்கு. இன்று ராத்திரி போத்தி பாலத்தைக் காவல் காத்துக் கொண்டிருந்தான்.

‘போகலாமா?’ சேகரன் தோளைத் தொட்டான்.

‘கால்குலேட்டர் கொண்டு வர மறந்து போய்விட்டது. அரியர்ஸ் கால்குலேஷன் எல்லாம் நான் ஊருக்குப் போய்விட்டு வந்துதான் போட்டுத் தர வேண்டும்.’

நாளைக்கு சேகரன் மதுரை போகிறான். கல்லூரி ஆசிரியர் சங்க மாநாடு. போகிற வழியில் டெய்லர் ராகவன் கடையில் படியேறினார்கள் சேகரனும் போத்தியும்.

‘இல்லை சார்... பேண்ட் நாளைக்குத் தான் ரெடியாகும்...’

‘நாளைக்கு மதுரை போகிறேன். அடுத்த வாரம் வாங்கிக் கொள்கிறேன்.’

அடுத்த வாரம் புதுக்கோட்டையில் பெண் பார்க்கப் போக இருப்பதாக சேகரன் அப்பா சொன்னார்.

‘ஏம்பா போத்தி, பொண்ணு பார்க்கறதுக்கு அந்தக் கைம்பொண்ணையும் கூடக் கூட்டித்தான் போவேன்னு அடம் பிடிக்கறான் உன் சிநேகிதன். இவன் படிப்புக்கும் அந்தஸ்துக்கும் புத்தி போறது பாரு... அவளுக்கும் நமக்கும் என்ன எழவு... சாடை மாடையா சொன்னவங்க எல்லாம் நேராவே சொல்ல ஆரம்பிச்சுட்டாங்க... நீ அவனுக்கு உறைக்கிற மாதிரி நாலு வார்த்தை நறுக்குனு சொல்லேன்.’

சொல்ல முடியவில்லை. இது தனிப்பட்ட விஷயம். போத்திக்கு எந்த விரோதமும் இல்லை. கால் மரத்துப் போகக் காத்துக் கிடக்க வேண்டாத வரைக்கும். சேகரன் மதுரை போய்த் திரும்பி வரட்டும். கல்யாணம் செய்து கொள்ளட்டும். விஜயாவைக் கவனித்துக் கொள்ளட்டும். விஜயாவைக் கவனித்துக் கொள்ள வரிசையில் நிற்கிறார்கள். வரிசைக் கடைசியில் போத்தியும்.

அடுத்த நாள் சாயந்திரம் செய்தி வந்தது. தூக்கி வாரிப் போட்டு அதிர வைக்கிற செய்தி. சேகரன் போன பஸ் ராஜபாளையத்துக்கு அருகே பஞ்சு ஏற்றி வந்த லாரி மோதி விபத்துக்குள்ளாகி விட்டது. சேகரன் உட்படப் பத்துப்பேர் அந்த இடத்திலேயே இறந்து போய் விட்டார்கள். உடலை மதுரை ஆஸ்பத்திரியில் வைத்திருக்கிறார்கள்.

'வாங்க, நான் எத்தனை தடவை போட்டாலும் சரியா வரலை. கால்குலேட்டர் கொடுத்து அனுப்பிச்சாரா?'

'சேகரன் இல்லை'.

அவளுக்குப் புரியவில்லை. உள்ளே தூங்கிக் கொண்டிருந்த குழந்தை வீறிட்டு அழ போய்ச் சமாதானப்படுத்தி விட்டு வந்தாள்.

'சேகரன் போய்விட்டான்'.

இடுப்பில் இழுத்துச் செருகிய கொசுவமும், கையில் தலைக்குத் தடவி மீந்த எண்ணெயும், உச்சந்தலையில் முடிக்கற்றைக்குள் பொதிந்த சீப்புமாக நிற்கிற விஜயா அதிரப் போத்தி விஷயத்தைச் சொன்னபோது, எதிர்பார்த்தபடி அவள் பெருங்குரலெடுத்து அழவில்லை. உள்ளே குழந்தை விழித்துக் கொண்டு விடும் என்ற பயம் காரணமாக இருக்கலாம்.

அவள் பெரிய விழிகள் கலங்கிய மாதிரி இருந்தது. இந்த உலகில் நான் தனியானவள். படங்களுக்குப் பூப்போடுவதும், பதக்கம் வாங்குவதும், இளம் விதவைகளுக்கான குடும்ப பென்ஷன் சம்பந்தப்பட்ட கணக்குகளைத் தனியாக உட்கார்ந்து போட்டுச் சரி பார்ப்பதுமே எனக்கு வேலை என்று விதிக்கப் பட்டிருக்கிறது.

போத்தி படி இறங்கிப் போனபோது திரும்பவும் உள்ளே குழந்தை அழுகிற சத்தம்.

ராத்திரிமங்கிக் கொண்டு வருகிறது. போத்தி மாடியில் சால்வையைப் போர்த்திக் கொண்டு குறுக்கும் நெடுக்கும் உலாத்திக் கொண்டிருக்கிறான். தொட்டடுத்த வீடுதான் சேகரன் வீடு. வாசலில் இரண்டு பெட்ரோமாக்ஸ் விளக்குகள். கரண்ட் இல்லாமல் இருண்டு கிடந்த தெருவில் நீளநீளமாக நிழல்கள் விழுந்து படர ஒரு கூட்டம். சேகரனின் கல்லூரி மாணவர்களும், ஆசிரியர்களும்.

ஆம்புலன்ஸ் மதுரை ஆஸ்பத்திரியில் இருந்து சாயந்திரமே கிளம்பி விட்டதாம். நடு ராத்திரிக்குள் சேகரன் உடல் வந்து சேர்ந்து விடும். நிமிஷத்துக்கு நிமிஷம் கூட்டம் பெருகிக் கொண்டிருந்தது. படியேறி யாரோ வந்து மணியடிக்க, போத்தி கீழே இறங்கிப் போய்த் திறக்கிறான்.

'ஒரு பெஞ்ச் இருக்குமா? பிரின்சிபால் வந்திருக்கார்'.

மாடியில் இருந்து பெஞ்சைத் தூக்கிப் போகிறார்கள். 'போத்தி, வெளியே வா, உள்ளே என்ன செய்யறே?' கீழே இருந்து யாரோ கூவுகிறார்கள்.

இல்லை. போத்தியால் அதில் கலந்து கொள்ள முடியாது. கொஞ்ச நேரத்தில் சேகரனின் உடலைக் கொண்டு வந்து வாசலில் கிடத்துவார்கள். அப்புறம் பூவும் புகையுமாக அவன் முன்னால் போக, ஒரு சிறிய ஊர்வலம். எந்தச் சந்திலும் திரும்ப வேண்டியதில்லை. எந்தப் பாலத்திலும் காத்திருக்க வேண்டியதில்லை. சுடலையின் முதல் ஷெட்டில் எரிந்து அடங்க எல்லாம் முடியப் போகிறது. ஆனாலும் போக வேண்டும். சேகரன் வந்து சேரட்டும்.

வயிற்றில் பசி இல்லாமல் கடமுட என்று உருட்டச் சற்றே கண்ணயர்ந்தான். கீழே இருந்து தேனிக்களின் ரீங்காரம் போல குரல்கள் முனை மழுங்கிக் கேட்டுக் கொண்டிருக்கின்றன. விஜயா. அவளைத் தவிர எதுவும் மனதில் வரவில்லை. சேகரன் புது பேண்ட் போட்டுக் கொண்டு வெளியே காத்திருக்கட்டும். விஜயாவைத் தோளில் சாய்த்துக் கொண்டு போத்தி உள்ளே

பக்கம் பக்கமாகப் பென்சிலால் கூட்டிக் கொண்டிருந்தான். பேப்பர் எல்லாம் பறக்க ஜன்னல் கதவுகள் காற்றில் படபடக்க பொறுமை இழந்து போத்தி விஜயாவை இறுகத் தழுவுகிறான். சேகரன் ஜன்னலில் பார்க்கிற சந்தோஷத்தில் இன்னும் நெருங்கி அணைத்துக் கொள்கிறான் விஜயாவை. நாகங்களாக நாவுகள் நெளிந்து கலக்க, கூழாங்கல் பரப்பில் கால் பரப்பி நிற்கும் டிரான்ஸ்பார்மர்கள் ஹூம்ம்ம் என்று ஆர்பரித்து ஆமோதித்து உடனே இணையச் சொல்ல போத்தி விஜயாவை இன்னும் இறுக இறுக இறுக இறுக.

பரபரப்பாக எழுந்த குரல்கள் உச்சத்தை அடைந்து, அடைத்த கதவு வழியாக உள்ளே புகுந்து எழுப்ப போத்தி விழித்துக் கொண்டபோது கீழே காரோ ஏதோ வந்து நிற்கிற ஓசை. உள்கட்டில் கடியாரம் குழப்பமாக ஒரு மணியை மட்டும் அடித்தது, சேகரன் வந்து சேர்ந்தாகி விட்டது.

போத்தி சட்டை அணிந்துகொண்டு கீழே வந்தபோது, சேகரனை வாசல் திண்ணையில் கிடத்தியிருந்தார்கள். மார்பு வரை போர்த்தி, வாயைப் பின்னால் இருந்து உச்சந்தலையோடு சேர்த்துக் கட்டி மூக்கில் எப்போதும் போல் கண்ணாடியோடு சேகரன். போஸ்ட்மார்டம் செய்த உடல். அவசரமாகக் கூடிய மட்டும் உள்ளே திணித்து அனுப்பியிருக்கிறார்கள்.

எல்லோரும் யாரோ சொன்னதால் வரிசையாக நிற்கிறார்கள். பலர் கையில் மாலையும் உண்டு. சாயந்திரமே வெளியே போயிருந்தால் வாங்கி வைத்திருக்கலாம்.

சேகரனின் மரணம் இன்னும் சில நினைவுகளையும் போத்தியின் மனதில் பாக்கி வைத்திருக்கிறது.

சவ ஊர்வலம் போனபோது எல்லோருக்கும் பின்னே சுப்பிரமணிய சர்மாவோடு - அவர் கல்லூரியில் ஆங்கிலப் பேராசிரியர் - நடந்தது. சர்மா தன் வீட்டு வாசலில் ஒரு நிமிடம் தாமதித்து, வெளியே வந்த யாரிடமோ, ‘குளிக்க வென்னீர் போட்டு வை... இளம் சூடாக இருந்தால் போதும்’ என்று சொல்லிவிட்டுப் போனது. இரண்டு நாள் கழித்து சேகரன் வீட்டுக்கு போனபோது அவன் உறவுக்காரர்

யாரோ - உடலைக் கொண்டு வரப் போனவரில் அவரும் உண்டு - மதுரை ஆஸ்பத்திரியில் மூத்திரப் புரையைத் தேடி ஒவ்வொருத்தராக விசாரித்துப் போனது பற்றி விஸ்தாரமாக யாரிடமோ சொல்லிக் கொண்டிருந்தது. ராகவன் டெய்லர், சேகரன் தைக்கக் கொடுத்த துணிகளோடு அவன் வீட்டுப் படியேறிப் போனது...

8

ரஞ்சனா என்னை வெகு ஆவலாக வரவேற்றாள். உதாசீனப் படுத்தப்பட்ட பாவத்தோடு, ஆனால் தகவல் தெரிந்து கொள்கிற ஆவலோடு, அவள் அத்தை பிள்ளை தலையணைப் புத்தகம் ஒன்றைப் பிரித்து வைத்துக் கொண்டு உட்கார்ந்திருந்தான். என் உதவியோடு கூடி, என் புரபஸர் எழுதிய புத்தகம் என்று முகம் முழுக்க எழுதிய பெருமை. போன வாரமே இதை அறிவித்துக் கண நேர முக்கியத்துவத்தை எங்களிடம் இருந்து பெற்றாகி விட்டது. நாகரிகம் கருதிக் கையில் தூக்கி எடை பார்ப்பது போல பாவனை செய்து, 'இத்தனை கனமான விஷயமா? எழுத எத்தனை ஆயுசு தேவைப்பட்டது?' என்று விசாரித்தாகி விட்டது. முதல் பக்கத்தின் கடைசியில், புரபஸர் நன்றி சொன்ன நூற்றுச் சில்லரைப் பெயர்களில் அவன் பெயரைக் கடைசிக்குக் கொஞ்சம் முன்னால் தரிசித்து - 'பையா, லைட்டா டீ வாங்கிட்டு வந்து, பிளாஸ்டிக் தட்டாலே மூடி வச்சுட்டு, அந்த மின்விசிறியையும் தட்டிட்டுப் போ. உன் பெயரையும் முதல் பக்கத்தில் சேர்த்துக்கறேன்' - பக்கத்துக்குப் பக்கம் என்த் டிகிரி நார்மலைசேஷன், ஆங்க்யுலர் வெலாசிடி என்று வினோதமாக விழுந்து கிடந்த இங்கே யாருக்கும் சம்பந்தமில்லாத சமாசாரங்களை அவசரமாகப் புரட்டி, 'சக்ஸேனா, யூ ஆர் இன் இல்லஸ்ட்ரியஸ் கம்பெனி' என்று

தீர்மானமாக அறிவித்து ஒரு விதமாக அந்தச் சடங்கு முடிந்து விட்டது. இன்றைக்கு அவன் கிரீடம் இழந்த ராஜகுமாரன். புதிய தகவல்களை அறிவிக்கிற, வாழ்க்கையின் சுவாரசியத்தை அணையாது காக்கிற மகத்தான கடமையைத் தேவதைகள் எனக்கு இன்று பிரத்தியேகமாக வழங்கி இருக்கின்றன.

'போத்தி ஏன் தற்கொலை செய்து கொள்ள முயற்சி செய்தான்?'

நான் சாய்ந்து உட்கார்ந்தேன். எல்லோரும் நெருங்கி வாருங்கள். ரஞ்சனா, வா, என் மடியில் உட்கார். காதைக் கொடுங்கள்.

கட்டிடத் தொழிலாளிகள் குளிக்கிறதுண்டா? போத்திக்கு சந்தேகம். வீட்டுக்குப் பக்கத்தில் கட்டிட வேலை நடக்கிறது. அதில் கருப்பாக ஒரு பையன். கரணை கரணையாகக் கையும் காலும், சின்னச் சிரிப்புமாக அடிக்கடி போத்தி வீட்டை வெறித்துக் கொண்டிருக்கிறான். இன்னும் கல்யாணம் ஆகவில்லை என்று தெரிகிறது. சாரத்தில் ஏறி இறங்குகிற பெண்களோடு கண்ணில் போதை நனையப் பேசுகிறான். பார்வை மட்டும் இங்கேதான். முப்பது வயதானாலும் போத்தியின் மனைவி இருபது வயது அழகோடு தலை குளித்து, நெற்றியில் சந்தனக் குறி தொட்டு, பளீரென்று அசர வைக்கும் மலையாளச் சிரிப்போடு, வரந்தாவுக்கும் உள்ளுக்குமாகத் துவைத்த துணி உலர்த்த நடக்கிறவளைப் பீகாரி மெய்மறந்து வெறிக்கிறான்.

'இந்தப் பாவாடை உங்கள் வீட்டிலிருந்து கீழே விழுந்து கிடந்தது.'

பீகாரி உள்பாவாடையைச் செல்லமாகக் கையில் எடுத்துத் தவழ விட்டுக் கொண்டு படியேறி வருகிறான்.

'உங்களுடையதா?'

'பார்த்தால் அப்படித்தான் தெரிகிறது' அவள் ஆமோதித்தாள்.

'எனக்கும்தான்' என்கிறான் அவன். ரெண்டு பேரும் சிரிக்கிறார்கள்.

'குடிக்கத் தண்ணீர் கிடைக்குமா?'

'உள்ளே வா.'

படபடவென்று மோட்டார் சைக்கிள் பேயாக வந்து நிற்க போத்தி உள்ளே நுழைகிறான். ரயில் போகிற தாளத்தில் கட்டிடத் தொழிலாளர்கள் காடா விளக்கு வெளிச்சத்தில் பாடிக் கொண்டிருக்கிறார்கள். முன்னீர்காவில் மாமா வீட்டை விட்டுப் பிள்ளை வரமாட்டேன் என்கிறான். திரும்பவும் போக வேண்டும் என்கிறான்.

'வீட்டில் உன் அம்மா தனியாக இருக்கிறாள், வா.'

செய்தி அறிக்கையை முடிக்கும் முன் நான்கு மகா நகரங்களில் இன்று நிலவிய தட்ப வெப்ப நிலை - டில்லி, நாற்பது டிகிரி செல்ஸியஸ்.

வியர்க்கிறது. வீடு முழுக்க வியர்வை வாடை. செங்கல்லும் சிமிண்டும் கலந்து மனுஷ தேகத்தில் படிந்து ஆண்மையின் வாசனையோடு பிரவகித்த வியர்வை. கட்டிலிலும் வியர்வை பூசி இருக்கிறது. காட்சி மாறுகிறது.

'நீங்கள் ஆபீஸ் ஆபீஸ் என்று நாள் பூரா ஏர்கண்டிஷன் குளிரில் வியர்க்காமல் விறுவிறுக்காமல், யந்திரங்களுக்கு அடிமை வேலை செய்து கொண்டிருக்கிறீர்கள். நான் நாள் பூரா கரண்ட் கட் ஆனதால் வாசலில் நாற்காலியைப் போட்டுக் கொண்டு நிழலில் உட்கார்ந்து தெருவைப் பார்த்துக் கொண்டிருக்கிறேன். நானும் வேலைக்குப் போகவா? எந்த வேலையும் எனக்கு இஷ்டம்.'

வியர்வை அடங்க சாயங்காலம் குளிக்கிறாள். டிராயிங் ரூம் சோபாவில் உட்கார்ந்து பீகாரி சந்தன சோப்பு வாசனை பிடிக்கிறான். இல்லை. சோபா காலியாக இருக்கிறது. அறை எல்லாம் சுத்தமாகத் துடைத்து வைத்திருக்கிறது. வீட்டில் வேறு யாரும் இலை. போத்தி மட்டும் கைக்குட்டையால் மூக்கைப் பொத்திக் கொண்டு கட்டிலில் உட்கார்ந்து ஏதோ குடித்துக் கொண்டிருக்கிறான்

காட்சி முடிந்து விளக்குகள் போடப்பட்டன. நான் அறிவித்த தகவலின் கனம் என்னையே அழுத்த மௌனமாகிறேன். அவர்கள் எனக்கு அளித்த முக்கியத்துவம் நீடித்துக் கொண்டே போகிறது. கம்ப்யூட்டர்காரர்களையும், விண்ட்மில்களையும் எல்லாம் தூக்கி வீசு. சோரம் தான் செய்தி. இன்றைக்கு

சுவாசிக்க இது போதும்.

அப்படியானால் கேளுங்கள். இன்னும் இருக்கிறது.

'இனிமேல் இந்த வீட்டில் நீயும் நானும் சேர்ந்து இருக்க முடியாது.'

'நான் சங்கணாச்சேரி போகிறேன். என் பிள்ளையைக் கூட்டிப் போகிறேன்.'

'அவனுக்குப் படிப்பு கெடும்.'

'அதைப் பற்றி நீங்கள் கவலைபடத் தேவையில்லை.'

'நான் அவன் தந்தை.'

'அவன் தந்தை பட்டணத்தில் இருந்தார். இறந்த பிறகு மெடல் கொடுத்தார்கள்.'

'இருக்காது.'

'சரி, அவன் தந்தை கல்லூரிப் பேராசிரியராக இருந்தார். பஸ்ஸில் போகும்போது, ராஜபாளையம் பக்கம் ஒரு பஞ்சு லாரி மோதிய விபத்தில் இறந்து போய்விட்டார்...'

'அது சேகரன். விதவையான விஜயாவை வைத்துக் கொண்டிருந்த சேகரன்.'

'நான் தான் விஜயா. சேகரன் போன பிறகு என்னைக் கூட்டிக் கொண்டு ஓடி வந்து விட்டீர்கள்.'

ஸ்டியரிங்கில் தலை வைத்துக் கண்ணை மூடி இருந்ததால் தலை வலிக்கிறது. மணிக்கட்டில் கடியாரத்தைப் பார்க்கிறேன். நின்று போயிருக்கிறது. அதிகமாகக் குளிர்கிறது. டில்லிக் குளிர். ஹோலி வரைக்கும் கூட வரும் நட்பான குளிர், மூக்கடைப்புக்கு இங்கே வைத்தியம் பார்ப்பார்களா?

௭

விடிந்து கொண்டிருந்தது. கனவான்கள் அரை டிராயர் அணிந்து காலில் சராய்களோடு ரிங் ரோடில் ஓடிக் கொண்டிருந்தார்கள். அல்லது தலையில் கம்பளி முண்டாசும், கையில் கோலுமாகப் பால் வாங்கப் போய்க் கொண்டிருந்தார்கள். காக்கி நிக்கரும், கையில் குண்டாந்தடியுமாக மளிகைக் கடைக்காரர்களும், மற்றவர்களும் உடன்படாதவர்களை அடக்க வலிமை பெற உடற்பயிற்சி செய்யப் போனார்கள். செளத் எக்ஸ்டென்ஷன் வரை நடந்து வந்த பிறகு தான் கார் ஞாபகம் வந்தது. போக வேண்டும். போனால், திரும்பவும் சந்தேகமான போலீஸ்காரர்கள். கண்டிப்பான ஆஸ்பத்திரிப் பணியாளர்கள், பேரழகும் சுறுசுறுப்புமான நர்ஸ்கள், கித்தானைக் கிழித்துக் கிடத்தின மாதிரி போத்தி, மற்றும் அவன் பிள்ளை.

காரைச் சுற்றி நான்கைந்து பேர். அங்கே பக்கத்தில் போகும் போதே வயிற்றைப் புரட்டுகிற நெடி. நான் கார் கதவைத் திறந்தபோது, பெரிய மீசையோடு இருந்தவன் கேட்டான் - 'என்ன சாப், சிங்கம் புலி ஏதாவது ஏற்றிக் கொண்டு வந்தீர்களா?'

பின்சீட் முழுக்க அசுத்தமாக இருக்கிறது. போத்தி செய்த வேலை தான். இதைக் கழுவித் துடைக்கவே காலன் காலனாகத் தண்ணீர் வேண்டியிருக்கும்.

உள்ளே நான் ராத்திரி பார்த்த டாக்டரும் நர்ஸும் டியூட்டி முடிந்து புறப்பட்டுப் போய்க் கொண்டிருந்தார்கள். அந்த நர்ஸ் ராத்திரி தென்பட்ட தேவதை நிலையில் இருந்து, டெட்டால் கழுவிய சிமெண்ட் தரையில் நகம் வெட்டாத பாதங்களோடு நிற்கும் மத்திய வயசு தொட்ட பெண்ணாகி இருந்தாள். டாக்டரோ வெள்ளை கோட் தரித்த அப்ரண்டிஸ் தேவதூதனாக ஆகியிருந்தார்.

சின்னப் போத்தி வரிசையான நாற்காலிகளில் கடைசி இருக்கையில் உட்கார்ந்தபடிக்குத் தூங்கிக் கொண்டிருந்தான். போலீஸ்காரர் யாரும் கண்ணில் படவில்லை.

‘உங்கள் நண்பர் பூரணமாகக் குணமடைந்து விட்டார்.’

என்னை மட்டும் பார்த்து முழுவதாகச் சிரித்தபடி நர்ஸ் சொன்னாள். அவளுக்கு மறுபடி தேவதைச் சிறகுகள் முளைத்தன. சூரியோதயத்தில் நல்வாக்கு தருகிற ஆரணங்குகளுக்கு தோத்திரம்.

‘காரிலேதானே வந்திருக்கிறீர்கள்?’ டாக்டர் கேட்டார்.

‘ஆமாம், ஆனால் நோயாளியை ஆட்டோ ரிக்ஷாவில் அழைத்துப் போகலாமா?’

‘ஏன், ஏதாவது சிரமம் உண்டோ?’

‘நேற்று ராத்திரி இங்கே கொண்டு வந்ததில், பின்சீட் முழுக்க வாந்தியும் பேதியுமாக விஷம் வேலை செய்திருக்கிறது. காரைக் கழுவ அனுப்ப வேண்டும்.’

‘அவர் விஷம் சாப்பிட்டதாக யார் சொன்னார்கள்? நீங்கள் பார்த்தீர்களா?’

‘இல்லை... ஆனால் அவன் சொன்னது போல இருந்தது... அப்புறம் அவன் இருந்த நிலை... இங்கே பேச்சு மூச்சில்லாமல் தூக்கி வந்து போட்டது...’

’இருக்கட்டுமே, அவர் விஷம் சாப்பிட்டதாக எதை வைத்துச் சொல்கிறீர்கள்?’

எனக்குப் புரியவில்லை. சத்தியமாகப் புரியவில்லை.

'உங்கள் நண்பர் எதையும் சாப்பிட்டிருக்கலாம். அது கோனியாக்காகவோ, வோட்காவாகவோ, பிளயின் ஆரஞ்சு ஜூஸாகவோ கூட இருக்கலாம். அதைக் குடித்த பிறகு அவருக்குத் தீவிரமாகத் தோன்றியிருக்கிறது. தான் இறந்து போகப் போவதாக ... அதுவும் உடனே சாகப் போவதாக... இது ஒரு அனுமானம் தான்... உங்கள் காரை அசுத்தப்படுத்தியது அவர் சாப்பிட்ட சமாசாரம் இல்லை. அவருடைய பயம். சாவு பற்றிய பயம்.'

'இந்த நடத்தைக்குக் காரணம் என்னவாக இருக்கும்?'

'என்னைக் கேட்டால்? நீங்கள் தெரிந்து கொண்டு எனக்கும் சொன்னால் மருத்துவ உலகம் உங்களுக்கு நன்றி உள்ளதாக இருக்கும். நான் வருகிறேன். குளித்து விட்டுத் தூங்க வேண்டும்.'

'இனிமையான கனவுகள்' என்று நர்ஸ் அவரை வாழ்த்தி இளங்காலைப் பனியில் சுறுசுறுப்பாக நடந்து பஸ் ஸ்டாப்பை நோக்கிப் போனாள்.

நான் உள்ளே நுழைந்தேன்.

10

போத்தி படு உற்சாகமாகக் காலை வணக்கம் என்றான். இந்த நாளில் எப்படியாவது வாழ்ந்து விட வேண்டும் என்ற உறுதி அவன் குரலில் தெறித்தது. உடலில் இருந்து பிடுங்கிப் போடப்பட்ட குழாய்களும், கையில் அப்பி இருந்த பஞ்சும், கண்ணில் லேசான களைப்பும் மட்டும் நேற்றைய தினத்துக்குப் பாக்கி சாட்சிகளாக இருந்தன.

‘இப்போது எப்படி இருக்கிறது?’ அபத்தமான, பதிலை எதிர்பார்க்காத கேள்வியை நான் கேட்டேன்.

‘தரக்கேடு ஒன்றும் இல்லை. இன்று அலுவலகம் போக முடியாது என்று நினைக்கிறேன். டாக்டர் ஓய்வு எடுக்கச் சொன்னார்.’

‘பாதகமில்லை. ஆபீசுக்குப் போன் செய்து விடுகிறேன். நானே போவதாக இல்லை. ராத்திரி பூரா தூங்கவில்லை.’

‘ஏதும் கவிதைகள் எழுதிக் கொண்டிருந்தாயோ?’

இவனை விஷம் கொடுத்துக் கொன்றிருக்கலாம்.

தூங்கிக் கொண்டிருந்த பையனைத் தட்டி எழுப்பிக் கூட்டிக் கொண்டு கிளம்பினேன்.

‘கன்னடா ஸ்கூல் மெஸ்ஸில் காப்பி சாப்பிட்டு விட்டுப் போ.’

காரைக் கழுவுவதற்காக வீட்டுவிட்டு வீடு போய்ச் சேர்ந்து உள்ளே நுழையும் போது, பிடரியில் தடாரென்று மோதி தினசரிப் பத்திரிகை வந்து விழுந்தது. அசட்டுச் சிரிப்போடு பேப்பர் பையன் சலாம் செய்து விட்டு இன்னொரு பேப்பரை ரப்பர் பேண்ட் இட்டு அடுத்த வீட்டின் இரண்டாவது மாடிக்குக் குறி வைத்து எறிந்து விட்டு சைக்கிளை மிதித்துக் கொண்டு போனான்.

களைப்பான கண்களோடு பத்திரிகையைப் புரட்ட பக்கத்துக்குப் பக்கம் மருந்துக்குக் கூட நல்ல வார்த்தை இல்லை. ஏழாம் பக்கத்தில் ஆந்திராவில் ஏதோ கிராமத்தில் ஒரு கிழவி தற்கொலை செய்து கொண்ட செய்தி. தொன்னூற்று ஏழு வயது. குடும்பத் தகராறு காரணமாம். போத்திக்குக் காண்பிக்க வேண்டும்.

போத்தியின் பிள்ளை ‘அப்பாவுக்கு அபாயம் உடனே வரவும்’ என்று அம்மாவுக்குச் சங்கணாச்சேரிக்குக் கொடுக்க என்று தந்தி எழுதி எடுத்து வந்ததை ‘எப்போ வருவே? கடிதம் தொடர்கிறது’ என்று மாற்றி எழுதிக் கொடுத்து விட்டுப் படுக்கையில் விழுந்தேன். இன்று ராத்திரிப் போஜனம் சங்கணாச்சேரியில் எந்த மட்டில் இருக்கும்?

நானும் அந்தப் பஞ்சாபி போலீஸ்காரரும் ரஞ்சனாவின் அத்தை பிள்ளையும் ராஜபாளையத்துக்கு பஸ்ஸில் போய்க் கொண்டிருந்தபோது வாசலில் அழைப்பு மணி ஒலிக்க ஆரம்பித்தது.

பின்குறிப்பு

மூன்று குளிர்காலங்களும், நான்கு வேனில் காலங்களும் முடிந்து விட்டன. நான் போன ஞாயிற்றுக்கிழமை முதல் முறையாகதலைக்கு டை அடித்துக் கொண்டு விரல் கருப்பாகி விரல் சூப்பிக் கொண்டு திரிந்தேன். ரஞ்சனா ஒரு சுற்று குண்டாகி இருக்கிறாள். அவள் வீட்டில் வியாழக்கிழமை ராத்திரி பஜனைகளில் கலந்து கொண்டு ‘ராம் ஏக், ராம் தோ, ராம் தீன்’ என்று

எண்ணி ஆயிரத்தெட்டு ராமநாமம் பாடி வருகிறேன். எட்டரை லட்சம் ராம் முடிந்த பிறகு எங்கள் கல்யாணம் நடக்கக் கூடிய சாத்தியக்கூறுகள் இருக்கின்றன.

போத்தியின் வம்சம் மிக நீண்ட இடைவெளிக்குப் பிறகு விருத்தியாகி இருக்கிறது. அவன் மனைவி பெண்குஞ்சோடு சங்கணாச்சேரிக்கு ஷட்டில் சர்வீஸ் அடித்துக் கொண்டிருக்கிறாள். இடுப்பில் கைக்குழந்தையோடு, வயது வந்த பையன் முன் வளைய வருவதை அசௌகரியமாக உணர்ந்திருக்கலாம்.

சின்னப் போத்தி மீசையெல்லாம் வைத்துக்கொண்டு ஸ்கூட்டரில் ராட்சச வேகத்தில் பறந்து பஞ்சாபிக் குட்டிகளைக் கணக்குப் பண்ணிக் கொண்டிருக்கிறான். அவ்வப்போது அவன் பின்னால் பில்லியனில் உட்கார்ந்து முதுகை இறுக்கத் தழுவிப் போகிற பெண்ணைப் பார்த்து, பெருமூச்சு விட்டுக் கொண்டிருக்கிறேன்.

அலுவலகத்தில் என்னைப் போடா படவா என்று புறங்கையால் தள்ளிவிட்டு போத்திக்கு ஒரு பதவி உயர்வு கொடுத்திருக்கிறார்கள். நான் இன்னும் அவனை சார் என்று விளிக்க ஆரம்பிக்கவில்லை.

போத்தியோ, பிரஸ்தாப தினத்தில் என்னத்தைக் குடித்தான், ஏன் குடித்தான் என்று ஒரு தகவலும் வெளியிடவில்லை. போலீஸிலும் கண்டுகொள்ளாமல் விட்டுவிட்டார்கள்.

ஒரு மாற்றம் தெரிகிறது. கொசுவர்த்திச் சுருள் கொளுத்தாமல் அவனால் ராத்திரி தூங்க முடிகிறது என்று சொல்கிறான். 'என்னமோ தெரியலே... கொசு ஏதும் என்னைக் கடிக்கறதில்லே.'

நான் கன்சோலில் கவிதை எழுதுவதை விட்டுவிட்டேன். புரோகிராம் அடித்துத் திருத்திய பழைய கம்ப்யூட்டர் தாளை எல்லாம் சேர்த்து வைத்துப் பின்பக்கத்தில் கதை எழுதிக் கொண்டிருக்கிறேன். இதைப் போல.

(நிறைவு)

ராத்திரி வண்டி

'கணையாழி'யில் தி.ஜானகிராமன் நினைவுக் குறுநாவல் போட்டியில் தேர்வாகி, ஜூன் 1992-ல் பிரசுரமானது. அட்சரா பதிப்பகம் வெளியிட்ட என் முதல் குறுநாவல் தொகுப்பான 'தகவல்காரர்' நூலில் இடம் பெற்றது.

இந்தக் குறுநாவலின் கதையாடல் பற்றிக் குறிப்பிட வேண்டும். நனவோடை சற்றே மாற்றமடைந்து கதைப் போக்கில் அவ்வப்போது முன்னால் வந்து வந்து போகும் இந்தக் கதையாடல், இதற்கு அப்புறம் எழுந்த என் அரசூர் நாவல்களுக்கான நடையைத் தீர்மானிப்பதில் பெரும் பங்கு வகிக்கிறது, காலமும் ஒரு தூலமான பரிமாணமாகக் கதையில் முன்னும் பின்னும் நகர்ந்து சதா இயங்கிக் கொண்டே இருக்கிறது.

என்னை வெகுவாக பாதித்த உ.வே.சாமிநாதய்யரின் 'என் சரித்திரம்' இந்தக் குறுநாவலில் முக்கிய இடத்தைப் பெறுகிறது. ஒரு வாழ்க்கை வரலாற்று நூலை, அதன் காலத்துக்கு நூறு ஆண்டுகள் பிற்பட்ட கதைக்களன் கொண்ட ஒரு புனைகதைக்குள் இழைந்து வரச் செய்யும் சோதனை முயற்சியில் நான் வெற்றி பெற்றதாகவே கருதுகிறேன். இது தமிழில் முதல் முயற்சியாக இருக்கும் பட்சத்தில் நான் மகிழ்ச்சி அடைகிறேன்.

உள்ளடக்கத்துக்காகவும், கதை சொல்லும் உத்திக்காகவும் கவனிக்கப்பட்ட படைப்பு இது. முக்கியமாக மறைந்த திரு நகுலன் போன்ற தமிழின் உன்னத படைப்பாளிகளால் பேசப்பட்டது.

★★★

1

ஏ ஹமாரா கர்த்தவ்ய ஹை கி இஸ் தேஷ் கி உன்னதி கே லியே..!

அப்புறம் மறந்து போச்சு. படிச்சுப் பதினஞ்சு வருஷம் கழிச்சு அதெல்லாம் ஏது ஞாபகம்?

இந்தி பண்டிட்டா அவன்? படவா, மாட்டடி அடிச்சான்.

'என்னடா சீவகப் பாண்டியா... லக்னோக்காரன் கணக்கா கடகடன்னு இந்தி படிக்கிறே... புத்தகத்தைக் கொண்டா பார்ப்போம்...'

அந்தச் சின்ன ரயில்வே ஸ்டேஷன் அமளிப்பட்டுக் கொண்டிருந்தது. விடிந்ததும் வர வேண்டிய ராமேஸ்வரம் பாசஞ்சர் சரியான நேரத்துக்கு வந்து அரைமணி நேரமாக நிற்கிறது. சரக்கு ரயில் கிராஸிங்க். வண்டி வருகிற வழியாக இல்லை. நூறு இருநூறு பேர் திமுதிமுவென்று ஸ்டேஷன் மாஸ்டர் சீவகப் பாண்டியன் மேஜைக்கு வந்து டீ கேட்கிறார்கள். வடக்கே எங்கோ கிராமப் பிரதேசங்களிலிருந்து கூட்டமாகப் புறப்பட்டு ராமேஸ்வரம் யாத்திரை போகிறவர்கள். விடியற்காலையில் வென்னீர் கூடக் கிடைக்காமல் என்ன

பிழைப்பு? கம்பார்ட்மெண்ட் குழாயிலும் தண்ணீர் இல்லை. இந்த ரயிலுக்கு என்ன கேடு? கிளம்புகிற உத்தேசமே இல்லையா? போகட்டும், ஒரு தேநீர்க்கடை கூடவா இங்கே இல்லை?

‘ஏ ஹமாரா கர்த்தவ்ய ஹை கி சாயா கடை இல்லேய்யா... வண்டியிலே உட்காரு... கிளம்பப் போறது...’

புயல் கடந்த, மொழி புரியாத பூமியில் குறைகளைக் கேட்டுக் கொண்டு நடக்கிற பிரமுகராக, பெரிய கூட்டத்தைக் கட்டுப்படுத்தத் தனியாக அனுப்பப்பட்ட கான்ஸ்டபிளாக, சலோ சலோ என்று மட்டும் திரும்பத் திரும்பச் சொல்கிற கோமாளியாகத் தன்னை சீவகன் உணர்ந்து கொண்டிருந்தான்.

ஒழுங்கா இந்தி படிச்சிருந்தா இவனுகளை என்னமா சமாளிச்சிருக்கலாம்... ‘கழுதே... புத்தகத்திலே ஓரமா தமிழிலே எழுதி வச்சுக்கிட்டா படிக்கறே படவா? யார்டா எழுதிக் கொடுத்தது? பக்கத்து வீட்டு அக்கா... என்னடா வயசு? பாவாடை தாவணியா? கையைப் பிடிச்சு மடியிலே உக்கார வச்சுக்கிட்டு சொல்லிக் கொடுத்தாளா? தொட்டியா? சும்மா சொல்லுடா... எங்கேல்லாம் தொட்டே? இந்தக் கைதானே தொட்டுது... கொஞ்சம் நீட்டுடா... கொடுத்து வச்ச கைடா...’

‘சார் சார்... அடிக்காதீங்க சார்...’

சீவகன் கையில் சுருட்டி வைத்திருந்த பச்சைக் கொடியால் இந்திப் பண்டிட்டைத் திருப்பி அடித்தான்.

‘போய்யா... யாருக்கு வேணும் உன் இந்தி? புஸ்தகத்தை எரிச்சாச்சு. இந்தி வாத்தியார் எல்லாம் ஆறாம் கிளாஸுக்கு சயன்ஸ் எடுக்கப் போனாங்க... ஏ ஹமாரா கர்த்தவ்ய ஹை கி நீ பசுவின் ஜீரண உறுப்புகளைப் படம் வரைந்து பாகங்களைக் குறி... பக்கத்து வீட்டு அக்காவை நான் பார்த்துக்கறேன். ‘பாவாடை தாவணியா? உமக்கு ஏன்யா பொறாமை? பாவாடையும் இல்லை, தாவணியும் இல்லை... முண்டு ப்ளவுஸ்... ராசுப்பய கூட்டிட்டு ஓடினானே, அந்த டீக்கடைக்காரன் பொண்டாட்டி மாதிரி... கையப் பிடிச்சேனா? எங்கே தொட்டேனா? அது உமக்கு அனாவசியம்... வண்டி கிளம்பப் போறது... போய் ஏறிக்குங்க...’

பாசஞ்சர் கிளம்பி ஊர்ந்த பொழுது சீவகனுக்குத் திரும்பவும் பதினைந்து வயது கூடியிருந்தது. அவன் சந்திக்கத் தயாராக இரண்டாவது அமளி ஆரம்பித்திருந்தது.

அது ஸ்டேஷன் சிமெண்ட் பெஞ்சில்.

2

'அசிங்கமாப் படம் போட்டிட்டிருக்கார் சார்... இங்கே கொஞ்சம் வாங்க...'

புக்கிங் கிளார்க் ராமசாமி குரல் முன்னால் வந்தது. அப்புறம் சங்கடமாகச் சிரித்துக் கொண்டே கலாசி கணபதி.

பெஞ்சில் யாரது?

அவன் கொஞ்சம் வித்யாசமாகத் தெரிந்தான். பிடிவாதம் பிடிக்கும் குழந்தையைப் போல் நாக்கைத் துருத்திக்கொண்டு சிமெண்ட் பெஞ்சின் விளிம்பில் தொக்கினாற்போல் உட்கார்ந்திருந்தான். முன்னால் விரித்து வைத்த பலகை. ஒரு முப்பது வயது. அழுக்கு கதர் ஜிப்பா. தலை காடு. பெஞ்ச் பக்கத்தில் ஒரு ஹவாய் செருப்பும் பாதியும்.

சுற்றி இருந்தவர்கள் சும்மா லாந்தி விட்டுப் போக வந்தவர்கள். இப்படியே ஸ்டேஷன் வழியாக நடந்து கொஞ்சம் தள்ளி மதகடியில் குத்த வைத்துவிட்டு, காலைக்கடன் முடித்த தேஜஸோடு திரும்பி உலகை எதிர்கொள்ளப் புறப்பட்டவர்கள்.

'ஊர் உலகம் கெட்டுப் போச்சுவே... படத்தைப் பாத்தீரா? நட்ட நடுவிலே அவன் பாட்டுக்கு பலகையை நிறுத்தி வச்சுக்கிட்டு

எளுதறான்... துணிக்கடைக்கு இருக்குமோ...கட்டினா எங்க சேலையைக் கட்டு... இல்லே... இப்படி முண்டக்கட்டையா தரையிலே கால் பாவாம நில்லு...'

அவன் யாரையும் லட்சியம் செய்யாமல் படம் போட்டுக் கொண்டிருந்தான்.

'கோன் ஹை பாய்?'

இந்திக்காரன் மாதிரி தெரியலியே. நல்ல கறுப்பா இருக்கான் பய.

'யாருப்பா அது?'

முகத்தை நிமிர்த்தி அவன் பார்த்தான்.

ராசு... ராசுப்பய இல்லே...?

அதே உயரம்... மலங்க மலங்க முழிக்கறது... நாக்கை வேறே துருத்திக்கிட்டு... ராசு. தம்பி... ஸ்டேஷன் மாஸ்டர் வேலையிலே சேர ஒரு நாள் இருக்கும்போது காணாமப் போனானே... அவனே தான்... அவனா?

'அப்பாவிப் பய... தம்பிக்கு ஒரு வழி பண்ணுப்பா... நீ நல்லா இருப்பே... உன் உத்தியோகம் மேலே மேலே வரும்... ராசு இங்கே வாடா... அண்ணன் வேலையிலே சேரப் போறான்... உடுப்பை இஸ்திரி போட்டு வாங்கிட்டு வாடா... போய் டீக்கடையிலே உக்கார்ந்திடாதே... அண்ணன் ஊருக்குப் போகணும்...'

அப்பாவிப் பய டீக்கடைக்காரன் பொண்டாட்டியோட ஓடியே போனான்.

இங்கே எப்படி வந்தான்? நான் இருக்கறது தெரிஞ்சிருக்குமோ? மூணு வருஷத்துலே படம் போடக் கத்துக்க முடியுமா என்ன? அந்தப் பொம்பளையை வச்சுப் பழகிக்கிட்டானா? ஒரு சாயலுக்கு... சாயல் என்ன, எப்படிப் பார்த்தாலும் என்னமா இருப்பா...

இல்லே... இது ராசு இல்லே... ராசுன்னா எழுந்து வந்து கட்டிக்க மாட்டானா என்ன? இவன் சிரிக்க மட்டும் சிரிக்கறான்.

'இதோ முடிச்சுட்டேன். ஃபைவ் மினிட்ஸ்... கொஞ்சம் காயணும்...'

சிநேகமாகச் சொன்னான்.

டீசண்டான ஆள் தான். கேக்கற தோரணையே சொல்றதே... என்ன தோணினதோ... இங்கே எறங்கி வரைஞ்சுக்கிட்டிருக்கான்... திடீர்னு மூடு வந்திருக்கும்.

'நீங்க எல்லாரும் போங்க... நான் பாத்துக்கறேன்... ஆர்ட்டிஸ்ட்னா அப்படி இப்படித்தான் இருப்பாங்க... அவங்க கண்ணுலே அசிங்கம் கிடையாது. மனசும் அப்படித்தான்...'

நமக்குக் கூட இப்படியெல்லாம் பேச வருதே. சொசைட்டி எலக்சனுக்கு நிக்க வேண்டியதுதான்.

சீவகன் பெஞ்ச் ஓரத்தில் உட்கார்ந்து கொண்டான். படத்தையும் வரைகிறவனையும் மாறிமாறிப் பார்த்தான்.

ஒரு பெரிய மண்டபம். சுருள் சுருளாக இருட்டும் வெளிச்சமும் மாறி மாறி நிறம் காட்ட, வளைந்து போகும் மாடிப் படிகள். அந்த மாய லோகத்தில் ஒரு பக்கம் ஓட்டை உடசல் நாற்காலி, பழைய கடியாரம், பெடஸ்டல் ஃபேன் என்று அம்பாரமாகக் குவிந்திருக்கிறது. உடம்பில் துணி இல்லாமல், ஒரு இளம்பெண் படிக்கட்டு அருகே தரையில் கால் பாவாமல் மிதந்து கொண்டிருக்கிறாள். கையில் கோல் விளக்கோடு அந்தரத்தில் அலைகிற யட்சி.

சுட்டெரிக்க ஆரம்பிக்கிற வெய்யில். ஸ்டேஷனுக்கு வெளியே சரளைக்கல் பரப்பில் பையன்கள் சைக்கிள் படித்துக் கொண்டிருந்தார்கள்.

ஸ்கூல் லீவ் விட்டா வீட்டுலே உக்காந்து புத்தகம் படிக்கறது... படம் போடறது... புறா... பானை மூடியிலே மலை... படகு...

சாயந்திரம் அஞ்சு மணிக்கு ஒரு ரயில், காலம்பற ஏழுக்கு ஒண்ணு... இதுக்காக கோட்டை மாட்டிக்கிட்டு கொட்டக் கொட்ட உட்காந்திருக்கணும்... இந்தப் படம்... இத்தனையுமா இங்கே உக்காந்து வரைஞ்சிருப்பான்? பாதி வரஞ்சு எடுத்திட்டு வந்திருப்பானா இருக்கும்... இதெல்லாம் வெலை போகுமா?

எம்புட்டு பெறும்?

டிராயிங் மாஸ்டர் பானை மூடியில் ஓட்டை போட்டு ... எப்படித் தான் போடுவாரோ... இயற்கைக் காட்சி வரஞ்சு தருவார்... மஞ்சப் பிள்ளையார் புடிச்சு வச்ச மாதிரி ரெண்டு மலை, தண்ணி, தலப்பா கட்டிக்கிட்டு ஓடத்திலே போறவன்... எல்லாம் ஒரு ரூபாய்க்கு.

ஆனா... ஸ்கூல்லே டிராயிங் கிளாஸ்லே புறா மட்டும் தான் வரைவார். அது என்னமோ, வருஷம் பூரா புறா வரஞ்சே ஒப்பேத்திட்டு, தினசரி சாயந்திரம் ஆனந்தா டாக்கீஸிலே டிக்கட் கிழிக்கப் போயிடுவார்.

சீவகன் மணலில் வலது கால் பெருவிரலால் புறா வரைய முயற்சி செய்தான். சரளைக்கல் பரவிய மண் உம்மென்று கிடந்தது.

இந்த மண்ணுலே காலைத் தேச்சா தோல் உரிஞ்சு ரத்தம் தான் வரும். நாகநாதர் கோயில் சுவரா என்ன, எம்மேலே எழுது எழுதுன்னு கூப்பிட? இந்தி ஒழிகன்னு எழுதி, புறா மண்டை வரைஞ்சு, அதிலேயிருந்து குல்லா வச்ச தலை வரஞ்சு... அந்த மாதிரி ஆசாமிங்கதான் திண்டு தலைகாணியிலே சாஞ்சுக்கிட்டு இந்தி வளர்க்க காரியக் கமிட்டி அது இதுன்னு கூட்டுவாங்க... தமிழ்ப் பத்திரிகையிலே பாதி கருப்பா போட்டோ எல்லாம் வரும்... குல்லா வச்சுக்கிட்டு... திண்டு தலைகாணியிலே சாஞ்சுக்கிட்டு... கீழே இந்தி ஒழிக எழுதி...பக்கத்திலே ஒத்தை மயிர்க் குடுமியோட இந்திப் பண்டிட்டும் வரஞ்சு... அதுங்கீழே இந்திப் பண்டிட்டும் ஒழிக...

டிராயிங் மாஸ்டர் பார்த்தா சிரிச்சிருப்பார்... போர்டைப் பார்த்து ரெட்டைப் புறா வரைங்கடா... கதையா? என்ன கதை? பூசணிக்காய் கதையா? போன வாரம் தானேடா சொன்னேன்... சரி சொல்றேன்... ஆனந்தா தியேட்டர்லே இண்டர்வெல்லுலே ஊர்ப்பய எல்லாம் குத்த வச்சு மூத்தரம் போற மண்ணுலே பூசணிக்கா கொடி போட்டாங்க... என்னமா காச்சது தெரியுமா? இந்த மாதிரி... இப்படி.... இப்படி.... அவன் அவன் எனக்கு உனக்குன்னு தூக்கிட்டுப் போனான்... இவன்

பாரு தலையிலே தூக்கிட்டு ஓடுறான்... இவன்... சைக்கிள் காரியர்லே... கவுறு போட்டுக் கட்டி.... இவன் அறுத்து கோணிச் சாக்கிலே அடைச்சுக்கிட்டு... எல்லாப் பயபுள்ளையும் வீட்டுலே பூசணிக்கா சாம்பார் வச்சுச் சாப்பிட்டானுங்க... சாப்பிடறான் பாரு... மொழங்கையிலேருந்து நக்கிக்கிட்டு... அப்பறம் என்ன ஆச்சு? என்ன ஆச்சுன்னா... இதான் ஆச்சு... சொரி... உலக மகா சொரி... எத்தனை கிலோ யூரியா... சொரியறான் பாரு... முதுகிலே இழுத்து இழுத்து... குடுமியா... போட்டுட்டாப் போச்சு...

குடுமி வைத்தவர்களையும் குல்லா போட்டவர்களையும் தாராளமாகக் கிண்டல் செய்யலாம். இந்தி பண்டிட்களையும். அப்புறம் பெண்டாட்டியைத் தொலைத்த டீக்கடைக்காரர்கள்...

ராசுப்பய ஓடினதுக்கு அப்புறம் கோயில் சுவர்லே எவனோ வடைன்னு ஆரம்பிச்சு எழுதியிருந்தான். பக்கத்திலே பொம்பளை படம். டிராயிங் மாஸ்டர் கிட்டே படிச்ச பயதான்... பொம்பளைக்கு எப்படி புறா சாயல் வரும்?

இந்தா வரையறானே இந்தப் பொம்பளைக்கு ... பொம்பளையா, மோகினியா... இடுப்பிலே ஏதாவது முண்டு மாதிரி சுத்தியிருந்தா நல்லா இருக்கும்... மறைச்சாத் தானே பார்க்கத் தோணும்... அது என்ன... கதையிலே வருமே... இன்ப ஊகங்களுக்கு இடமளித்தது... யட்சிக்கு ரவிக்கை போட்டா? சிவகாசி காலண்டர்லே எட்டுக்கையோட வர்ற உருவம் கூட ரவிக்கை போட்டு, மாரு எடுப்பா இருக்கும்... தையக்காரன் எப்படி தைப்பான்? எப்படிப் போட்டுக்கறது?

சித்திரக்காரன் படத்தைச் சுருட்டி வைத்தான். சோம்பல் முறித்தான்.

'நீங்க ஊர் மாறி இறங்கிட்டீங்கன்னு நெனைக்கறேன். இங்கே பக்கத்துலே பார்க்க வேண்டிய இடம்னு ஒண்ணும் கிடையாது.'

'ராமேஸ்வரம் வரைக்கும் டிக்கெட் வாங்கியிருக்கேன்'

'ராமேஸ்வரம் வண்டி இனிமே நாளைக்குக் காலையிலேதான் வரும்.'

'அப்படியா?'

'ஆமா, அதுக்கு வேறெ டிக்கட் வாங்கணும்'

'சரி'

'இங்கே சாயந்திரம் வரைக்கும் ஒரு வண்டி கூட வராது. சாயந்திரம் ஆறரைக்கு ராமேஸ்வரத்திலேருந்து திரும்பற வண்டி வரும். அவ்வளவு தான். இங்கே தங்கக்கூட ஓட்டல் அது இதுன்னு எதுவும் கிடையாது.'

'நீங்க தண்ணி கொடுக்க மாட்டீங்களா? வாரணாசியிலே ஒரு சாமியார் தண்ணியக் குடிச்சு மூணு மாசம் விரதம் இருந்தாராம்... எனக்கு காப்பி போதும்... என் மூஞ்சி பிடிக்காம வாசல்லே நிக்க வச்சுப் பேசினாலும், திண்ணையிலே இருக்கச் சொல்லி காப்பி கொடுப்பாங்க...'

என்ன மனுசன் இவன்? கிறுக்கனா? சாமியாரா? சாமியார் ஏன் துணி இல்லாத படம் போடறான்?

இது ரயில்வே சொத்து. அத்துமீறி உள்ளே வந்து தங்கறது தப்புன்னு கறாராச் சொல்லிடலாமா? பாரு, பய திரும்பவும் நாக்கைத் துருத்திக்கிட்டு பரிதாபமா நிக்கறான்... ராசு... உன்னைப் பார்த்து பரிதாபப்பட்டுத்தான் அவ வந்தாளாடா? பின்னே அவன்? அந்த டீக்கடைக்காரன்? சாரமில்லேன்னு புதுசா பாய்லர் வாங்கி வேறே எங்கேயாவது கடை போட்டிருப்பான்...

பெஞ்சிலிருந்து ஒரு பெரிய ஹோல்டால் மாதிரி ஏதோ சரிந்து விழ உள்ளே நிறையப் படங்கள்... ஒரு புத்தகம்...

சீவகன் புத்தகத்தைக் குனிந்து எடுத்தான்.

'என் சரித்திரம்'

சித்திரக்காரன் சந்தோஷமாகச் சொன்னான்.

'என்னுதுன்னா... என்னோடது இல்ல... உ.வே.சாமிநாத அய்யரோடது...'

சீவகன் புத்தகத்தைப் புரட்ட, உத்தமதானபுரம், பண்டார சந்நிதிகள், ஆறுமுகத்தா பிள்ளை வரவு, இந்திர இழவூர் எடுத்த

காதை என்று துண்டு துணுக்காகப் பார்வையில் தெரிந்து மறைந்தன.

‘இதெல்லாம் நல்ல விலைக்குப் போகுமா?’

சீவகன் படத்தைக் காட்டிக் கேட்டான்.

‘உசைன்... பெந்த்ரே... விவியன் சுந்தரம்... பூபேன் கக்கர்... கீவ் பட்டேல்... அர்ப்பணா கவுர்...’

ஒரு எழவும் புரியலேடா.

‘ராமச்சந்திரன் இந்த வரிசையிலே இல்லே’

‘அது யாரு?’

‘நான் தான்... எனக்கு குளிக்க மட்டும் ஏதாவது இடம் கிடைக்குமா? குளிச்சுட்டுக் கிளம்பிடறேன்...’

‘வாங்க போகலாம்...கணபதி, புக்கிங் கிளார்க்கை கொஞ்சம் பார்த்துக்கச் சொல்லு... வீடு வரைக்கும் போய்ட்டு இதோ வந்துடறேன்...’

சீவகன் நடக்க ஆரம்பித்தான். பின்னாலேயே சித்திரக்காரனும்.

3

தேசிகர் ஒடுக்கத்தில் இருக்கிறார். வெளியே ஓதுவார்கள் சத்தம் போட்டுப் பாடிக் கொண்டிருக்கிறார்கள். இது வழக்கமான தேவாரப் பண் இல்லை. இங்கிலீஷ் மோஸ்தரில் கட்டிய பாட்டு...

'துங்கஞ்சார் தருதுரைசை யில்வளர் சுப்பிரமணிய தயாநிதியே...'

அலையில் மிதக்கிற படகுபோல, பெங்குவின் பறவைகள் கூட்டமாக அடியெடுத்து வைக்கிறது போல், தோய்த்து உலர்த்திய காவித் துணிகள் காற்றில் பறந்து அலைக்கழிவது போல... காதிலே ஜவ்வந்திப் பூ வைத்து, கூரை வேய்ந்த மண்டபம் அதிரக் குதித்துக் குதித்து ஆடுகிறார்கள். ராமச்சந்திரன் காதில் பென்சிலைச் செருகிக் கொண்டு குற்றாலம் போக நேரமாகிவிட்டது என்று யாரிடமோ சொல்கிறான். 'ஸ்டேஷன் மாஸ்டர் டீ போட்டு எடுத்து வரட்டும்... சாப்பிட்டு விட்டுப் போகலாம்...' என்கிறார் அவர். எல்லோரும் வெளியே வருகிறார்கள், முதலில் தேசிகர், அப்புறம் மகாவித்துவான். இன்னும் பாட்டை நிறுத்தாமலேயே ஓதுவார்கள். ராமச்சந்திரன் கடைசியில் கையில் 'என் சரித்திர'த்தை இடுக்கிக் கொண்டு வருகிறான்...

ராமச்சந்திரன் கண்ணை மெல்லத் திறந்து பார்த்தான். ஸ்டேஷன் மாஸ்டர் வீடு வெறிச்சோடிக் கிடக்கிறது.

‘ஒய்ஃப் அம்மா வீட்டுக்குப் போயிருக்காங்க.’

ஸ்டேஷன் மாஸ்டர் டீ போட்டு எடுத்து வந்தான்.

‘குளிச்சிட்டுக் கிளம்பினா, ஒரு கால் அவர்லே டவுனுக்குப் போயிடலாம். ஜட்கா வண்டி இருக்கு. அங்கே ஓட்டல்லே சாப்பிட்டு, மண்டபம் போற பஸ்ஸைப் பிடிச்சா சாயந்திரத்துக்குள்ளே ராமேஸ்வரம் போய்ச் சேர்ந்துடலாம்...’

ராமேஸ்வரத்தில் அப்படி என்ன இருக்கிறது என்று இந்த ஸ்டேஷன் மாஸ்டர் தன்னைப் போகச் சொல்கிறான் என்று புரியவில்லை. அரசாங்கக் கட்டடத்தில் படம் வரைந்தது குற்றமென்று நேற்று ராத்திரி அவசரச் சட்டம் ஏதும் பிறப்பிக்கப்பட்டு, யாராவது பிடிவாரண்டோடு வருகிறார்களோ என்னமோ.

‘டீ குடியுங்க.’

ஸ்டேஷன் மாஸ்டர் மேஜைப் பக்கம் கை காட்டினான்.

‘இன்னிக்குப் பால்காரன் வரலை. பால்பொடியிலே தான் போட்டேன். ஏதோ ஒண்ணு... சூடா இருக்கணும்... அவ்வளவுதான்...’

‘ஆமா, சூடா இல்லாட்ட வெளிக்குப் போக முடியாது’

ராமச்சந்திரன் சுபாவமாகப் பதில் சொல்லி விட்டு ஸ்டேஷன் மாஸ்டரைப் பார்த்து சிநேகிதமாகச் சிரித்தான். சகஜமான உரையாடலுக்கு இது போதாதோ என்னமோ. கொஞ்சம் யோசித்து விட்டுச் சொன்னான் -

‘வடக்கே எல்லாம் டீத்தூளை பாலோட சேர்த்துக் கொதிக்க வச்சுத்தான் டீ தயார் பண்ணுவாங்க’.

‘நல்லா இருக்குமா என்ன அது?’

ஸ்டேஷன் மாஸ்டர் கவலையோடு கேட்டான்.

'நான் வாரணாசியிலே இருந்தபோது அப்படிக் குடிச்சே பழகிடுத்து'

'வாரணாசின்னா காசிதானே? பெரிய கோயிலெல்லாம் இருக்கு இல்லே?'

'நான் அங்கே மசான கட்டத்தைத் தான் வரஞ்சுக்கிட்டிருந்தேன். எரிச்சு எரிச்சு கங்கையிலே விடுவாங்க. படிக்கட்டு எல்லாம் சாவு பூசிக்கிட்டு எப்பவும் வைராக்கியத்தோட கிடக்கும்.'

'பார்க்க எப்படியோ இருக்குமே...'

'நல்லா இருக்கும். புகையும் நெருப்பும் அழகுதானே... ஏகப்பட்ட படிக்கட்டுக்கு நடுவே தண்ணியிலே நானே எரிஞ்சுக்கிட்டே மிதக்கறதா வரஞ்சேன்...'

'இதிலே இருக்கா?'

ஸ்டேஷன் மாஸ்டர் ஹோல்டாலைக் காட்டிக் கேட்டான்.

'இல்லை. சப்பாத்திக்கு காசு இல்லேன்னு கடைக்காரன் கிட்டே கொடுத்திட்டேன். அவன் அது பைசா பெறாதுன்னு சொன்னான். அவன் அப்பா படம் வரைஞ்சு தரச் சொல்லி போட்டோ கொண்டு வந்து கொடுத்தான். நான் தனியா எரிவானேன்னு அவன் அப்பாவும் கூடச் சேர்ந்து எரியறதா போட்டுக் கொடுத்தேன்...'

ஸ்டேஷன் மாஸ்டர் ஏன் இத்தனை ஆச்சரியமாகப் பார்க்கிறான் என்று தெரியவில்லை. சுபாவமாகக் கூட தன்னால் பேச முடியவில்லை என்று வருத்தமாக இருந்தது.

'குளிக்கிறீங்களா? சீக்கிரமா கிளம்பினா மத்தியான சாப்பாட்டுக்கு மண்டபம் போயிடலாம்'

சாவி கொடுக்கப்பட்ட பொம்மை போல், காட்டியத் திசையில் நடந்தான். பின்னால் குரல் வந்தது -

'துண்டு எடுத்துக்குங்க.'

ஹோல்டாலில் இருந்து ஒரு கட்டு காகிதத்தை உருவிக் கீழே போட்டான்.

‘ஸ்கெட்ச். கான்வாஸிலே எல்லாம் போடணும். காசுதான் இல்லே... அது கிடக்கு... பல்பொடி இருக்கா...உமிக்கரி கூட போதும்...’

‘பாத்ரூமிலே பயோரியா பல்பொடி டப்பா இருக்கு..துண்டு வேணுமா...’

அவன் நாக்கைத் துருத்தினான்.

‘எங்கிட்டே குற்றாலத் துண்டு இருக்கு... போதும்...’

ஹோல்டாலில் இருந்து பழைய துண்டை எடுத்துப் போட்டான். தேசலாக ஒரு சோப்புத் துண்டும் உள்ளே இருந்து விழுந்தது.

‘நீங்க நல்லா டீ உண்டாக்கியிருந்தீங்க... தாங்க்ஸ்’

‘பாத்ரூம் மக் வெளியிலே இருக்கு. அந்தப் பக்கம் டாய்லெட்.’

‘ரொம்ப தாங்க்ஸ். நீங்க சரவணன் மாதிரி ஹெல்ப் பண்றீங்க.’

‘யாரு அது?’

‘ஆர்ட் காலேஜ்லே சீனியர். பானர் வரையறான் இப்ப’

‘பாத்ரூமிலே கதவு சரியாச் சாத்தாது. கொஞ்சம் அறைஞ்சு சாத்தணும்.’

குவளை குவளையாகத் தண்ணீரை எடுத்து விட்டுக் கொண்டபோது அவன் குற்றாலத்தில் இருந்தான்.

சந்தோஷமாகப் பாடுகிற, அவ்வப்போது பயம் கொள்ள வைக்கிற, கூகூ என்று கூச்சலிட்டு ஆர்ப்பாட்டம் செய்யும்படி உற்சாகம் பீறிடச் செய்கிற, அரையில் சிறுநீர் பிரியப் பிரியத் தலைமேல் குளிர்ந்த தாரையாகக் கும்மாளம் போட்டு இறங்குகிற, சுற்றிலும் சின்னச் சின்னத் திவலைகளை வீசி, கண்ணுக்கு முன் நீர்க் கண்ணாடி வழியே எதிரே இருக்கிற மலைகள் எல்லாம் குவி ஆடியில் பார்க்கிறது போல எல்லா விகிதமும் மாற்றிக் காண்பிக்கிற் அருவி. ராமச்சந்திரன் குளித்து விட்டு வருகிறான். பென்னிங்டன் துரை அறையில் லங்கோட்டோடு குளிக்கக் காத்துக் கொண்டிருக்கிறார். பின்னால் டெபுடி தாசில்தார் அய்யங்கார், பெருமாளை எழுந்தருளப் பண்ணி

நடந்து வருகிறது போல், குடையைப் பொத்தாம் பொதுவாகப் பிடித்துக் கொண்டு பவ்யமாக வருகிறார். யாரோ ராமச்சந்திரன் கையில் காகிதத்தைத் திணிக்கிறார்கள்.

‘பார்த்துப் பாடு’

‘பென்னிங்டன் துரையே நின்னைக்
குற்றாலந் தனில்கண்ட குதூகலம் இங்கெவராலும்
கூற ஒண்ணாதே...’

குரல் உச்சஸ்தாயியில் போகும்போது தலையிலிருந்து வழிந்த தண்ணீர் தொண்டையில் இறங்குகிறது.

துரை தடுமாறுகிற தமிழில், ‘நீர் இன்று ஒரு ராத்திரி இங்கே தங்க வேண்டியிருக்கும். குட்ஸ் தரம் புரண்டு ரயில் ஓடாது. சும்மா இருக்கிற நேரத்தில் நன்றாகப் பாடிப் பழகிக் கொள்ளும். ஓதுவார்கள் இங்கிலீஷ் டியூன் சொல்லித் தருவார்கள்’ என்கிறார்.

மூக்கில் தண்ணீர் ஏற, ராமச்சந்திரன் இருமிக் கொண்டு வெளியே வந்தபோது, ஸ்டேஷன் மாஸ்டர் அவன் ஹோல்டாலிலிருந்து எடுத்துப் போட்ட படங்களை ஒவ்வொன்றாகப் பார்த்துக் கொண்டு நாற்காலியில் உட்கார்ந்திருந்தான்.

4

சிவகன் எல்லாப் படங்களிலும் பிரம்மாண்டமான கட்டிடங்களைப் பார்த்தான்.

மஞ்ச மசேல்னு, பச்சை மினுக்கிக்கிட்டு... நடுவிலே நடுவிலே கசாப்புக்கடை சுவர் மாதிரி சிவப்பு வேறே தெளிச்சு இருக்கு... சொல்லி வச்சாப்பிலே எல்லாம் இருளோன்னு கிடக்கு... அப்புறம் எல்லாத்திலேயும் ஓட்டை உடசல் கடியாரம், மரப்பெட்டி, பிரம்பு பிஞ்சு தொங்கற நாற்காலி... ஒண்ணுலே ஒரு பொம்பளை முகத்தைத் தலை முடியாலே மறச்சுக்கிட்டு மாடி ஏறிட்டு இருக்கா. ஜன்னலுக்கு வெளியே ஒருத்தன் தலையிலே மூட்டையைத் தூக்கிட்டு நிக்கறான்... இன்னொரு படத்துலே வழுக்கைத் தலைக்காரன் ஒருத்தன் மாடிப்படியிலே உருண்டு வர்றான்... இந்தப் படம் இன்னும் விசேஷம். ஒரு சின்னப் பையன் மேல் படியிலே இருந்து ஒரு பெரிய மேஜையை - மூணு கால் தான் அதுக்கு - கீழே தள்ளி விடறான். கீழே யாரோ முகத்தை சிடுசிடுன்னு வச்சுக்கிட்டு தொங்கிப்போன மாரோட தரையிலே உக்காந்திருக்கா... மேஜை டிராயர் பாதி திறந்து வழுக்கைத் தலையன் தலை மட்டும் தெரியறது... இது இன்னிக்குக் காலையிலே போட்டுட்டு இருந்தது மாதிரி இருக்கு... இந்தப் பொண்ணு சாயல்லே வேறே ஒரு படம்

கூட இல்லியே... மொட்டக்கட்டயா கண்ணாடிக்கு முன்னாடி நின்னு சிரிச்சுக்கிட்டு இருக்கா... கண்ணாடியிலே தெரியற உருவம்... நம்ம ஆளுதான்... மகா கிறுக்கனா இருப்பான் போல இருக்கே...ராசுவாவது அப்புராணி... இவன் இன்னும் மோசம்..... அப்புராணி என்ன அப்புராணி... உன்னைப் பார்த்து ஒருத்தியாவது சிரிச்சிருக்காளாடா சீவகா? இவ எகத்தாளமா இல்லே சிரிப்பா... 'டாக்டர் கிட்டே காட்டுங்களேன்... ஜின்செங்குன்னு ஏதோ வேராமே...'

சித்திரக்காரன் தலையில் இருந்து தண்ணீர் சொட்ட, இருமிக் கொண்டே பாத்ரூமிலிருந்து வந்தான்.

வரான் பாரு... உரிச்ச கோழி மாதிரி... ராசுவும் இப்படித்தான். ராசு என் கையிலே மசில்ஸ் பாத்தியாடா? எக்ஸர்ஸைஸ் பண்ணுடா... கொஞ்சம் உடம்பு போட்டா போலீஸ் உத்தியோகத்துக்கு மனுப் போடலாம்... இல்லே டீக்கடைக் காரனுக்கு அசிஸ்டெண்டா டீ ஆத்திக்கிட்டு இருக்க வேண்டியதுதான்...

மசில்ஸ்... சிவப்புக் கொடியும் பச்சைக் கொடியும் மாறி மாறிக் காட்ட.... பொண்டாட்டிக்குத் தலை வலிச்சா நீலகிரித் தைலம் தடவிவிட.... என்னிக்காவது வர ஆபீசருக்கு சலாம் போட.... பொண்டாட்டி கோவிச்சுக்கிட்டு ஊருக்குப் போனா, கடுதாசி எழுதி வரவழைக்க... மாமனார் வீட்டுப் பரண்லே ஜாதிக்காய்ப் பெட்டியை எடுத்து வைக்க...

'ரெஸ்ட் எடுத்துக்குங்க மாப்பிள்ளே... ரொம்பக் களைச்சுட்டீங்க பாவம்... பாப்பாவை டவுண்லே டாக்டர் கிட்டே காமிச்சிட்டு வந்தோம்... நீங்க தான் வருவேனாங்கறீங்க... என்னத்தச் சொல்ல... எல்லா டாக்டரும் அவ சரியாத்தான் இருக்காங்கறாங்க... அட, வெறும் தரையிலே எதுக்குப் படுக்கணும்... மாப்பிள்ளைக்கு மரியாதை தராத குடும்பம்னு ஊர்லே சொல்லுவாங்களே... கொஞ்சம் எந்திருங்க... இந்தாம்மா பாப்பா... மாப்பிள்ளைக்கு பாய் கொண்டாந்து விரி... தரையிலே படுக்காதீங்க மாப்பிள்ளை... (கிழவன் பல்லு வெளக்கறதே இல்லியா...) நீத்துப் போகும்... ஆமா விளையாட்டு இல்லே... அனுபவஸ்தன் சொல்றேன்... தரைச் சூட்டுலே சுக்கிலம் நீர்த்துடும்...'

தரைச் சூடு. அப்ப மரம்... பலகை... கட்டில்... பெஞ்ச்... டைப்பு கிளாசிலே சிவன் பிரஸ்காரன் பொண்ணு முடிச்சுட்டு எழுந்த உடனே அவ உட்கார்ந்திருந்த பெஞ்சுலே உடனே உக்கார்ந்து ஏ எஸ் டி எஃப் அடிச்சா... இதமா ஒரு சூடு பாக்கி இருக்குமே... ஒரு வேளை அவளைக் கட்டிக்கிட்டிருந்தா தரையிலேயே படுத்திருக்கலாம்... ஒழிஞ்ச நேரத்திலே மாமனார் வீட்டுப் பரண்லே எதையும் எடுத்து வைக்க வேணாம்... பூப்புனித நீராட்டு விழா அழைப்பு ஃப்ரூப் பார்க்கலாம். கூடமாட... ரெண்டு டைப் ரைட்டரை வாங்கிப் போட்டு இன்ஸ்டிட்யூட் ஆரம்பிக்கலாம்...

‘அந்தப் படம் எல்லாம் அவ்வளவு நல்லா இருக்காது... ஒண்ணு ரெண்டு தான் பேப்பர்லே அக்ரலிக் பெய்ண்ட் உபயோகிச்சுப் போட்டது... சிலது வாட்டர் கலர்... பெரும்பாலும்... நான் சொன்னேனே... வெறும் ஸ்கெட்ச் தான்...’

சித்திரக்காரன் மன்னிப்புக் கேட்கும் தோரணையோடு சீவகனைப் பார்த்துச் சிரித்துக் கொண்டே சொன்னான். ஈரத் தலையில் துண்டை முக்காடு மாதிரி போட்டுக்கொண்டு முன்னால் நிற்கிறவனைப் பார்க்க சீவகனுக்கு சிரிப்பு வரவே அடக்கிக் கொண்டான்.

‘அப்படி இல்லே ... எல்லாப் படமும் நல்லாத் தான் இருக்கு... எனக்குத் தான் ரசிக்கத் தெரியலேன்னு தோணுது.’

‘உங்க வீடு நல்லா இருக்கு... பாத்ரூம் ரொம்பப் பெரிசு...’

‘இது கவர்மெண்ட் வீடு...’

‘கவர்மெண்ட் வீட்டுலே ஓட்டை உடசல் வைச்சுக்க விட மாட்டாங்க... இல்லியா..... யாரும் கொண்டு வந்து போட்டா வெளியே தூக்கி எறிஞ்சிடலாமில்லியா?’

‘பாரு... திரும்பவும் பயித்தாரன் மாதிரி ஏதோ பினாத்த ஆரம்பிச்சுட்டான். இவனை சீக்கிரம் அனுப்பி வச்சாத்தான் நல்லது... குளிச்சுட்டு அதே அழுக்கு ஜீன்ஸைத்தான் மாட்டிக்கறான்... வேறே இல்லே போலிருக்கே... பாவம்... நம்ம பேண்ட் ஒண்ணைக் கொடுத்தா...உயரம் சரியாத்தான் இருக்கும்...

சும்மா டீக்கடையிலே வாய் பாத்துக்கிட்டு உக்கார வெள்ளையும் சள்ளையுமா எதுக்குடா? நான் காலேஜ் போனபோது போட்டுக்கிட்டதை எடுத்து உடுத்திக்க... எனக்குத் தான் இடுப்பு பெரிசாகி ஒண்ணும் பத்த மாட்டேங்குது... செகண்ட் ஹேண்ட் பேண்ட் போட்டுக்கற வழக்கமில்லையா... அடி செருப்பாலே... செகண்ட் ஹாண்டா இழுத்துக்கிட்டு ஓடற பயலுக்கு உடுப்புத் துணி பர்ஸ்ட் ஹேண்ட் கேக்குதோ...துணி கொடுக்கணும் உனக்கு... அதான் ஹமாரா கர்த்தவ்ய ஹை...

'கிளம்பலாமா? புக்கிங் கிளார்க் நான் போன அப்புறம் தான் வீட்டுக்குப்போய் சாப்பிட்டு வரணும்... கணபதியும் டவுனுக்குப் போயிருக்கான்...'

'கணபதி யாரு?'

'கலாசி... இங்கே அவனன்றி ஓரணுவும் அசையாது.'

'யாரோ உங்களுக்கு அங்கே இருந்து கையைக் காட்டறாங்க'

சித்திரக்காரன் வாசல் பக்கம் கையைக் காட்டினான்.

சீவகன் அவன் காட்டிய திசையில் பார்த்தான். ஸ்டேஷன் வாசலில் நின்று புக்கிங் கிளார்க் அவசரமாகக் கூப்பிட்டுக் கொண்டிருந்தார்.

வீட்டைத் துறந்து போட்டுட்டு இவனையும் தனியா விட்டுட்டுப் போகணுமா... கணபதி இருந்தாலாவது... அட நூறு வயசுய்யா உனக்கு கணபதி...

'கொஞ்சம் சார் கூடப் பேசிக்கிட்டு இப்படி வாசல்லே இரு கணபதி... நான் இதோ வர்றேன்...'

கணபதிக்கு அந்த சித்திரக்காரனைப் பார்க்கும்போதே சிரிப்பு வந்தது. ஒரு மாதிரிப்பட்ட ஆள். குஷால் பேர்வழி... நாலு பேர் பார்க்கவே மொட்டக் கட்டயாப் பொம்பளை பட போடறவன் இன்னும் என்னவெல்லாம் வரஞ்சு வச்சிருப்பான்...

'சார்... அந்தப் படத்தைப் போட்டு முடிச்சுட்டீங்களா?'

'எந்தப் படத்தை?'

‘ஒரு பொம்பளை... அட்டகாசமாப் போட்டிருந்தீங்க... எல்லாப் பசங்களும் அசிங்கம் அசிங்கம்னு சொல்லிட்டு அங்கனக்குள்ளே தான் பார்க்கிறான்... இந்த புக்கிங்க் கிளார்க்கு... அய்யோ அய்யோன்னு அடிச்சுக்கிட்டாரே... அஞ்சுமணிக் கருக்கல்லே ரயிலுக்கு டிக்கட் வாங்க வந்த பொம்பளையைக் கையைத் தடவிட்டு இருந்தாராம்... நம்ம சுப்பையா பெண்சாதி...தொடுப்பு உண்டுதானாம்... என்ன எளவோ... நம்ம கண்ணுலே எல்லாம் பட்டுத் தொலைக்குது... அந்தாளை மட்டும் விட்டா படத்தைத் தரையிலே கிடத்தி மேலே சாஞ்சிருப்பான்... பொச கெட்ட மனுசன்...’

‘படத்துலே பொண்ணு மட்டும் இல்லியேப்பா... இன்னும் எத்தனையோ விஷயம் இருக்கே... அதெல்லாம் மேலே படுமே...’

‘அது யாருக்கு வேணும்... நீங்க அந்தப் பொம்பளையைத் தனியா இப்படி விட்டுருக்கக் கூடாது... பின்னாலேயே ஒரு பய படத்தையும் போட்டு வச்சா விஷயம் அமர்க்களமா இருக்கும்... சாயலுக்கு இந்த புக்கிங் கிளார்க் மாதிரி போடுங்க...’

‘சாரி மிஸ்டர் ராமச்சந்திரன்... இன்னிக்கு வேறே ஒரு டிரெயினும் இனிமே வராது...’

சீவகன் வந்து கொண்டே சொன்னான்.

‘குட்ஸ் வண்டி டீரெயில் ஆயிடுச்சாம் மதுரை கிட்டே.... டிராக் மொத்தமும் ப்ளாக் ஆகி இருக்கு... திருச்சியிலேருந்து கிரேன் வரணும்... பெட்ரோலும், க்ரூட் ஆயிலும் அடைச்ச போகி எல்லாம்... ஜாக்கிரதையா எடுக்கறதுக்கு ராத்திரி பூரா ஆயிடும்...’

5

இந்த ஸ்டேஷன் மாஸ்டருக்கு சமைக்கவும் தெரிந்திருக்கிறது. கரணைகரணையாகக் கையும் காலும் இருக்கப்பட்ட மனுஷன். மனுஷர், அதை வைத்துக் கொண்டு பச்சைக் கொடியும் சிவப்புக் கொடியும் மாறி மாறிக் காட்டலாம். இப்படி குழம்பு செய்ய புளியை மய்ய மசியக் கரைக்கலாம். படம் எல்லாம் ஒண்ணும் போட வேண்டாம். சர்க்கார் வீட்டில் பெண்டாட்டிக்கு அலமாரியில் புடவை மடித்து வைக்கலாம். காணாமல் போன பவுடர் டப்பா மூடியைத் தேடி எடுக்கலாம்.

'என் ஒய்ஃப் நல்லா சமைப்பா'

ஸ்டேஷன் மாஸ்டர் சொல்ல, ராமச்சந்திரன் விஷய கனமான தகவலை உள்வாங்கிக் கொண்டவன் போல் சிரத்தையாகத் தலையாட்டினான்.

ராமச்சந்திரன் இலைக்கு முன்னால் உட்கார்ந்தான்.

'ஒண்ணும் அவசரமில்லே... சாப்பிட்டுட்டு மண்டபம் போகலாம் நீங்க.'

'உங்களுக்கு நல்ல மனசுங்க.'

'அட, இதுல்லே என்னங்க... மனுஷனுக்கு மனுஷன் செய்யறது தானே.'

இந்த ஸ்டேஷன் மாஸ்டர்தான் எவ்வளவு நல்லவன். சோறும் குழம்புமாக இலையில் பரிமாறிக் கொண்டே பேசுகிறான். ஸ்டேஷன் மாஸ்டர் பேச்சில் சினிமா தியேட்டரில் டிக்கட் கிழிக்கிற டிராயிங் மாஸ்டர்களும், குடுமி வைத்துக் கொண்டிருப்பவர்களும், இந்தி பண்டிதர்களும், தலைவர்களும், தியாகங்களும், தனுஷ்கோடியை விழுங்கி ஒரு ரயிலைக் காணாமல் போக்கிய புயலும், தலைவர்கள் இறப்பதும், விடுமுறையில் எல்லோரும் சந்தோஷமாகத் துக்கம் அனுஷ்டிப்பதும் என்று நிறைய வந்து கொண்டிருக்கிறது. ராமச்சந்திரன் எல்லாவற்றையும் மரியாதை கருதிப் புன்னகையோடு கேட்டுக் கொண்டிருக்கிறான்.

உலகத்தில் எல்லாவிதமான நபர்களும் இருக்கிறார்கள். வீடுகள் சிறிதும் பெரிதுமாக, பளிங்கு பதித்தும், காரை பெயர்ந்தும், கூரை மூடியும், பானை மூடியில் வரைந்த இயற்கைக் காட்சிகள் சுவரில் அலங்கரித்தும்... பாதுகாப்பாக, அரணாக, கோட்டையாக, காற்று வராத புறாக் கூண்டுகளாக, வானத்தை விசாரிக்கும் உப்பரிகைகளுடன், படிகளும், உள்ளே... உள்ளே... உள்ளே நீண்டு போகும் கூடங்களும், ஸ்கிரீன் வைத்துத் தடுத்த ஒற்றை அறைகளும், பாத்ரூமில் கரி பிடித்த பாய்லரும், தரையில் பயோரியா பல்பொடி சிந்தியும்...

'அம்மா நம்ம வீட்டுக்கு எப்பம்மா போகப் போறோம்?'

'போகலாம்டா... அப்பா வரட்டு...'

'மாமி ரொம்ப திட்டறாங்களே'

'நம்ம தலையெழுத்து... பொறுத்துக்கணும்...'

'அப்பா எப்போ வருவார்? எனக்கு நம்ம வீடு எப்படி இருக்கும்னே மறந்து போச்சு...'

'நீலமா, சுவரெலாம் நீல பெய்ண்ட் அடிச்சு, ஊருக்கு வெளியிலே... வாசல்லே நந்தியாவட்டைச் செடியோட...'

'அங்கே இப்ப யாரும்மா இருக்காங்க?'

'தெரியலேடா... அப்பா வந்ததும் போய்ப் பார்க்கலாம்...'

'அப்போ யார் வந்தாலும் கொடுத்திடுவாங்களா?'

'கட்டாயம் கொடுத்திடுவாங்க... அப்பா கேட்டா இல்லைம்பாங்களா?'

'அப்பா எங்கேம்மா போயிருக்காரு?'

'அது... சிங்கப்பூருக்கு...'

'அன்னிக்கு மலேயான்னு சொன்னியே?'

'ரெண்டும் பக்கத்துலே பக்கத்துலே தாண்டா'

'அப்பா ஜெயில்லே இருக்கறதா வெங்கடசாமி சொன்னானே... அவங்க அப்பா சொன்னாராம்...'

'அவங்க அப்பன் தாண்டா ஜெயிலுக்குப் போக வேண்டிய கேசு. அவனை ஒரு நாள் இல்லாட்டி ஒரு நாள் ...அவன் முகத்துலே காறிப் துப்பப் போறேன்... நீ பெரியவனானா அவனை நேர்லே கேட்டு அறையிற அறையிலே ஊரே திரும்பிப் பாக்கணும்... ஏண்டா எங்கம்மா கிட்டே வம்பு பண்றே... இது என்னா ஆம்பளை இல்லாத வீடுன்னு நினைச்சியான்னு உரக்கக் கேக்கணும்...'

'அப்பா வந்து அறைய மாட்டாரா?'

'அந்த மனுஷன் வரும்போது வரட்டும்டா... நீ இப்பத் தூங்கு...'

சாப்பிடும்போது இப்படிக் கண்ணைச் சுழற்றிக் கொண்டு தூக்கம் வருகிறது. நேற்றைக்குப் பூரா அலைச்சல். அசதி. காலையிலேயே கிளம்பி, சரவணனுடன் போய்... வாசலைத் தாண்டி உள்ளே வரச் சொல்லவில்லை. 'இவர் தான் மாப்பிள்ளையா? வயசு கொஞ்சம் கூட ஆகியிருக்கும் போல தெரியுது... பொண்ணுக்குப் பிடிச்சிருக்கும்... எதுக்கும் கேட்டுடலாமே... என்னத்துக்கு பிறகு ஏதாவது மனத் தாங்கலாச்சுன்னா... ஆமா நீங்க தம்பி?... சிநேகிதரா? பேரு? சரவணன்... நல்ல பேரு ... முருகக் கடவுள் ...இளைய பெருமாள்னு அருணகிரி சொல்லுவார் திருப்புகழ்லே...சரவணன் தம்பி...உங்க்ளுக்குக் கல்யாணம் ஆயிடுச்சா? நம்ம வகைப் பிள்ளை தானே? பார்த்தாலே தெரியுதே... ஊர் எல்லாம் எது உங்களுக்கு? என்னங்க... சார் பெரிய ஆர்டிஸ்டா? நல்லதுங்க... ஆனா... சார், ராமநாதனா... ராமச்சந்திரன் சார்... உங்க அறிவுக்கு நம்ம

பொண்ணு கால் தூசு பெற மாட்டா...(போடா, உன் மூஞ்சிக்கு என் பொண்ணு கேக்குதா? உன் கூட வந்திருக்கற அந்தச் சின்னப் பையன் சரவணன் சரின்னா பாக்கலாம்...) காப்பி சாப்பிடுங்க... திண்ணையிலே உட்கார்ந்து பேசலாம்... காத்து சிலுசிலுன்னு வருது... சரவணன் தம்பி... கூடப் பொறந்தவங்க எத்தனை பேரு? பேனர் ஆர்ட்டிஸ்டுன்னா மாசம் ஆயிரம் ரெண்டாயிரம் வருமா...?

‘மிஸ்டர் ராமச்சந்திரன்... என்ன யோசனை? இலையைப் பார்த்துச் சாப்பிடுங்க... சாம்பார்லே போட வாழக்காய் தான் இருந்தது... ஏன் வாழக்கா சாம்பார் வைக்கக் கூடாதா என்ன? எங்க ஊர்லே வாழக்கா குழம்பும் வக்கத்த பொண்ணும்பாங்க... இடம் இருந்தா இங்கே கூட தோட்டம் போடலாம்... வாழை மரம்... கத்திரி... வெண்டை.... பூசணி... ஆனந்தா தியேட்டர்னு எங்க ஊர் தியேட்டர்... அங்கே... ஏன் கேக்கறீங்க அந்தக் கூத்தை... தியேட்டர்லே இண்டர்வெல் விடறபோது பசங்க குத்த வைக்கிற எடத்துலே பூசணிக்காய் பயிர் பண்ணினாங்க... அப்புறம்...’

‘அம்மா... தினம் கஞ்சி தானா? நல்லாவே இல்லேம்மா...’

‘நாளைக்கு சோறு பொங்கலாம்... அரிசி வருது...’

‘அம்மா...’

‘என்னடா?’

‘இந்த எடத்தை ஏன் காடி கானாங்கறாங்க?’

‘அந்தக் காலத்துலே சாரட் வண்டி நிக்குமாண்டா இங்கே...’

‘யாரு அதிலே போவாங்க?’

‘பெரிய வீட்டுலே இருக்கறவங்க’

‘நாமளும் பெரிய வீட்டுலே போய் இருந்தா என்னம்மா?’

‘ஏண்டா இந்த எடத்துக்கு என்னடா? நம்ம நிலமைக்கு இதாவது கிடச்சுதே... ஊரு விட்டு ஊரு வந்து... இந்த வீட்டுலே சமையல் செஞ்சு... எச்சத் தட்டு கழுவி... நாம உயிரோட இருக்கறதே

பெரிசுடா...'

'இந்த இடம் ஒரே அடைசலா இருக்கும்மா... ஓட்டை உடைசல், தகர டப்பா, தாம்புக் கயிறு... காலையிலே கூட அந்த வீட்டு அம்மா பழைய பிரம்பு நாற்காலியை உள்ளே போட்டுட்டுப் போனாங்க... நான் படிச்சுட்டிருந்தேன்... தொப்புன்னு பக்கத்துலே வந்து விழுந்தது...'

'நீயே வாங்கி ஓரமா வச்சிருக்கலாமில்லே?'

'அதையெல்லாம் இங்கே ஏம்மா கொண்டுகிட்டு வர்றாங்க?'

'அதைப் போட்டு வைக்கத்தானேடா இந்த இடம்?'

'அப்ப நாம இருக்கறது?'

'தெரியாத்தனமாக் கொடுத்திட்டாங்க... இப்பப் போகச் சொல்ல முடியலே... உறவாயிடுச்சே...'

'என்ன உறவும்மா?'

'அவர் உனக்கு சுத்தி வளைச்சு சித்தப்பா ஆகணும்...'

'சுத்தாம?'

'வாயிலேயே போடுவேன்... சிம்னியை சின்னதாக்கிட்டுப் படு'

'அம்மா....."

'என்னடா... இன்னும் தூங்கலியா?'

'நேத்து ராத்திரி யாரும்மா உன்னை சரோ சரோன்னு கூப்பிட்டது?'

'கனவு ஏதாவது கண்டியா? சும்மா படுடா...'

'இல்லேம்மா... அந்த வீட்டுக்காரர் குரல் மாதிரி இருந்தது...'

'உளறாதேடா... படு... கண்ணை மூடு... நேரமாச்சுல்லே...'

'அம்மா... அப்பா புஸ்தகத்தை ஏம்மா எடுத்திட்டுப் போகலே... நீ பெட்டியிலே வச்சிருக்கியே... அது... அது அப்பா புஸ்தகம் தானே?'

'நீ இப்பத் தூங்கப் போறியா இல்லியா?'

அந்தப் புஸ்தகம் ரொம்பப் பழசா இருக்கே... அப்பா படிச்சு இருப்பாரோ?'

'படிச்சிருப்பார்...'

'நானும் படிக்கப் போறேன்...'

'பெரியவனானதும் படிக்கலாம்...'

'நான் நேத்திக்குப் பெட்டியைத் திறந்து அதை எடுத்துப் பார்த்தேன்... என் சரித்திரம்னு போட்டிருந்தது...'

'யாரோ பெரிய சாமியார் எழுதினதுடா...'

'நீ படிச்சிருக்கியாம்மா?'

'நாலு எழுத்து படிச்சிருந்தா நான் ஏன் இப்படி எச்சத் தட்டு கழுவிட்டு இருக்கேன்? சரி படுடா... எனக்குத் தூக்கம் வருது...'

'மிஸ்டர் ராமச்சந்திரன், நீங்க பத்திரிகையிலே படம் போட முயற்சி செய்யலாமே? கையை விலக்கிக்குங்க. சாம்பார் சூடா இருக்கு... எப்படி இருக்கு நம்ம சமையல்?'

'பிரமாதம்... எங்க அம்மா சமைச்ச மாதிரி...'

'நீங்க எப்ப படம் போடக் கத்துக்கிட்டீங்க? இந்த மாதிரி கலை எல்லாம் சின்ன வயசிலேயே படியணுமே... இல்லியா?'

'காம்பவுண்டு சுவர் பூரா, கரிக்கட்டியால் கிறுக்கி வச்சுட்டு நாக்கைத் துருத்திக்கிட்டு நிக்கறதைப் பாரு... கண்டிச்சு வளர்க்காட்ட அவங்க அப்பன் மாதிரி தறுதலையாப் போயிடப் போறான்... ஏண்டா, கீதா பென்சிலை எடுத்தியாமே? எங்கடா அது?'

'நான் எடுக்கலே மாமி'

'அவ பென்சில் பின்னே ரெக்கை மொளச்சுப் பறந்தா போச்சு?'

'பத்திரிகையிலே கார்ட்டூன் போட்டா நிறைய வருமா? இல்லே, கதைக்கு வரைஞ்சாலா?'

'வரைஞ்சு வச்சா எழுத மாட்டாங்களா அதுக்கு?'

'நீங்க தான் சொல்லணும்...நான் ஸ்டேஷன் மாஸ்டர்... நீங்க ஆர்ட்டிஸ்ட்... சரிதானே...'

'கதைன்னா யாரு கேரக்டர்னு பார்த்து... விதவிதமா மனுசங்க...'

இறக்கை முளைத்த பென்சில் மனிதர்கள். புறா மனிதர்கள். புத்த மனிதர்கள்...

'பென்சிலை எங்கடா ஒளிச்சு வச்சிருக்கே?'

'நான் எடுக்கலேம்மா... அடிக்காதே... அடிக்காதே...'

'வெறுமனே விக்கறதுக்குப் படம் போறதை விட பத்திரிகைக்குப் போட்டா தொடர்ந்து சீரா பணம் காசு வரும் இல்லே?'

'ஆமா சார்... நிறைய பென்சில் வாங்கலாம்.'

ஸ்டேஷன் மாஸ்டர் கண்களில் ஒரு சிரிப்பு மின்னி மறைகிறது.

'உங்க சொந்த ஊர் எது மிஸ்டர் ராமச்சந்திரன்?'

'அது... அது... பட்டீசுரம்... ஆறுமுகத்தா பிள்ளை தெரியுமா? அந்த ஊரு'

'அது யாரு?'

'பண்ணையார்... உ.வே.சாமிநாதய்யரோட எழுத்தாணியை ஒளிச்சு வச்சுக்கிட்டார்.'

'கீதா பென்சிலை எங்கடா ஒளிச்சு வச்சே?'

'நான் எடுக்கலே... இரு கேட்டுச் சொல்றேன்...'

ராப்பொழுது பட்டீசுரம். அங்கங்கே ஒளி மினுக்கப் பெரும்பாலும் இருட்டில் முழுகிப் போயிருக்கிறது. காவிரி தூரத்தில் சலசலத்து ஓடுகிற சத்தம்... ராத்திரியில் அதிசயமாக நாரை ஒன்று பறந்து போகிறது.

திண்ணையில் குத்து விளக்கு காற்று இல்லாததால் நின்று எரிகிறது. மகா வித்வான் மேல் துண்டால் முகத்தை அழுத்தித் துடைத்துக் கொண்டு கண்களை மூடி யோசனை செய்கிறார்.

திடீரென்று அவர் குரல் கணீரென்று ஒலிக்கிறது. நிறுத்தி நிறுத்தி ஒவ்வொரு செய்யுளாக வருகிறது. திருப்பெருந்துறைப் புராணம். அடுத்த மாதம் அரங்கேற்ற வேணும்.

எங்கேயோ அல்லி அரசாணி மாலையைச் சத்தம் போட்டுப் படிக்கிறார்கள். இடுப்பில் குழந்தையோடு உழத்திப் பெண் ஒருத்தி தெருவில் போகிறாள். குழந்தை அழுகை இருட்டில் கரைந்து கொண்டே போகிறது.

‘சாமிநாதய்யரே, எழுதியது போதும். எழுந்து நித்திரை போங்கள்’ என்கிறார் ஆசிரியர்.

எழுத்தாணியைப் பத்திரமாக இடுப்பில் முடிந்து கொண்டு திண்ணையிலேயே ஒரு ஓரமாக முடங்குகிறார் ஐயர். ஆசிரியர் விளக்கை எடுத்துக் கொண்டு உள்ளே போகிறார்.

ராமச்சந்திரன் மெல்ல உள்ளே நுழைந்து படுத்துக் கொண்டிருந்த ஆறுமுகத்தா பிள்ளையைத் தட்டி எழுப்புகிறான்.

‘மனுஷர் கஷ்டம் தெரியாமல் யாரது தூங்குகிற போது எழுப்புகிறது?’

அவர் கண்ணைத் தேய்த்துக் கொண்டு ராமச்சந்திரனைப் பார்க்கும்போது ஓவியக் கல்லூரி பிரின்சிபால் மாதிரித் தெரிகிறார். ராமச்சந்திரன் அவர் தலைமாட்டில் உட்கார்ந்து கர்ண மந்திரம் போல மெதுவாகச் சொல்கிறான் -

‘ஏன் இப்படி சில்லறைத் தனமாக சாமிநாதய்யரின் எழுத்தாணியை ஒளித்து வைத்துக் கொண்டீர்? சீப்பை ஒளித்தால் கல்யாணம் நின்று விடுமா என்ன? உமக்கு வேண்டுமானால் நான் பென்சில் கொண்டு வந்து தருகிறேன். சின்ன வயசில் திருடினது. சாமிநாதய்யரை எழுதப் படிக்க விடாமல் நோகடிப்பதில் உமக்கென்ன குரூரமான சந்தோஷம்? நீர் காலைக்கடன் கழித்து விட்டு வருவதற்குள் உம் விஷயமாக ஒரு செய்யுள் இயற்றிப் பாடினால் தான் எழுத்தாணியைத் திரும்ப வரவழைப்பேன் என்றீராமே? வெளிக்குப் போகிற நேரத்துக்குள் தமிழ்ப் பாட்டு எழுதச் சொல்லி இம்சிப்பது தான் உம்மைப் பொறுத்தவரை புலமையைச் சோதிப்பதா? உமக்குள் பிரபுத்துவத் திமிர் இருக்கு. அது பணம் வைத்திருப்பவர்கள் ஏழைகளைத் துன்பப் படுத்தச்

சொல்லும். எழுத்தாணியை ஒளித்து வைத்து அழ வைக்கச் சொல்லும். பழைய நாற்காலியையும் தாம்புக் கயிற்றையும் மேலே வீசி இருப்பிடத்தை அடைசல் பிடித்து இருண்டு கிடக்க வைக்கச் சொல்லும். எல்லோரும் தூங்கின பிறகு திருடன் மாதிரி சுவருக்கு அப்புறமாக நின்று, 'சரோ... சரோ' என்று கூப்பிட்டு அரிசியையும் பருப்பையும் அனுப்புவதாக ஆசை காட்டச் சொல்லும். உமக்கு, உம் பெயரில் தமிழ்ப் பாட்டுதானே வேணும்? நீர் முக்கி முனகி மலம் கழித்து விட்டு வருவதற்குள் இங்கே புராணமே அரங்கேற்றப் படப் போகிறது பாருமய்யா...'

ஆறுமுகத்தா பிள்ளை திரும்பப் படுத்துக் கொண்டு, அரைக் கண்ணை மூடிக் கொண்டு, 'ராத்திரி ஸ்டேஷன் மாஸ்டர் போதை தருகிற சமாச்சாரம் எல்லாம் குடிக்கக் கொடுப்பான். அளவாகச் சாப்பிடு. நடுராத்திரியில் ரயில் ஏற வேண்டியிருக்கும்' என்று சொல்கிறார். சொல்லியபடிக்குப் புரண்டு திரும்பிப் படுத்துக் கொள்கிறார்.

ராமச்சந்திரன் வெளியே வரும்போது இன்னமும் நாய் குரைத்துக் கொண்டிருக்கிறது.

'அந்த நாய்?'

ராமச்சந்திரன் வெளியே இலக்கில்லாமல் கையைச் சுட்டிக் கேட்கிறான்.

'ஸ்டேஷன் நாய்தான்... ஸ்டேஷன் கலாசி, ஸ்டேஷன் புக்கிங் கிளார்க், ஸ்டேஷன் மாஸ்டர் போல ஸ்டேஷன் நாய்... அட சிரிங்களேன்... மாட்டீங்களா... சரி...நீங்க வேணுமானாக் கையை அலம்பிட்டு வந்து உக்காருங்க... நான் சாப்பிட்டு முடிக்க இன்னும் நேரமாகும்...'

பக்கத்தில் யாரோ சில்வண்டு இரைச்சலை மீறிச் சொல்கிறார்கள்.

'என்ன ராமச்சந்திரன்... உட்கார்ந்துக்கிட்டே தூங்கறீங்களா?'

இது ஸ்டேஷன் மாஸ்டர் குரல் இல்லையோ... ஆமா, இப்போ அவன்... அவர் கூடத்தானே உக்கார்ந்து சாப்பிட்டுட்டு இருக்கறது...

‘ஐயாம் சாரி... ரெண்டு ராத்திரியாத் தூக்கம் முழிச்சி இப்ப ஒரு மாதிரி இருக்கு...’

‘நீங்க வேணாக் கையைக் கழுவிட்டு கொஞ்ச நேரம் படுத்திருங்க. கணபதி வந்ததும் ஜட்கா வண்டி கொண்டுக்கிட்டு வரச் சொல்றேன். மூணு மணிக்கோ மூணரைக்கோ மண்டபம் பஸ் வரும்... டவுன்லே’

ராமச்சந்திரன் கை கழுவி விட்டு வரும்போது சொன்னான் -

‘உங்க சமையல் நல்லா இருக்கு. எனக்கு சமையல் தெரிஞ்சாலாவது என்னைப் பிடிச்சிருக்குன்னு சொல்லியிருப்பா. படம் போடறது என்ன பிழைப்பு...’

ஸ்டேஷன் மாஸ்டர் மௌனமாகச் சாப்பிட்டுக் கொண்டிருந்தான்.

6

கரண்ட் போச்சா...? மத்தியான வெய்யில் நேரத்திலே பவர் கட் பண்ணிடறாங்க... ஸ்டேஷன்லே இருந்தாலும் ஒண்ணும் தெரியாது. இப்படி வயறு முட்டச் சாப்பிட்டுச் சும்மா இருந்தா வியர்த்து வியர்த்துக் கொட்டறது எழவு... இவன் மட்டும் எப்படி அலுங்காம உக்கார்ந்து புஸ்தகம் படிச்சுட்டு இருக்கான்? துரைக்கு வேர்க்கறதே கிடையாது போல... இந்த விஷயத்திலே ராசுப்பய இவனுக்கு நேர் எதிரே. மத்தியானம் சாப்பிட்டுட்டு ஏதோ மிருகம் படுத்துக் கிடக்கற மாதிரி நடுக் கூடத்திலே உருண்டு கிடப்பான். சுத்தி வியர்வை கால்வாய் வெட்டின மாதிரி ஓடும். அது பிடிச்சுக் கூட அந்தப் பொம்பளை, அவன் கூட இறங்கிப் போயிருக்கலாம்... என்ன எழவு இது... அவனைப் பத்தி எப்ப நினைச்சாலும் சனியன் போல அவளும் கூட வரா... இல்லே... இல்லே... அவனை நினைக்கறதே அவளைப் பத்தி அசை போடத்தான்.

போன மாசம் ஊருக்குப் போனபோது சுப்பையாத் தேவர் சொன்னாரே... அது என்ன ஊரு... ரிஷிகேஷ்... யாத்ரா சர்வீஸ்லே வடநாடு பூரா யாத்திரை போறபோது ரிஷிகேசத்துலே எதோ சாமியாரு ஆசிரமமாம்... கருப்புக் கம்பளி சாமியோ என்னமோ பெயர் சொன்னாரே... ஆமா... சாமியாரு பெயரு தான்

முக்கியம்... நமக்கு வேண்டிய விஷயம் எதுவும் ஞாபகத்தில் இருக்கறதில்லே... அந்த ஆசிரமம் கிட்டே பஸ் ரெண்டு நிமிஷம் நின்ன போது பக்கத்துலே ஒரு மேடையிலெ சின்னதா கடை போட்டுக்கிட்டு சாயா ஆத்திக்கிட்டிருந்தது நம்ம ராசுப் பய மாதிரி இருந்ததாம். சிரிச்ச மாதிரி கூட தோணிச்சாம். பக்கத்திலே வடக்கத்திக்காரி மாதிரி பைஜாமா போட்டுக்கிட்டு நின்னது மேற்படியாள் தானாம். சர்வ நிச்சயமாச் சொன்னார்.

ஆனா, பக்கிரிசாமி நாயக்கர் ஒரே போடாப் போட்டாரு... 'தம்பி தேவருக்குப் பகல்லேயே பசுமாடு தெரியாது... இவரு ராத்திரியிலே எருமையைத் தேடற மாதிரி, ஓடற பஸ்ஸுலே உக்காந்துக்கிட்டு ஒரு சொடக்கு போடற நேரம் யாரையோ பார்த்தாராம்... அதை வச்சுக்கிட்டு அவன் தான் இவன்னு ஒரே போடாப் போடறாரு... நீயும் நம்பறே பாரு... என்னத்தச் சொல்ல...'

தேவருக்குச் சரியான கோபம்... விருட்டுனு எளுந்து சொல்றாரு -

'நீ நம்பினா நம்பு... அது உன் தம்பிதான்... என்னமோப்பா... உங்கப்பா சாகறதுக்கு நாலுநாள் முந்தி, இங்கே இந்தத் திண்ணையிலேதான் கயத்துக் கட்டிலைப் போட்டுக்கிட்டு உட்கார்ந்திருந்தாரு. நான் சைக்கிள்லே சொசைட்டிக்குப் போயிட்டு இருந்தேன்... வலுக்கட்டாயமாக் கூப்பிட்டு உக்காரச் சொல்லி ஊர் விஷயம் எல்லாம் பேசிட்டே இருந்திட்டு, போறப்போ சொல்றாரு... ராசுப்பய பாவம்... அந்த மலையாளத்துக்காரி ஏதோ செய்வினை செஞ்சு அவனை வசியம் பண்ணிட்டா... வாடா பயலேன்னு எதை எதையோ காட்டி இழுத்துக்கிட்டு ஓடி ... இந்த அப்புராணிப்பய இப்போ எங்கே கிறுக்காத் திரியறானோ... அவ வேறே எவனாவது இன்னொரு பயலோட சவாரி விட்டிருப்பா... இவன் பாருங்க... என் மூத்த பையன் சீவகப் பாண்டியன்... தம்பியைத் தேடிப் பிடிச்சுக் கூட்டி வரணும்னு ஒரு கவலையும் இல்லாம இருக்கான்... ரெண்டு பிள்ளை பெத்தேன்... ரெண்டுமே உருப்படி இல்லே... இவன் விருந்தாளி மாதிரி வந்துட்டுப் போறான்... அவன் வசிய மருந்தைத் தின்னுட்டு எங்கேயோ அலையறான்... என்னமோ நடக்கட்டும் போங்க தேவரேன்னு ஒரே ஆதங்கம்... கொட்டித்

தீத்துட்டாருப்பா... நான் சொல்றதைச் சொல்லிட்டேன்... அம்புட்டுத்தாம்ப்பா...'

'வசியம் என்ன வசியம்...? இவன் காலையிலே படம் போட்டுட்டிருந்தானே... அந்த மாதிரி எடுப்பா மதமதன்னு நின்னு கண்ணாலே கூப்பிட்டா, ரிஷிகேசச் சாமியார் கூடக் கம்பளியைத் தூக்கி எறிஞ்சிட்டு பின்னாலேயே ஓட மாட்டான்? தம்பி என்ன, நான் கூடத்தான் போயிருப்பேன். தெரிஞ்சிருந்தா, டைப் கிளாஸ்லே பிரஸ்காரன் பொண்ணு பின்னாலே நின்னதுக்குப் பதிலா இவ பக்கத்திலே போயிருப்பேன்...

ராசு, இங்கிட்டு பாருடா... அண்ணன் வந்திருக்கேன்... ஆமா, யாத்ரா சர்வீஸ் பஸ்லேதான் வந்தேன்... பஸ்ஸிலே தேவரு, நாயக்கர்லாம் உக்காந்திருக்காங்க... டீ கொண்டு போய்க் கொடு... நான் இந்தப் பொம்பளையைப் பாத்துக்கறேன்... பஸ் பத்து நிமிஷம் நிக்கும்... ஓடாமப் போ... என்ன பிள்ளே கேக்கறே... உங்க ஊர்லே குட்டின்னு தானே கூப்பிடறது? எந்தா வேணும் குட்டி? சாயாவா கோப்பியா? நீ தான் வேணும்... இப்படி கிட்டே வந்து உக்காரு... எதாவது பேசேன்... மாட்டியா... நானே பேசறேன்... சாயா போடற போது டீ தூளைப் பாலோட போட்டுக் கொதிக்க வச்சா நல்லா இருக்குமாம்... நீ வசிய மருந்து கொடுத்தாக்கூட நல்லாத்தான் இருக்கும்...

ஆனாலும் அப்பாவுக்கு ராசு மேலே பிரியம் ஜாஸ்தி தான். அவன் பிறந்த உடனே அம்மா போய்ச் சேர்ந்துட்டா. அம்மா முகமே தெரியாம வளர்ந்த பிள்ளைன்னு தனி வாஞ்சை. சாகற தருவாயிலே என் கையைப் பிடிச்சுட்டுச் சொல்றாரு... சீவகா, ராசு பங்குக்கு எட்டாயிரம் ரூபா, உன் பேர்லேயே பேங்குலே போட்டு வச்சுக்கோ... அவன் எப்ப திரும்பி வந்தாலும் அவன் கிட்டே கொடுத்து... வேணாம்... திரும்ப ஓடிடுவான்... நீயே ஒரு கடையோ உடையோ வச்சுத் தந்து அவன் பொழச்சுக்க ஒரு வழி பண்ணனும். அவனை வச்சு நீ ஒரு வேளையாவது சோறு போட்டு நல்ல வழி காட்டினாத்தான் என் ஆத்துமா கடத்தேறும்...'

ராசுப்பய நல்லாச் சாப்பிடுவான். இவன்... இந்த சித்திரக்காரன் சின்னப் பிள்ளை மாதிரி சுத்தி வர எறச்சுக்கிட்டுக்

கொறிக்கறான். பாவம்... சாப்பிடும்போது கண்ணு கலங்கியே இருந்தது... என்ன சோகமோ...

இவனுக்குச் சாப்பாடு போட்டு அனுப்பணும்னு ஏன் தோணினது? எப்படியாவது இவன் எடத்தைக் காலி செஞ்சா சரின்னுதான் வந்த உடனே நினைச்சேன். அப்பக் கூட்டியே வந்திருக்கக் கூடாது. நல்ல வேளை. இவ இங்கே இல்லாமப் போனா. இருந்தா இவனைப் படி ஏற விட்டிருப்பாளா?

'அய்யே... என்ன உங்க தம்பி மொட்டைக் கட்டையாப் படம் போட்டுட்டு இருக்காரு... இது பொம்பளை இருக்கற வீடுன்னு விவஸ்தையே கிடையாதா... எதப் பார்த்தாலும் அசிங்கமாத்தான் கண்ணுலே படும் போல... அவர் பார்க்கிற பார்வையிலே கூசிக் குறுகிப் போயிடறேன்... அவர் போனதுக்கு அப்புறம்தான் வருவேன். என்ன...போக மாட்டாரா? இங்கேயே இருந்துக்கட்டும்... நாளைக்கு அந்த ஓடுகாலியும் வந்து ஒட்டிக்கட்டும்... உங்களுக்கும் பாத்தே பொழுது போகும்...'

பார்த்துக்கிட்டா... ராசு, முகப்பிலே உட்கார்ந்து நீ பாட்டுக்குப் படம் போடு. உன்னை யாரும் தொந்தரவு பண்ண மாட்டாங்க. உன் பங்குப் பணம் எட்டாயிரம்தானே? தரேண்டா. நீ வாசல்லே இரு. பணம் தானே? வரும்... தானே வரும்... ஏ குட்டி... இவிடெ வரூ... பால் எடுத்துட்டுப் போறியா? யாருக்கு? ராசுப்பயலுக்கா? சல்யம் பண்ணாதே அவனை. கேட்டோ? வரூ... இவிடெ வா... பேசிட்டு இருப்போம்... தரையிலே உக்கார்ந்தா நல்லாத் தான் இருக்கு... தலை வச்சு படுத்துக்கட்டா? ரயிலா? அது பாட்டுக்கு ஊதிக்கிட்டுக் கிடக்கட்டும்... எவனாவது கொடி காட்டிட்டுப் போறான். இந்தக் கை அதுக்கு இல்லே... மசில்ஸ் பார்த்தியா? தொட்டுப் பாரு... சினிமா பாக்கறது உண்டா? ரொம்ப நாள் முந்தி செம்மீன் பார்த்தேன். உன்னை மாதிரித்தான். கருத்தம்மான்னோ என்னமோ பேரு... பெரிசு பெரிசா...

சீ... எப்பவும் அவ நினைவுதான்... ராசு பயித்தியம் பிடிச்சு அலையறானோ, என்னமோ... நான் ஒரு நாள் ஓடப் போறேன்... ராசு ... நீ நல்லா இருடா... எங்கேயாவது நல்லா இரு... உன் பங்குப் பணம்தானே? அப்புறம் தரேண்டா... இப்பத் தோதுப் படாது... நீ ஊருக்குப் போய்ட்டு அப்புறம் வா...

‘என்ன மிஸ்டர் ராமச்சந்திரன்... போகலாமா?’

‘எங்கே?’

‘சரியாப் போச்சு. நீங்க போகச் சொன்னீங்களே... மறந்தே போச்சு... இப்பப் போனா மதியம் சாப்பாட்டுக்குப் போய்ச் சேர்ந்துடலாமா?’

‘எத்தனை தடவை சாப்பிடறது? இப்பத்தானே சாப்பிட்டீங்க? அதுவும் மறந்து போச்சா?’

‘சாரி... சாரி... இந்தப் புஸ்தகத்திலே ஒரேயடியா முழுகிப் போயிட்டேன்... இது ஒண்ணுதான் எங்க அப்பா எனக்குன்னு விட்டுட்டுப் போன சொத்து... இந்தப் பக்கத்துலே பாருங்க... பேரு எழுதியிருக்கு... இந்தப் படம் யாரு தெரியுமா? மகா வித்துவான் மீனாட்சிசுந்தரம் பிள்ளை. ஐயரோட குரு...’

‘உங்க அப்பா படமோன்னு பார்த்தேன்...’

‘அவரு படமா... இருங்க... காமிக்கறேன்...’

சித்திரக்காரன் தன் ஹோல்டாலிலிருந்து ஒரு பழைய பையை உருவி எடுத்தான். பழந்துணியில் பொதிந்து வைக்கப்பட்ட, ஃபிரேம் செய்த புகைப்படம். கழுத்திலும் காதிலும் ஃபோட்டோவுக்காக நகை மாட்டிக் கொண்டு, கண்கள் சிரிக்க, குழந்தையும் கையுமாக லட்சணமான ஒரு பெண் நிற்கிறாள். பக்கத்தில் நாற்காலி போட்டுச் சட்டமாக உட்கார்ந்திருக்கிற ஆள் ஏகக் குழப்பமாக எங்கேயோ வெறிக்கிறான்.

‘அப்பா... அம்மா கையிலே நான். இது எங்க வீட்டுக் கூடத்திலே எடுத்தது. கூடம் எவ்வளவு பெரிசா தூணெல்லாம் நிறுத்திப் பளிச்சுனு இருக்கு பாருங்க... ஒரு தூசு துப்பட்டி கிடையாது... சுத்தம்னா அம்புட்டு சுத்தம்... நூறு பேருக்கு எதிர் எதிரா இலை போட்டு சாப்பாடு போடலாம்... வாழக்காய் சாம்பார்... சுடுசாதம்...’

ஏதோ ஸ்டுடியோவிலே எடுத்த மாதிரி இல்லே இருக்கு? வீட்டுலே இப்படித்தான் படுதா தொங்குதாக்கும்.

‘இந்த வீடு எங்கே இருக்கு மிஸ்டர் ராமச்சந்திரன்?’

‘எங்க ஊர்லே. நான் பார்த்து ரொம்ப நாள் ஆச்சு. சின்ன வயசுலே பார்த்திருக்கேன். இருந்திருக்கேன். சொந்த வீடுன்னா சும்மாவா? திருக்குறள் படிச்சிருக்கீங்களா?’

‘வீடு கட்டறதைப் பத்தி ஏதாவது வருதா அதிலே?’

இருந்தா ஹௌசிங் லோன் சொசைட்டி போர்டுலே சாக்பீஸாலே எழுதி வச்சிருப்பாங்களே... இன்று ஒரு தகவல்...

‘தம்மில் இருந்து தமது பாத்து உண்டற்றே அம்மா அரிவை முயக்கு’

யாருக்குத் தெரியும்? அது என்ன கற்க கசடற...

அது கூட சரியா நினைவு வரலே... சீவகா, உனக்கு இந்தி மட்டுமா வராது? தமிழே தடவுது... போவட்டும்... பக்கத்து வீட்டு அக்கா தாவணி என்ன கலர்? திங்களும் புதனும் மஞ்சள்... செவ்வாய் சிவப்புலே ஸ்கர்ட் ப்ளவுஸ்...

‘அந்தத் திருக்குறளுக்கு என்ன அர்த்தம்னா, நம்ம சொந்த வீட்டுலே உக்கார்ந்து நாமே சம்பாதிச்ச சொத்தை அனுபவிக்கற சுகம் பொண்ணுகிட்டே கிடைக்குதாம். எனக்கு தம்மில்லும் இல்லே... தமது பாத்தும் பூஜ்யம். உன் மூஞ்சிக்கு அரிவை முயக்கு வேறே கேக்குதான்னுட்டா அவ... சரியாத்தான் கேட்டா...’

ஆரம்பிச்சுட்டான். பய எங்கேயோ ஒருத்தி பின்னாலே போய், அவ போடா படவாப் பயலேன்னு எகத்தாளம் பண்ணி அனுப்பியிருக்காப்பல... துணியில்லாம வரஞ்சு எடுத்துட்டுப் போய் இதான் நீன்னு காட்டியிருப்பான்... எல்லாமா ஈன்னு இளிச்சுக்கிட்டு, சீ ஆனாலும் மோசம் நீங்கன்னு வெக்கப் பட்டுக்கிட்டு மாராப்புக்குள்ளே சொருகி வச்சுக்கும். எவனும் சரி... எந்த மேதாவின்னாலும்... கிறுக்குத் தனம், கோணங்கித் தனம் பண்ணினாலும்... பொம்பளை பாத்து போடான்னு சொல்லிட்டா என்னமா உடஞ்சு போயிடறான்... எல்லாரும் ராசுப்பய ஆக முடியுமா? பய கமுக்கமா இருந்தே என்ன வேலை பண்ணியிருக்கான்... ராசு உனக்குத் திருக்குறள் தெரியுமாடா? தம்மில்... தம்மில்... ஏதோ ஒண்ணு... போ...

7

பசும்புல் மணத்துக் கொண்டு ஜட்கா வண்டி ஊர்ந்து கொண்டிருந்தது. ஆள் அரவமில்லாத கப்பி ரோட்டில் வெய்யில் காய்கிறது. அங்கொன்றும் இங்கொன்றுமாக ஆடுகள் பாதையோரத்துக் குத்துச் செடிகளை மேய்ந்து கொண்டிருந்தன. வண்டியோடு ஓடி வந்த நாய் ஒன்று அலுத்துப் போய்த் திரும்பி நடந்தபோது ஒப்புக்குக் குரைத்தது.

இந்த ஸ்டேஷன் மாஸ்டருக்கு நம்மேல் ஏன் இத்தனை கரிசனம் என்று ராமச்சந்திரனுக்குப் புரியவில்லை.

இங்கே உட்காராதே... வரையாதே... சரி... வீட்டுக்கு வா... மதியத்துக்கு முன்னால் கிளம்பி விடு... இரு... சாப்பிட்டுட்டுப் போ... ஆள் அனுப்பி பஸ் ஏத்திவிடச் சொல்றேன்...

'சாருக்கு சொந்த ஊரு எது?'

கணபதி வண்டிக்காரன் பக்கத்தில் உட்கார்ந்து கொண்டு உள்ளே திரும்பிக் கேட்டான்.

எல்லோருக்கும் ஏனோ இதைத் தெரிந்து கொள்ள வேண்டியிருக்கிறது. இந்தத் தகவல் ஒரு பரிச்சயத்தை முழுமையாகச் செய்யக் கூடியதாக இருக்க வேண்டும்.

'தஞ்சாவூர் பக்கத்திலே...'

'நஞ்சை பூமி. மூணு போகம். தெரியுமில்லே அண்ணே?'

கணபதி வண்டிக்காரனை விசாரித்தான்.

தினம் அவ்வளவு முடியுமா என்ன?

ராமச்சந்திரனுக்கு சிரிப்பு வந்தது.

அரிசி உண்டாக்கறதும் போகம். அரிவை முயக்கும் போகம்.

'சார் என்ன சிரிக்கறீங்க... இவனுக்கு அதெல்லாம் என்ன தெரியும்னா? எல்லாம் சுத்திட்டு இப்ப அடங்கியாச்சு...'

'சுத்தமா அடங்கியாச்சா?'

வண்டிக்காரன் கேட்டான்.

'ஏன், உம்ம மச்சினியை அனுப்பிச்சுக் கேக்கச் சொல்லுமே'

'இன்னும் கொஞ்சம் சத்தமா சொல்லு. எதுத்தாப்பிலே யாரு வரான்னு பாத்தியா?'

'அட, என் வீட்டுக்காரி... இங்கே எங்கே வரா? ஒரு நிமிட்டு நிறுத்துங்கண்ணே'

தலையில் சுள்ளிக் கட்டோடு ஒரு பெண் வண்டிக்குப் பக்கத்தில் நின்றாள்.

'நீ இங்கே என்ன பண்ணிட்டிருக்கே பிள்ளே?'

கணபதி கீழே குதித்தான்.

'சார், ஒரு நிமிட்'

அவன் ராமச்சந்திரனைப் பார்த்து அவசரமாகச் சொன்னான்.

அதற்குள் அந்தப் பெண் இரைய ஆரம்பித்திருந்தாள்.

'நீ என்ன நெனச்சிட்டிருக்கே... காலையிலே புட்டு அவிச்சு வச்சேன்... பசியாற வரலே... மதியம் சோறு பொங்கி இறக்கிட்டுக் காத்திருந்தேன். ஆளே அட்ரசு இல்லாம எங்கேயோ ஓடிட்டே.... என்ன ஆச்சுய்யா உனக்கு?'

'ஸ்டேஷன் மாஸ்டர் வீட்டுலே கொஞ்சம் வேலை இருந்துச்சு. அவங்க வீட்டம்மா ஊருக்குப் போயிருக்காங்களா, அதான்...'

‘கோமணம் தோச்சுக் கொடுத்திட்டு இருந்தியா?’

வண்டிக்காரன் சிரித்ததைப் பார்க்க ராமச்சந்திரனுக்கும் சிரிப்பு வந்தது.

கணபதி கொஞ்சம் சங்கடத்துடன் ‘தே... சும்மா கிட... விட்டா நீ பாட்டுக்குப் பேசிக்கிட்டே போறே... வண்டியிலே ஆளு இருக்கு... சாரோட விருந்தாளி’ என்றான்.

‘இருந்திட்டுப் போகட்டுமே. நான் என்ன அவரைப் பத்தியா புரணி பேசிட்டு இருக்கேன்... நம்ம கதையே பேசி ஓய மாட்டேங்குது...’

‘இப்ப என்னன்னு சொல்லு விஷயத்தை...நான் அவசரமாப் போகணும்...’

‘ஒண்ணுமில்லேய்யா, என் தம்பி வந்திருக்கான். நாளைக்கு முத்துப்பட்டியிலே பொண்ணு பார்க்கப் போகப் போறானாம்’

‘மவராசனாப் போய்ட்டு வரட்டும்’

‘நாமளும் கூட வரணுமாம்’

‘நான் எதுக்குடி? அப்புறம் பொண்ணுக்கு என்னைப் பிடிச்சுப் போயிடுத்துன்னு வச்சுக்க... அவனுக்குக் கல்யாணம் ஆகணுமா, வேணாமா?’

‘ஆமா... உன் மூஞ்சிக்கு நான் ஒருத்தியே சாஸ்தி... பழனியண்ணே நல்லாச் சொல்லுங்க இந்த ஆளுக்கு. மனசுலே பெரிய மம்முதக் கொரங்குன்னு நெனப்பு. அடிக்கடி டவுனுக்குப் போறேன்னு கிளம்பிடறாரு சண்டியர். எங்க வேணுமின்னாலும் ஓழி. வயத்துக்குக் கொட்டிக்கிட்டுப் போ. அது போதும்...’

‘இரு இரு வந்து கவனிச்சுக்கறேன்... தம்பி இருக்கானா போய்ட்டானா?’

‘நாட்டரசன்கோட்டைக்குப் போயிருக்கான். காலையிலே வந்துடுவான். ரெட்டரெடியா இருக்கச் சொல்லியிருக்கான்’

‘ஆமா இவரு பெரிய ஜில்லா கலக்டரு. சமூகத்தை எதிர்பார்த்து வாயையும் பின்னாலேயும் பொத்திக்கிட்டு காத்து நிக்கணும்...’

'நீ எங்கெ வேணும்னாலும் பொத்திக்க. விளக்கு வைக்கறதுக் குள்ளே வந்து சேர்ற வழியைப் பாரு. உடம்பைப் பாரு. வத்தக் காச்சியாட்டமா. சமைச்சு வைக்கறதை கொட்டிட்டுப் போக உனக்கு வலிக்குது...'

'வரேன்... வரேன்... வந்து வாயிலேயே போடறேன்'

'வரும்போது திருநெல்வேலி அல்வா வாங்கிட்டு வா... ஆமா... சும்மா கையை வீசிக்கிட்டு வந்து நிக்காதே...'

'சரிதான் போ புள்ளே... வெய்யில்லே அலையாம வீட்டுக்குப் போ... விட்டா ஓலைப் பாயிலே ஒண்ணுக்கிருக்கற மாதிரி பேசிட்டே போவியே... அல்வாவாம் அல்வா...'

ராமச்சந்திரனுக்குத் தெரியும். இது கோபமில்லை. இவன் சாயந்திரம் அல்வாவோடு போய் நிற்பான். அவள் காத்திருப்பாள். சமைத்து வைத்து விட்டுக் காத்திருப்பாள். மல்லிகைப் பூவுக்கும், இவனுக்கும். குடிசையோ, அஸ்பெஸ்டாஸ் தகடு வேய்ந்தோ ஒரு வீடு. வழி மறித்து வாயைப் பிடுங்கி ரசிக்கிற மனைவி. வாசலில் காத்திருக்கிற மனைவி.

'ராமச்சந்திரா, நிச்சயமா நீ லைஃப்லே செட்டில் ஆகறதுக்குக் கல்யாணம் பண்ணிட்டுத் தாண்டா ஆகணும்'

'எனக்கு எவன் பொண்ணு தருவாண்டா சரவணா? என்ன இருக்கு ஆஸ்தி? உன்னோட ஸ்டுடியோவிலே ஒட்டிக்கிட்டு உனக்குக் கூடமாட பானர் வரைஞ்சு தரேன். நீ நாளைக்கு வெளியே போன்னு சொன்னா வேலையும் போச்சு... தலைக்கு மேலே கூரையும் போச்சு...'

'உன் கையிலே கலை இருக்குடா ராமச்சந்திரா... ஹுசைன் மாதிரி, விவியன் சுந்தரம் மாதிரி, பூபேன் கக்கர் மாதிரி நீ ஒரு நாள் வரத்தான் போறே... நான் தான் பானரோட நின்னுட்டேன். நீ நல்லா வரத்தான் போறே... வீடு வீடுன்னு மாஞ்சு போறியே... நிச்சயம் உனக்குன்னு வரத்தாண்டா போகுது... பொண்டாட்டி, பசங்க, கட்டில், நாற்காலி... பூபன் கக்கரோட சிவன் சிலையோடு ஒரு ஷோ கேஸ் படம் மாதிரி சகலமும் அடுக்கி வச்ச ஷோ கேஸ்... உன்னாலே முடியும்டா நல்லா வர...'

‘ஆனா நான் காலேஜிலே டிராப் அவுட். மெஸ் பில் கட்டப் பணம் இல்லேன்னு வெளியே அனுப்பிச்சபோது நீ மட்டும் வான்னு கூட்டிட்டு வராட்ட, நான் இன்னிக்குத் தெருவிலே சாக்பீஸ்லே படம் போட்டுச் சில்லறை பொறுக்கிட்டிருப்பேன். தெருவிலே அனுமார்தான் போடணுமா? சர்ரியலிஸ்டிக்கா சாக்பீஸ்லே படம் போட்டு பஸ் அழிச்சது போக மிச்சத்தை வச்சிருந்தா எப்படிடா இருக்கும்? நாலு பேராவது காசு போடுவாங்களா?’

‘திடீர் திடீர்னு என்னடா பேத்த ஆரம்பிச்சுடறே? கல்யாணம் நடந்தா அப்புறம் இப்படி எல்லாம் இருக்கக் கூடாது. என்ன பேசறோம், யார் கிட்டப் பேசறோம்னு மனசுலே வச்சுக்கணும். சும்மா ஒரு புஸ்தகத்தைக் கையிலே வச்சுக்கிட்டு, அதுவும் ஒரே புத்தகத்தைத் திரும்பத் திரும்பப் படிச்சுக்கிட்டுப் பொண்டாட்டி கிட்டே போய் திடுதிப்புனு வித்துவான் தியாகராசச் செட்டியார், கட்டளைக் கலித்துறைன்னு என்கிட்டே சொல்ற மாதிரிப் பேசக் கூடாது. மிரண்டு ஓடிப் போயிடுவா.’

‘வந்தா இல்லேடா ஓடறதுக்கு. என் மூஞ்சிக்கு யார்டா சரவணா கழுத்தை நீட்டுவா?’

‘ஏண்டா உன் மூஞ்சிக்கு என்னடா? கொஞ்சம் நாக்கைத் துருத்தறதைக் கொறைச்சுக்கிட்டு தலையை வாரி, ஷேவ் பண்ணிக்கிட்டேன்னா, இதோ பாரு, இந்த ஓரமா வரஞ்சிருக்கேனே... தெலுங்குப் பட செகண்ட் ஹீரோ... அவன் மாதிரி இருப்பே.’

ராமச்சந்திரன் நாக்கைச் சட்டென்று உள்ளே இழுத்து, உதடுகளை அழுத்தமாக மூடிக்கொண்டு வண்டிக்குள் பதிந்திருந்த சிறிய, சாயம் போன கண்ணாடியில் முகம் பார்த்தான்.

மம்முதக் கொரங்காட்டமா இருக்கு.

கணபதியிடம் வண்டிக்காரன் சித்தினி ஜாதிப் பெண் என்று ஏதோ ஈடுபாட்டோடு பேசிக் கொண்டிருந்தான்.

‘நீ விவரமான ஆளு அண்ணே... இதெல்லாம் எங்கே தெரிஞ்சுக்கிட்டே?’

'அனுபவம்டா தம்பி. கேட்டுக் கேட்டுப் படிஞ்சது வேறே. சொந்தமாத் தெரிஞ்சுக்கிட்டதை எல்லாம் சொல்ல ஆரம்பிச்சா நான் சொல்லிக்கிட்டே இருக்க வேண்டியதுதான். நீ கேட்டுக்கிட்டே வாயைத் தொறந்துக்கிட்டு இருக்க வேண்டியதுதான். உன் வயசுக்கு நான் எத்தனை பார்த்திருப்பேன். இன்னமும் தான் பார்த்துக்கிட்டு இருக்கேன்... பொன்னாத்தா தெரியுமா?'

'கீரை வித்துட்டு வர கிழவி தானே'

'இப்பத் தாண்டா கிழவி தம்பி... வாலிபத்துலே... ரவிக்கை எல்லாம் ஏது அப்ப? சேலைத் தலைப்பையும் இடுப்புலே சொருகிட்டு... கையெல்லாம் மொசமொசன்னு முடி...'

'அய்யே ஆம்பள கணக்கா மொசமொசன்னு'

'அட போடா விஷயம் தெரியாதவனே... முடி இருந்தா...'

ராமச்சந்திரன் முணுமுணுத்தான்.

மொசமொசன்னு மொசமொசன்னு

பாஸ்போர்ட் சைஸ் போட்டோவிலே கை தெரியுமா என்ன?

'இதாண்டா பொண்ணு... பார்த்துக்கடா ராமச்சந்திரா... ஊரு ஆம்பூர் பக்கம். நம்ம பெய்ண்டர் ரங்கசாமிக்கு அக்கா முறையாம் இவங்க அம்மா. உங்க வகை ஆளுதான். உனக்கு சரிடா...அவங்க எல்லாம் பாக்கறாங்களே... ஏழைப்பட்ட குடும்பம். அப்பா தாலுகா ஆபீஸ்லே கிளாஸ் ஃபோரா இருந்திட்டு ரிடயர் ஆனவராம்... அதாண்டா, டவாலி சேவகம்...'

'பொண்ணுக்கு உதட்டுக்கு மேலே லேசா மீசை இருக்கு போல இருக்கே?'

'டேய் நீ என்னடா நெனச்சிட்டிருக்கே... இங்கே வாடா சொல்றேன்... இந்தா பாரு... பெரிசா மாரை வரஞ்சுக் கிட்டிருக்கேனே... இந்த ஹீரோயினை பாத்திருக்கியாடா? கையெல்லாம் முடி'

'அவளையே கட்டிக்கிடலாமா?'

'ஆமா, வாசல்லே மாலையை வச்சுக்கிட்டு ரெடியா நிக்கறா...

போய்ப் பாரு... ரவிக்கையிலே ஜிகினா ஒட்டணும்... செய்யறியா? படத்துலேடா.'

சப்த கோலாகலங்களுடன் நகரம் முன்னால் விரிந்தது.

'உங்கள் நாவிற்கினிய கொத்து புரட்டா, வீச்சு புரட்டா, வடைகறி, தோசை, இட்லி வகைகளுக்காக இன்றைக்குப் புதியதாகத் திறக்கப் பட்டிருக்கிறது, விடிவெள்ளி ஈவினிங் மட்டன் ஸ்டால். ஒரு முறை வருகை தந்தால், மீண்டும் மீண்டும் கவர்ந்திழுக்கக் கூடிய சுவையான உணவு... விடிவெள்ளி...'

ஒலிபெருக்கி இடைவிடாமல் அலறிக் கொண்டிருந்தது.

'கணபதி, வீச்சுப் பொரட்டா வாங்கிட்டுப் போ'-வண்டிக்காரன் சொன்னான்.

'போறதுக்குள்ளே ஆறிடுமே அண்ணே'

'நீ சூடா இருக்கேயில்லே... அது எப்படி ஆறும்?'

பஸ் ஸ்டாண்ட்.

'சார், நீங்க இருங்க... ஸ்டேஷன் மாஸ்டர் ஐயா பணம் கொடுத்து விட்டிருக்காரு வண்டிச் சத்தத்துக்கு... நீங்க எடுக்க வேணாம்... பழனியண்ணே... இந்தாங்க... சார், இறங்கிக்கலாம்... நீங்க இறங்குங்க... மூட்டையை நான் இறக்கறேன்... இதிலே பூரா படமா இருக்கா சார்? கனமாக் கனக்குது. பழனியண்ணே... நீங்க பாக்கலியே. சார் என்னமா படம் போட்டாரு காலையிலே... உங்க சித்தினி சாதிப் பொண்ணுதான்.'

'எனக்கு எதுக்குடா படம் எல்லாம்... நேரேயே பாத்துப் பாத்து அலுத்துப் போச்சு...'

'அப்ப ஓரமா வண்டியைப் போட்டுட்டுப் பார்த்துக்கிட்டே இருங்க... சார் மண்டபம் போகணும்... பஸ் ஏத்தி விட்டுட்டு வரேன்... ஸ்டேஷன் பக்கம் திரும்பற சவாரின்னா நானும் முன்னாடி தொத்திக்கறேன்... சரிதானே?'

கணபதி சுறுசுறுப்பாக குதிரை வண்டியிலிருந்து மூட்டை முடிச்சை இறக்கி வைத்தான்.

ராமச்சந்திரன் ஒரு முறை தீர்க்கமாகச் சுற்றிலும் பார்த்தான்.

பஸ் பஸ்ஸாக வெள்ளரிக்காயும், பலாச்சுளையும் சாப்பிட்டுக் கொண்டிருந்தார்கள். மூட்டை ஏற்றினார்கள். பரிசுச் சீட்டு விற்கிற பையன்கள் புகுந்து புறப்பட்டார்கள், எட்டு மடிப்பான காலைப் பத்திரிகையைப் பிரித்து விசிறிக் கொண்டு வெளியே சிகரெட் குடிக்கிற கண்டக்டரையும் டிரைவரையும் மாறி மாறிப் பார்த்தார்கள். கிளம்புகிற பஸ்களில், கழுத்து வியர்வையைத் துடைத்துக் கொண்டு, வெற்றிலையைத் துப்பி விட்டுப் பராக்குப் பார்க்க ஆரம்பித்திருந்தார்கள்.

'சார், இதான் மண்டபம் போற பஸ்.'

தூரத்தில் சிமெண்ட் பெஞ்சில் தோல்பையை மாலை போல தொங்கவிட்டுக் கொண்டு, கண்டக்டர் நிஷ்டையில் இருக்கிற மாதிரி அமர்ந்திருக்க, அழுக்குத் துண்டோடு ஒருவன் 'ராமநாதபுரம்... மண்டபம்' என்று அடிக்கொரு தரம் கத்திக் கொண்டிருந்தான்.

'சார்... நீங்க போய் டிக்கெட் வாங்கிட்டு வாங்க. நான் இந்தப் படுக்கையை மேலே ஏத்திடறேன்... மேலே வேணாம்... மீனும் கருவாடுமா வரும்போது ஏத்திட்டு வந்து, ஒரே கவிச்ச நாத்தம் பிடிச்சுக் கிடக்கும். உள்ளேயே போட்டுடறேன். கடைசிக்கு முந்தின சீட்டு. நேரே வந்து உக்காந்துடுங்க.'

ராமச்சந்திரன் கண்டக்டரை நோக்கிப் போனான்.

'என்ன சார் இப்படி பொம்முனு இருக்கு? கொஞ்சம் இறுக்கமாக் கட்டிட்டா உள்ளே போட்டுடலாம்... சரி, நீங்க போங்க. நான் பாத்துக்கறேன். சார்... ஒரு நிமிஷம்... பஸ் கிளம்ப இன்னும் அரை அவராவது ஆகும்கிறாங்கயே நான் இதோ போய்ட்டு ஓடி வந்துடறேன். கிளம்பறதுக்குள்ளே வந்துடுவேன். நீங்க ஏறிக்குங்க.'

ராமச்சந்திரன் தலையை ஆட்டிக் கொண்டே நடந்தான்.

★★★

கணபதி ஒரு பொட்டலத்தைக் கையில் மாறி மாறி வைத்துக் கொண்டு பஸ் ஸ்டாண்டுக்கு வந்தபோது மண்டபம் பஸ் போயிருந்தது.

சே... புதுக்கடையினா கூட்டம் ஜாஸ்தியா இருக்கும்னு தெரிஞ்சுக்கிட்டே போய் மாட்டிக்கிட்டேன். பார்சலுக்கு வேறே நேரமாக்கிட்டான். சரி நாம நம்ம வேலையைப் பார்த்தாச்சு... அந்த ஆளு போயிருப்பாரு சவுக்கியமா... கூடவே கையைப் பிடிச்சுட்டுப் போயா விட்டுட்டு வர முடியும்? போகட்டும் போ. ஒரே சூடா சுடுதே. ஆறதுக்குள்ளே போனா அந்த சனியனுக்குத் தரலாம். ஆசையாச் சாப்பிடும்... பழனியண்ணன் வண்டி எங்கே போச்சு?

யாரோ தோளைத் தொட்டார்கள்.

திரும்பினால், ராமச்சந்திரன் சிரித்துக் கொண்டு நின்றிருந்தான்.

'ஐயயோ... என்ன சார்... பஸ் போயிடுச்சு போல இருக்கே... எங்கேயாவது பராக்குப் பார்த்துக்கிட்டு நின்னுட்டீங்களா? படுக்கை வேறே வண்டியிலேயே மாட்டிக்கிடுச்சே... ஸ்டேஷன் மாஸ்டர் படிச்சுப் படிச்சுச் சொன்னாரு... இவர் கொஞ்சம் ஒரு மாதிரி... திடீர்னு எங்கேயாவது எதையாவது நினைச்சுக்கிட்டு நின்னுடுவார். பார்த்து பஸ்ஸிலே ஏத்தி விட்டுட்டு வான்னு... உங்க சங்கதி தெரியாம நான் வெளியே போனது என் தப்பு தான்... இனிமே வேறே வண்டி கூட கிடையாது... ஸ்டேஷன் மாஸ்டருக்குத் தெரிய வந்தா, என்னை ஒரே முட்டா ஏசுவாரு... என்ன சார்... நீங்க பாட்டுக்கு நிக்கறீங்க... பஸ் போயிடுச்சு சார்... யாருக்கோ வந்ததுன்னு நிக்கறீங்களே... உங்க பஸ் தான் சார்... எப்படி விட்டீங்க?'

'மண்டபம் போக டிக்கட் பதினஞ்சு ரூபாயாம். எங்கிட்டே சட்டைப் பையிலே அஞ்சு ரூபாதான் இருக்கு'

'ஏன் சார், ஸ்டேஷன் மாஸ்டர்கிட்டே முன்னாடியே அத்தச் சொல்லியிருந்தா என்ன? வண்டிச் சத்தம் கொடுத்தவர் பஸ்ஸுக்கு கொடுக்க மாட்டாரா என்ன? ஆமா, என்ன நம்பிக்கையிலே தேசாந்தரம் கிளம்பி வந்தீங்க, பையிலே அஞ்சு ரூபாயை மட்டும் வச்சுக்கிட்டு?'

'நூறு ரூபா இருந்துச்சு... எந்தச் சட்டையிலே வச்சேன்னு ஞாபகம் இல்லே. அந்த ஹோல்டாலுக்குள்ளே தேடினாக் கிடைக்கும். அதான் பஸ்ஸோடு போயிடுச்சே...'

'நல்ல ஆளு சார் நீங்க. இப்ப எங்கே போய்த் தேடறது? என்ன பண்ணப் போறீங்க?'

'வாங்க... திரும்பப் போயிடலாம். நடந்தே போயிடலாம். நீங்க கூட ஏதோ வாங்கணுமில்லே. அஞ்சு ரூபா போதுமில்லே?'

பஸ் ஏஜெண்ட் அழுக்குத் துண்டில் முகத்தைத் துடைத்துக் கொண்டு, 'தொண்டி.... திருவாடானை, இளையான்குடி' என்று கூவ ஆரம்பித்திருந்தான். கணபதி ஓட்டமும் நடையுமாக அவனை நோக்கிப் போனான். வேடிக்கை பார்க்கிற சுவாரசியத்தோடு ராமச்சந்திரனும் அவனுக்குப் பின்னால் ஓடினான்.

'இப்ப எங்கேன்னு பிடிக்கறது? நாளைக்கு மதியத்துலே வண்டி திரும்ப இங்கே வரப்போ இருந்துச்சுன்னா எடுத்து வைக்கறேன். நீங்களும் மதுரை ஆபீஸுக்கு போன் அடிக்கச் சொல்லுங்க... ராத்திரி வண்டி ராமநாதபுரத்துலே ஷெட்டுக்கு போகும். அங்கேயும் சொல்லி வைக்கச் சொல்லுங்க... செல்வராசு முதலியார்னு மேனேஜர்... கொஞ்சம் காது மந்தம்... அவர்கிட்டேதான் தாக்கல் சொல்லணும்... முத்துப்பாண்டிதான் இன்னிக்கு கண்டக்டரா ஓடறாரு... நாளைக்கும் அவரே இருந்தா கேக்கலாம்... வழியிலே ஏறி இறங்கினவன் எவனாவது கிளப்பிட்டுப் போயிருந்தா, போனவன் போனாண்டிதான்... சாரோட பொட்டியா? உன்னோட அவரையும் பொரட்டா ஸ்டாலுக்குக் கூட்டிப் போயிட்டியா என்ன வண்டி கிளம்பறது கூட தெரியாம? என்னய்யா நீ ரயில்வேக்கார ஆளா இருந்துக்கிட்டு வண்டியை கோட்டை விட்டுட்டு நிக்கறே? நல்ல ஆளுங்கய்யா... தொண்டி.... திருவாடானை...'

'இவரை ஒரு கேள்வி கேட்டா இவரு நம்மளை ஒன்பது கேள்வி கேக்கறாரு... ராமவிலாஸ் பஸ் சர்வீஸே அய்யா நிர்வாகத்துலே தான் ஓடற மாதிரி... சார் என்ன பண்ணலாம்?'

கடகடவென்று வண்டி சத்தம்.

'என்னய்யா கணபதி, சார் இன்னும் வண்டி ஏறலியா? மூட்டை முடிச்செல்லாம் எங்கேய்யா ? வித்துப் பொரட்டா வாங்கிட்டு வந்துட்டீங்களா?'

'மூட்டையா... அது மட்டும் மண்டபம் போயிடுச்சு. சார் போறதுக்கில்லேன்னுட்டாரு... திரும்ப ஊருக்குப் போறாராம்.'

'அதான் இன்னிக்கு ரயில் இல்லேன்னியேப்பா.'

'நாளைக்குப் போகப் போறாராம். பணம் தனியா எடுத்து வச்சிருக்காரு.'

ராமச்சந்திரன் பலமாகச் சிரித்தான்.

'எல்லாம் போச்சு. இனிமேல் புதுசா எல்லாம் வரையலாம்.'

'போயிருக்காது... நாளைக்குக் கெடச்சுடும். ஸ்டேஷன் மாஸ்டர் சார் கிட்டே சொல்லுங்க.'

'ஏறுங்க போகலாம்... போன மச்சான் திரும்பி வந்தான் பூ மணத்தோடன்னு...'

வண்டிக்காரன் சொன்னான்.

'பொரட்டாவோட' என்றான் ராமச்சந்திரன்.

8

ராமச்சந்திரன் கண்ணை மூடி மூடித் திறந்து கொண்டிருந்தான். ஒவ்வொரு தடவை இமை மூடும் போதும் இந்த உலகமே பிடிக்கு வழுக்கிப் போய்க் கொண்டிருக்கிறது. இடமும் காலமும் நடப்பும் பிரமையுமாக ஒரு பிரவாகத்தில் அவன் குறுக்கும் நெடுக்குமாக, மேல் கீழாகப் பயணம் போகிறான். முன்னால், இன்னும் முன்னால் போய், தொடங்கிய இடத்துக்கு வருகிறான்.

கண்ணைத் திறக்கும் போதெல்லாம் எதிரே உட்கார்ந்து பாட்டிலிலிருந்து கிளாஸில் நிறைக்கிற ஸ்டேஷன் மாஸ்டர்தான் இந்த உலகத்தோடு ஒரே தொடர்பாகத் தெரிகிறான்.

'ராசு... ராமச்சந்திரனா... அட போடா...நீ வேறே என்ன பெயர் வச்சுக்கிட்டா என்ன ... எனக்கு நீ ராசு தான்... சொல்லுடா தம்பி... அட, எனக்கு மட்டும் சொல்லுடா... அவ எப்படிடா உங்கூட வந்தா? நான் தான் அவளுக்குக் காத்துக்கிட்டு டைப்பு அடிக்கற போது அவ பின்னாடியே போனேன்... அவ இல்லேயிலே... ஆமா... அது பிரஸ்காரன் பொண்ணு... இவ... டீக்கடைக்காரன் சம்சாரம்... நீ போனே பாரு... எப்படிடா தவற விட்டேன்... இட்டுட்டு வந்திருப்பேன்... மயிரு உத்தியோகம்... இந்தப் புடுங்கி உத்தியோகத்தைச் சொல்லியே

இவளை அட அதாண்டா உங்க அண்ணியைக் காட்டிப் பிடிக்குதான்னு கேட்டாங்க... என்னமோ ஆர்வக் கோளாறு... சரின்னுட்டேன்... கட்டி வச்சுட்டாங்கடா... கடனேன்னு படுக்க வரா... கருவாட்டுக் குழம்பு மட்டும் நல்லா வைக்கிறா... நீ சாப்பிட மாட்டியா? கருப்புக் கம்பளிச் சாமியார் போல சைவமா இப்போ? பூசணிக்காய் சாம்பார் கேசா? டிராயிங் மாஸ்டர் போடுவாரே... முதுகைச் சொறிஞ்சுக்கிட்டு வரிசையா... படம்னா அது படம்... நீயும் வரையறியே... அது என்னடா கட்டடம் எல்லாம் கரி படிஞ்சு? டீக்கடையா? அப்போ பாய்லர் எங்கேடா? படம் போட்டா ஒரு தெளிவு வேணும்... என்ன கவனிக்கறியா? பார்க்க சந்தோஷமா இருக்கணும். என்ன ஏது யாருன்னு புரியணும்... பொணத்தை எரிக்கறதும் மாடிப்படியிலே இருட்டிலே ஒண்ணுமில்லாம மொட்டக் கட்டையா நிக்கறவளும் என்னடா படம்? சொல்லுடா ராசு... அண்ணன் கேக்கறேனில்லே...'

'ஓவியத்தில் காணப்படுகிற ஒவ்வொரு பொருளுக்கும் அதன் நிஜ உருவத்துக்கும் தொடர்பு காண நாம் முயன்று கொண்டே இருக்கிறோம். அது ஒரு போதும் சரியாக அமைவதில்லை. ஓவியத்தை, ஓவியனின் கண் கொண்டு பார்க்கப் பழகிக் கொள்ள வேண்டும். அதை முழுமையானதாக, ஒன்றோடு ஒன்று தொடர்பு கொண்ட தூரிகை வீச்சுக்களின் தொகுப்பாக, வண்ணங்களும், உருவமும், பின்புலமும் சேர்ந்து பிரத்யேகமாக ஏற்படுத்திக் கொண்ட உலகமாகப் பார்க்க வேண்டும். ஓவியம் உங்கள் பார்வைக்கும், கவனிப்புத் திறனுக்கும் சவால் விடுகிறது என்பது போல அதை எதிர்கொள்ளாதீர்கள். அது ஒரு மகிழ்ச்சியின், துக்கத்தின், பயத்தின், கோபத்தின் வெளிப்பாடு. பகுதி குறியீடாக, பகுதி இயல்பாக, ஒரு குறுகுறுப்போடு, மிரட்சியோடு, திகைப்போடு வெளிப்படுகிற ஒன்று. அய்யப்பப் பணிக்கர் சொல்கிறது என்னவென்றால் - ஓவியன் சத்தியத்தின் ஒரு துகளைத் தன் போக்கில் சித்தரிக்கிறான்.'

'அது யாரு மலையாளத்தான்? டீக்கடைக்காரன் தானே? கில்லாடிடா நீ. சரிக்கட்டிட்டியா? கையிலே பருப்பு வடையும் பொறை பிஸ்கட்டும் பொட்டலம் கட்டிக் கொடுத்து பஸ் ஸ்டாண்டுக்கு வந்து ரெண்டு பேரையும் அனுப்பி வச்சானா?

ஆனாலும் இப்படி பஸ்ஸை விட்டுட்டு நிக்கறியேடா... நான் அவ கூடப் போயிருப்பேன்... இந்த சாணிக் காகித உத்தியோகமும் இவ கழுத்திலே கட்டின தாலியும் தான் தடுத்துக்கிட்டு காலைப் பிடிக்குது... நீ ஓடுடா... துரத்திக்கிட்டு பின்னாடியே ஓடு. எவ பின்னாலேயும் போ, எனக்கு ஒண்ணும் ஆகப் போறதில்லே... உங்க அண்ணி கைமணம் வருமாடா எவளுக்கும்? தெய்வம்டா... அவ என்னப் பார்த்து பூ இவ்வளவு தான்'யா நீன்னு சிரிச்சாலும், எவனும் நாக்கைத் துருத்திக்கிட்டு வர பய கூடக் கிளம்பிப் போயிட மாட்டா...என் புத்தி தாண்டா லோலோன்னு அலையறது... ஆனா உடம்பு ஸ்ட்ராங்க்... நீத்துப் போயிடுமா... சரிதான் போடா... கொஞ்சம் ஊத்திக்கடா... வேணாம்னு சொல்லாதே... தம்பியைப் பார்க்க வச்சிக்கிட்டுக் குடிச்சா பெரும் பாவம்... ராமச்சந்திரா... ராசு... நேரத்துக்கு ஒரு பெயர்டா உனக்கு... கூட்டிட்டுப் போனியே... கல்யாணம்னு சொல்லி ஒரு மஞ்சக் கயித்தையாவது அவ கழுத்திலே கட்டினியா?'

'கல்யாணமா? உன் மூஞ்சிக்குக் கல்யாணம் ஒரு கேடான்னு கேட்டாங்க சார்... உள்ளே கூப்பிட்டுப் போய் உட்காரச் சொல்லுவாங்கன்னு பாத்தா, திண்ணையிலேயே அழிச்சாட்டியமா உக்கார்த்திட்டாங்க. ரொம்ப நாழி கழிச்சு காப்பி கொடுத்தாங்க... கொட்டு கொட்டுன்னு உக்காந்துக்கிட்டு நான் வாசலைப் பார்த்துக்கிட்டிருக்கேன்... அப்புறம் மெதுவா சொல்றாங்க, சரவணன் தான் மாப்பிள்ளைன்னு நினைச்சாங்களாம்... அப்ப நான்? அவனுக்கு எடுபிடியாப் போனவன்னு வச்சுக்கிட்டாங்க போல... என்னை அந்தக் கிழவனும் கிழவியும் புழு மாதிரிப் பாத்தாங்க சார்... அந்தப் பொண்ணு... ஜன்னல் வழியா முகமும் கையும் தெரியுது... கையெல்லாம் லேசா முடி... நான் கவனிச்சேன்... அவ சரவணனைப் பாத்துட்டு உள்ளே போயிட்டா... லட்சணமா இருக்கா... பளிச்சுனு ... அழகா... கும்பிட வைக்கிற அழகு... எந்த தீத்தாராண்டியாவது கூப்பிட்டா? போறான் போ... கும்பிட்டுக்கிட்டே கூப்புடுவோம்ங்கிறானுங்க...'

ராமச்சந்திரன் பிரவாகத்தில் தத்தளித்தும், முழுகியும் மேலே எழும்பி வருகிறான்.

'சரோ... சரோ... வரியா...?'

'போயிடுங்க... நான் அந்த மாதிரிப் பொம்பளை இல்லே... ஆம்பளை இல்லாத வீடுன்னு வம்பு பண்ணாதீங்க. எம் புருஷன் ஜெயிலுக்குப் போயிட்டா என்ன, திரும்பி வராமலா போயிடுவாரு? கஷ்டமோ நஷ்டமோ நானும் என் பிள்ளையும் பட்டுக்கறோம்...சமையல்காரின்னா இளப்பமா... நிக்காதீங்க... போயிடுங்க...'

'உடனே போயிடலாம் வா... வீட்டுலே யாரும் இல்லே...'

'நான் வரலே'

'நாகராசன் கிட்டே காலையிலே இங்கே அரிசி கொண்டு வந்து போடச் சொல்லியிருக்கேன்.'

'என்னை என்ன ஒழிஞ்ச நேரத்துலே துணி விரிச்சா உப்பு புளிக்கு ஆகும்னு நினைக்கறவளா வச்சுட்டீங்களா?'

'சத்தம் போடாதே. பையன் எந்திருச்சிடப் போறான். ஏதோ போனோம் வந்தோம்னு இல்லாம... முதல் தடவை மாதிரியே எப்பவும் தகராறு செஞ்சா எப்படி? இந்தப் பேச்செல்லாம் இப்ப எடுபடாது...வா... நேரமாகிக்கிட்டு கிடக்கு... இவ இங்கே ஓட்டை உடசலை எல்லாம் அடச்சு வைக்காட்ட இங்கேயே வந்துடுவேன்...பையன் முகப்புலே தானே படம் போட்டுக்கிட்டிருக்கான்...நாற்காலி, தாம்புக் கயிறு... எழவு... எல்லாத்தையும் இங்கே எறிஞ்சு வச்சிருக்கா... ஒரு நாளைக்கு என்னையும் கொண்டு வந்து எறிஞ்சுட்டான்னா, அப்புறம் உன் காலடியிலேயே கிடப்பேன்...'

தடாரென்று கதவைத் திறந்து கொண்டு வந்து ஏதோ பழைய குப்பையை உள்ளே எறிந்து விட்டுப் போகிறாள் வீட்டுக்காரனின் மகள். அது சால்வடார் டாலியின் ஓவியம் - நிலையான காலம். சிவகாசிக் காலண்டரில், வார்னிஷ் வழவழப்பில், காபிப் பொடி விளம்பரத்தோடு வந்திருக்கிற படம். மேடை மேலும், தரையிலும், செத்துப்போன கடியாரங்கள் கோரமாக உடல் பிதுங்கித் தொங்குகின்றன. மரக் கிளையில் ஒரு கடியாரம் தூக்கு மாட்டித் தொங்குகிறது. உள்ளங்கை நிலத்தைத் தொடத் தொங்குகிறவன் படத்திலிருந்து சரோ...சரோ... என்று

அம்மாவைக் கூப்பிடுகிறான். ராமச்சந்திரனின் பார்வை ஒரு சிறிய வட்டத்தை மட்டும் வெளிச்சம் போட, காதில் மின் விசிறி சத்தமும், ஸ்டேஷன் மாஸ்டர் குரலும்.

உலகத்தில் இவனை விடப் பரிச்சயமானவர்கள் யாரும் இல்லை. அம்மாவும் இறந்து போனாள்.

‘உனக்கு படிப்பு ஏறலே. படம் நல்லாப் போடறே. மெட்றாஸிலே என் தம்பி ஆர்ட் காலேஜ்லே சொல்லிக் கொடுக்கறான். அவனுக்கு லெட்டர் தரேன்... இது உங்கம்மா எங்கிட்டே கொடுத்து போஸ்டல் சேவிங்க்ஸிலே சேர்த்து வச்சது... ரெண்டாயிரத்துச் சொச்சம் இருக்கு...’

இவன் தான் சொன்னான். அப்போது இவனுக்கு நிறைய வயதாகி இருந்தது. தலை வழுக்கையாக, கண்ணாடி எல்லாம் போட்டுக் கொண்டு ரிடையர்ட் போஸ்ட் மாஸ்டராக இருந்தான்.

‘ராமேந்த்ரன்... படத்திலே மானசம்... மனசைக் கொண்டு வந்து நிக்க வைக்கணும். வெறும் அனாடமியா ஆர்ட்? இல்லல்லோ... அனாடமி அறிஞ்சு பிரஷ் பிடிச்சா பேனர் வரையலாம்... நில்க்கண்டா... அதையும் கடந்து போகணும்... புரிஞ்சுதா...’

இவன் சிகரெட் பிடித்தபடி சொன்னான். அப்போது இவன் ஓவியக் கல்லூரியில் ஓவியம் வரையச் சொல்லிக் கொடுத்தான்.

‘ஒரு வருஷத்தோட விட்டுட்டியேடா... நான் பீஸ் கட்டறேன்... தொடர்ந்து படிச்சு கம்ப்ளீட் பண்ணுடா’

இவன் தான் சொன்னான். மெட்றாஸில் பேனர் ஆர்ட்டிஸ்டாக இருக்கிறான்.

‘நீ பிடிவாதம் பிடிச்சா பிடிச்சது தான்... சரி போ... ஒழி... கொஞ்ச நாள் என் கூடவே இரு... பானர் வரையக்கத்துக்கோ... காலேஜ்லே விட்டுட்டு ஓடி காசியிலே திரிஞ்சுட்டு வந்து நிக்கற மாதிரி இங்கேயிருந்து போயிடக் கூடாது. என்ன புரியறதா? மெஸ் பில் கட்ட முடியலேன்னு போனியா? அது ஒரு சாக்குடா உனக்கு... உன் மனசுக்குள்ளே ஏதோ குட்டிப் பிசாசு இருக்கு... அது போடற ஆட்டம்டா...’

இவன் மட்டும் ஆதரவாகக் கைநீட்டி இருக்காவிட்டால் தெருவில் அலைந்து திரிய வேண்டி இருக்கும்.

'இந்த ஓரமா நீ காமடியன் தலையைப் போடு. தவளையை முழுங்கறாப்பலே. இதான் ஸ்டில்... பாத்துக்க... போன வாரம் செல்வி டிடர்ஜெண்ட் சோப் போர்டுலே பண்ணின மாதிரி கூத்து பண்ணிடாதே...குவர்னிகாவிலே வர்ற ஒத்தை பல்லையும், குதிரைத் தலையையும் போட்டு நடுவிலே மாடலையும் சோப்போட உக்கார வச்சிருந்தியே... செல்வராசன் திருப்பிப் போட்டான்... போய்ப் பாரு... சேலை வெலகினது தெரியாம துணி துவைக்கிற பொண்ணு... இந்த வேலைக்கு பிகாஸோவும் மாட்டிஸேயும் வேணாம்... ஒழுங்கா மாரு வரையத் தெரிஞ்சாப் போதும்.'

இவன் சொன்னபோது குரலில் கோபமே இல்லை.

ராமச்சந்திரன் ஸ்டேஷன் மாஸ்டரைக் கவனித்துப் பார்த்தான்.

'சரவணா... சாரிடா... வெரி சாரி... இனிமே கவனிச்சு சரியா வரையறேண்டா... நாளைக்கு வந்து நிச்சயம் வரஞ்சு தரேன். இன்னிக்கு ரயில் ஓடாதாம்... வர முடியலே... மன்னிச்சுக்கோ...'

'நீ தப்பு ஏதும் பண்ணலேடா... எதுக்காக வருத்தப் படறே... நான் தாண்டா தப்புப் பண்ணிட்டேன். உன் பங்குக்கு எடுத்து வச்ச பணத்திலே அப்பா கருமாதி காரியம் எல்லாம் நடத்தினேன். இதுவும் பொய் தாண்டா. நான், இவ கேட்டாளேன்னு ரெட்டை வடம் செய்யறதுக்கு அதிலேருந்து தான் எடுத்துக்கிட்டேன்... இந்த வருஷம் அரியர்ஸ் வரும். திருப்பிப் போட்டுடறேண்டா. அப்ப எறந்த போது உன் பங்குலே எடுத்ததைக் கேக்கக் கூடாது. அது கடமைடா... பெத்தவனுக்குப் போறதுக்கு பல்லாக்கு கட்ட வேணாம்? புஷ்பப் பல்லாக்கு... நீதான் பாக்கலியே...'

அப்பா சிங்கப்பூர்லே இருந்து வந்துட்டாரா? அந்த ஓட்டை உடசல் ரூமிலேயே செத்துப் போய்ட்டாரா?

சரோ... சரோ... அரிசி... வர்றியா... நான் வரலே... வாய்க்கரிசி போடணும்...

ராமச்சந்திரனை இன்னொரு அலை உருட்டித் தள்ளுகிறது.

மகாவித்துவான் படுக்கையில் இருக்கிறார். சுவாசம் சிரமத்தோடு இழைந்து கொண்டிருக்கிறது. பக்கத்தில் தலைமாட்டில் சாமிநாதய்யர் உட்கார்ந்து திருக்கோத்தும்பி படித்துக் கொண்டிருக்கிறார். ராமச்சந்திரன் விளக்கைத் தூண்டி எண்ணெய் விட்டுக் கொண்டு பக்கத்தில் நிற்கிறான். சீக்கிரம் விளக்கு அணையப் போகிறது. மின்விசிறி அதிகமாகச் சத்தம் போட்டுக் காற்றை வீசி அடிக்கிறது. ஸ்டேஷன் மாஸ்டர் அமைதியாக உட்கார்ந்திருக்கிறான்.

'நோயுற்று மூத்து நுந்து கன்றாகி...'

சாமிநாதய்யரின் கணீரென்ற குரலும் இடறுகிறது.

'நுந்து கன்றென்றால்?'

பிள்ளையவர்களைப் பார்க்கிறார்.

'விருப்பமில்லாமல் செலுத்தப்படுகிற கன்று'

அவர் கண்களில் தாரை தாரையாகக் கண்ணீர் வழியக் குழறிக் குழறிச் சொல்கிறார்.

ராமச்சந்திரன் கண்களைத் துடைத்துக் கொள்கிறான். நோயுற்று மூத்து நுந்து கன்றாகி... நானும் தான்... இருக்க இடம் இல்லாமல், பரிவு காட்ட யாருமில்லாமல், நோயுற்று, மூத்து, நுந்து கன்றாகி...நுந்து கன்றுக்குத் தொழுவம் கூடக் கிடையாது... ஸ்டேஷன் மாஸ்டர் வீடு... சரவணன் ஸ்டூடியோ... அம்மா சமையல்காரியாக இருந்த வீட்டு காடிகானா...

'சார்... உங்க வீடு பெரிசு. மனசும் நல்ல மனசு. நான் ஊருக்குப் போய் உங்க படம் வரைஞ்சு அனுப்பறேன். மிசஸ் கூட இருக்கற போட்டோ கொடுங்க. சேர்த்து வரைஞ்சு தரேன். போட்டோ மாதிரி, அச்சா, அழகா... சரவணன் வரையறதுக்கு எல்லாம் புதுசாத் தருவான்... நான் கேட்டா அவன் நிச்சயம் தருவான்... என் மேலே ரொம்பப் பிரியம். எனக்கு பொண்ணு பார்க்க, வேலையை எல்லாம் விட்டுட்டு ஓடி வந்துட்டான். பொண்ணுக்கு என்னைப் பிடிக்கலே. அவனைத் தான் பிடிச்சுது... அதுக்கு அவன் என்ன பண்ணுவான்? கல்யாணம் வச்சுக்கச் சொல்லப் போறேன். அடுத்த மாசம். எங்க வீடு

இல்லாட்ட என்ன? வேறே பெரிய வீடா, சுத்தமா, பெரிய கூடத்தோட பிடிச்சு... நூறு இருநூறு பேரு சேர்ந்து உக்கார்ந்து சாப்பிடற தோதிலே... நான் இல்லாம கல்யாணம் நடக்குமா... நான் ஊருக்குப் போகறேன்... ராமேஸ்வரத்துலே என்ன இருக்கு? மணல்தான்... நான் போகலே... உங்க படம்... கட்டாயம்... மறக்காமே...'

'திடீர் திடீர்னு மனசை மாத்தாதடா... அப்பா செத்தபோது என்கிட்டே சொன்னாரு... ராசுப்பயலுக்கு ஸ்திரமான மனசும் புத்தியும் வரபோது அவன் உங்கிட்டே திரும்ப வருவான். அப்போ அவனைக் கைவிட்டுடாதேன்னு. நான் உன்னை விட்டுடுவேனாடா? சின்ன வயசிலே உனக்கு அம்மை வார்த்தபோது பக்கத்திலேயே உக்கார்ந்து பாத்திட்டிருந்தேன் ராவும் பகலும்... ஞாபகம் இருக்காடா... நானும் தவமணி அக்காவும்...'

ராமச்சந்திரன் இன்னொரு அலையில் பிரவாகத்தின் உள்ளே போகிறான்.

பல்லக்கு போய்க் கொண்டிருக்கிறது. மேலே மறைப்பில்லாமல் வானம் பார்த்து மல்லாந்து கிடக்கும் பல்லக்கு. பழைய வீபுதியும், பூ வாசனையுமாக போன சிவராத்திரிக்கு முன் தினம் காறுபாறு தம்பிரான் ஆதின நிலத்தில் அறுவடை என்று காறுபாறு செய்ய ஏறிப் போனதற்கு அப்புறம் ஒரு வருடமாக யாரும் அதைத் தொடவில்லை. வயல் வரப்பில், மரத்தடியில் வைத்திருந்ததில், காக்கை எச்சம் மூங்கில் கழிகளில் விழுந்து தெறித்துக் காய்ந்து போய் அப்பி இருக்கிறது. பல்லக்கு பக்கத்தில் ராமச்சந்திரன் சரவணனோடு நடந்து கொண்டிருக்கிறான். சாமிநாதய்யருக்கு அம்மை வார்த்திருக்கிறது. ஆதீனகர்த்தர் சொன்னபடி சூரிய மூலைக்குக் கூட்டிப் போய்க் கொண்டிருக்கிறார்கள்.

'கொஞ்சம் நடையை எட்டிப் போடுங்க... வெய்யில் ஏற்றதுக்குள்ளாற போய்ச் சேரணும்...'

பல்லக்குத் தூக்கிகளில் ஒருவன் சொல்கிறான். ராமச்சந்திரன் நடந்தபடி, பல்லக்கு உள்ளே குனிந்து சொல்கிறான்.

'ஒன்றும் கவலைப்பட வேண்டாம். சீக்கிரம் சரியாகிவிடும்.

உங்களுக்கென்ன குறைச்சல்? வீடு இருக்கிறது. அன்பான பெற்றோர் இருக்கிறார்கள். கண்ணைப் போல் பார்த்துக் கொள்வார்கள். எனக்குத் தலைக்கு மேலே கூரை உண்டா? எவ்வளவு மோசமான நிலைமை. ஆனாலும் கவலைப்படவில்லை. இந்த முகத்துக்குக் கல்யாணம் ஒரு கேடா என்றார்கள், ராத்திரி முழுக்கக் கண் விழித்து சோப்பு விளம்பரம் எழுதினால், காலையில் அதை அழிச்சுட்டு மேலேயே வேறே படம் போடறாங்க. ஒன்றுக்கும் கவலைப்படவில்லை... வைத்திருந்தது எல்லாம், உங்கள் வாழ்க்கை வரலாற்றையும் சேர்த்து, பஸ்ஸில் போய் விட்டது. கிடைக்குமா என்று தெரியவில்லை. உலகம் பெரியது. நுந்து கன்றுக்கும் தொழுவம் கிடைக்கும். வீடு வந்து கொண்டிருக்கிறது. இளைப்பாறிக் கொள்ளுங்கள். நான் அப்புறம் ஈசுவர சித்தம் இருந்தால் வந்து பார்க்கிறேன். நீங்கள் எதற்கும் கவலைப்பட வேண்டாம் என்று மகாவித்துவான் சொல்லி அனுப்பியிருக்கிறார். மகாமகம் சமயத்தில் திரும்பி வந்தால் போதும்...'

உடம்பு பூரா வேதனை தெரியப் படுத்திருந்த ஐயர் சொல்கிறார் – 'ராத்திரி வண்டி வரப் போகிறது. ஏறிப் பட்டணம் போங்கள். எல்லாம் நல்லது நடக்கும்...'

ஈனஸ்வரத்தில் அவர் பேச்சின் கடைசி காதில் விழவில்லை.

ஸ்டேஷன் மாஸ்டர் மெல்லப் பக்கத்தில் குனிந்து கையைப் பிடித்துக் கொண்டு மௌனமாக இருக்கிறான்.

'ராசு... உன் கையெழுத்தை நானே போட்டுட்டேண்டா. நிலம் வித்தாத்தான் அக்கா கல்யாணம் முடியும்னு இருந்துச்சு... ரொம்ப லேட்டாத்தான் அக்காவை கரையேத்தினேண்டா... அப்பாவும் இல்லே... நீயும் போய்ட்டே.... நீ நல்ல பையன் இல்லையா... அக்கா மேலே பிரியம் உண்டு இல்லே... நான் சொன்னாத் தட்ட மாட்டியே... நிலம் போனாப் போவுதுடா... அக்கா இப்போ சந்தோஷமா இருக்கு...ஆம்பளைப் புள்ளை... நாலரை வயசு ஆவுது... எனக்குப் பொண்ணு பிறக்காட்டா என்னடா? அவனுக்கு வேறே பொண்ணே கிடைக்காதா? அக்காவைப் பார்க்கப் போகலாமா?'

'ஊருக்குப் போகணுமே இப்போ...'

‘சீக்கிரம் போயிடு... அப்புறம் பாத்துக்கலாம்... அந்தப் பொம்பளையைத் தனியா விட்டுட்டு வந்திருக்கியா? நல்லா சிரிக்கறாடா உங்காளு... இருட்டிலே கூடப் பல்லு என்ன வெளுப்பாத் தெரியுது... நாக்கைத் துருத்திக்கிட்டுப் பராக்குப் பாத்துக்கிட்டு நிக்காதே... என்னை மாதிரி எவனாவது காஞ்ச பய தள்ளிக்கிட்டுப் போயிடுவான்... எங்கேயோ நல்லா இருந்தா சரி... அவளுக்கும் மனசு இருக்கும்டா... என் புத்திக்கு அவ உடம்பு தான் தெரியுது... நீ அவ மனசைப் புரிஞ்சுக்கிட்டு நட....’

‘நான் ஊருக்குப் போய் உங்க படம் அனுப்பறேன்...’

‘அண்ணியையும் சேர்த்து வரஞ்சு அனுப்பு. ஹால்லே கல்யாண போட்டோ மாட்டியிருக்கு பாரு. பாத்துக்கோ. நீதான் மனசுலே பதிச்சிட்டா மறக்க மாட்டியே... அண்ணியைத் துணியோட போடு... என்ன... பக்கத்துலே பசங்கள்ளாம் இருக்கிற மாதிரிப் போடு... படம்னா மனசுக்கு சந்தோஷமா இருக்கணும்... முழுசும் நிசமா இருக்கணும்னா முடியுமா? சரிதானே?’

ராமச்சந்திரன் உம் உம் என்று நான்கைந்து தரம் முனகினான். எதற்கென்று தெரியாமல் திடீரென்று எழுந்து ஸ்டேஷன் மாஸ்டர் கைகளைப் பற்றிக் கொண்டு கண்ணில் ஒற்றிக் கொண்டான். அவன் காலைத் தொட யத்தனித்துக் குனிந்து தரையில் விழுந்து தூங்கிப் போனான். சுவர்க் கோழியும் ஃபேனின் கடகட சத்தமும் தவிர அப்புறம் ஒரு சத்தமில்லை.

நடுராத்திரிக்கு யாரோ கதவை இடிக்கிற சத்தம். கணபதி தான்.

‘மெசேஜ் வந்திருக்கு. மதுரையிலேருந்து. பட்டணம் போற வண்டி அவுட் ஆச்சாம். புக்கிங் கிளார்க் சொல்லச் சொன்னாரு.’

‘அவரு வீட்டுக்குப் போகலியா?

‘நீங்க பத்து மணிக்கு வரேன்னீங்களாம். தூங்கிட்டீங்களா?’

சீவகன் கண்ணைத் துடைத்துக் கொண்டான். உள்ளே தரையில் அலங்கோலமாகக் கிடக்கிற ராமச்சந்திரனைப் பார்த்தான். அப்புறம் வானத்தைப் பார்த்தான். தெளிவாக இருந்தது.

‘நீ போ... வரேன்...’

கணபதியை அனுப்பி விட்டு, ராமச்சந்திரனைத் தட்டி எழுப்பினான். முகத்தை ஈரத்துணி கொண்டு துடைத்து விட்டான். நாற்காலியில் பிடித்து உட்கார்த்தினான்.

'தூங்காதே... டிரயின் வந்துட்டிருக்கு... த்ரீ டயர் கோச்சில் ஏத்தி விடறேன்... அங்கே போய்த் தூங்கிக்க... பணம் இருக்கா? சரி நான் தரேன்... ஊருக்குப் போற வரைக்கும் போதும்... டிக்கட்டெல்லாம் நான் பாத்துக்கறேன்... கிளம்பு... வண்டி வரப் போகுது... இரு இரு... பாத்ரூமிலே போய் தலையை வாரிக்கிட்டு வா... வாயைக் கொப்பளிச்சுத் துப்பு... சீப்பு இருக்கா... இந்தா...'

௯

அநேகமாகக் கூட்டம் இல்லாமல் வண்டி வந்து நின்றது. மதுரையில் பிடிவாதமாகக் காத்திருந்து கிளம்பியவர்களாக இருக்க வேண்டும். அதில் ஏறினவர்கள் எல்லாம்.

த்ரீ டயர் கோச்சில் தூங்கி வழிந்து கொண்டு உட்கார்ந்திருந்த கண்டக்டரிடம் சொல்லி சீவகன் ராமச்சந்திரனை ஏற்றி விட்டான்.

'ஒரு கண்ணு வச்சுக்குங்க... எங்கேயாவது பாதியிலே எறங்கிடப் போறான்...'

'வேண்டியவரா?'

'தம்பி...'

'உடம்பு சரியில்லையா? சோர்ந்து போய் உக்காந்திருக்காரே?'

'திடீர்னு வண்டி வர்றதா மெசேஜ் வந்தது. நல்லாத் தூங்கிட்டு இருந்தான். எழுப்பிக் கூட்டிட்டு வந்தேன். தூக்கம் இன்னும் தெளியலே... அதான்.'

ராமச்சந்திரன் ஆள் இல்லாத இருக்கையில் காலை சம்மணமிட்டு உட்கார்ந்து கொண்டான். மங்கலான வெளிச்சத்தில் கம்பார்ட்மெண்ட் முழுக்க இங்கொன்றும் அங்கொன்றுமாகக் கரப்பான் பூச்சிகள் ஊர்ந்து கொண்டிருந்தன. ஒரு குளிர்ந்த

காற்று மெல்ல வீசியது. பச்சையும் சிவப்புமாக விளக்கை எடுத்துக் கொண்டு ஸ்டேஷன் மண் தரையில் காற்று வாங்க நின்ற கார்டு தன் பெட்டிக்குப் போய்க் கொண்டிருந்தார். ரயில் கிளம்பி ஊர்ந்து போகப் போகிறது. அப்புறம் வேகம். எல்லாவற்றையும் அடித்துச் சாய்த்து இயக்கம் தான் இருப்பு என்று கூவிப் பாயும் வேகம்.

'போய்ட்டு வா ராசு... ராமச்சந்திரன்... போய்ப் பதில் போடு... நான் ரிப்ளை கார்ட் அனுப்பறேன்... அட நீ அட்ரஸே சொல்லலியே... சரி போ... நீயே எழுது...'

'போய் நிச்சயம் உங்க படம் அனுப்பி வைக்கறேன்...'

'ஒண்ணும் அவசரமில்லே... மெல்ல அனுப்பு... வரட்டா?'

ரயில் நகர்ந்தபோது எதிர்த்த பெர்த்தில் தூங்கிக் கொண்டிருந்தவர் எழுந்து உட்கார்ந்தார். ஸ்டேஷன் பெயர்ப் பலகையைப் படிக்க முயன்று தோற்று இவனிடம் கேட்டார் -

'மணி என்னங்க?'

'தெரியலீங்க... நான் வாட்ச் கட்டறதில்லே...'

ஜன்னல் வழியாக வானத்தை வெறித்தார்.

'மூணு மூணரை இருக்கும்... நட்சத்திரம் நிக்குது சுத்தமா...'

'அப்படீங்களா?'

'இது என்ன ஊருங்க?'

எந்தப் பெயரும் நினைவில் வரவில்லை. ஒரு வினாடி தாமதித்து 'உத்தமதானபுரம்' என்றான்.

(நிறைந்தது)

பகல் பத்து ராப் பத்து

என் குறுநாவல்களில் மும்பையைக் களனாகக் கொண்டது 'பகல் பத்து ராப் பத்து.'

1990-களின் மத்தியில் மும்பை வங்கிக் கிளைகளில் கிளையண்ட் சர்வர் கம்ப்யூட்டிங்கில் யூனிக்ஸ் பிரதிஷ்டை செய்து சைபேஸ் டேட்டாபேஸ் கட்டி எழுப்புவது தொடங்கி நாங்களே உருவாக்கிய சி-மொழி அடிப்படையான மென்பொருளும், ஹப், டெர்மினல் கான்சண்ட்ரேட்டர் இன்னோரன்ன வன்பொருளும் சீராக நிறுவி வெற்றிகரமாக இயங்க வைக்க உயிரைக் கொடுத்துக் கொண்டிருந்த நேரம்.

நாளின் 18 மணி நேரம் கிளைகளிலும், மற்ற நேரம் செண்ட்ரல், வெஸ்டர்ன், ஹார்பர் என்ற மூன்று மின்சாரத் தடங்களில் பயணமும், கோழித் தூக்கமுமாகக் கழிந்த மறக்க முடியாத நாட்கள் அவை.

ராத்திரி பத்து மணிக்கு நாரிமன் பாயிண்ட், நடு நிசிக்கு சத்ரபதி சிவாஜி ரயில் நிலையத்தை ஒட்டிய வீதியில் நடமாட்டம், விடிகாலை நேர சர்ச்கேட், அமைதியும் ஆர்ப்பாட்டமுமாக நேரத்துக்கொரு முகம் காட்டும் அரபிக் கடல்... பண்டிகைகள், அரசியல், சினிமா... மராட்டியும் பாரதத்தில் புழங்கும் மற்ற மொழிகள் அனைத்தும் சுற்றிச் சூழ, காலையில் ஒரு திசையிலும் மாலையில் நேரெதிர் திசையிலுமாக ஜன சமுத்திரத்தின் பேரியக்கம்...

மும்பையின் ஒரு நாளில் – பகல் பத்து மணி முதல் இரவு பத்து வரை – நிகழும் குறுநாவல் 'பகல் பத்து ராப் – பத்து.'

★★★

1

ராமபத்ரன் நாக்கை நொந்து கொண்டார்.

கேடு கெட்ட புளியோதரை ஆசை. கர்ப்ப ஸ்திரி கேட்டாள் என்று செய்த புளியோதரை.

எதிர் ஃப்ளாட் சுதாகர் ஷிண்டே பெண்டாட்டி முழுகாமல் இருக்கிறாள். வயிற்றைத் தள்ளிக் கொண்டு ஸ்வெட்டர் பின்ன ஊசி வாங்க வந்த பொழுது சொன்னாளாம் -

'மதராஸி ஸ்டைல் இம்லி சாவல் சாப்பிடணும் போல இருக்கு மிசஸ் அய்யர்...'

கரிசனமும், எள்ளுப் பொடியும், பெருங்காயமுமாக மணக்க மணக்க அகிலாண்டம் செய்து கொண்டுபோய்க் கொடுத்தது போக, மீந்ததை உருளியில் மூடி வைத்திருக்க வேண்டாம்...

நாற்பத்தேழு வயதில், ராத்திரி ஒன்பது மணிக்கு மேல், எண்ணெய் கசிகிற புளியோதரை சாப்பிட்டு அஜீர்ணம், தூக்கமின்மை, மனைவியைச் சீண்டல், ஸ்கலிதம், அசதி, கண்ணயர்வு, நேரம் வெகுவாகத் தவறிக் கண்விழிப்பது, மலச்சிக்கல், ஆசன வாயில் எரிச்சல், தவறவிட்ட விரைவு ரயில்... ஸ்டேஷன் ஸ்டேஷனாக நின்று குசலம் விசாரித்துப் போகும் இந்த சாவகாச லோக்கல் டிரெயின் சனியன்.

ராமபத்திரன் கழுத்தை எக்கிப் பார்த்தார்.

இஷ்டர்களோ மித்திரர்களோ யாரும் தட்டுப்படவில்லை. அவர்கள் ஏழு ஐம்பத்தைந்து ஃபாஸ்ட் லோக்கலில் வழக்கம் போல புறப்பட்டுப் போயிருப்பார்கள். ராமபத்ரனைப் போல் முன்னூற்றுச் சில்லரை சதுர அடி இருப்பிடங்களில் முடங்குகிறவர்கள். எதிர் ஃப்ளாட்டில் கர்ப்பிணிகளோ, சித்ரான்னத்தில் இச்சையோ இல்லாதவர்கள். வருகிற தை மாதம் மகா கும்பாபிஷேகமாகப் போகிற சம்பாஜி காலனி சித்தி வினாயகர் கடாட்சத்தால் சகல சௌபாக்கியங்களும், தினசரி சீரான வாகன யோக சௌகரியங்களும் வாய்க்கப் பெற்றவர்கள்...

சராசரிக்கு மேற்பட்ட பம்பாய்த் தமிழர்கள்...

உள்ளேயும் போக முடியாமல் வெளியேயும் சாட முடியாமல் கம்பார்ட்மெண்டில் கூட்டம் முழி பிதுங்குகிறது. பக்கத்தில் உசரமாக நிற்கிறவன் குடம் குடமாகத் தோளில் வியர்வை வடித்துக் கொண்டிருக்கிறான். வெங்காய வாடையும், பூண்டு வாடையும், செண்டுமாக ஏக காலத்தில் மூக்கில் குடைகிறது. சட்டமாக காலை அகட்டி உட்கார்ந்து 'லோக்சத்தா' படிக்கிற வல்லபாய் பட்டேல் ஜாடை ஆசாமி தாதரில் இறங்குவானா என்று தெரியவில்லை.

எதற்கும் இருக்கட்டும் என்று கைப்பையை அவன் முதுகை மோப்பம் பிடிக்கிறதுபோல தொடுக்கி வைத்தார்.

'சப்லோக் ஜாவேச்சே...'

குர்லாவில் ஏறிய இரண்டு குஜராத்திகள், இரைச்சலை மீறி, சூரத் பட்டணம் காலியானதைப் பற்றிப் பேச ஆரம்பிக்க, ஏகப்பட்ட கைக்குட்டைகள் மூக்கைச் சுற்றி உயர்ந்தன.

ராமபத்ரன் அவசரமாகக் கைப்பையில் துழாவினார். கண்ணாடிக் கூடு, சீசன் டிக்கெட், வெற்றிலைப் பெட்டி... துண்டு எங்கே தொலைந்தது?

பாழும் புளியோதரை ஆசை ப்ளேகில் கொண்டு விடுமோ?

இருபத்தைந்து வருட பம்பாய் வாசத்தில் எத்தனை

அடைமழையும் கலவரமும் காய்ச்சலும் அனுபவித்தாகி விட்டது... ப்ளேக்தான் பாக்கி.

'தாதரில் தேஷ்பாண்டே கிட்டே ஷேர் டிரான்ஸ்பர் ஃபாரம் கொடுத்திட்டு...'

யாரோ யாரிடமோ ஷேர் மார்க்கெட் அலசலுக்கு நடுவே சொல்ல , ராமபத்ரன் ஒரு நடுக்கத்துடன் தாதரை எதிர்பார்த்தார். இந்த ஜோதியில் கலக்க வரும் இன்னொரு ஜனக் கூட்டம் அங்கே காத்திருக்கும்.

பத்தரைக்குப் போக வேண்டிய ஆபீசுக்கு அரை மணி நேரம் கழித்துப் போய், யார் யாருக்கோ பதில் சொல்லி, சிரித்து மழுப்பி, கையெழுத்து போட்டு...

எகனாமிக்ஸ் டைம்ஸில் ஷேர் விலை பார்க்க நேரம் கிடைக்காது. மதியம் தான்.

மத்தியானம் போல வந்தால் சித்திவினாயகர் கோயில் நிதிக்கு கேசவ் ஷெனாய் முன்னூத்தியொண்ணு எழுதுவதாகச் சொன்னான். அவன் பக்கத்தில் இன்னும் இரண்டு ஷெட்டியும், இரண்டு கினிகளும், ஒரு நாயக்கும் கூட எழுதக் கூடிய சாத்தியக் கூறுகள். கன்னடமும், பணமும் தாராளமாகப் புழங்குகிற பேங்க் அது.

ரசீதுப் புத்தகம்...

கைப்பையைத் திரும்பத் திறக்க முயற்சி செய்ய, ஸிப் பாதி வரை வந்து நகரமாட்டேன் என்றது.

ரசீதுப் புத்தகம் உள்ளே தான் இருக்கும்...

எட்டு மாதமாக, ஆபீஸ் நேரம் போக கோயில் காரியம்தான் ...

எல்லாம் ஒரு சனிக்கிழமை சாயந்திர ரயில் பயணத்தில்தான் ஆரம்பமானது.

'சம்பாஜி காலனி கோயில் சுவர் மழையிலே விழுந்துடுத்தாம்.'

சீட்டும், பஜனையும், அரட்டையும் அமர்க்களப்பட்ட கம்பார்ட்மெண்டில் திருமலாச்சாரிதான் பிரஸ்தாபித்தார்.

ரயிலில் இப்படிச் சேர்ந்து போய் வருகிறவர்கள் வசூல் செய்து, ஒரு ஐயாயிரம் பத்தாயிரம் ஏற்பாடு செய்தால் சுவர் எழும்பிவிடும் என்று தொடங்கியது.

சுவரிலிருந்து தளமும், தளத்திலிருந்து பிரகாரமும் என்று சேர, உற்சாகம் ஏறிக்கொண்டே போய் கும்பாபிஷேகத்தில் முடியப் போகிறது.

கமிட்டியும், கூட்டமும், ஆலோசனையும் எல்லாம் ரயிலில் தான்.

தாதர் வந்து விட்டது.

ராமபத்ரனை முழுதும் மறைத்த இரண்டு பேரின் பிருஷ்டங்களுக்கு இடையே ஒரு வினாடி தெரிந்த ஜன சமுத்திரம் வழக்கத்தை விடப் பெரியதாக இருந்தது. இதில் நாலும் ஒரு பங்கு உள்ளே நுழைந்தாலே நிற்பது கூடத் திண்டாட்டமாகிவிடும்.

நுழைந்து கொண்டிருக்கிறார்கள்.

'வெஸ்டர்ன் ரயில்வேயிலே தகராறு அண்ணாச்சி... பயாந்தர்லே ஏதோ ஜகடா... தாதரோட திருப்பி விடறானாம்... எல்லாக் கூட்டமும் செண்ட்ரல் ரயில்வேயிலே தான்...'

கெச்சலாக ஒருத்தன் ஜன்னல் பக்கம் யாரிடமோ தமிழில் உரக்கச் சொல்கிறான்.

'க்யா க்யா?'

வல்லபாய் பட்டேல் ராமபத்ரனைத் திரும்பப் பார்த்து விசாரித்தார்.

பின்னால் ஏழு யானை பலத்தோடு பதிகிற இறுக்கம்.

'புளியோதரை' என்றார் ராமபத்ரன்.

2

'பாஞ்ச் ரூப்யோ கோ தோ... பாஞ்ச் கோ தோ...'

சாந்தாபாய் யந்திரமாகக் கூவிக் கொண்டிருந்தாள். அவளுக்கு முன்னால் தவழும் கிருஷ்ணன்.

பொடிப்பொடியாகத் தரையில் விழுந்து கொண்டிருந்த கிருஷ்ணன் கோலத்தைச் சுற்றி விரையும் கால்கள்.

இது ஆபீஸ் போகிற கூட்டம். கொலாபாவும், நாரிமன் பாயிண்டும் இன்னும் சமுத்திரக் கரையை ஒட்டிய மகா உயரக் கட்டிடங்களுமே இவர்களின் காலை நேர லட்சியம். சாந்தாபாயும், கோலக் குழல் கிருஷ்ணனும், விக்டோரியா டெர்மினஸின் இதர இயக்கங்களும் தினசரி சகித்துக் கொள்ள வேண்டிய தொந்தரவுகளாக விரியும் அவர்கள் உலகம்.

சாந்தாபாய் கிருஷ்ணனை நம்புகிறாள். நூறு கோலக் குழலாவது விற்றால்தான் தாராவியில் குடிசை தங்கும்.

'சாப்புடறே... புடவையை வழிச்சுட்டுக் குத்த வைக்கறே... படுக்கறே... வாடகை எங்கேடி...?

காலையில் கிளம்புகிற பொழுது, ஜம்னாதீதி நாக்கைப் பிடுங்குகிறதைப் போல் கேட்டாள்.

கங்காதர் செயலாக இருந்தவரை ஒரு மாதமாவது வாடகை தவறி இருக்குமா?

இரண்டு கோலக் குழல் ஐந்து ரூபாய். யார் வாங்க வருகிறார்கள்?

பெரிய பெரிய மூக்குத்தியும் எல்லா வண்ணத்திலும் பாவாடையுமாக எதிரே பத்திரிகை ஆபீஸ் பக்கம் இருந்து கடந்து வரும் கூட்டத்தில் சாந்தாபாயின் பார்வை நிலைக்கிறது.

ராஜஸ்தானிகள்.

பாலைவனத்தில் கோலம் போடுவார்களா? இதுவரை போடாவிட்டால் என்ன? இனிமேல் பழகினால் போகிறது.

சாங்க்லி கிராமத்து சாந்தாபாய் பம்பாய் நடைபாதையில் குந்தி இருந்து கூவி விற்கப் பழகிக் கொண்டது போல...

'பாஞ்ச் கோ தோ...'

சாந்தாபாயின் குரல் பிசிறு தட்டுகிறது. காலையில் கிளம்பும்போது சாப்பிட்ட தீய்ந்த ஒற்றைச் சப்பாத்தியோடு காய்கிற வயிறு.

வந்ததிலிருந்து ஐந்து ரூபாய்க்குக் கூட விற்காமல் கொட்டிக் கொள்ள இப்போது என்ன அவசரம்?

எல்லாமே அவசரம் தான். விடியும் முன்னே அழுக்கு டால்டா டப்பாவோடு கழிப்பறைக்கு ஓட.... தண்ணீர் பிடிக்க... கங்காதருக்கு ரொட்டி எடுத்து வைத்துவிட்டு கித்தான் பையில் கோலக் குழலையும் மாவுப் பொடியையும் கட்டித் தூக்கிக் கொண்டு ஓடி வர... தெருவோரம் இடம் பிடிக்க...

போன வருடம் வரை கங்காதர்தான் இந்த அவசரத்தோடு ஓடியது.

விடிந்தது முதல் இருட்டும் வரை தாராவியின் அழுக்கிலும் சகதியிலுமே சாந்தாபாயின் உலகம் அடங்கி இருந்தது அப்போது.

ரயிலில் தொங்கிக் கொண்டுபோய்த் தவறி விழுந்து இரண்டு காலும் கணுக்காலுக்குக் கீழ் துண்டிக்கப்பட்டு கங்காதர் குடிசையில் முடங்கி ஒரு வருடம் ஆகிறது.

‘என்ன விலை இதெல்லாம்?’

வயதான ராஜஸ்தானி, சாந்தாபாயைத்தான் கேட்கிறாள்.

முன் தள்ளிய மார்பும், ஏக காலத்தில் பேச்சுமாக மற்ற வண்ணப் பாவாடைகள், தெருவோரம் நெயில் பாலீஷ் விற்கிற நசீமைச் சூழ்ந்து நிற்க, நகம் முறிந்து சுருக்கம் கண்ட கைகள் சாந்தாபாயைச் சுற்றி நீள்கின்றன.

‘கிருஷ்ண கன்னையா... கோபால கிருஷ்ணா... கோகுல கிருஷ்ணா...’

சாந்தாபாய் நேர்த்தியாக நடைபாதையில் இன்னும் இரண்டு கிருஷ்ணனைத் தவழ விட்டாள்.

சாங்க்லியில் எப்போதோ பார்த்த சினிமாவில் லதா மங்கேஷ்கர் இப்படி வரிசையாக வார்த்தை அடுக்கிப் பாட, ஆஷா பரேக்கோ, நூதனோ கையில் பொம்மையை இப்படியும் அப்படியுமாக ஆட்டிக் கொண்டு வாயசைப்பார்கள்.

சினிமா... பம்பாய் வந்து பத்து வருஷத்தில் பார்த்த சினிமா எல்லாம் கல்யாணம் ஆன முதல் வருஷத்தில் தான்.

‘கடைசியா என்ன விலை?’

ராஜஸ்தானி கிழவி கேட்கிறாள். ‘என்னை யாரும் ஏமாற்ற முடியாது’ என்ற தீர்மானம் தெறிக்கிற குரல். தலை தன் பாட்டுக்கு இப்படியும் அப்படியும் அசைகிறது.

இவள் வீட்டில் ஒட்டகம் வளர்ப்பாள் என்று ஏனோ சாந்தாபாய்க்குத் தோன்றியது.

‘நாலு கொடு.’

கிழவி சுருக்குப் பையில் இருந்து ஐந்து ரூபாய் நோட்டை நாலாக மடித்தபடியே நீட்டினாள்.

‘கட்டி வராது அம்மா...’

வாடகை ராத்திரி வராட்ட, உன்னோட தட்டு முட்டு சாமானை, உதவாக்கரை புருஷனை, கோலக் குழலை எல்லாம் வெளியே எறிஞ்சிடுவேன்.

ஜம்னாதீதியின் குரல் இன்னும் விரட்டிக் கொண்டே தான் இருக்கிறது.

'காலையிலே முதல் வியாபாரம். கூடவே ஒண்ணு பிடியுங்க.'

சாந்தாபாய் மூன்று கோலக் குழலை எடுத்துக் கொடுத்துவிட்டு நிமிர்ந்த பொழுது, பஸ்ஸைப் பிடிக்கிற அவசரத்தில் யாரோ பக்கத்தில் இருந்த மாவு பக்கெட்டைத் தட்டி விட்டுப் போனார்கள்.

'சாப், உனக்குக் கண் இல்லையா?'

தெருவின் சத்தத்துக்கு நடுவே அவள் குரல் எடுபடவில்லை.

3

ப்ரீதி குளித்துக் கொண்டிருந்த பொழுது டெலிபோன் ஒலித்தது.

விக்ரம்... கோகுல்... டெல்லியிலிருந்து பல்பீர்... சீனாக்காரி அண்ணி...

பாத்டப்பிலிருந்து ஒரு கையை உயர்த்தி எடுக்க, ரிசீவர் தண்ணீரில் மிதந்தது.

'மாதம் ஆறாயிரம் வாடகை... ஃப்ளாட்டில் ஃபோன், கீஸர் பாத்டப், மைக்ரோ அவன் என்று சகலமானதும் ரொப்பியிருக்கிறேன்... ரெண்டு மாதத்துக்கு ஒரு தடவை வந்து பார்ப்பேன்... ஏதாவது ஒண்ணு நோக்காட்டில் விழுந்திருந்தால், உன் அட்வான்ஸ் ஒரு லட்சம் உன்னதில்லை...'

வீட்டுக்காரி மிசஸ் பாட்லி வாலா முதல் நாளே பயமுறுத்தி விட்டுப் போயிருக்கிறாள்.

என்ன இருந்தாலும், டெல்லியை விட பம்பாய் எவ்வளவோ மேல்...

ப்ரீதிக்கு இரண்டு வருஷ டெல்லி வாழ்க்கையை நினைத்தாலே எரிச்சலாக இருந்தது.

டெல்லி... அது ஒரு ஜயண்ட் சைஸ் கிராமம்...

சின்ன வயசுப் பெண் வீடு வாடகைக்குக் கேட்டு வந்து நிற்கிறாள் என்றால் டிபன்ஸ் காலனியின் ஓய்வு பெற்ற மேஜர்களும், கர்னல்களும் ஹுக்கா புகைவிட்டபடி விசித்திரமாகத்தான் பார்ப்பார்கள்...

'என்ன உத்யோகம்?'

வயதான சர்தாரிணிகள் விசாரிக்கும்போது, 'மாடலிங்' என்று பதில் சொன்னால், 'பத்து நிமிஷம் முன்னால் யாரோடோ படுத்து விட்டு எழுந்து வந்த குட்டி' என்கிறதுபோல சர்வ நிச்சயமாக சின்னச் சிரிப்போடு, 'சின்னப் பெண்களைக் குடி வைப்பதில்லை' என்று சொல்லிக் கதவைச் சாத்தி உள்ளே போவார்கள்.

பம்பாயில் பரந்த மனசு எல்லோருக்கும்...

'மிஸ் ப்ரீதி அஹுஜா, மாடலிங் டீசண்டான தொழில் என்று எனக்குத் தெரியும்... எல்லோரோடும் இழைவது தவிர்க்க முடியாதது... ஒரு வரம்பில் மற்றவர்களை நிறுத்தினால் சரிதான்... போன் இருக்கு... டிராயிங் ரூமில், பாத்ரூமில், டாய்லெட்டில் எல்லாம் ஆர்ஜே லெவன் சாக்கெட் போட்டு இணைப்பு கொடுத்திருக்கேன்... விடிய விடிய வேணுமானாலும் பேசு... வர மட்டும் சொல்லாதே...'

'இல்லை மிசஸ் பாட்லி வாலா... எந்தத் தடியனும் வர மாட்டான். எனக்காகத் தோன்றுகிற வரை, என் கட்டிலில் நான் மட்டும் தான்...'

'ஏய் ப்ரீதி... கூப்பிட்டது காதில் விழலியா?'

ஃபோன் ரிசீவரைத் திரும்ப எடுத்து சோப்புக் கையோடு காதில் வைக்க விக்ரம் குரல்.

'குளிச்சிட்டிருக்கேன்.'

'சே... நாசமாப் போன இந்த நாட்டுக்கு வீடியோ போன் எப்போ வந்து சேரும்னு தெரியலே...'

'அது வந்தாக் கூட முகம் மட்டும்தான் தெரியும்...'

ப்ரீதி கலகலவென்று சிரிக்க திரும்பவும் ரிசீவர் பிடி வழுக்கித் தண்ணீரில்.

'சாரி விக்ரம்... உன்னைச் சரியாப் பிடிச்சுக்கலே... கீழே விழுந்துட்டே....'

'கெட்டியாப் பிடிச்சுக்கற மாதிரி ஒரு விஷயம் சொல்லட்டா... ரஷ்மி டிடர்ஜெண்ட்... ஆரஞ்சு கலர் பவுடர்... மேலே எல்லாம் நுரையைப் பூசிக்கிட்டு விக்கப் போறே... பெரைரா தெரியுமா... அவன் தான் கேமராவிலே சுடறான்...'

குப்பென்று பொங்கிய சந்தோஷம்... பிடரியில் குறுகுறுக்கும் ஈர மயிர்க்கால்கள்...

ப்ரீதி... நட்சத்திர அந்தஸ்தைப் பிடிக்கப் போகிறாய்...

'கான்செப்ட் டெவலப் பண்ணிட்டு இருக்கோம். சாய்ந்திரம் டிஸ்கஷனுக்கு வந்துடு... பெரைரா உன் மூஞ்சியைப் பாத்துட்டுத்தான் ஷாட் கம்பொசிஷன் ஃபைனலைஸ் செய்வானாம்...'

'இப்பவே வேணும்னாலும் வரேன்...'

ஃபோனில் கண் அடிக்க முடியாது. வீடியோ ஃபோன் எப்போ வருமோ...?

'வேணாம்... டிராபிக் எல்லாம் ஜாமாயிடும்... ஏதாவது உடுத்திக்கிட்டு சாயந்திரம் அஞ்சு மணிக்கு ரெடியா இரு... என்ன சோப்பு தேச்சுக்கறே... இங்கே வரைக்கும் வாசனை வர்றதே...'

'நாய்க்குட்டிக்குப் போடறது...'

ஃபோனை வைத்துவிட்டு பாத்டப்பில் இருந்து இறங்கினாள்.

கண்ணாடியில் முழுசாகத் தெரியும் ப்ரீதி.

'யுரேக்கா...'

உரக்கக் கூவியபடி டர்க்கி டவலை எடுத்துச் சுற்றியபடி வெளியே நிதானமாக நடந்தாள்.

கண்டுபிடித்தது இந்த உடம்பின் மகா வீர்யத்தை.

இரண்டு நிமிடக் கமர்ஷியல்களில், பார்க்கிறவர்கள் கண்ணைக் கட்டிப் போடும் வீர்யம்...

சோப்போ... கரப்பான் பூச்சி மருந்தோ... கார்பொரைஸ்ட் தீக்குச்சியோ... இந்த வீர்யத்தால் எல்லாம் நினைவில் நிறுத்தப் படும். 'ரீகால் பவர்' கணிசமானது என்று மார்க்கெட் சர்வே சொல்லும்போது அடுத்த அசைன்மெண்ட் கதவைத் தட்டும்.

தட்டட்டும்... சமையல் உப்பில் தொடங்கி சானிடரி நாப்கின் வரை வந்தாகிவிட்டது.

டெல்லியில் திரும்பத் திரும்ப ஹவாய் செருப்பு, எட்டு லீவர் பூட்டு... பல்பீர், ரந்தீர் என்று சதா ஜர்தாபான் குதப்பிக் கொண்டு உரக்கப் பேசுகிற சகாக்கள்...

அவர்கள் எடுக்கிற விளம்பரப் படங்களும் உரக்கச் சத்தம் போடும்.

ஜீன்ஸில் உடம்பை நுழைத்துக் கொண்ட போது, கதவிடுக்கு வழியே டைம்ஸ் ஆப் இந்தியா எட்டிப் பார்த்தது.

ஜீன்ஸ் உடம்பை இறுக்குகிறது போன தோணல...

வெந்நீரில் குளித்ததால் இருக்குமோ...

போன வாரம் கோகுலின் பார்ட்டியில் சாப்பிட்ட சாக்லெட்டா, ஐஸ்க்ரீமா...

எதுவாகவும் இருக்கட்டும்...

இனிமேல் ரெண்டு வாரம் தயிரும், ஆம்லெட்டும் கிடையாது.

சின்ன இடுப்பு... வில்லாக வளையும் உடம்பு... வசீகரமான சிரிப்பு...

பெப்ஸியும் கோக்கும் கலர் டிவியும் வாஷிங் மிஷினும் உன் பாதையில் வரப் போகிறது பெண்ணே. மூக்குக்குள்ளே இருந்து எட்டிப் பார்க்கும் அந்த ஒற்றை ரோமத்தை மட்டும் அகற்றி விடு...

நாளை மறுநாள் ரோம நாசினி விளம்பர ஷூட்டிங்.

தொடை வரை மழித்துக் கொண்டு, சில்க் கைக்குட்டையை மேலே இழுத்துக் காட்ட வேண்டும்...

ப்ரீதி ஆஃப் தண்டரிங் தைஸ்...

நோ... இது வடிவமான உடம்பு... ப்ரீதி ஆஃப் லைட்னிங் ஸ்டெப்ஸ்...

சோபாவில் உட்கார்ந்து பத்திரிகையைப் பிரித்தாள்.

'சூரத்தில் ப்ளேக்... நகரம் காலியாகிறது...'

ஜாக்கிரதை தேவை... குஜராத்திகள் பக்கம் போகவே கூடாது ...அவர்களின் ஒன்றுவிட்ட சித்தப்பாவோ, அத்தையோ சூரத்திலிருந்து கிளம்பி வந்திருக்கலாம்... புறப்பட்டுக் கொண்டிருக்கலாம்...

இன்றைக்கும் ஆர்.கே.லக்ஷ்மண் கார்ட்டூன் புரியவில்லை.

டைம்ஸின் பக்கங்களை நிதானமாகப் புரட்டினாள்.

விளம்பரங்கள்... பக்கம் பக்கமாக விளம்பரங்கள்...

குவைத்தில் கம்ப்யூட்டர் என்ஜினியர்களும், குதிரை பராமரிப்பவர்களும் தேவை.

முலுண்டிலிருந்து கொலாபாவுக்கு ஒரே காரில் வந்து திரும்பி, செலவைப் பகிர்ந்து கொள்ளக் கூடிய எக்ஸிக்யூட்டிவ்கள் தேவை...

செண்ட்டார் ஓட்டலில் செட்டிநாடு சாப்பாட்டுத் திருவிழா...

வீடு வாங்க... விற்க...

சீக்கிரம் ஒரு ஃப்ளாட் வாங்க வேண்டும். எப்பாடு பட்டாவது. யாரைப் பிடித்தாவது.

இனியும் சொந்த ஊர் திரும்ப அங்கே ஏதுமில்லை. அப்பா தன் பங்குக்கு விட்டுப் போன பத்து லட்சம் பாட்லி வாலாவுக்குக் கொடுத்த அட்வான்ஸ் போக பேங்கில் சமர்த்தாகக் குட்டி போட்டுக் கொண்டிருக்கிறது. அம்மா பாண்டிச்சேரி ஆசிரமத்தில் சேர்ந்து, மாதம் ஒரு தடவை, பச்சைக் காய்கறிகளும் பழங்களும் நிறையச் சாப்பிடச் சொல்லிக் கையால் தயாரான காகிதத்தில் கடிதம் எழுதுகிறாள்.

அண்ணன்கள் சிங்கப்பூரிலும் ஹாங்காங்கிலும் சீனாக்காரிகளைக்

கல்யாணம் செய்து கொண்டு, செல்லுலாய்ட் பொம்மைகளைப் போல குழந்தை பெற்றுக் கொண்டு, டெலிஃபோனில் பிறந்த நாள் வாழ்த்து சொல்லிக் கொண்டு, சாப்ஸ்டிக்கால் சாப்பிடக் கற்றுக் கொண்டு சவுக்கியமாக இருக்கிறார்கள்.

இனிமேல் இங்கேதான்...

முகம் மெல்ல பரிச்சயமாகி வருகிறது. தெருவில் போனால் ஒரு வினாடி உற்றுப் பார்க்கிறார்கள்.

'சொட்டு நீலம் படத்துலே வர்றது நீங்க தானே?'

எதிர் ஃப்ளாட் வேலைக்காரி நேற்று லிஃப்டில் கேட்டாள்.

இந்த மாதம் தொடர்ச்சியாக மூன்று விளம்பரம். ஆணுறை விளம்பரப் படத்தில் நடிக்கச் சம்மதமா என்று கோகுல் கேட்டான். யோசித்துச் சொல்வதாக வாய்தா வாங்கியிருக்கிறாள்.

பெரைராவின் கேமிரா இந்த உடம்பை வருடப் போகிறது.

அப்புறம்... மேலே... மேலே... ஒரு செஷனுக்கு லட்ச ரூபாய்...

பாந்த்ராவில் ஃப்ளாட் விற்பனைக்கு... எட்டே கால் கோடி ரூபாய்.

சினிமாவில் நடித்தால் கூட பக்கத்தில் போக முடியாது...

சினிமா... அது வேறு உலகம்... அதுவும் இந்தி சினிமா... தெரிந்தவர்களே தடுமாறுகிற பூமி... நிறைய மெனக்கெட வேண்டும்.

சாந்தாக்ரூஸ் ... ரெண்டு பெட்ரூம்... கன்சீல்ட் வயரிங்... லிஃப்ட் உள்ள ஃப்ளாட்... தொண்ணூற்று எட்டு லட்சம்...

ஒரு கார் கூடத்தான் தேவை...

வேண்டாம்... காருக்கு என்ன அவசரம்... வரச் சொன்னால் வந்து காத்திருந்து கூட்டிப் போகிறார்கள். திரும்பக் கொண்டு வந்து இறக்கி விடுகிறார்கள்... சின்ன சில்மிஷங்கள்... இதுவரை பெரிதாகாமல் சீராக எல்லாம் போகிறது... இனிமேல் எப்படியோ...

‘செஷனுக்கு லட்ச ரூபாய்க்கும் மேலே தர்றேன்… மூணு நிமிஷக் கமர்ஷியல்…’

இல்லை மிசஸ் பாட்லி வாலா… சிலவிஷயங்களை அனுமதித்துத்தான் ஆக வேண்டும். நீங்கள் ஆணுறை விளம்பரம் பார்த்திருக்கிறீர்களா?

அந்தேரி… மூன்றாம் மாடி… லிஃப்ட் இல்லை… ஒரு பெட்ரூம்… ஏழு லட்ச ரூபாய் தான்…

அந்தேரியில் வாங்கலாமா?

அதற்கு, மெட்ராஸில் குடியேறி இரண்டு தமிழ்ப்படம் செய்யலாம்.

உடம்பு ஊதிப் போனாலும் பரவாயில்லை.

பிடித்துப் போனால் கோயிலே கட்டிக் கும்பிடுவார்கள்.

ப்ரீதிக்குக் கோயில் வேண்டாம். சொந்த ஃப்ளாட் போதும்.

திரும்பத் தொலைபேசி சத்தம்.

என்ன விற்க வேண்டும் கனவான்களே? எவ்வளவு பணம் தருவீர்கள்?

4

ராமபத்ரன் ஓபராய் ஓட்டலை ஒட்டி நிழலில் நின்றார்.

டிபன்வாலா நேரம் தவறாமல் கொண்டு வந்து கொடுத்த காரியரில் வத்தல் குழம்பும் தயிர் சாதமும் சாப்பிட்ட திருப்தி.

நல்ல வேளையாக அகிலாண்டம் புளியோதரை வைக்கவில்லை.

'சூனாம் தே...'

தட்டுக்கடைக்காரன் டூத் பேஸ்ட் போல ட்யூபில் அடைத்த சுண்ணாம்பை நீட்டினான்.

கடற்காற்று மெரின் டிரைவ் பக்கமிருந்து சீராக வீச ஆரம்பித்திருக்கிறது.

மணி பார்த்தார். இரண்டு முப்பது.

இன்னும் ஒரு பதினைந்து நிமிஷம் நிம்மதியாக 'முறுக்க'லாம்.

தஞ்சாவூரிலிருந்து இருபத்தைந்து வருஷம் முன்னால் கிளம்பி வந்தபொழுது நாக்கில் புரண்ட தமிழில் 'முறுக்குவது' இல்லை. 'வெற்றிலை போடுவது'தான்.

பிரக்ஞையில் உரைக்காமலேயே தஞ்சாவூர்த் தமிழ் பாலக்காடாகி விட்டது... 'கேட்டியா...?' ...'ட்டேளா'... 'வந்துட்டில்லே...' 'சவட்டித் தள்ளு...'

எதிர்த்த பேங்கில் முகப்பை இடித்துக் கொண்டிருந்தார்கள்.

கம்ப்யூட்டர் வைக்கப் போகிறார்களாம்.

சகலத்துக்கும் கம்ப்யூட்டர்.

கண்பத்ராவ் மளிகைக் கடையில் சுக்கு வாங்கினால் கூட, கம்ப்யூட்டர் பில்லைக் கிழித்து நீட்டுகிறான்.

கண்பத்ராவும் ராமபத்ரனின் குடியிருப்பில், முன்னூற்றுச் சொச்சம் சதுர அடியில் சுவாசித்துக் கொண்டிருந்தவன் தான். அது இருபது வருஷம் முன்னால்...

அரண்மனைபோல வீடும், ஆஸ்துமாவுமாக அமர்க்களமாக இருக்கிறான் இப்போது...

சுக்கும் மிளகும் விற்றுக் கட்டின வீடு...

ராமபத்ரன் பற்றுவரவு நோட்டில் பதிந்து மளிகை வாங்கி, மாதம் பிறந்ததும் அடைத்துக் கொண்டு, அதே குச்சில் தான் சுகவாசம்.

அரைகுறையாக உடையணிந்த பெண்கள், டர்க்கி டவலால் லேசாக மாரை மறைத்து, வெளிநாட்டுக் காரில் வந்து இறங்கியதை வெற்றிலையைக் குதப்பிக் கொண்டே பார்த்தார்.

நாரி ஸ்தனபார தர்சனம் என்று இந்த நிமிஷத்துக்கு ஜாதக பலன் போல... எல்லோருக்கும் குளிர் விட்டுவிட்டது.

டெலிவிஷனில் பாதி நேரம் சதைபிடிப்பான முலைகளும் பிருஷ்டங்களும்தான் குலுங்கிக் கொண்டிருக்கின்றன.

கண்ணியமானவர்கள், ‘எனக்குப் பிடித்த பிருஷ்டங்கள் உள்ள அழகி இவள்’ என்று கொடுத்த தகவலை, பளபளப்பான இங்கிலீஷ் பத்திரிகைகளில் மூணு பக்கம் சர்வேயாக, உறுதி செய்கிற புகைப்படங்களோடு போடுகிறார்கள்...

கையில் நாலு பலூன்களைப் பிடித்தபடி, அராபிய ஷேக் பின்னால் ஓடி விற்க முயன்ற கந்தல் சட்டை குழந்தை, அவன் ‘வேண்டாம்’ என்றதும், வயிற்றைத் தொட்டுக் காட்டி கையை விரித்து நீட்டுகிறது.

தொளதொள உடுப்பில் எங்கேயோ தேடி எடுத்து பைசாவை வீசிவிட்டுப் போகிறவன் ஒரு பார்வைக்கு தப்ளாம்புதூர் பஞ்சாபகேச சாஸ்திரி ஜாடையில்...

தஞ்சாவூரும் தப்ளாம்புதூரும் எப்போதாவது நினைப்பில் தலைகாட்டுவதோடு சரி. தப்ளாம்புதூர் காரைவீடு விற்று வந்த தொகை இங்கே ஃப்ளாட் வாங்கியதில் கரைந்து விட்டது. தஞ்சாவூரிலிருந்து இருபத்தைந்து வருஷம் முந்தி மடிசார் கட்டோடு கல்யாணம் பண்ணிக் கூட்டி வந்த அகிலாண்டம், சரளமாக மராத்தியில் பொரிந்து தள்ளுகிறாள்.

புனாவில் படிக்கிற ஒரே பிள்ளை லீவில் வரும்போது, ஆவக்காயோடு தமிழையும் தொட்டுக் கொள்கிறான்.

ஆபீஸில் சகல லோனும் வாங்கி, முதல் வருடப் படிப்பு முடிந்து என்ஜினீயரிங் இரண்டாம் வருடம்.

முழுசும் முடிந்த பிறகும் இந்த உத்தியோகம் சீராகத் தொடர வேண்டும்.

அப்புறம்... அப்புறம் என்ன...

ஆயுசு முடிகிறவரை இனிமேல் இங்கேதான்.

முன்னூற்று ஐம்பது சதுர அடியில் காலண்டர் மாட்டிக் கிழித்து, விநாயக சதுர்த்திக்கு ஊரோடு பத்து நாள் கொண்டாடி, சௌபாத்தியில் சமுத்திரத்தில் கரைக்க விசர்ஜன் ஊர்வல லாரியில் வைத்து, தீபாவளிக்கு யாரோ கொடுத்த வாதுமைப் பருப்பும் கெட்டி அல்வாவும் தின்று வயிறு பொருமி, மழைக் கோட்டு கிழியக் கிழியத் தைத்துக் கொண்டு, கம் பூட்ஸுகளைப் பத்திரிகை சுற்றி அடுத்த மழைக் காலத்துக்குப் பாதுகாப்பாக முடக்கி, பேப்பரில் சுற்றித் தரும் பொடேடோ வடா, இஞ்சி அதக்கிக் கலந்த சாயாவோடு ருசித்து, கனவிலும் வரிசை தப்பாது வரும் ஸ்டேஷன்கள் வழியே தினசரி போய் வந்து, கோயில் கட்டி, கும்பாபிஷேகம் நடத்தி, பங்கு மார்க்கெட்டில் சின்னதாகக் கோட்டை விட்டு, கேபிள் டிவியில் இந்தி டப்பிங்கில் 'ரோஜா' படம் தூக்கம் வருகிறவரை பார்த்து...

மழைக்காலத்தில் எல்லாம் யார் யாருக்கோ சாவு விழ,

குடை பிடித்துக் கொண்டு போய் வந்த இந்த ஊர் மசானம்... ஈர விறகு... இந்தியில் சண்டை பிடிக்கிற, மாடுங்கா சங்கர மடவாசல் புரோகிதர்கள்... சூனாம்பட்டில் பத்தாம் நாள் காரியம் நடக்கிற இடம். கால் அலம்பி திரும்ப நுழைகிற ராமபத்ரனின் மூன்றாம் மாடி ஃப்ளாட்... இரண்டு பேர் சேர்ந்து நடக்க முடியாதபடி குறுகிய மாடிப்படி....

மூச்சு நின்றால் அந்தப் படி வழியே எப்படி இறக்குவார்கள்? ஒருக்களித்தாற்போல் பிடித்துக் கொண்டு... ஜாக்கிரதை... ஜாக்கிரதையா...

யோசித்தபடியே தெரு திரும்பி, ஏர் இந்தியா கட்டடம் வரை வந்து விட்டார்.

போன வருஷம் மார்ச் பனிரெண்டாம் தேதி இந்த நேரத்தில் பம்பாய் பற்றி எரிந்தபோது இங்கே வெடிகுண்டு வெடித்துக் கருகிய உடல்களை வரிசையாகத் துணி மூடி எடுத்துப் போனது சட்டென்று நினைவின் விளிம்பில் எட்டிப் பார்த்தது.

அப்படி எல்லாம் போகக் கூடாது... இறக்கி எடுத்துப் போகச் சிரமப் பட்டாலும் பரவாயில்லை... சொந்த வீட்டில்தான்...

ஸ்டேட்டஸ் ஓட்டலில் நுழைந்து, ஒரு காப்பி குடிக்கலாமா என்று தோணல்...

வேண்டாம்... சரிப்படாது... பத்து ரூபாய் பழுத்துவிடும்... காண்டீன் சாயாவே போதும்.

திரும்ப ஆபீஸில் நுழைந்தபோது ‘சின்ன கோகலே சாப்’ கூப்பிடுவதாக அட்டெண்டர் தாய்டே வந்து சொன்னான்.

சின்ன கோகலே நாளைக்கு ஸ்விட்சர்லாந்து போகிறான். வர ஒரு மாதம் ஆகும். மூத்த கோகலே கிட்டத்தட்ட சாய்வு நாற்காலியும் கட்டிலுமாக முடங்கி விட்டார். நடுவாந்திர கோகலேவுக்கு பிசினஸ் ஒரு எழவும் தெரியாது.

‘மிஸ்டர் அய்யர்... நீங்க தான் கூட இருந்து பார்த்துக் கொள்ளணும்...’

ஜாதகத்தில் அடிமை உத்யோகம் என்று தீர்க்கமாக எழுதியிருக்கிறது.

இருபத்தெட்டு வருஷம் முன்பு தஞ்சாவூரிலிருந்து டிரங்க் பெட்டிக்குள் பிட்மென்ஸ் ஷார்ட் ஹேண்ட், சவுந்தர்ய லஹரி, சர்ட்டிபிகேட்கள், ட்வீட் பேண்ட், கோவிந்தா மஞ்சள் சட்டையோடு கிளம்பி வந்து, மாதுங்கா கன்சர்னில் மோர்க் குழம்போடு சாப்பிட்டுக் கொண்டு, முன்னூறு ரூபாய் சம்பளத்தில் 'கோகலே அண்ட் கம்பெனி'யில் சேர்ந்ததிலிருந்து, தலைமைக் குமஸ்தனானது வரை அதேபடிதான்...

அப்போது ஆபீஸ் ஜி.பி.ஓ பக்கம் வெட்டிவேர்த் தட்டியும், நாலைந்து பெடஸ்டல் ஃபேனும், ரெமிங்டன் டைப்ரைட்டருமாக ஒரு பழைய கட்டடத்தில்...

'மிஸ்டர் அய்யர்... கம்ப்யூட்டர் செக்ஷன் பிள்ளைகள் என்ன கேட்டாலும் சாங்க்ஷன் செஞ்சுடுங்க... காலம் மாறிக் கொண்டிருக்கு... இந்தக் கம்பெனியையே அவங்க தான் தாங்கறாங்க...'

சின்ன கோகலே தங்கப் பல் தெரிய சிரித்துக்கொண்டே சொன்னான்.

டைப்பிஸ்டாகச் சேர்ந்து, விரல் நுனிகளில் கம்பெனியைத் தாங்கிய ராமபத்ரன்...

கண்ணாடிச் சுவர் தடுப்புக்கு அந்தப் பக்கம் தெரியும் டெர்மினல்களையும், மல்ட்டிப்ளக்ஸர்களையும் அவற்றோடு இழையும் 'வாண்டுப் பசங்களை'யும் அசிரத்தையாகப் பார்த்தபடி ஷார்ட் ஹேண்ட் புலி வெற்றிலை மெல்லுகிறது.

புலிக்குப் பிறந்ததும் நாளை அவர்களின் பாஷை பேசும்.

'பழைய டைப்ரைட்டரை எல்லாம் ஏலத்தில் விடச் சொன்னேனே... மறந்துட்டீங்களா? சும்மா கொடுத்தாலும் பரவாயில்லே... சதுர அடிக்கு இருபதாயிரத்துக்கு மேலே விலை கொடுத்து வாங்கின இடத்தை அடைச்சுக்கிட்டு... அடுத்த வாரம் இன்னும் நாலு கம்ப்யூட்டர் வருது... உள்ளே வைக்கணும்...'

சின்ன கோகலே சிகரெட் பற்ற வைத்துக் கொண்டு ராமபத்ரனுக்கும் நீட்டினான்.

'வேணாம்.'

எந்த துர்ப் பழக்கமும் இல்லாமல் நாற்பத்தொன்பது வயது கடந்து விட்டது. வெற்றிலை அந்தப் பட்டியலில் வராது.

‘உங்க கோயில் கட்டி முடிச்சாச்சா?’

வாய் நிறையப் புகையை விட்டுக் கொண்டு சின்ன கோகலே கேட்டான்.

‘வேலை நடக்குது...’

‘சார்’ என்று சேர்க்கத் தோன்றவில்லை.

‘திரும்பினதும் ஐம்பதாயிரத்து ஒண்ணு ரூபாய்க்கு செக் போட்டுத் தரேன்... போகிற காரியம் ஜெயமாகட்டும்... இந்த சாஃப்ட்வேர் பி.பி.ஓ. மட்டும் க்ளிக் ஆனா நாம எங்கேயோ போயிடுவோம்...’

‘விஷ் யூ ஆல் தி பெஸ்ட்.... தேங்க் யூ சார்.’

‘அய்யர்... உங்க டேபிள்ளேயும் ஒரு கம்ப்யூட்டர் வைக்கச் சொல்றேன்... நேரம் கிடைக்கறபோது வேர்ட் ப்ராசசிங்... எக்செல் ஸ்ப்ரெட் ஷீட் இப்படிச் சின்னச் சின்னதா கத்துக்கிட்டா உபயோகமா இருக்கும்... பசங்க யாரைக் கேட்டாலும் பொறுமையா சொல்லிக் கொடுப்பாங்க... இவங்க எல்லாரோட அப்பன்மாரும் உடுப்பைக் கழட்டின நேரம் வெகு விசேஷமானது போல... ஒருத்தன் விடாம தலையெல்லாம் மூளை...’

ராமபத்ரன் இருபது வருஷம் முந்திய, அடைமழை பெய்து வெள்ளக்காடாகி, ரயில் போகாததால் ஆபீஸ் போகாமல் வீட்டில் தங்க வேண்டி வந்த. அந்த அதி விசேஷமான பகல் பொழுதை நினைத்துக் கொண்டார்.

‘ஏதாவது முக்கியம்னா ஈ-மெயில் செஞ்சுடுங்க. பொடியன்கள் கிட்டே சொன்னா ஷணத்தில் தட்டி விட்டுடுவாங்க...’

கதவை மூடுகிறபோது சின்ன கோகலே சொன்னான்.

வெளியே அட்டெண்டர் தாய்டே சாவகாசமாக வெற்றிலை போட்டுக் கொண்டு, விரலில் மீந்த சுண்ணாம்பை டைப்ரைட்டர் ஓரமாகத் தடவிக் கொண்டிருந்தான்.

5

'மணி என்ன நசீம்பாய்?'

சாந்தாபாய் பின்கழுத்து வியர்வையைத் துடைத்தபடி கேட்டாள். யாருக்கோ பாட்டில் கழுவுகிற பிரஷ் எடுத்துக் கொடுத்தபடி மூன்று விரலைக் காட்டினான் அவன்.

மூன்று மணி.

ஏதாவது சாப்பிட்டால்தான் கொஞ்சம் போலாவது தெம்பு வரும்.

பணம் வைக்கிற தகர டப்பாவைப் பார்த்தாள். பரவாயில்லை... அறுபத்தைந்து ரூபாய்க்கு வியாபாரமாகி இருக்கிறது.

கிளம்புகிறதுக்குள் ஒரு இருநூறு தேறினால், ஜம்னாதீதி முகத்தில் விட்டெறியலாம்.

சாப்பிடறே... புடவையை வழிச்சுட்டுக் குத்த வைக்கறே...

சாப்பிடாத வயிறு இரைகிறது. கத்திக் கத்தித் தொண்டை வரண்டு, கொண்டு வந்த தண்ணீர் எல்லாம் குடித்து முட்டிக் கொண்டு வருகிறது.

'எந்த நிமிஷத்தில் என்னப் பெத்தியோ... என் அம்மா... வெய்யிலிலும் மழையிலும் தெருவில் கிடந்து லோல்படுகிற

ஜன்மமாகிப் போனேனே... கண்டவளும் வாய்க்கு வந்தபடி பேசும்படியா... தலைக்கு மேலே கூரை கூட சொந்தம் இல்லே... காசு தராட்டா அதுவும் கிடையாது... வெளியே விரட்டினா, கால் இல்லாத புருஷனோடு எங்கே போய் ஒதுங்க?'

குடிசை தங்க வேண்டும். கால் இல்லாவிட்டால் பரவாயில்லை. கங்காதரை ஆயுசு வரை வைத்துக் காப்பாற்ற எந்த ஏச்சு கேட்டாலும் பரவாயில்லை.

'வெளியே எறிவேன்... உன் தட்டுமுட்டு சாமானை... உதவாக்கரை புருஷனை...'

கங்காதரா உதவாக்கரை? ஜம்னாதீதியின் நாக்கு அழுகிப்போக. கங்காதரின் அருமை சாந்தாபாய்க்குத் தான் தெரியும்.

'மாதா சந்தோஷி... கருணை காட்டு...ரொம்ப அதிகமாக் கேட்கலை... வீட்டு வாடகை... அப்புறம் அரை வயிறு சாப்பிட.... வேறே எதுவும் வேணாம்...'

என்ன கஷ்டம் அனுபவிக்க வேண்டி இருந்தாலும் சரிதான்...

பொதுக் கழிப்பறை ரொம்ப தூரம். வேறு வழியே இல்லை. போயே ஆக வேண்டும்.

இந்த தாட்டியான சிந்திக்காரியோ, மதராஸியோ கோலக்குழல் வாங்குவாளா?... இல்லை... இவள் ரயிலைப் பிடிக்க ஓடுகிறவள்.

'நசீம்பாய்... கொஞ்சம் பாத்துக்க... பத்து நிமிஷத்திலே வரேன்...'

'கல்லா பணத்தை எடுத்துட்டுப் போ... கடையை மட்டும் பாத்துக்கறேன்... ரூபாய்க்கு நாலுன்னு தரட்டா?'

நசீம் கண்ணைச் சுருக்கிக்கொண்டு சிரிக்கிறான். முகத்தின் அம்மை வடுக்களை மீறி, அந்த சிரிப்பு வசீகரமாக இருக்கிறது.

'ஏன்... எல்லாத்தையும் சாக்கோட தந்து கையிலேயும் பத்து ரூபா வச்சுக் கொடுக்க வேண்டியதுதானே...'

பணத்தை மடியில் முடிந்தபடி சொன்னாள்.

'சாந்தாபாய்...இருபத்தஞ்சு பைசா சில்லறையா வச்சுக்க... முழு ரூபா கொடுத்தா மீதி கிடைக்காது...'

சாந்தாபாய் போகிற காரியம் உலகத்துக்கே தெரியும் இப்போது.

நசீம் சமையத்தில் இப்படித்தான். சின்னப் பிள்ளை போல. மனசு நல்ல மாதிரி. களங்கம் தெரியாத கண். சாந்தாபாய் குனிந்தாலும் நிமிர்நதாலும் மற்றவர்களின் பார்வை போகிற போக்கு அவன் பார்ப்பதில் இல்லை.

'வாயை மூடிட்டு வியாபாரத்தைப் பாரு நசீம்...'

'வாயை மூடிட்டு வியாபாரமா? அதுக்கு ராத்திரி ஒன்பது மணிக்கப்புறம் இங்கே பவுடர் அப்பிக்கிட்டு ஒரு கூட்டமே நிக்கும்... உனக்கு ஒண்ணும் தெரியாது பாவம்... போற ஜோலியை முடிச்சுட்டு சீக்கிரம் வா...'

சாந்தாபாய் தலையில் அடித்துக் கொண்டு நடந்தாள்.

வெய்யில் மசமசவென்று முதுகில் ஊர்கிறது. விக்டோரியா டெர்மினஸின் சாயங்காலப் பரபரப்புக்கு இன்னும் இரண்டு மணி நேரம் இருக்கிறது.

வரிசையாக வந்த மூன்று லாரிகள் போக வழிவிட்டு ஒதுங்கி நின்றாள்.

லாரி நிறைய ஜனம். ஆஸாத் மைதானம் பக்கம் மெல்லக் குவிகிற கூட்டம்...

என்ன தலை போகிற விஷயமோ...

பத்திரிகை ஆபீஸ் வாசலில், உள்ளே இருந்து வருகிற எல்லோரையும் கைப்பையைத் திறந்து காட்டச் சொல்லிப் பரிசோதித்து அனுப்பிக் கொண்டிருந்தவன் சாந்தாபாயைப் பார்த்ததும் சிநேகமாகச் சிரிக்கிறான்.

சாங்க்லியானால் என்ன... பம்பாய் ஆனால் என்ன... எங்கேயும் மனுஷர்கள் தான்... பரிச்சயமானால் சிநேகமாகிறார்கள்.

பஸ் ஸ்டாப்பில், மஹாலட்சுமி கோயில் போவதற்காகப் பழுத்த மராத்திய சுமங்கலிகள் காத்துக் கொண்டிருக்கிறார்கள்.

எப்போது தான் மஹாலட்சுமி கோவில் போனது? சாந்தாபாய் நினைத்துப் பார்த்தாள்.

சினிமா போல, அதுவும் கல்யாணமான முதல் வருஷம்தான்.

பிரபாதேவியில் கூட்டத்தில் நெருக்கியடித்து சித்தி விநாயகர் கோயிலுக்கும் அப்புறம் மஹாலட்சுமிக்கும்...

ஐந்து நிமிடத்தில் கும்பிடுகிறேன் என்று பெயர் பண்ணி, கோயிலுக்குப் பின்பக்கம் அவசரமாக இழுத்துக்கொண்டு போய்...

சுடுகிற பாறையும், கலங்கி முடைநாறும் கடல் நீரும், இரையும் கடலுமாக இதுபோல ஒரு பகல் நேரத்தில் பாறை மறைவில் சரித்து...

தாராவியில், சகதி நாறும் குச்சில் எத்தனையோ தடவை அப்புறம் முழுசாக அரங்கேறிய லாவணிதான் அது...

இரண்டு காலும் போனாலும், தவழ்ந்தபடி வந்து ஆழ்ந்து தூங்குகிறவளைத் தட்டி எழுப்பி, மேலே படர்ந்து... இன்னும் அது தொடர்ந்து கொண்டுதான் இருக்கிறது...

கோபி கிருஷ்ணா... கோகுல கிருஷ்ணா... வீட்டில் கங்காதர்தான் தவழ்ந்து கொண்டிருக்கிறான்.

வீடு... இருக்கிற குடிசையே நித்திய கண்டத்தில்... தவழ குழந்தைதான் பாக்கி...

கங்காதருக்குக் கால்போகும் வரை பெரிசாகத் தெரிந்த விஷயம்... இப்போது மூச்சு நின்று விடாமல் இழுத்துப் பிடிப்பதே பிரச்சனை...

ஒரு பிள்ளை... செயல் ஓய்ந்து போன வயதில் வைத்துக் காப்பாற்ற ...நாலு எழுத்து படித்து... நல்லதாக உத்தியோகம் பார்த்து... செருப்பு போட்டுக் கொண்டு... டக்டக் என்று கம்பீரமாக...

‘என்ன தீதி... சாயாவிலே லால்பரி ஊத்திக் குடிச்சியா?’

ஷூ பாலீஷ் செய்கிற பையன். தடுமாறி மேலே விழுந்தவளைப் பார்த்துப் பல்லெல்லாம் தெரியச் சிரித்தான். வயசுக்கு மீறின பார்வை...

'சீஸ் படி ஹை மஸ்த் மஸ்த்...'

அவன் பக்கத்தில், மீசை முளைக்கத் தொடங்கியிருந்த விடலை, கை இரண்டையும் கிண்ணம் போல் குவித்துக் கொண்டு பாடியது, கழிப்பறை வாசல் வரை கேட்டது.

சாந்தாபாய் காறி உமிழ்ந்தாள்.

6

ப்ரீதி வெராண்டாவில் வந்து நின்றாள்.

ஐந்து மணிக்குக் கார் அனுப்புவதாக விக்ரம் சொல்லியிருக்கிறான். பெரைரா நேரே ஓட்டலுக்கு வந்து விடுவானாம்.

பெரைரா சரி என்றால் எல்லோருக்கும் சரி தான்.

பெரைரா ஆர்ட் பிலிம் எடுக்க என்.எப்.டி.சிக்கு கடன் கேட்டு மனுப் போட்டிருக்கிறானாம்.

யார் கண்டது, எல்லாம் கூடி வரும் பட்சத்தில் ஷபானா ஆஸ்மி போல, தீப்தி நவ்வால் போல, ஸ்மிதா பட்டீல் போல... ப்ரீதி அஹூஜா...

வேண்டாம்... ஊருக்கு நாலு ஜோல்னாப்பை தாடிக்காரர்கள் நடுராத்திரியில் கண்விழித்து தூர்தர்ஷனில் தேசிய நிகழ்ச்சியில் பார்த்து, இரண்டு வருடம் விடாமல் உணர்ச்சி பொங்க சர்ச்சை செய்வார்கள்.

தூக்கம் வராத கிழவர்கள் வெள்ளிக்கிழமை பத்திரிகை இணைப்பில் இரண்டு வரி எழுதுவார்கள்...

உலகம் தன் பாட்டுக்குப் போய்க் கொண்டிருக்கும்.

தெருவைப் பார்த்தாள்.

நெருக்கியடித்து ஊர்கிற டாக்சிகள். இரண்டு வசமும் அழுக்குச் சுவரோடு நிற்கிற பழைய மாடி வீடுகள். மழைக்காலம் முடிந்தாலும் ஈரம் பூரித்துத் தெரியும் கட்டிடங்களின் ஜன்னல் தோறும் கொடி கட்டிக் காயும் துணிகள்.

பிளாட்பாரத்தில் தார்ப்பாய் மறைப்புக்கு வெளியே குழந்தையைக் குளிப்பாட்டிக் கொண்டிருக்கிற பெண்.

கட்டடங்களில் இருந்து வெளிப்பட்ட, பொதிக்குகளில் ஆயிரம், இரண்டாயிரம் என்று விலை வைத்து விற்கிற டிசைனர் உடை அணிந்த ப்ரீதி வயதுப் பெண்கள், தெருவில் தேங்கிய தண்ணீரைக் கவனமாகத் தவிர்த்து ஓரமாக நிறுத்திய கார்களை நோக்கிப் போகிறார்கள்.

அந்தப் பெண் அடுத்த குழந்தையைக் குளிப்பாட்ட இழுத்து வருகிறாள்.

அந்தேரியில் ஏழு லட்சம் விலையில் நானூறு சதுர அடி ஃப்ளாட்...

காலையில் டைம்ஸில் பார்த்த விளம்பரம் மனதிலேயே சுற்றுகிறது.

வரும்போது விக்ரமோடு போய்ப் பார்த்தால் என்ன?

தாராவி தாதாக்களிலிருந்து மலபார்ஹில் மகாராஜாக்கள் வரை அவனுக்கு எத்தனையோ பேரைத் தெரியும். இந்த மூன்று மாதத்தில் சின்னதும் பெரிசுமாக ஆறு அசைன்மெண்ட் அவன் மூலமாகத்தான். ஒரு ஃப்ளாட்டா கஷ்டம்?

நிறைய மாடல்கள் பேயிங் கெஸ்ட்டாகத்தான் ஏதாவது குடும்பத்தோடு ஒட்டிக் கொண்டிருக்கிறார்கள்.

அவர்களுக்கு எல்லாம் ஊரில் மணியார்டரை எதிர்பார்த்து ஒரு குடும்பம் காத்திருக்கும்.

ப்ரீதிக்கு இருக்கிற விலாசம் தவிர வேறு விலாசம் கிடையாது.

முகவரி அவசியப்படாமல், முகத்தை வைத்தே அடையாளம் தெரியப் போகிற நாள் வெகு தொலைவில் இல்லை.

அதற்கு முன் சொந்தமாகக் கால் ஊன்ற ஒரு இடம் வேண்டும்.

தெருமுனையில் நீலமும் சிவப்புமாகக் கூடாரத் துணிகளோடு வேன் நிற்கிறது.

கூடாரம் எழும்பிக் கொண்டிருக்கிறது. நவராத்திரி வரப் போகிறது. தாண்டியா நடனம் என்று விடிய விடிய ஆடித் தூங்க விடாமல் அடிப்பார்கள்.

கீழே ஒரு சிவப்பு மாருதி கார் மெல்ல வந்து நிற்கிறது.

'ஏய் பொண்ணு ஓடி வா... டாட்டா போகலாம்...'

விக்ரம்.

இது அவன் கார் இல்லை. எங்கே தொலைந்தது அந்தப் பழைய ஃபியட்?

ப்ரீதி கதவைப் பூட்டிக் கொண்டு இறங்கி வந்தாள்.

நல்ல சிவப்பும், நீலக் கண்ணுமாக ஸ்டியரிங் பிடித்தபடி உட்கார்ந்திருந்தவன் 'ஹலோ' என்றான்.

பெரைராவா?

இல்லை... பெரைரா சிம்பன்ஸி போல, கைகால் முழுக்க ரோமமும், முகத்தில் ஃபிடல் காஸ்ட்ரோ தாடியுமாக டில்லியில் ஏதோ பார்ட்டியில் ஒரு வினாடி நேரம் பார்த்த நினைவு...

இவன் தலையைத் தவிர முகத்திலோ, கையிலோ ஒரு முடி கூட இல்லாமல் மொழுமொழு என்று...

'மீட் ஜெயந்த் காலே... மண்டையில் நிறைய மசாலா உள்ள கோப்ரா பையன்...'

விக்ரம் தோளில் தட்டிக் கலகலவென்று சிரிக்க, ப்ரீதியின் கைகளைப் பற்றி மென்மையாகக் குலுக்கினான், கோப்ரா என்று செல்லமாக விளிக்கப்பட்ட கொங்கண பிராமணனான ஜெயந்த்.

'பம்பாயைப் புரிந்து கொள்ளவே முடியவில்லை... கிள்ளினால் ரத்தம் தெறிக்கும் சிவப்பாக இருக்கப் பட்டவனை காலே என்கிறார்கள். அட்டைக் கருப்பனை கோரே என்கிறார்கள்...

ப்ரீதி சொன்ன போது ஜெயந்த் காலே நீலக்கண் மின்ன வசீகரமாகச் சிரித்தான்.

'ஜெயந்த் ராஷ்மி டிடர்ஜெண்ட் படத்துக்கு ஆம்பிளை மாடலா?'

பக்கத்தில் வந்து உட்கார்ந்த விக்ரமை மெல்லக் கேட்டாள்.

'ஜெயந்த் இதுவரை மாடலிங் செய்யவில்லை. சரி என்றால் மில்க் சாக்லெட்டுக்கும், பால்புட்டி நிப்பிளுக்கும் தரச் சொல்லலாம். இப்போதைக்கு அவன் பெரைராவின் வலது கை. அனிமேஷன் எக்ஸ்பெர்ட். இந்த வருஷம் பெரைரா சுட்ட எல்லாப் படத்துக்கும் ஸ்டோரி போர்ட் இவன் கைங்கர்யம் தானாம்.'

விக்ரம் உரக்கச் சொல்லிக் கொண்டிருக்க, ஜெயந்த் ஸ்டியரிங்கிலிருந்து ஒரு கையை அவசரமாக எடுத்து மறுத்தான்.

'ஸ்டோரி போர்டா... எந்த யுகத்தில் இருக்கே விக்ரம்... என் லேப் பக்கம் ஒரு நடை வந்து போ... இண்டராக்டிவ் மல்ட்டி மீடியா... சவுண்ட் ப்ளாஸ்டரோட ஆப்பிள் மேக்... கிராபிக் எடிட்டர்... கம்ப்யூட்டர் தெரியுமா ப்ரீதி?...'

'போடா சர்த்தான்...' ப்ரீதி நினைத்துக் கொண்டாள்.

'ப்ரீதிக்கு உன் கம்ப்யூட்டர் வேணாம்... தலைக்கு மேலே கூரை தான் வேணும்...'

விக்ரம் ப்ரீதியின் கைகளைப் பற்றி விரல்களை நெரித்தபடி சொன்னான்.

தோபிதாலோவில் திரும்பிக் கொண்டிருக்கும் கார்.

ஓவர்டேக் செய்து போன மாருதி ஜிப்சியில் தலையில் ஆரஞ்சு உருமால் கட்டிக் கொண்டு நாலைந்து பேர்.

'மத்தியானத்திலிருந்து பார்க்கிறேன்... இப்படி நிறையப் பேர் ஆரஞ்சு முண்டாசோட அலையறாங்க... என்ன ஆக்டிவிஸ்ட் க்ரூப்போ தெரியலே...'

ஜெயந்த் காரின் வேகத்தைக் குறைத்தபடி சொன்னான்.

'விக்ரம்... முடிஞ்சா அந்தேரி போய்...'

அவன் விரல்களால் மெல்ல உதட்டில் உரசியபடி. ப்ரீதி கெஞ்சும் குரலில் கேட்டாள். அவள் முடிக்கும் முன் ஸ்டியரிங் பிடித்த கோப்ரா பையன் பேசினான்.

'அந்தேரி... மூணாவது மாடி.... லிப்ட் இல்லே... ஒற்றை பெட்ரூம்... ஏழு லட்ச ரூபாய்...'

சொல்லியபடி காரின் வேகத்தைக் குறைத்து ஜெயந்த் பின்னால் திரும்பி ப்ரீதியைப் பார்த்துப் புன்னகை செய்தான்.

'அதேதான்...'

ப்ரீதி வேகமாகச் சொன்னாள்.

'என்னோடதுதான்... அப்பா எப்பவோ வாங்கிப் போட்டது... அங்கே இருந்து பாந்த்ரா வந்து எத்தனையோ காலம் ஆச்சு... ஒரு மலையாளி வாடகைக்கு இருந்து போக மாட்டேன்னு கலாட்டா பண்ணினான்...இப்ப போய்ட்டான்... எப்படின்னு கேக்காதே... ஃப்ளாட்டை வித்துட்டு சின்னத் தொகைன்னாலும் லேபில் முடக்கப் போறேன்...அததுக்கு உபயோகம்... சரி, நீ வாங்கிக்கறியா அந்த ஃப்ளாட்டை?'

ப்ரீதிக்கு ஒரு வினாடி மூச்சு எழும்பவில்லை.

'ஃபைனான்ஸ் வேணும்னா ஃபாரின் பேங்கில் ஏற்பாடு செஞ்சிடலாம்... கையிருப்பை முழுக்க செலவழிக்க வேணாம்... சம்பாதிக்க சம்பாதிக்க தானா கடன் அடையும்...'

விக்ரம் உற்சாகமாகச் சொன்னான்.

'ஃபாரின் பேங்கா? டாலர்லே பணம் கட்டச் சொல்லுவாங்களோ?'

ப்ரீதி, விக்ரம் விலாவில் செல்லமாக நிமிண்டினாள்.

'காண்டோம் விளம்பரம் பண்ணு... காசு கொட்டும்... ரூபா பைசாவிலேயே பாதி கடன் அடச்சுடலாம்... வட்டிக்கு வேணும்னா க்ளிவேஜ் தெரியறது போல ஒரு ஷவர பிளேடு படம் வாங்கித் தரேன்... பிளேடு விக்கவும் இதெல்லாம் தேவைப்படறது...'

ப்ரீதி அவன் கையை விலக்கினாள்.

மாடல் என்றால் களிமண் பொம்மை.

ரப்பர் செருப்பைக் கூடக் கையில் தூக்கி, கன்னத்தில் இழைத்தபடி போக சுகம் போலக் கண் கிறங்க, முத்தம் கொடுக்க வைத்து கமர்ஷியல் பண்ணலாம்.

'இப்படியே ஓரமா நிறுத்து ஜெயந்த்.'

விக்ரம் ஃப்ரீப்கேஸை எடுத்துக்கொண்டு இறங்க, இருட்ட ஆரம்பித்திருந்தது.

7

டங்கல்.

இது ஒரு மனிதனின் பெயரா இல்லை ஏதாவது வஸ்துவா என்று சாந்தாபாய்க்குப் புரியவில்லை.

மதியத்திலிருந்து சாரிசாரியாக வந்த ஆரஞ்சு நிறத் தலைப்பாகைக் காரர்கள் விக்டோரியா டெர்மினஸ் முன்னால், மலைப்பாம்பு கிடப்பது போல, நீள வளைந்து போகிற சங்கிலி போல, கையைக் கோர்த்து நின்றபோது, உரத்த குரலில் திரும்பத் திரும்பச் சொன்னது 'டங்கல்'.

ஆஸாத் மைதானத்தில் அப்புறம் அவர்கள் பிரம்மாண்டமான கூட்டமாகக் கூடி இந்தியிலும், மராத்தியிலும் இன்னும் என்னென்னமோ பாஷையிலும் ஒலிபெருக்கி வைத்துப் பேசியபோது, தெரு இரைச்சலை மீறிக் காதில் அடிக்கடி விழுந்தது 'டங்கல்.'

யாராக, எதுவாக இருந்தாலும் நன்றி. டங்கல் புண்ணியத்தால் சாந்தாபாய்க்கு முன்னூற்று நாற்பது ரூபாய்க்குப் பிய்த்துக் கொண்டு போன வியாபாரம்.

எத்தனை ஆரஞ்சுத் தலைப்பாகைக் காரர்கள் ஊர் போய்ச் சேரும் வரை டங்கலை நினைவு வைத்திருப்பார்கள் என்று சாந்தாபாய்க்குத் தெரியவில்லை. ஆனால், அவர்களில் சிலர் வீட்டிலாவது சாந்தாபாயின் கிருஷ்ணன் கோலமாகத் தவழப் போகிறான்.

காலிச் சாக்கோடு, வழக்கத்தை விட வெகு சீக்கிரமாகக் கிளம்பும்போது சாந்தாபாயின் மனது ஏகப்பட்ட கற்பனைகளில் மிதந்தது.

சின்னச் சின்னதாக, உட்காருகிற தோதில் பூப்போட்ட பிளாஸ்டிக் விரிப்பு...

ஒரு நூறு, ஐம்பது வாங்கி அடுக்கிக் கொள்ள வேண்டும்...

அப்புறம் ஜிகினாத் தோரணம், தரையில் சதுரம் சதுரமாக ஒட்டுகிற சிவப்பு கோல ஸ்டிக்கர். பிளாஸ்டிக் மாவிலைக் கொத்து. பீங்கான் ஜாடி....

நசீமுக்குத் தெரிந்த சேட் வட்டிக்குப் பணம் தருகிறான். அவனுக்கு மாமன் முறையான ஒரு கிழவன் கோவாண்டியில் இதெல்லாம் மொத்த விலைக்குத் தருகிறான்.

கங்காதருக்கு மெல்லச் சொல்லிக் கொள்ளலாம். நசீமோடு போய்ப் பார்த்து ஏற்பாடு செய்ய வேண்டியதுதான்.

சாந்தாபாய்க்கு வாயில் சாதுரியமான வார்த்தை இருக்கிறது. யாரிடம் எப்படிப் பேசினால் சரக்கு விலை போகும் என்று படிந்து வருகிறது...

கங்காதருக்கும் சேர்த்து சொந்தக் காலில் நிற்கப் போகின்ற சாந்தாபாய்...

அவள் தாராவியில் ஒன்றுக்கு இரண்டாக இருக்க இடம் வாங்குவாள்.

சிமெண்டும், காரையுமாக எடுத்துக் கட்டிய வீடு. சாங்க்லியில் பஞ்சாயத்துத் தலைவர் வீடு போல முகப்பில் மகாலட்சுமி படம் பதித்தது.

வி.டியில் பிளாட்பாரத்தை ஒட்டி, ஷெல்பும் கதவும் வைத்த கடை போடுவாள்.

உதவிக்கு யாரையாவது வைத்துக் கொண்டு கல்லாவில் சில்லறையை வாங்கிப் போட்டுக் கொண்டு, ஜம்னாதீதி போல, சதா வாயில் ஜர்தாபான் மென்று கொண்டு... ஜர்தா வேணாம்... உள்நாக்கு வரை இனிக்க இனிக்க மீட்டா பான்...

கங்காதருக்கு ஒரு மோட்டார் வைத்த மூன்று சக்கர சைக்கிள் வாங்கிக் கொடுப்பாள்.

இஷ்டம் போல சுற்றட்டும். கணக்கு வழக்கை எல்லாம் கவனித்துக் கொள்ளட்டும்.

சேட் போல பணம் வட்டிக்குத் தந்து, வாடகை வசூல் செய்து கழுத்தில் சங்கிலி பளபளக்க...

முதலில் கங்காதருக்கு நல்லதாக இரண்டு ஜிப்பா வாங்க வேண்டும்...

ஒரு நீலப் புடவை... இது மாதிரி இல்லாமல் நல்ல வடிவான கச்சு...

இதற்கே பாட்டு பாடுகிறான்.

புடவையை இப்படிக் கச்சம் வைத்துக் கொலிவாடிக்காரி போல் கட்டிக் கொள்ளக் கூடாது.

தெரு இருட்டில் கிடந்தது.

இன்றைக்காவது சூடாக அரிசிச் சோறு பொங்கி கங்காதருக்குப் பிடித்த ஆம்டி புளிக்கீரை செய்து... தெருக் கோடியில் பொறித்த மீன் விற்கிறார்கள்... நாலு துண்டம் வாங்கி வந்து...

எல்லா சந்தோஷத்தையும் கங்காதரோடு பகிர்ந்து கொள்ள வேண்டும். இன்றைக்கு அவன் தவழ்ந்து மேலே படரும் வரை சாந்தாபாய் பார்த்துக் கொண்டிருக்க மாட்டாள். அவள் தான் பக்கத்தில் மெல்ல நகர்ந்து...

'நான் சாப்பிடுவேன்... குந்த வைப்பேன்... படுப்பேன்... இரு நூறு ரூபாய் அந்த ஜம்னாதீதி முகத்தில் எறிந்தால் என் குடிசைக்குள் என்னைக் கேட்காமல் காற்று கூட நுழைய முடியாது...

நாளைக்குச் சீக்கிரம் கிளம்பிப் போய் மோரேயிடம் இன்னும் இருநூறு கோலக் குழல் வாங்கிக் கொண்டு மாதக் கடைசியில் கொடுத்து விடலாம்... நர்த்தனமாடும் கணபதி கூடச் செய்ய ஆரம்பித்திருக்கிறான்...

வயிறு சுருட்டி வலிக்க, பசி உள்ளே பந்தாக உருண்டது.

தொடர்ந்து வியாபாரம் வந்து கொண்டே இருந்த மும்முரத்தில் மந்தமாகிப் போன நித்திய அவஸ்தை அது.

மலையாளி ஓட்டலில் மதியம் கழிந்து வெகு நேரம் போய், வறட்டுத் தோலாகக் காய்ந்து கிடந்த பரோட்டாவை டீயோடு விழுங்கி, தினம் அதை தாஜா செய்கிற வழக்கம்...

அவசரமாகப் பிய்த்துத் தின்ற ஒற்றை பன்னோடு காய்கிற வயிறு...

பொங்கல வீடுகளைக் கடந்து வலப்புறம் திரும்ப ஜம்னாதீதியின் ‘கண்பத் மெஸ்.’

மின்னி மின்னி அணையும் ஒற்றை ட்யூப்லைட் வெளிச்சத்தில் செருப்பு இரைந்து கிடக்கிற படிக்கட்டு.

ஓரமாகக் காலிச் சாக்கை வைத்துவிட்டு நின்றாள்.

கூப்பிடலாமா?

வேண்டாம். தரையில் நெருக்கியடித்து நிறையப் பேர் சாப்பிட்டுக் கொண்டிருக்கிறார்கள்.

பொங்கல் வீடுகளில் தங்கி இருக்கிற தனிக் கட்டைகள் எல்லோரும். நடை வழியே உள்ளே போக, பார்வைகள் உயர்ந்து தாழ்ந்தன.

சாந்தாபாய்க்கு சந்தோஷம்தான். ஒரு வினாடிக்காவது எதிர்ப்படுகிறவனின் பார்வையைக் கட்டி நிறுத்த அவளால் முடிகிறது.

‘ஜம்னாதீதி...’

திரையை மெல்ல விலக்கியபடி கூப்பிட்டாள்.

‘வெளியே போயிருக்கா...’

கட்டிலில், இடுப்புக்கு மேலே வெற்றுடம்போடு படுத்து, கேபிள் டிவியில் தாதா கோண்ட்கே படத்தை ரசித்துக் கொண்டிருந்தவன், லுங்கியைத் தழைத்தபடி எழுந்து வந்தான்.

ஜம்னாதீதியின் தம்பி.

பட்டாளக்காரனான ஜம்னாவின் வீட்டுக்காரன் கண்காணாத சிலோனில் கண்ணிவெடி வெடித்ததில் நகம் கூட முழுசாகக் கிடைக்காமல் சிதறிப்போன பிறகு, வந்த பணத்தில் மெஸ் எடுக்க முன்கை எடுத்தவன் இவன் தான்.

மெஸ் நாலே வருஷத்தில் நாலு குடிசை வாங்கிப் போட வைத்தது. வட்டிக்குக் கடன் கொடுக்க வழி செய்தது. இவன் கழுத்தில் மைனர் செயின் இப்படிப் பளபளக்க வைத்தது.

'தீதிக்குப் பணம் தரணுமா?'

சாவதானமாக சாந்தாபாயின் உடம்பில் மேய்கிற பார்வை...

சாந்தாபாய் தலையைக் குனிந்தபடி பணத்தை எடுத்து நீட்டினாள்.

'உட்காரேன்... தீதி வந்துடுவா...'

'பரவாயில்லை...'

'வியாபாரம் எல்லாம் எப்படிப் போறது?'

கழுத்துக்குக் கீழே நிலைத்த கண்கள் தகிக்கின்றன...

சாந்தாபாய் ஓரமாகத் திரும்பி நின்றாள். சீக்கிரம் போய்விட வேண்டும் இங்கிருந்து என்று மனது அடித்துக் கொண்டது.

டி.வி.யில் ரவிக்கை மேல் பக்கத்துக்கு ஒரு பானையாகப் படம் எழுதியிருக்கும் பெண்கள் தாதா கோண்ட்கேயைச் சுற்றி 'மட்கா மட்கா' என்று பாடியபடி குலுக்கி ஆட, ஜம்னாதீதியின் தம்பி டி.வியில் ஒரு கண்ணும் சாந்தாபாய் மேல் இன்னொன்றுமாக நமட்டுச் சிரிப்போடு பார்த்தபடி பக்கத்திலேயே நின்றான்.

சூழ்நிலை சரியில்லை. இவன் கண்ணாலேயே அசிங்கப்படுத்தி விடுவான்.

'வியாபாரம் விருத்தியாக பணம் வேணும்னா நான் தரமாட்டேனா சாந்தா... நீ நினைச்சா இந்த சில்லுணி சாமானை எல்லாம் கடாசிட்டு, பெரிசா ஆரம்பிக்கலாம்... தாதர்லேயோ மாஹிம்லேயோ கடை போட்டுத் தர ஏற்பாடு பண்ணட்டா...'

'நேரமாச்சு... வீட்டுக்குப் போய் அடுப்பு பத்த வைக்கணும்...'

வழியை அடைக்கிறது போல் நிற்கிறான்.

'ஒரு நாளைக்குத் தான் வெளியே சாப்பிடறது...'

அவன் சிரிப்பு வீடு வரை தொடர்ந்து வந்தது.

கங்காதரிடம் இதெல்லாம் சொல்ல வேண்டாம்... கால் இல்லாவிட்டாலும் முரட்டுத் தனத்துக்குக் குறைச்சல் இல்லை.

ஒன்று கிடக்க ஒன்று நடந்து முதலுக்கே கூட மோசமாகி விடலாம்...

இருட்டில் அமிழ்ந்து கிடக்கிறது வீடு.

விளக்கு கூட வைக்காமல் தூங்கிக் கொண்டிருக்கிறானோ?

கதவைத் திறக்கப் போனவள் நின்றாள். உள்ளே மொணமொணவென்று பேச்சுச் சத்தம்.

'மூணு மாச வாடகை என்னாச்சுன்னு கேக்க வந்தவளை இப்படியா... படுபாவி... இதோட மூணு தடவை... நியாயமாடா இது... பொறுக்கிப் பயலே...'

மெல்லச் சிரிக்கிற பெண் குரல்...

'காலு போன வெறும் பயன்னு தெரியாமே வந்துட்டேண்டா பரதேசி... டேய் விடுடா... உடம்பு பூரா வலிக்குதுடா கபோதி... உன் வீட்டுக்காரி வந்து தொலைக்கப் போறா...'

'அவளா... இன்னும் ஒரு மணி நேரமாகும். அவ வர்றதுக்கு... அதுக்குள்ளே...'

'எந்துருக்க விடுடா நொண்டிப் பயலே... டாக்டர் கிட்டே போக வச்சுடுவே போலேயிருக்கே...'

'கவலைப்படாதே... ஆபரேஷன் பண்ணிக்கிட்டிருக்கேன்... அவளுக்குக் கூடத் தெரியாது...'

'படுடா பேசாம...'

இரண்டு பேரும் சேர்ந்து சிரிக்கிற சத்தம். அப்புறம் நிசப்தம் மட்டும்.

சாந்தாபாய் காலிச் சாக்கை வாசலில் எறிந்துவிட்டு நடந்தாள்.

பசி.

கண்பத் மெஸ் திறந்து இருக்கிறது.

8

‘ஆவிக்னான் பட்டணத்துக்காரிகள்... கேள்விப்பட்டிருக்கியா ப்ரீதி?’

பெரைரா காரை ஓட்டிக் கொண்டே கேட்டான்.

சோடியம் வேப்பர் விளக்குகளின் சீரான வெளிச்சத்தில் மஞ்சள் குளித்துக் கொண்டிருந்தது விக்டோரியா டெர்மினஸ்.

பரபரப்பெல்லாம் ஓய்ந்து வெறிச்சோடிக் கிடந்த தெருவில் வாழைப்பழ வண்டிக்காரர்களின் குரல் தான் மிச்சம் இருந்தது.

‘ஆவிக்னான்... பிகாஸோ வரைஞ்ச ஓவியம் தானே? தெரியும். காலேஜ்லே ஆர்ட் அப்ரிசியேஷன் ஒரு பாடம் எடுத்துப் படிச்சதுலே தான் பிகாஸோ, வான்கோ, சால்வடார் டாலின்னு சில பேர் பரிச்சயம் ஆனது... இல்லாட்ட எங்கே?’

ப்ரீதி ஜன்னல் வழியே தெருவைப் பார்த்தபடிச் சொல்ல, அங்கே பெண்கள்.

அடைந்து கிடந்த கட்டிட வாசலில் தூணில் சாய்ந்தபடி.... வரிசை கலைந்து நின்ற டாக்ஸி பானெட்டில் கையை ஊன்றிக் கொண்டு...மார்பைத் தூக்கி நிறுத்திய கச்சும், அழுத்தமான கண்மையும், அழைக்கிற பார்வையுமாக மெல்லத் தெருவில்

நடந்தபடி.... இறுக்கமாக ஸ்கர்ட் அணிந்து, ஒயிலாக சிகரெட் புகைத்துக் கொண்டு...

வாழைப்பழம் தின்றபடி ஜெனரல் போஸ்ட் ஆபீஸ் வாசலில் காவல் இருக்கிற போலீஸ்காரர்களை சீண்டிச் சிரிக்கிற பெண்கள்...

'ஆவிக்னான் வேசிகளையும் வி.டி.வேசிகளையும் ஒப்பிட்டுப் பார்க்கலாமா?'

ஜெயந்த் ஓவென்று பெரிதாகச் சிரித்தான். ப்ரீதியின் தோளில் முகத்தை அழுத்திக் கொண்டான்.

மெல்லிய யூதிகோலோன் வாசனையோடு மென்மையாகப் படிந்த அவன் ஸ்பரிசம் ப்ரீதிக்கு இதமாக இருந்தது.

உள்ளே போயிருக்கும் திரவம் வேலையைக் காட்டிக் கொண்டிருந்தாலும், இவன் கை இதுவரை சும்மாதான் இருக்கிறது.

ப்ரீதி கொஞ்சம் முன்பு கடந்து போன சாயங்காலத்தை நினைத்தாள்...

முழுக்க முழுக்க பேச்சிலேயே போன நேரம்... பாதிக்கு மேலே, இவள் மற்றவர்களை வெறுமனே பார்த்துக் கொண்டு...

பெரைராவுக்கு இவளைப் பார்த்ததுமே பிடித்துப் போனது.

'இது சலவை சோப் விற்க ஏற்பட்ட முகமில்லை... வைரத்தை, பிளாட்டினத்தை, குறைந்த பட்சம் கம்ப்யூட்டரை விற்க யோக்யதை உள்ளது...'

ப்ரீதியின் கன்னத்தில் கருப்பு வெள்ளை தாடி ரோமங்கள் வருட, மென்மையாக முத்தமிட்டு விட்டு, ப்ளடிமேரியை உறிஞ்சியபடி பெரைரா சிலாகித்த பொழுது, ப்ரீதி ஏழாம் சொர்க்கத்தில்...

'லிரிலுக்கு ஒரு கனல் ல்யூனல்... ராஷ்மி டிடர்ஜெண்டுக்கு ஒரு ப்ரீதி... எமோஷனலான ப்ராண்ட் இமேஜ் கொண்டு வரணும்...'

ப்ரீதிக்கு ஜின் ஆர்டர் செய்தார்கள்.

'ப்ராண்ட்... அமெரிக்காவிலே காட்டுப் பிரதேசத்திலே குதிரைகளை அடையாளம் காட்டப் போட்ட சூடுதான் ப்ராண்டிங்க்...'

ஜெயந்த் விஸ்கியை ஒரு மிடறு விழுங்கியபடி சொன்னான்.

'இப்போ இந்த ஃபைவ் ஸ்டார் ஓட்டல்லே, விஸ்கியும் ஜின்னுமா இந்த வடிவான பெண் குதிரைக்கு சூடு போடப் போறோம்...'

கிளாஸை உயர்த்தி விக்ரம் சிரிக்க, ப்ரீதிக்கு வெறுப்பாக இருந்தது.

எடுத்தெறிய முடியாது. ப்ரீதிக்கு இவன் சகவாசம் தேவை.

கோவாக்காரன் பெரைராவும், கோப்ரா பையன் ஜெயந்தும் இனிமேல் இவனை விட அதிமுக்கியமாகப் போகிறார்கள்... யார் கண்டது... இதில் யாராவது ஒருத்தரோடுதான் இனிமேல் சகலமும் என்று கூட....

'குதிரை கழுதை என்றெல்லாம் சொல்லாதே... வருங்கால மிஸ் யூனிவர்ஸ்... உலக சமாதானத்துக்காக, நூறு அழகிகளோடு மேடையேறி, மார்பைக் காட்டப் போகிறவள்... சல்லிசா என் ஃப்ளாட்டை வாங்கப் போற குழந்தைப் பொண்ணு... ஆறு லட்சம்...'

ஜெயந்த் உரக்கச் சிரித்தது அழுவது போல் இருந்தது. இரண்டு கோப்பை அவனுக்குள்ளே போய்ச் சிரிப்பைக் கெல்லிக் கொண்டிருந்தது.

நீஷ் மார்க்கெட்டிங், இமேஜ் செமாண்டிக்ஸ் என்றெல்லாம் அவர்கள் தங்களுக்குள் சுவாரசியமாகப் பேசிக் கொண்டிருக்க, ப்ரீதி ஆறு லட்சம் ரூபாய்க்கு வரும் ஃப்ளாட் பற்றிக் கனவு கண்டு கொண்டிருந்தாள்.

'எங்கேயோ போறது டெக்னாலஜி... வெர்ச்சுவல் ரியாலிட்டி.... சாஃப்ட் லேசர்கள் மூலமா கண்ணுக்குள்ளேயே கனவைப் போட ரெட்டினல் இமேஜிங்...'

ஜெயந்த் கம்ப்யூட்டருக்குத் தாவி இருந்தான்.

'ப்ரீதிக்கு என்ன கனவு? நல்ல ஆண் துணையா, மலபார் ஹில்ஸ் பங்களாவா?'

பெரைரா சரளமான பஞ்சாபியில் கேட்க, ப்ரீதிக்குச் சின்ன ஆச்சரியம்.

நல்ல ஆண் துணை... பெரைரா போல கம்பீரமாக, அறிவு ஜீவியாக... ஜெயந்த் போல கை நிறையப் பணமும், வசதியான இருப்பிடமும், கம்ப்யூட்டர் மூளையுமாக...

'தாடிக்காரா... நீ இப்படியே பேசிக்கிட்டிருந்தா வீட்டுக்குப் போக வேணாமா? நான் பெண்டாட்டிக்குப் பயந்தவன்...'

விக்ரம் பெரைரா விலாவில் இடித்துவிட்டு எழுந்து நின்றான்.

'ராத்திரி ஒன்பதேகால் மணி... உன் வீட்டுக்காரி சப்பாத்திக் கட்டையால் தான் தலையிலே மொத்தப் போறா... சாப்பிட்டுப் போ...'

மூவாயிரத்துச் சில்லரை பணம் அழுது ஆளுக்கு இரண்டு என்று சாப்பிட்ட மேத்தி ரொட்டியும், சர்சோன் கா சாகும் ... அப்புறம் ப்ரீதிக்கு மட்டும் ஐநூறு ரூபாய்க்கு, பெரிய படகு போன்ற கிண்ணத்தில், நடுவே தீப்பற்றி எரிய எடுத்து வந்த ஐஸ்க்ரீம்...

விக்ரம் அங்கிருந்தே டாக்ஸி பிடித்துப் போய்விட்டான்.

'ஜெயந்த்... நீ காரை ஓட்டாதே... ஒண்ணு நரகத்துக்குப் போவோம்... இல்லே போலீஸ் ஸ்டேஷனுக்கு... நகரு... நான் ஓட்டறேன்...'

பெரைரா ஓட்டிக் கொண்டிருக்கிறான்.

'இங்கேயே இறக்கி விடுங்களேன்... டாக்ஸி பிடித்துப் போயிடறேன்...'

ப்ரீதி சொன்னாள். சர்ச்கேட்டைக் கடந்து போகிற கார்.

'வேணாம்... நீ உருப்படியாப் போய்ச் சேர்ந்தால்தான் அடுத்த வாரம் ஷூட்டிங்குக்கு ரிப்போர்ட் செய்ய முடியும்...'

பெரைரா பின்னால் திரும்பிப் பார்த்துச் சொல்லிவிட்டு,

கையில் கொண்டு வந்திருந்த சின்ன பாட்டிலை வாயில் கவிழ்த்துக் கொண்டான்.

'நாளை மறுநாள் இவள் த்ரிதீப் பானர்ஜிக்குக் காலைக் காமிக்கணுமாம்... ரோம நாசினி விளம்பரம்... சர்வ நாசமாயிடும் எல்லாம்...'

'வலமா... இடதா...'

பெரைரா கேட்டான்.

தெரு முனையில் காரை நிறுத்தி இவர்களிடமிருந்து நழுவிக் கொண்டால் என்ன?

'வலது பக்கம் மூணாவது கட்டிங்... ஓரமா நிறுத்தினா நடந்துடுவேன்...'

ப்ரீதி கைப்பையைத் தோளில் மாட்டிக் கொண்டாள்.

'இவ்வளவு தூரம் வந்து உன்னை நடுத் தெருவிலே தூக்கிப் போடறதுக்கா... மகாராணி போல கூட்டிப் போய் அரண்மனையிலே விட்டுட்டு, குனிஞ்சு கும்பிடு போட்டபடி பின்னாலேயே நடக்கப் போறேன்...'

ஜெயந்த் தீர்மானமாகச் சொன்னான். தலை இப்படியும் அப்படியுமாக ஆடிக் கொண்டிருந்தது.

ஆக, ரெண்டு பேரும் கூட வரப் போகிறார்கள்.

யாராவது ஒருத்தர் என்றால் சரி... ரெண்டு பேருமா...

ப்ரீதிக்கு லேசாக பயம் எட்டிப் பார்த்தது.

ஹோலிக்கு கலர்ப் பொடி பூச வரேன் என்று ஹோலி கழிந்த மூணாம் நாள் ராத்திரி வண்ணப் பொடியும், பீச்சாங்குழலுமாகக் கதவைத் தட்டிய டெல்லிக்கார பல்பீரைவிட, இவர்கள் முரடர்கள் இல்லை. ஆனால் அவனைவிட அதிகமாகவே உள்ளே இறக்கி இருக்கிறார்கள்...

பல்பீரைக் கழுத்தைப் பிடித்துத் தள்ளிய பஞ்சாபிக் குதிரை ப்ரீதி. ஆனால் இவர்களுக்குச் சூடு போட முடியாது.

ப்ரீதிக்கு இவர்கள் தேவைப்படுகிறார்கள். நிறையவே.

'இந்த இடம் தான்...'

ப்ரீதி கதவைத் திறந்து இறங்கினாள்.

பெரைரா கையில் பாட்டிலோடு இறங்க ஜெயந்த், ப்ரீதியின் தோளை இறுகப் பற்றியபடி நடந்தான்.

'லிப்ட் வேலை செய்யலே... மூணாம் மாடி.... நடக்க கஷ்டமா இருக்கும்...'

ப்ரீதி கடைசி அஸ்திரத்தைப் பிரயோகித்தாள்.

'லிப்ட் இல்லாட்ட என்ன... உன்னை அப்படியே அலாக்காத் தூக்கிட்டுப் போய் உன் படுக்கையிலே போடணுமா சொல்லு...'

ஜெயந்த் எத்தனையாவது தடவையாகவோ உரக்கச் சிரித்தான்.

லிப்ட் விளக்கு எரிந்து காத்துக் கொண்டிருந்தது. சனியன்.

'லிப்ட் சரியாயிடுத்து போலே இருக்கு'

ப்ரீதி லிப்டில் நுழைந்தாள்.

மூணு மாடியும் ஏறி, ஏகப்பட்ட பேரின் பார்வையில் பட்டு... ராத்திரி பத்து மணிக்கு யார் இருக்கப் போகிறார்கள்... ஜெயந்த் தடுமாறி விழுந்து வைப்பான்... எதுக்கு வம்பு...

ஃப்ளாட் கதவைத் திறந்து உள்ளே நுழைந்தாள்.

'ப்ரீதி, கொஞ்சம் தண்ணி கொடேன்... கண்ணில்லேயா...'

ஜெயந்த் கேட்டபடி சோபாவில் சரிந்தான்.

கடைசியாக ஒரு யோசனை. இது பலிக்கலாம்...

'கசகசன்னு இருக்கு... குளிச்சிட்டு வரேன்... நீங்க வெயிட் பண்ண வேணாம்... போகிறபோது கதவை மட்டும் சாத்திட்டுப் போங்க, ப்ளீஸ்...'

ஃப்ரிட்ஜிலிருந்து தண்ணீர் ஜக்கை வெளியே எடுத்தபடி சொன்னாள் ப்ரீதி.

'மில்ஸ் அண்ட் பூன்ஸ் படிச்சே கிழவியாயிடப் போறே... எரிக்கா ஜாங் படி.... ஃபீமேல் ஈனக்னு ஜெர்மெய்ன் கீர் எழுதியிருக்கா... தரேன்... படிச்சுப் பாரு...'

அலமாரி ஓரமாக அடுக்கியிருந்த ஒற்றை வரிசைப் புத்தகங்களைப் பார்த்தபடி பெரைரா ஒரு ஹவானா சுருட்டைப் பற்ற வைத்தான். குழறத் தொடங்கிய குரல்.

‘தள்ளிக்கோடா பையா...’

சோபாவில் ஜெயந்தை ஓரமாகத் தள்ளிவிட்டு உட்கார்ந்து, பெரைரா கசமுசவென்று பிரிந்து டேபிளில் கிடந்த டைம்ஸைப் புரட்டத் தொடங்க, ஜெயந்த் சின்னக் குரலில் பாட ஆரம்பித்திருந்தான். கொங்கணி லாவணி அது என்று ப்ரீதிக்குத் தெரியும்.

குளியல் அறை.

ப்ரீதி உள்ளே நுழைந்தாள்.

ப்ரீதி வினாடிகளை எண்ணிக் கொண்டிருந்தாள்.

யுகமாக நகர்கிற பொழுது. நகரட்டும். இவர்கள் போகட்டும்...

யாராவது ஒருத்தர் தங்கினாலும் பரவாயில்லை... சீண்டல் கடைசி வரை போகாமல் சமாளித்து விடலாம்.

போனால் தான் என்ன? சொந்தமாக ஃப்ளாட்... செஷனுக்கு லட்ச ரூபாய் கொட்டித் தரும் மாடலிங் அசைன்மெண்ட்கள்...

எல்லாவற்றுக்கும் ‘மறைந்திருக்கும் விலை’ இருக்கிறது.

இருக்கலாம்... ஆனாலும்...

யாராவது ஒருத்தர் போயே ஆக வேண்டும்... கட்டாயமாக...

கதவு சத்தம்.

யார் போகிறது? இரண்டு பேருமா?

நல்லதுதான்.

இல்லை... ஒருத்தர் மட்டும்...

வெளியே போய்ப் பார்க்கலாமா?

வேணாம்... உடனே போகக் கூடாது... பொறுமையாக இரு பெண்ணே...

கையில் ஒரு மில்ஸ் அண்ட் பூன்ஸ் எடுத்து வந்திருக்கலாம். எதையாவது படித்துக் கொண்டிருந்தால் இப்படிக் கஷ்டமாகத் தெரியாது... இப்போ வெளியே போகலாமா...

மெல்லக் குளியல் அறைக்கு வெளியே வந்தாள்.

யார் போனது?

பெரைராவா?

பெரைரா படுக்கையில் இருந்தான்.

ஜெயந்தும்.

'யூ... யூ... யூ... *gay lords*... இதுக்கு என் படுக்கை தானா கிடைச்சுது?'

அவள் சத்தம் போட நினைத்து வேண்டாம் என்று தீர்மானித்து பால்கனிக்குப் போனாள்.

பால்கனிச் சுவரை ரொம்ப நேரம் எட்டி உதைத்துக் கொண்டிருக்க, மெல்லிய கடல் காற்று அவளைச் சுற்றி சிரிப்பாணி கொட்டிச் சிரித்துக் கொண்டிருந்தது.

௯

'மூன்னூற்று முப்பத்தஞ்சு ரூபாய்.'

ராமபத்ரன் குறுக்கும் நெடுக்குமாக நடந்து கொண்டிருந்தார்.

மொட்டை மாடி அரை இருட்டு.

காரை பெயர்ந்த தரையில் நேர் கோடாகக் கிடக்கும் தண்ணீர்க் குழாய்களைத் தாண்டித் தவிர்த்தபடி.

ராமபத்ரன் குறுக்கும் நெடுக்குமாக நடந்து கொண்டிருந்தார்.

நீளக் கட்டிய பிளாஸ்டிக் கயிற்றுக் கொடியில் உலர்த்தி எடுக்க மறந்துபோன மார் கச்சையின் கொக்கி காதில் பிறாண்ட...

யாரோடது இத்தனை பெரிசா...

லேசான ஈர வாடையை முகர்ந்தபடி.

ராமபத்ரன் குறுக்கும் நெடுக்குமாக நடந்து கொண்டிருந்தார்.

வரிசையாகத் தூக்கி நிறுத்திய ராட்சச சிண்டெக்ஸ் தொட்டிகளின் பின்னால் வளைச் சத்தத்தையும் சிணுங்கலையும் காதில் வாங்கியபடி...

'நேரமாயிடுத்து... வத்தக் குழம்பு கொதிச்சு வத்தியிருக்கும்... குக்கர் வைக்கணும்... சிஞ்ச்வாட் அத்திம்பேர் கலம் சாதம்

சம்ப்ரமமா சாப்பிடுவார்... குழந்தைகள் வேறே சமையல்கட்டுலே டப்பா ஒண்ணு விடாம திறந்து பார்த்து உப்பு பிஸ்கெட்டை எல்லாம் தின்னு தீர்த்தாச்சு... ராச்சாப்பாடு முடிச்சுத்தான் குடும்பம் டோம்பிவிலி போற ஏற்பாடாம்... கையை எடுங்கோ...'

'சத்தம் போடாதேடீ...'

உடம்பே இத்து விழுந்துடும் போல இருக்கு... சொல்லிண்டே இருக்கேன்... கை எங்கெல்லாம்...

'அஞ்சே நிமிஷம்...'

'அதுவே உங்களுக்கு ஜாஸ்தி.'

பந்து ஜனம் வந்து நிறைந்த ஃப்ளாட்டிலிருந்து கிளம்பி மேலே ஊர்ந்து வந்த, இடது தோளில் பல்லி விழுந்த யாரோ...

ராமபத்ரன் குறுக்கும் நெடுக்குமாக நடந்து கொண்டிருந்தார்.

'முன்னூத்து முப்பத்தஞ்சு ரூபாய்...'

மனதில் பலமாகக் கவ்விப் பிடித்த முன்னூத்து முப்பத்தஞ்சு ரூபாய் விசாரம்.

கோயில் கும்பாபிஷேக வசூல் பணத்தில் குறைகிறது. சாயந்திரத்துக்கு அப்புறமான பட்டுவாடாவில் கை மாறி இருக்கிறது. யாரிடம்?

சாயந்திரம்...

ஆறு பதினைந்து லோக்கலைப் பிடிக்க வி.டி நெரிசலில், பவுண்டன் பெப்ஸி ஸ்டால் எதிரே பிளாஸ்டிக் கோப்பையைக் கொஞ்சூண்டு கருப்புத் திரவத்தோடு ராமபத்ரனின் பேன்டில் குளிர விசிறியடித்துப் போன குட்டைப் பாவாடைக்கார சிகப்பியை - இன்னும் மனசில் நடக்கிற கால் அவளுக்கு சபிப்பதில் தொடங்கியது அது.

ஏற்கனவே வந்து சேர்ந்து, கம்பார்ட்மெண்டில் அரட்டை போட்டுக் கொண்டிருந்த ஐமா, 'என்ன ஓய்... இருட்ட மின்னாடியே இந்தியா மேப்போட வர்றீர்...?' என்று உற்சாகமாக வரவேற்று உட்கார்த்தி வைக்கக் களை கட்டியது.

சாந்தர்ஸ்ட் ரோடு நெருங்கும்போது, காலையில் வராத காரணத்தைத் துருவி விசாரிக்க மழுப்பி, தொடர்ந்து கெல்லியதில் பைகுல்லாவில் புளியோதரை மகாத்மியம் அரங்கேறியது.

பரேல் தாண்டியானதும் அவரவர் வசூல் கணக்கைப் பிரித்து வைத்துக் கொள்ள, தகவல் அறிவிப்பு, கூட்டல் கழித்தல் என்று கிரமமாக சூடு பிடித்தது.

குர்லா ஸ்டேஷனில் வைத்து நாச்சியப்பன், தச்சு வேலைக்குக் கொடுக்கக் குறைகிறது என்று ஆயிரத்து முப்பது வாங்கிக் கொண்டான்.

'கோயில் பள்ளியறைக் கதவு ஞாயித்துக்கிளமை முடிச்சிருக்க வேண்டியது... விஸ்வகர்மா பூஜைன்னு ஏறக்கட்டி வச்சிட்டான் சார்... இப்ப முடிச்சிருப்பான்...'

பாண்டுப்பில் சடாரென்று நினைவு வர, திருமலாச்சாரி முன்னூறு ரூபாய் கொடுத்தார். கொத்தனார் கணக்கு அவர் வசம்தான். பத்து நாள் முன்னால் செங்கலுக்காக வாங்கிக் கொண்டதில், கணக்குத் தீர்ந்தது.

நாகராஜன் தாணாவில் இறங்குவதற்கு முன், துவஜஸ்தம்பத்து மேற்கே சுவர் நெடுக ட்யூப் லைட் போட்டுத் தருவதாகச் சொன்ன ஒரு தெலுங்குக்காரர் தொடர்ந்து ஒரு மாசமாகக் கண்ணில் படாததால், வசூல் பணத்தில் அந்தக் கைங்கர்யத்தை முடித்து விடலாம் என்று எல்லோரிடமும் இருநூறு ரூபாய் வீதம் வாங்கிக் கொண்டு போனான்.

அப்புறம் டோம்பிவிலியில்...

'வயத்துக்குக் கொட்டிண்டு போய் மாடியிலே லாந்தக் கூடாதா... பிராணனை வாங்கறேளே... தலைக்கு மேலே ஜோலித் தெரக்கு...'

அகிலாண்டம் மூச்சிரைக்கப் படி ஏறி வந்தாள்.

'உஷ்... மெல்லப் பேசுடி... மனுஷா இருக்கா...'

சிண்டெக்ஸ் தொட்டிப் பக்கம் கையைக் காட்டியபடி ராமபத்ரன் படி இறங்கினார்.

'சாப்பிட்டுப் போய் தீபம் பிடிங்கோ...'

மாடிப்படி வளைவில், இடுப்பில் இறுக்க முற்பட்ட கையை வெடுக்கென்று தள்ளினாள்.

இல்லாவிட்டாலும், ராமபத்ரன் கஷ்டப்பட்டுத்தான் வளைத்திருக்க முடியும்.

'திருமலை நாயக்கர் மஹால் தூண் மாதிரி...'

டைனிங் டேபிள் மடக்கி சுவரில் தொங்க, தரையில் சாப்பாட்டுத் தட்டு.

'என்னது?'

அகிலாண்டம் பீங்கான் ஜாடியை நகர்த்தினாள்.

'வழுவழுப்பைச் சொன்னேன்...'

'இந்த எளப்பம் தானே வேணாங்கிறது... நீங்க மட்டும் அன்னிக்கு கண்ட மேனிக்கு அழியாம இருக்கறதா நெனைப்பா... கண்ணாடியை முழுசாப் பாருங்கோ... ஷிண்டேயாத்துக்காரியை விட பெரிசா தொப்பை...'

செல்லமாக வயிற்றில் குத்தினாள்.

'புளியோதரை எப்படி இருந்ததாம்?'

சம்பிரதாயமாக விசாரித்தார்.

'காலம்பற முக்கி முனகிண்டு மாடியிலே துணி உலர்த்த வந்தா... இம்லி சாவல் நாக்குக்கு ருஜியா இருந்ததாடி பொண்ணேன்னு கேட்டேன்... அந்த ஷிண்டே கடன்காரனே பாதியும் மொசுக்கிட்டானாம்... அவனுக்கா மசக்கை...? புளிக்காய்ச்சல் போடட்டா?'

அவசரமாக மறுத்தார்.

'மாடியிலே காயப் போட்ட துணியை எல்லாம் எடுத்தாளோ?'

மனசு எங்கெங்கோ அலை பாய்கிறது.

ராமபத்ரா... சத் விஷயங்களில் மனசைக் கட்டிப் போடு... கோயில் கைங்கரியம்... கும்பாபிஷேக வசூல்... கணக்கு

முன்னூத்துச் சில்லரை ரூபாய் இடிக்கிறது... நேராக்க வேணாமா?

வாஷ்பேசினில் கையலம்பி விட்டு வர, டேப் ரிக்கார்டரில் காத்திரமாக சேங்காலிபுரம் அனந்தராம தீட்சிதர் குரலில் மஹிஷாசுரமர்த்தினி ஸ்தோத்ரம்.

'டி.வி. போடலாம்னு பார்த்தேன்...'

மெல்ல முனகினார்.

'பத்து நாள் பொறுத்துக்குங்கோ... பாட்டுப் பாடறேன்னு இந்திப் படக் கடன்காரன் ஒத்தொருத்தனும் மாருக்கு நடுவிலே தாடையை வச்சுத் தேய்க்கறதை சாவகாசமாப் பார்த்துக்கலாம்...'

'பத்து நாள் என்ன கணக்கு?'

ஃப்ரிட்ஜைத் திறந்து வெற்றிலை எடுத்தார்.

'கொலு ஆரம்பிக்கறதே... ஞாபகம் இல்லையோ...?'

டைனிங் டேபிள் மடக்கப்பட அதுதான் காரணம். டி.வியும் ஓரமாக ஒதுங்கி, துணி போர்த்திக் கொண்டு தூங்கி விடும்.

இருக்கிற இடத்தில் கொலு வைத்துவிட்டு, சட்டமாக மேஜை நாற்காலி போட்டுச் சாப்பிட, ஸ்டார் டிவி.யில், சமுத்திரத்தில் குளிக்கப் போகிற வெள்ளைக்காரிகளை நிதானமாகப் பார்க்க என்று சுகம் கொண்டாட முடியாது.

'கொலுப்படியை எறக்கிக் கொடுத்துட்டு மாடி ஏறுங்கோ... சினிமா முடிஞ்சிருக்காது...'

சாதத்தில் தயிர் குத்தியபடியே விரட்டுகிற அகிலாண்டம்.

'காலம்பர எறக்கித் தரேனே'

நைச்சியமாகக் கேட்டார்.

'நாளைக்குப் பாட்டிம்மை... ஐயர் ஏந்திருக்கறதுக்குள்ளே அமாவாசை போயிடும்...'

விழுதாக அவள் புளிக் காய்ச்சலைத் தட்டில் போட்டுக் கொண்டதை சின்ன நடுக்கத்தோடு பார்த்தார். இவளுக்கு எதுவும் வாதாபி ஜீரணம் ஆகிவிடும்.

'வயத்தை லவலேசம் வலிக்கறதுடி... கான்ஸ்டிபேட் ஆகியிருக்கு... புளியோதரை...'

'ஆமா... நான் கேட்டா கான்ஸ்டிபேட், ஹைட்ராசில்னு ஏதாவது சாக்கு சொல்ல வேண்டியது... கோயில் கட்டறேன்... கும்பாபிஷேகம் பண்றேன்னு சுத்த எதேஷ்டமா நேரம் கொழிக்கும்... காண்டிவ்லியிலே சேட்டைப் பார்த்து சிமெண்ட் வாங்கணுமா... தோ வந்துட்டேன்னு ஓடலாம்...விரார்லே சூவனீருக்கு அட்வர்டைஸ்மெண்ட் தரேன்னானா ஒரு தீத்தாராண்டி... அவனை தட்சணமே தரிசனம் பண்ண குதிச்சுண்டு போகலாம்... மாடுங்காவிலே சங்கர மடத்துலே சாஸ்திரிகளை குரூப் புக்கிங் பண்ண பையைத் தூக்கிண்டு லோக்கல் பிடிக்க சாடலாம்...ஐயர்வாளுக்கு இதெல்லாத்துக்கும் எம்புட்டு அலைஞ்சாலும் உடம்பு சொன்னபடி சலாம் போட்டுக் கேக்கும்... ஒரு ஞாயித்துக் கிழமை வீடு தங்கினதுண்டா இந்த மூணு மாசத்துலே...?'

ராமபத்ரன் அயிகிரி நந்தினியைப் பெரிதாக்கினார். அபானவாயு விட்டால்கூட அடுத்த ஃப்ளாட்டில் கேட்கும்.

'ஸ்டூலை நகர்த்து...'

வேஷ்டியை மடித்துக் கட்டிக் கொண்டு ஸ்டூலில் ஏறி பருந்துப் பார்வை பார்க்க, அலமாரி மேல் தட்டில் பச்சை வாழைப்பழச் சீப்பு.

இரண்டு பிய்த்துத் தின்றால் நாளைக்கு பிரம்மசௌசம் கலகலவென்று கவலையில்லாமல் ஆகும்.

எடுத்தால் இவள் கத்துவாள்... 'காலம்பற பூஜைக்கு வச்சிருக்கேன்... எடுக்காதீங்கோ...'

ஒரு பெருமூச்சோடு கொலுப்படிகளை மெல்ல இறக்கிக் கீழே வைக்க பனியன் முழுக்க ஒட்டடை.

அகிலாண்டம் பனியனைக் கழற்றி, புடவை முந்தானையால் நெஞ்சிலும் முகத்திலும் துடைத்து விட்டாள்.

மெனோபாஸ் தொட்டுவிடும் தூரத்தில் இருந்தாலும், கட்டுக் குலையாத அகிலாண்டம். ராமபத்ரன் இந்திப் படக்

கதாநாயகனாகத் தாடையைத் தடவிக் கொண்டு பார்க்க, விலகிப் போனாள்.

'இன்னிக்குப் பேப்பர் எங்கே... காலம்பறயே சரியாப் படிக்கலே...'

'அலமாரியிலே பாருங்கோளேன்... எல்லாத்துக்கும் அகிலாண்டம் வரணும்... அங்கே மேல் தட்டுலே கேலா வாங்கி வச்சிருக்கேன்... ரெண்டு எடுத்துக்குங்கோ... நல்ல கான்ஸ்டிபேஷன்... ஆசமனம் பண்ற மாதிரி தண்ணி குடிச்சா வராம என்ன பண்ணும்...'

தரையில் உட்கார்ந்து பேப்பரைப் பிரிக்க, அகிலாண்டம் படுக்கையை இறக்கி வைத்துவிட்டுப் பொம்மைப் பெட்டியைத் திறந்தாள்.

'ஐயா... வெஸ்டர்ன் ரயில்வேயில் தினசரி தாமதத்தைத் தவிர்க்க, போரிவலியில் ஒரு ஓவர் பிரிட்ஜ் கட்ட வேண்டிய அவசரத்தையும் அவசியத்தையும்...'

யாரோ ஜோஷி ஆசிரியருக்கு எழுதிய கடிதம்...

புளியோதரை சாப்பிடாமலேயே தினசரி ஆபீஸுக்குத் தாமதமாகப் போகிற பேர்வழி...

'கொலு எடுத்து வச்சுட்டு, மொறிச்சுனு துடைக்கப் போறேன்... தரையெல்லாம் பிசுபிசுன்னு ஒட்டறது... பாயும் தலகாணியும் தூக்கிண்டு வராந்தாவுக்குப் போய்ச் சேருங்கோ...'

'வராந்தாவா?'

ராமபத்ரன் பேப்பரை மடக்கி வைத்துவிட்டு எழுந்து நின்றார்.

'புதுசாக் கேக்கறேளே... வருஷா வருஷம் பண்றது தானே... நவராத்திரி முடியற வரை இங்கே படுக்கை விரிக்க முடியுமா?... ஒரு பத்து நாளாவது அட்டுப் பிடிக்காம ஆசாரத்தோடு இருந்தா ஒண்ணும் குறைஞ்சுடாது... லட்சுமணன் வில்லு எங்கே விழுந்து தொலச்சது? பெட்டியிலேயே கிடக்கான்னு பாக்கணும்...'

தும்மிக் கொண்டே ராமர் பட்டாபிஷேக செட்டை எடுத்துத் தூசி தட்ட ஆரம்பித்தாள்.

'நாளைக்கு வரச்சே கொஞ்சம் மாடுங்காவிலே எறங்கி சந்தன வில்லையும், கல்ப்பூரமும் வாங்கிண்டு வரேளா? பாலடைப் பிரதமன் பண்ண ரெண்டு பாக்கெட்...'

வராந்தாவுக்கு வந்து படுக்கையை விரித்தார். முன்னூத்து முப்பத்தஞ்சு ரூபாய்... எங்கே போயிருக்கும்?

திருமலாச்சாரி கொடுத்தாரா... கொடுக்கப்போவதாகச் சொன்னாரா?

ஓபராய் நீச்சல் குளத்தில் ஆணும் பெண்ணுமாகச் சேர்ந்தா நீந்துவார்கள்?

நாளைக்கே கேசவ் ஷெனாயைப் போய்ப் பார்த்து வசூல் செய்து...

மாடிக் கொடியிலே யாருடைய துணி... மேலே புதுசாகக் குடி வந்த மலையாளி நர்ஸ்... சுநந்தா நாயரா... என்ன பெயர்... கருப்புதான்... உடம்பு...

சின்ன கோகலே வாக்கு தத்தம் பண்ணிய அம்பதாயிரம் வந்தால், துவஜஸ்தம்பத்தில் வெள்ளித் தகடு பதித்து விடலாம்...

சிண்டக்ஸ் தொட்டி பின்னால் தண்ணீர்க் குழாய் நிறையப் போகுமே... படுக்க முடியுமோ... உக்கார்ந்த படிக்கே எப்படி... யார் அது...?

கும்பாபிஷேக சமயம் ஒரு வாரமாவது லீவு போட்டு விட்டு யாக சாலையில் போய் உட்கார்ந்து விட வேண்டும்...

இத்தனை வயசுக்கு மேல் வேர்ட் பிராசசிங் படித்து என்ன கிழிக்கணும்?

புரண்டு படுத்தார்.

சுவரில் கால் இடித்தது. காதில் கொசு பாடியது.

இந்தப் பக்கம் நகர்ந்தால் கதவில் கால் தட்டும்.

முன்னூற்றுச் சில்லரை சதுர அடியில் இதுக்கு மேல் தோதுப்படாது.

அட்ஜஸ்ட் பண்ணிக்கத்தான் வேணும்... போகிற வரைக்கும்...

ஆயிரத்து ஐநூறு சதுர அடி... பரபரவென்று விரியும் பிரகாரம்... வினாயகர் சந்நிதி... சுப்ரமணியர்... சின்னதா நவகிரக சந்நிதி... பூந்தோட்டம்... அங்கப் பிரதட்சணம் செய்ய வசதியா கோயில் நடை... வழுவழுன்னு பாளம் பதிச்சு... உள்ளே கருங்கல் சுவர்... தோட்டத்தில் நந்தியாவட்டை... துளசி... மாமரம்... அரச மரம்... ஜிலுஜிலுன்னு காத்து...

அவர் தூங்கியிருந்தார்.

(முற்றும்)

முத்தம்மா டீச்சர் பார்த்து முடிக்காத தமிழ்ப் படம்

என்னளவில் 'முத்தம்மா டீச்சர் பார்த்து முடிக்காத தமிழ்ப் படம்' ஒரு முக்கியமான படைப்பாகும். சம்பிர்தாயமான கதையாடலில் இருந்து விலகி மாய யதார்த்தத்தை நோக்கி நான் நகர்ந்தது இந்தக் குறுநாவல் மூலம் தான்.

பாவை சந்திரனை ஆசிரியராகக் கொண்ட 'புதிய பார்வை' இதழில் பிரசுரமான இந்தக் குறுநாவலுக்குப் பிறகு, 'மந்திரவாதியும் தபால் அட்டைகளும்' தொகுப்பில் இடம் பெற்ற சிறுகதைகள் வழியே 'அரசூர் வம்சம்' வந்தடைந்தேன்.

★★★

1

பாக்கியலட்சுமி என்று பெயர் கொண்ட எருமையின் கரைச்சல். தெருவில் சினிமாப் பட வண்டிக்குள் கொட்டு சத்தம். தெரசாள் மெழுகுவர்த்திக் கம்பெனி ஒலிபெருக்கியிலிருந்து, 'ஓசன்னா பாடுவோம்... தேவனைப் போற்றுவோம்.'

முத்தம்மா டீச்சரின் காலைப் பொழுது சகல சப்த அலங்காரங்களோடு விடிந்தது.

எருமைக்காரன் தெருவில் ஐந்தாவது வீடு முத்தம்மா டீச்சருடையது. எந்தப் பக்கத்திலிருந்து ஐந்து ... இடமா வலமா என்ற சம்சயங்கள் வர முடியாத தெரு அது.

ஒரே வசத்தில் வீடுகள். 'அஞ்சுகல்' சந்திப்பில் இருந்து, கிழக்கே சரசரவென்று விரிந்து, மெழுகுவர்த்திக் கம்பெனியின் சுவரை முட்டி நிற்கிற தெருவில், எல்லா வீட்டிலும் எருமை வளர்க்கிறார்கள்.

வீட்டு வாசலுக்கு நேரே முளையடித்துக் கட்டி வைக்கும் எருமைகளுக்குப் பெயர் வைப்பதில்லை என்றிருந்த வழக்கம், ரெவின்யூ இன்ஸ்பெக்டர் பால் பாண்டியனால் போன மாதம் உடைக்கப் பட்டது. அவர் தெருவின் முதல் வீட்டை வாங்கிக் குடியேறியபோது, தெருவின் வளமுறை கருதி எருமை வாங்கியதோடு இல்லாமல், பாக்கியலட்சுமி என்று அதற்கு ஒரு வினோதப் பெயரும் வைத்தார்.

பாக்கியலட்சுமி கயிற்றை அறுத்துக் கொண்டு முத்தம்மா டீச்சர் வீட்டு வாசலில் நின்று கூப்பிட்டதில் டீச்சரின் ஞாயிற்றுக்கிழமைத் தூக்கம் கலைந்து போனது.

அது நல்லதுக்குத்தான்.

'வீட்டைக் காலி பண்ணிக் கொடுத்திடு... நான் வித்துப் பணத்தை எடுத்துக்கிட்டு பினாங்கு போகணும்... நிக்க நேரம் கிடையாது...'

முத்தம்மா டீச்சரின் தம்பி வாசலுக்கும் கூடத்துக்குமாக நடந்து கொண்டு சண்டை போட்ட கனவு பாக்கியலட்சுமி குரல் கொடுத்ததும் தான் முடிவுக்கு வந்தது. ஆனாலும் டீச்சரின் கண்ணில் இன்னும் இருந்தது அது.

சண்டை போடுகிற தம்பி... பினாங்கிலிருந்து ஏரோகிராம் கடிதாசில் நுணுக்கி நுணுக்கி எழுதிச் சண்டை போடுகிறான் அவன். போன வாரம் தான் அந்தக் கடுதாசி வந்தது.

இருபத்தஞ்சு வருடம் முன்னால், ஜோதி அக்கா தலைச்சன் பெண் பிரசவத்துக்கு வந்திருந்த சமயம், டீச்சர் போட்டு வைத்திருந்த பிராவிடண்ட் ஃபண்ட் கடன் தொகையையும், மாதச் சம்பளத்தையும் எடுத்துக் கொண்டு, மெழுகுத்திரி கம்பெனி வீட்டு எலிசபெத்தோடு ஓடியவன்தான் அவன்.

'வீட்டை வித்துட்டா நான் எங்கேடா போவேன்? வேணாம்டா... சீக்கிரமா ரிடையர் ஆயிடுவேன்... செத்தும் போயிடுவேன்... வீடு மட்டுமில்லேடா... பிஃளப்... கிராஜுவிட்டி...'

கனவில் முத்தம்மா டீச்சர் அவன் கையைப் பிடித்துக் கொண்டு அழுதாள்.

'என்னாத்த வரும்... உன் அக்காவோட எளைய மக கல்யாணத்துக்கு லோன் போட்டுக் கொடுக்கப் போறியே. அதை அடைச்சுட்டு எம்புட்டுன்னு வரும்?'

தம்பி பெண்டாட்டி எலிசபெத் ரெட்டைச் சடையில் கலர் ரிப்பனும், ஓட்டைப் பல்லுமாக முகத்துக்கு நேரே கையை நீட்டிப் பழிப்புக் காட்டியபோது, கூடத்து ஃபோட்டோவிலிருந்த டீச்சரின் அம்மா விரலை மடக்கிக் கணக்குப் போட ஆரம்பித்தாள்.

'பத்தொம்பதாயிரம்... வட்டி ஒரு நாலாயிரத்துச் சில்லறை போக பதினஞ்சாயிரத்து முன்னூறு... வேண்டியிருக்கும்'டி முத்து...தோசைக்கல் வாங்க... உன் அக்கா மவ கல்யாணம்... பெறகு பிரசவம்... காது குத்து. வரிசையா வந்துடும்...'

'ஏம்மா, நானும் கல்யாணம் கட்டிக்கட்டா?'

முத்தம்மா டீச்சர் நாணிக் கோணிக்கொண்டு சொல்லும்போது எலிசபெத் கீச்சுக் கீச்சென்று இரைந்தாள்.

'கௌவி... கௌவி... கல்யாணம் கட்டிக்கிற மூஞ்சியாடி இது...?'

ரசம் போன கண்ணாடியில் முகம் பார்த்த முத்தம்மா டீச்சர் நரைத்துக் கலைந்து குத்திட்டு நின்ற தலைமுடியை ஒதுக்கிக் கொண்டாள்.

'ஔவைக் கிழவி நம் கிழவி...'

எலிசபெத் சுற்றி வந்து குதித்து ஆடினாள்.

எப்போதோ பார்த்த எலிசபெத் முகம் இன்னும் ஐந்து வயசில் உறைந்து குழந்தைக் களையோடு இருக்க, உடம்பு மத்திய வயசுப் பெண்பிள்ளையாக ஊதித் தடித்திருந்த வினோதத்தை நினைத்தபடி டீச்சர் தெருவில் இறங்கினாள்.

பாக்கியலட்சுமி பின்னாலிருந்து கூப்பிட்டது.

ரெவின்யூ இன்ஸ்பெக்டர் வீட்டில் போய்ச் சொல்ல வேண்டும். மாடு ஓடிப் போய் பவுண்டில் அடைத்து விட்டால் அப்புறம் மீட்டுக் கொண்டு வர ஏகமாகச் செலவாகி விடும்... ரெவின்யூ இன்ஸ்பெக்டர் சர்க்கார் உத்தியோகஸ்தன் என்பதால் சும்மா கூட விட்டு விடுவார்கள் தான்...

என்றாலும் போய்ச் சொல்லாமல் முடியாது. பால்பாண்டியன் தயவு, ரிடையரானதும் ஏதாவது விதத்தில் தேவைப் படலாம். அதற்கு முந்தியும்...

'சார், பினாங்குலேருந்து என் தம்பி கடுதாசி போட்டிருக்கான்... என்னைப் பாக்கணும் போல இருக்காம்... அடுத்த மாசம் வரப் போறானாம்...'

'வரும்போது எனக்கு ஒரு காமிரா வாங்கியாறச் சொல்லுங்க டீச்சர்...'

'அப்ப ஒண்ணு செய்யி... பாக்கியலச்சுமி கூட நம்ம வீட்டு வாசல்லேயே தங்கிக்க... மாடு கறக்க, சாணி அள்ளன்னு உபயோகமா இருக்கும்... எருமைச் சாணி... வளிச்சு எடுத்துக் கூடையிலே கொண்டு போ மூதி...'

டீச்சர் தலையைக் குலுக்கிக் கொண்டாள். ஒரு கோப்பை சாயா குடித்தால் மனசு இப்படி எல்லாம் ஜோடித்துக் காட்டிக் கொண்டிருக்காது...

பின்னால் பலமாகக் கொட்டு சத்தம். டீச்சர் திரும்பிப் பார்த்தாள். சினிமா வண்டி நடுத் தெருவில் அடைத்தது போல் நின்றது. இனிமேல் முன்னால் வந்தால் மெழுகுவர்த்தி கம்பெனி சுவரில் தான் முட்ட வேண்டும்.

வண்டியில் இருந்து குதித்து இறங்கிய சின்னப் பையன் கையில் கலர் கலராக நோட்டீசுகளை பிடித்துக் கொண்டு முத்தம்மா டீச்சரைப் பார்த்துக் கையசைத்தான்.

'என்ன எளவெடுத்த படமோ... போய்த்தான் ஒரு நோட்டீசு வாங்கிட்டு வாயேன்...'

பாக்கியலட்சுமி மறுபடி சத்தம் போட்டது.

முத்தம்மா டீச்சர் மாட்டின் கயிற்றைப் பிடித்து இழுக்க, அது சிலுப்பிக் கொண்டது.

'போடி கெளவி... போய்க் காம்போசிசன் நோட்டு திருத்து...'

ராத்திரி உடுத்தியிருந்த சாயம் போன, கிழிந்த புடவையோடு அயலார் வீட்டு வாசலில் போய் நிற்க முத்தம்மா டீச்சருக்குக் கூச்சமாக இருந்தது.

போகாமல் முடியாது.

மூன்றாம் வீட்டு வாசல். நாற்பது வருடமாக இப்படித்தான் பச்சை வர்ணம் அடித்த இரும்புக் கதவு.

கதவில் சாய்ந்து கொண்டுதான் ராசாத்தி வீட்டுக்காரர் ஆலங்குச்சியால் பல் விளக்குவார்.

நாற்பது வருஷம் முன்னால் ராசாத்தி கல்யாணம் ஆன புதிதில் அப்படி....

‘பரலோக சாம்ராஜ்ஜியம் உங்களுக்காகக் காத்திருக்கிறது... கடைத்தேற இதுவே கடைசி தருணம்...’

தெரசாள் மெழுகுத்திரிக் கம்பெனி ஒலிபெருக்கியில் சுவிசேஷ பிரசங்கம் ஆரம்பமாகி இருக்கிறது. தெரசாள் புருஷன் மரியஜெகத்தின் குரல் ஒலிக்கிறது.

ராசாத்தி வீட்டுக்காரர் மாப்பிள்ளைராஜு என்ற மாப்பிள்ளை குரலும் இதேபோல் தான் கணீரென்று. பக்கத்தில் வந்து கிசுகிசுக்கும் போது மட்டும் பிசிறடிக்கும்.

‘பேரு என்ன?’

‘முத்தம்மா... முத்துன்னு எல்லோரும் கூப்பிடுவாங்க...’

‘நானும் கூப்பிடட்டா?’

‘கூப்பிட்டு என்ன பண்ணப் போறீங்களாம்?’

முத்தம்மா டீச்சர் சிரிப்பை அடக்கிக் கொண்டு நடக்க, ரெவின்யூ இன்ஸ்பெக்டர் வீட்டுக்குள்ளிருந்து ஒரு தாட்டியான ஸ்திரி வெளியே வந்தாள்.

‘பாக்யலஷ்மி... இக்கட ரா...’

தெலுங்கு தெரிந்த பாக்கிய லட்சுமி அவள் பக்கமாகத் திரும்பி நடக்கும்போது, முத்தம்மா டீச்சரை உரசிக் கொண்டு போனது.

சினிமா வண்டிப் பையன் பறக்க விட்ட சினிமா நோட்டீஸ் டீச்சர் காலடியில்.

குனிந்து எடுத்தாள்.

காதல் சித்திரம்... காதுக்கு இனிய கானங்கள்... கேவா கலர்... புத்தம் புதிய காப்பி...

‘பளய படத்துக்கு மடியைப் பிடிச்சு இளுத்து நோட்டீசு வச்சாலும் ஒரு பய வரமாட்டான்... தெலுங்கு டப்பிங் போடச் சொல்லு... டிக்கெட் கிளிச்சு மாளாது...’

சைக்கிள் ஓட்டியபடியே சொல்லிப் போகிறவன் முத்தம்மா தம்பி ஓடிப் போனபோது இருந்த வயசுக்காரன்.

பழைய படம்... பழைய பாட்டு...

பாட்டொன்று பாடலாமா... பக்கம் வந்து பேசலாமா... கேட்டதும் கிடைத்திடுமோ இந்தத் தோட்டத்து ரோஜாப் பூ...

பாட்டொன்று...

முத்தம்மா டீச்சருக்கு அடி வயிற்றில் இருந்து வலி கிளம்பியது.

2

தெரசாள், முத்தம்மா, அழகு மீனா, ராசாத்தி, சாந்தா, போதும்பொண்ணு, செல்வி...

ஒரு கூட்டமே தரை டிக்கெட்டில்.

ராசாத்தியின் அவ்வா அலமேலம்மாக் கிழவி புகையிலைக் கட்டையை வாயில் அடக்கிக் கொண்டு தடுப்புச் சுவரில் சாய்ந்து உட்கார்ந்திருக்கிறாள்.

தடுப்புக்கு அந்தப் பக்கம் களவாணிப் பயல்கள். சினிமா கொட்டகைக்கு வருவதே குட்டிகளைப் பக்கத்தில் வைத்துப் பார்க்கத்தான். சமயம் கிடைத்தால் உரசியும் பார்ப்பார்கள். யாருமே எவனுமே யோக்கியமில்லை. காலம் கெட்டுக் கிடக்கிறது.

'ஆட்ட பாட்டத்தைக் கொறச்சுக்கடி பேதியிலே போறவளே... நீ எப்ப உக்காந்து வைக்கப் போறியோன்னு மனசு திக்கு திக்குன்னு அடிச்சுக்குது... பெரியவ தெரண்டு ஆறு வருசமாச்சு. அவளுக்கு இன்னும் ஒரு வழி பொறக்கலியேன்னு ராப்பூரா தூக்கம் இல்லே... இவரானா ஒரு கவலையும் இல்லாம காக்கிப் பையை மாட்டிக்கிட்டு கடுதாசி கொடுக்கக் கிளம்பிடறாரு... சினிமா போறாளாம் சினிமா... காசு என்ன கொட்டியா கிடக்குது ... தம்பி கையைப் பிடிச்சு ஆனா ஆவன்னா எளுத

சொல்லித் தர்றது... வீடு கூட்டறது...நாயனா சட்டையிலே பொத்தான் தைக்கிறது... ஒண்ணாவது செய்ய வணங்குதாடி உனக்கு...'

'எல்லாரும் படத்துக்குப் போறாங்க அம்மா... தரை டிக்கெட்டு தான்... நாலணா தான்... ராசாத்தியோட அவ்வா இருக்கில்லே... அந்தக் கெளவியம்மா தொணைக்கு வருது... நாலணாக் கொடும்மா...'

அம்மாவிடம் பெயராத நாலணாவை, நாயனா வந்ததும்தான் வாங்கிக் கொள்ள முடிந்தது.

போஸ்ட்மேன் பங்காருசாமிக்கு சின்ன மகள் முத்தம்மா செல்லம் தான்.

'ஏண்டி புள்ளே முத்தம்மா... உங்கம்மா ஒரு தாவணி போட்டு அனுப்ப மாட்டாளா... அதும்பாட்டுக்கு நிக்குதே... கண்ணுலே படலியா...'

முத்தம்மா போதும்பொண்ணு பின்னால் ஒண்டிக் கொண்டாள். கிழவி நேரம் காலம் தெரியாமல் உசிரை வாங்குவாள்.

'எங்கேடி நிக்குது? இதுவா? கெளவி கண்ணுலே எருக்கம் பாலைத்தான் விடணும்...'

தெரசாள், முத்தம்மா கழுத்துக்குக் கீழே உற்றுப் பார்த்து விட்டு அழகுமீனா காதில் சொல்ல, ரெண்டு பேரும் பம்மிப் பம்மிச் சிரிக்கிறார்கள்.

தெரசாள், முத்தம்மாவுக்கு ரெண்டு வருசம் மூத்தவள். ராசாத்தி நாலு வருசம் போல மூப்பு. பெயிலாகிப் பெயிலாகி இந்த வருசம் முத்தம்மா கிளாஸ் தான்.

'நம்ம சாதி சனமா இருந்துட்டு வேதத்துலே ஏறிட்டாங்க... வேதத்துலே ஏறினா என்ன... எருமை வளக்கக் கூடாதுன்னு சொல்லியிருக்கா என்ன... மாட்டை வித்தது தான் வித்தாங்க... சொல்லிட்டு வித்தா வாங்கியிருந்திருப்போமில்லே...'

தெரசாள் வீட்டில் மாட்டை விற்றதும் மெழுகுத்திரிக் கம்பெனி தொடங்கியதும், முத்தம்மா பிறக்க முந்தி என்றாலும் அம்மா இன்னும் சொல்வதை நிறுத்தவில்லை.

என்றாலும் தெரசாள் வீட்டில் முத்தம்மா சர்வ சாதாரணமாக வளைய வருவாள். தெரசாளும் இங்கேயேதான் எப்போதும்... சதா வடிகிற மூக்கைப் புறங்கையில் துடைத்துக் கொண்டு அழுக்கு கவுனோடு அவள் தங்கை எலிசபெத்தும்.

ராசாத்திக்கு சீக்கிரம் கல்யாணம் ஆகப் போகிறதென்று வீட்டில் பேசிக் கொண்டார்கள். ஈர்க்குச்சி உடம்பில் சீட்டிப் பாவாடையும், பச்சைத் தாவணியுமாக வளைய வருகிற அவளை நிச்சயம் புருஷன்காரன் இடுப்பில் இடுக்கிக் கொண்டு போய், ஊர்க் கோடிக் கிணற்றில் போட்டு விட்டு, நல்ல வடிவான ஒரு பொம்பளையைக் கல்யாணம் செய்து கொண்டு விடுவான்.

இது தெரசாள், ராசாத்தியோடு சண்டை வரும் நேரங்களில் மற்றவர்களிடம் சொல்வது.

தெரசாளுக்குப் புருஷனாக வரப் போகிற மரியஜெகம் வீட்டோடு இருக்கப்பட்டவன். மெழுகுத்திரி வேலையையும் சுவிசேஷத்தையும் அவனுக்கு தெரசாளின் அப்பா அடித்து அடித்துச் சொல்லிக் கொடுப்பது எருமைக்காரன் தெருவுக்கெல்லாம் கேட்கும்.

யாரோ யாரையோ கல்யாணம் செய்து கொள்ளட்டும். படம் எப்போது ஆரம்பிக்கும் என்று இருந்தது முத்தம்மாவுக்கு. பீடிப் புகை வாடையும், முறுக்கு வாடையும், வியர்வையும், செம்மண் கிளப்பிய நெடியுமாக டெண்ட் கொட்டகை மூச்சை முட்ட வைத்துக் கொண்டிருந்தது.

‘எல்லோரும் வாழ வேண்டும்...’

பாட்டு சத்தம். திரை தூக்கி விட்டார்கள்.

இந்தியன் நியூஸ் ரீல். ஜனாதிபதி பாபு ராஜேந்திர பிரசாத், பீகாரின் வறட்சிப் பிரதேசங்களைப் பார்வையிட்டார். துணைக்குப் போகிற ஒற்றைப் புல்லாங்குழல் சத்தம்.

சோவியத் வீராங்கனை வாலண்டினா தெரஷ்கோவா, விண் கப்பலில் உலகைச் சுற்றிக் கொண்டிருக்க, முத்தம்மாளுக்கு அடி வயிற்றில் வலி ஆரம்பமானது.

பொரிகடலைமென்று கொண்டிருந்த போதும் பொண்ணுவின்

தோளைத் தொட்டாள் முத்தம்மாள்.

'வயித்தை வலிக்குதடி.... வீட்டுக்குப் போகலாமா?'

'கிறுக்கோ... ஓரமாப் போய் ஒண்ணுக்கிருந்துட்டு வாடி.... எல்லாம் சரியாயிடும்...'

விளக்கு அணைந்து, மேலே ஆப்பரேட்டர் ரூமிலிருந்து படர்ந்த கிரணங்கள் வெள்ளைத் திரையை வண்ணமயமாக ஒளிவிடச் செய்ய, முத்தம்மா வயிற்று வேதனையைக் கொஞ்சம் மறந்தாள்.

'அய்... கலர்ப் படம்டீ...'

தெரசாள் தொடையில் நிமிண்டினாள்.

கேவா கலர். முகம் முழுக்க சிகப்பு அப்பிய கதாநாயகியும், தோழிகளும் கால்சட்டை போட்டுக் கொண்டு கடற்கரையில் நடந்து போகிறார்கள். பின்னால் பாடிக்கொண்டு கதாநாயகன்.

'அளகா இருக்கான் இல்லே... அப்படியே புடிச்சுக் கடிச்சுத் திங்கணும் போல இருக்கு...'

போதும்பொண்ணு செம்மண்ணில் ரெண்டு கையையும் அளைந்து கொண்டு சொன்னாள்.

கொஞ்சம் பெண் சாயலாக, தொப்பை போட்ட கதாநாயகன்.

அவன் அழகுதான் என்று முத்தம்மாவுக்கும் பட்டது. கடித்தால் பவுடர் வாடை அடிக்குமோ என்னமோ...

'பாட்டொன்று பாடலாமா... பக்கம் வந்து பேசலாமா...'

கிண்டல் செய்து சீண்டுகிற பாட்டு.

கதாநாயகன் கூடவே, அவசரமாக மீசை வைத்த, கிழடு தட்ட ஆரம்பித்திருக்கும் காலேஜ் நண்பர்கள் வேடிக்கையாக 'ஹோ ஹோ... ஹே... ஹே...' என்று குதித்துக் கொண்டு போகிறார்கள்.

கடைவாயில் புகையிலைச் சாறு வடிய அலமேலம்மாக் கிழவி ரசிக்கிறதை, மங்கின வெளிச்சத்தில் முத்தம்மா கையைக் கிள்ளித் தெரசாள் காட்டுகிறாள்.

கையைக் கிள்ளினால் திரும்ப அடி வயிறு வலிக்குமா? முத்தம்மாவுக்குப் புரியவில்லை.

தொப்பைக்காரன் கதாநாயகியை அணைத்துப் பிடிக்க யத்தனிக்கிறான். போதும்பொண்ணு உட்கார்ந்தபடிக்கே பாம்புபோல அப்படியும் இப்படியுமாக நெளிகிறாள்.

கதாநாயகி பொய்க் கோபத்தோடு விலகி ஓடுகிறாள். முத்தம்மாவுக்கு வலியும் சந்தோஷமுமாக இருக்கிறது. அவன் விடாமல் துரத்துகிறான்.

தொப்பை குலுங்க ஓடிக் கதாநாயகியைக் கட்டியணைத்து அப்புறம் மார்பில் சாய்த்துக் கொள்கிறான். அவள் கண்களை மூடிக் கொள்கிறாள்.

முத்தம்மாவும் கண்ணை மூடிக் கொண்டாள்.

‘பாட்டொன்று பாடலாமா?’

வயிற்றில் ஆயிரம் ஊசி குத்திய வலி. மெல்லக் கண்ணைத் திறந்தாள்.

கதாநாயகன் முகம் திரை முழுக்கப் பெரிதாகி முத்தம்மாவைப் பார்த்துக் கண்ணடித்தபோது அவள் அலறினாள்.

அலமேலம்மாக் கிழவியோடு வீட்டுக்குப் போய்ச் சேர்ந்த அந்த ராத்திரியில் முத்தம்மா பெரிய மனுஷியாகி இருந்தாள்.

3

முத்தம்மா டீச்சர் வென்னீரை எடுத்து வைத்துக் குளியலறைக் கதவைச் சாத்திக் கொண்டபோது அங்கே ராசாத்தி வீட்டுக்காரர் மாப்பிள்ளை ராஜு...

ஆலங்குச்சியால் பல் விளக்கிக் கொண்டு... காறிக் காறி உமிழ்ந்து கொண்டு...

குறக்களி காட்டுகிறது மனது.

பின்னால் வந்து புஜத்தைப் பற்றும் கைகள் நாற்பது வருஷம் முந்திய வலுவோடு

'முத்தம்மா... முத்துன்னு கூப்பிடணும் இல்லே... என்ன படிக்கறே முத்து?'

'ஒம்பதாவது ராசாத்தி வந்துடுவா... அங்கெல்லாம் தொடாதீங்க...'

'ஒம்பதாவது தானா... இது காலேசுலே படிக்குது போல இருக்கு...'

முத்தம்மா டீச்சரின் வற்றிய மார்பில் அந்தக் கைகள் படர, மெல்லத் திரண்டு விடியும் இணை...

குறக்களி காட்டுகிறது மனசு தொடர்ந்து...

முத்தம்மா டீச்சர் வென்னீரை எடுத்து ஊற்றிக் கொண்டாள்.

பின்னால் மாப்பிள்ளை பார்த்துக் கொண்டே நிற்கிறார். வெட்கம் பிடுங்கித் தின்கிறது.

'இத்தனை வருசமா எங்கே போனீங்களாம்..?

சோப்பு நழுவித் தரையில் விழுகிறது.

'நானா... நான் செத்துப் போய் பதினஞ்சு வருசமாச்சே... ராசாத்தி சொல்லலே?'

ராசாத்தி திருப்புவனத்தில் மருமகள் கொட்டும் புழுத்த சோத்துக்காகத் திண்ணையில் கிடக்கிறாள்...

'மவராசன்... போய்ச் சேர்ந்துட்டாரு... பாவி நானு பூமிக்குப் பாரமா உசிரை வச்சுக்கிட்டு...'

போன முழுப் பரிட்சை விடுமுறை சமயத்தில் ராசாத்தியைப் பார்த்தபோது அவள் அழுதது முத்தம்மா டீச்சர் காதிலேயே இருக்கிறது.

தெரசா போயாச்சு... செல்வி போயாச்சு... அழகுமீனா... சாந்தா... எங்கே இருக்காங்கன்னே தெரியலே... போதும்பொண்ணு கைகால் விளங்காம இளுத்துக்கிட்டுக் கிடந்து போன மாசம் தான் உயிரை விட்டா... இப்போ... செத்துப் போன மாப்பிள்ளை வந்து உடம்பைத் தடவி விட்டு... மனசு... மனசு இட்டுக் கட்டுது எல்லாம்... இல்லே, எனக்கும் தான் நேரம் வந்தாச்சோ...

முத்தம்மா டீச்சரின் கண் நிறைந்து போனது.

'ஏண்டி முத்தம்மா... கல்யாணத்துக்குப் போக வேணாம்? எம்புட்டு நேரமாக் குளிப்பே... கல்யாணப் பொண்ணு ராசாத்தியா, நீயா? சீக்கிரமா வெளியே வாடி...'

கூடத்தில் மாட்டியிருந்த புகைப்படத்தில் இருந்து அம்மா குரல் தேசலாகக் கேட்கிறது.

'புடவையை உடுத்திட்டுப் போ... பாந்தமா இருக்கும்...'

நாயனா குரல் கூடவே வருகிறது.

மரப்பாச்சி போல ராசாத்தி... தலை கொள்ளாமல் மல்லிப்பூ... பட்டுப் புடவை...

'பொண்ணை அழைச்சுக்கிட்டு வாங்க...'

ராசாத்தியைக் கையைப் பிடித்து எல்லோரோடும் அழைத்து வந்தபொழுதுதான் மாப்பிள்ளையைப் பக்கத்தில் பார்த்தது.

கருப்பா... உசரமா... பெரிய மீசை... கண்ணைப் பாரு... செக்கச் செவேல்னு... முத்தம்மாவுக்கும் கல்யாணமாகும். வரப் போறவர் இது மாதிரித்தான் இருப்பாரு... ஜம்முனு ... ஆகிருதியா. இந்தாளு மோட்டார் சைக்கிள் ஓட்டுவாரா... பாட்டுப் பாடுவாரா?

அரசாணியை நடுவில் வைத்துப் பெண்கள் எல்லோரும் சுற்றி வந்து பூவும் நெல்லும் தூவிக் குலவையிடும்போது, முத்தம்மா புடவை தடுக்கி மாப்பிள்ளை மேலேயே சாய்ந்துவிட்டாள்.

ஐயோ... வேத்து மனுசர்... என்ன நினைப்பாரோ... எல்லோரும் வேறே பார்க்கிறாங்க...

முத்தம்மா தடுமாறி எழுந்தபோது ஒரு வினாடி மாப்பிள்ளை கை அவள் இடுப்பில் வருடி விலகியது.

உடம்பு பற்றி எரிந்து குளிர்ந்து சிலிர்த்து வியர்க்கிறது.

வென்னீர்க் குவளையைக் கீழே வைத்தாள் முத்தம்மா டீச்சர்.

'லேசுப்பட்டவரில்லே நீங்க...'

எச்சில் வடியும் ஆலங்குச்சியால் அவள் அடிவயிற்றில் வருடிக் கொண்டு, மாப்பிள்ளை அமர்த்தலாகச் சிரிக்கிறார்.

'நீ மட்டும் லேசுப்பட்டவளா... கதிரேசன் வாத்தியைக் கேட்டாச் சொல்லுவானே...'

முத்தம்மா டீச்சர் அடிக்கக் கை ஓங்கினாள் செல்லமாக.

'இதைச் சொல்லத்தான் வந்தீங்களா?'

முத்தம்மா சோப்புத் துண்டை வயிற்றோடு அமுக்கிப் பிடித்துக் கொண்டாள்.

'அதில்லே... ஞாயித்துக்கிழமையாச்சே... கவிச்சி ஏதும் சமைக்கலியா?'

மாப்புள்ளைக்குக் கவிச்சி ரொம்ப இஷ்டம். அதுவும் மட்டன் கவாபு.

'கவிச்சியா? சமைச்சா என்ன கொடுப்பீங்க?'

பின்னாலிருந்து தழுவ வருகிற கைகள்... கண்ணாடியில் நீராவி படிந்து உடம்பு தெரிய மாட்டேன் என்கிறது.

'சாயந்திரம் படத்துக்கு கூட்டிட்டுப் போறேன்... உனக்குப் பிடிச்ச படம்...'

புடவையைச் சுற்றிக் கொண்டபோது வாசல் கதவைத் தட்டுகிற சத்தம்.

'பாட்டொன்று பாடலாமா?'

வாய்க்குள் பாடிக் கொண்டே முத்தம்மா டீச்சர் கதவைத் திறந்தாள்.

மெஸ் வீட்டுப் பையன்.

'டீச்சர்... இட்டலியும் கறிக்குழம்பும் இருக்குது... பாத்திரத்தை சாயந்திரம் வாங்கிக்கறேன்...'

மேஜை மேல் அடுக்குப் பாத்திரத்தை வைத்து விட்டு ஓடுகிற பையன்.

'காசைக் கரியாக்காதேன்னா கேட்டாத்தானே. மெஸ்ஸிலே வாங்கித் தின்னுட்டுக் கிடக்க பணம் என்ன கொல்லையிலே வெளையுதா... நாளைக்கே ஜோதி பொண்ணுக்குக் கல்யாணம்... வளைகாப்பு... பந்தி போஜனம்...'

புகைப்படத்திலிருந்து அம்மா முழங்காலைப் பிடித்துக் கொண்டு இறங்கிவர முயற்சி செய்கிறாள்.

'இட்லியும் கறிக் குழம்புமா... தோசைக்கு இல்லே நல்லா இருக்கும் அது... இட்லிக்கு வடகறிதான்...'

காம்போசிஷன் நோட்டு அடுக்கி வைத்திருந்த மேசை மேல் உட்கார்ந்து சுருட்டுப் பிடித்தபடி மாப்பிள்ளை சொல்கிறார்.

'எறங்குங்க... நோட்டெல்லாம் பத்திக்கப் போவுது... காம்போசிஷன் கரக்ட் பண்ணி நாளைக்கு ஸ்கூலுக்கு எடுத்துப் போகணும்...'.

'இட்லிக்கு கறி நல்லாத்தானே இருக்கும்...'

நாயனா புகைப்படத்தில் பக்கத்தில் நின்ற அம்மாவிடம் விசாரித்தார்.

‘அது கெடக்கு... தோசைக்கடை போட்டு வாய்க்கு வக்கணையாப் பரிமாறி நாலு காசு சம்பாதிக்கலாம்னேன்... பணம் இல்லேன்னுட்டா...’

புகைப்படத்திலிருந்து அம்மா முணுமுணுக்கிறாள்.

‘கூறு கெட்டவளே... தோசை தோசைன்னு அடிச்சுக்கறியே... இவளுக்கு ஒரு கல்யாணம் காச்சி நடத்திப் பார்க்க ஏதாவது வழி பண்ணினோமா...’

முத்தம்மா டீச்சரின் நாயனா அந்தக் கல்யாணப் புகைப்படத்திலிருந்து இறங்கித் தபால் பட்டுவாடா பையை ஓரமாக வைத்து விட்டுத் தரையில் உட்கார்கிறார்.

நின்றபடியே, ஒரு இட்லியை விண்டு குழம்பில் புரட்டினாள் முத்தம்மா டீச்சர். வயிறு கொள்ளாத பசி எழும்பி வந்து நெஞ்சில் அடைத்தது.

‘அம்மா... படம் வந்திருக்கு... போகட்டா?”

‘அதான் ராசாத்தி கல்யாணத்துக்கு அப்புறம் போனியே...’

அம்மா சின்ன நக்கலோடு சொல்ல நடுக்கூடத்தில் நீட்டி நிமிர்ந்து அசையாமல் படுத்துக் கொண்டார் நாயனா.

‘அன்னிக்கு நான் தானே படம் பார்க்க கூட்டிப் போனது...’

மாப்பிள்ளை கள்ளக்குரலில் காதில் கிசுகிசுக்கும் போது மூச்சு முட்ட வைக்கிற சுருட்டு வாடை.

‘அன்னிக்கும் காலையிலே பசியாற இட்டலிதான்... கவிச்சி இல்லேன்னுட்டாங்க... பொண்ணைக் கூட்டிப் போறதுக்கு தலைநாள் சைவம் சமச்சு விரதம் இருக்கறதாம்...என்ன பளக்கமோ... அன்னிக்கு என்ன கெளமை? ஞாபகம் இருக்கா முத்து...?’

இல்லாமல் என்ன... செவ்வாய்க் கிழமை. கல்யாணத்துக்கு வந்த பொண்ணோட தோழிப் பெண்டுகளும் மற்றவர்களும் ஓய்ந்து கிடக்கிற பகல் பொழுது. முத்தம்மாவும், தெரிசாவும்,

போதும்பொண்ணும், செல்வியும், அலமேலம்மா கிழவியும் சீர்வரிசைப் பாத்திரத்தை எடுத்துப் பெட்டிக்குள் வைத்துக் கொண்டிருக்கிறார்கள்.

சந்தனம் சிதறிக் காய்ந்து போயிருந்த ஜமுக்காள விரிப்பில் ராசாத்தி மல்லாந்து படுத்துக் கிடக்கிறாள்.

'இப்படியே பளகிடுச்சாடி?'

தெரசாள் சீண்ட, ஓவென்று உயரும் சிரிப்புச் சத்தம்.

முண்டா பனியனும் லுங்கியுமாக மாப்பிள்ளை உள்ளே வரும்போதே சின்னதாகச் சிரித்துக் கொண்டுதான் வருகிறார். அவரும் கேட்டிருக்க வேண்டும்.

ராசாத்தி அவசரமாக எழுந்து உட்கார, கண் செருகுகிறது.

'இதுக்கே இப்படிக் கெறங்கிப் போனா எப்படி... இன்னும் மூணு நாள் தனிப் பொட்டியிலே ரயில் பயணம்... கல்கத்தா போய்ச் சேர்ந்து மாப்பிள்ளை இவளை தோள்லேதான் தூக்கிட்டுப் போகணும்...'

போதும்பொண்ணு சொல்ல மறுபடி எழுந்த சிரிப்பாணி.

முத்தம்மாவுக்கு சந்தோஷமாக இருக்கிறது. பயமாக இருக்கிறது. இனிமேல் கொல்லைப் பக்கம் போகக் கூடாது. வீட்டில் போய்த்தான் ஒன்றுக்கு இருந்துவிட்டு வரவேண்டும். இல்லையோ போச்சு...

ராசாத்தி வீட்டுக் கொல்லையில் பெரிது பெரிதாக வேப்ப மரமும், மாமரமும்...

மரத்துக்குப் பின்னால் சுருட்டுப் பிடித்தபடி நின்ற மாப்பிள்ளை... அவர் முத்தம்மாளைக் கூப்பிடுவார். கூப்பிட்டார்.

மாப்பிள்ளை உள்ளே வந்தபோது அவர் கண்ணைப் பார்க்காமல் முகத்தைக் கவிழ்ந்து கொண்டாள் முத்தம்மா.

ரொம்ப மோசம் நீங்க...

மாப்பிள்ளை நுழைந்ததைப் பார்த்து அலமேலம்மாள் மட்டும் நாணிக் கோணிக் கொண்டு எழுந்து நின்றாள்.

‘இதுங்க எல்லாத்துக்கும் வாய் சாஸ்தி... தப்பா நெனச்சுக்காதீங்க... அவ அவளுக்கு வீட்டுக்காரன் வந்து வாயிலே போட்டா அப்புறம் பேச்சு எளும்புமான்னேன்...

மாப்பிள்ளை முத்தம்மாவைப் பார்த்துச் சிரித்தார். அப்புறம் ராசாத்தியைப் பார்த்தார்.

“ராசாத்தி... சாய்ந்திரம் எல்லோருமா சினிமாவுக்குப் போறோம்... எல்லோரும்னா எல்லாரும் தான்... உன் சினேகிதிங்க வீட்டுலே நான் சொன்னேன்னு சொல்லு...’

சொல்லி விட்டுத் திரும்ப வாசலுக்கு நடக்கிற மாப்பிள்ளை...

முத்தம்மா டீச்சர் கடைசி விள்ளல் இட்லியை கறிக் குழம்பில் தோய்த்து வாயில் போட்டபோது, மாப்பிள்ளை போய் விட்டிருந்தார்.

4

எல்லோருக்கும் நாற்காலி டிக்கெட்.

அலமேலம்மாக் கிழவி கூட கதவோரம் நாற்காலியைக் கோணலாக இழுத்துப் போட்டுக் கொண்டு வாயில் புகையிலைக் கட்டையைக் குதப்பியபடி கெத்தாக உட்கார்ந்திருந்தாள்.

ஒரு பெரிய பொட்டலம் நிறைய மட்டன் கவாப்பும், மீன் கவாப்பும் வாங்கி வந்து, படம் ஆரம்பிக்க முன்னால் எல்லோருக்கும் கொடுத்தார் மாப்பிள்ளை.

'கொடுங்க...கொடுங்க... நாளைக்கு ராசாத்தி கஜானாவைப் பிடிச்ச பிறகு சுக்கு மல்லி காப்பி கூடக் கெடைக்காது...'

போதும்பொண்ணு உரக்கச் சொல்ல, வழக்கமான சிரிப்புச் சத்தம்.

இந்த நாலு நாளில் சிரித்துச் சிரித்து முத்தம்மாவுக்கு, சிநேகிதிகளில் யாராவது பேச ஆரம்பித்தாலும், தானே சிரிப்பு வந்து விடுகிறது.

'தெரசாளும் வந்திருந்தா நல்லா இருக்கும்...'

அழகுமீனா சொன்னாள்.

தெரசா வரவில்லை.

‘கல்யாணம் ஆகப் போற பொண்ணு... கண்ட சினிமாவுக்கெல்லாம் போகக் கூடாது...’

வீட்டில் சொல்லி விட்டார்களாம்...

‘நம்ம கல்யாணத்துக்கு அப்புறம் கூட்டிப் போறேன்... பத்துக் கட்டளை மாதிரி நல்ல படம் வரும்...’

அவளைக் கட்டிக்கொள்ளப் போகிற மரியஜெகம் சொல்லியிருக்கிறானாம்.

பத்துக் கட்டளையும் கேவா கலர்ப்படமா, அதில் பாட்டு உண்டா என்று தெரசாளுக்குத் தெரியவில்லை.

‘ரெண்டு வருஷம் முந்தி இதே படம் வந்தது. நாங்க எல்லோரும் இப்படிக் கூட்டமா வந்தோம்...’

பின்னால் இருந்து ராசாத்தி குரல்.

கவாப்புக் கடித்தபடி முத்தம்மா பின்னால் பார்க்க, பின் வரிசையில் மாப்பிள்ளை தோளில் தலையைச் சாய்த்தபடி ராசாத்தி சொல்லிக் கொண்டிருந்தது மெலிசாகக் காதில் விழுந்தது.

முத்தம்மாவுக்கு நேர் பின்னால் கட்டை மீசையைத் தடவிக் கொண்டு, அவளையே பார்க்கிற மாப்பிள்ளை.

மதியம் பாத்திரம் அடுக்கும்போது, நடுவில் ஒரு நிமிஷம் தோட்டத்துக்கு ஒண்ணுக்கிருக்கப் போய் விட்டு வருகிற நேரத்தில், கழிப்பறை வாசலில் முத்தம்மாவின் உதட்டைக் கவ்விச் சிரித்துப் போன கைகாரர்.

யாராவது பார்த்திருந்தால்... தைரியம் தான்... தப்பில்லையா... சீ...

விளக்கு அணைத்து மணியடிக்கப் படம் போட்டானது.

கடற்கரை. மோட்டார் பைக் சத்தம்.

முத்தம்மாவுக்குக் குறுகுறுவென்று வந்தது. நிமிர்ந்து உட்கார்ந்தாள்.

'பாட்டொன்று பாடலாமா ... பக்கம் வந்து பேசலாமா...'

தொப்பை தள்ளிய கதாநாயகன் கண்ணடித்தபடி ஆடிக் கொண்டு வர, முத்தம்மாவுக்கு வானத்தில் பறப்பது போல இருந்தது.

கதாநாயகிக்கும் பெரிய உதடுகள். முத்தம்மா போல.

ஒரு பெரிய பூவைக் காட்டுகிறார்கள். அப்புறம் கதாநாயகனின் உதடுகள் திரை முழுக்க விரிகின்றன.

பெண்ணைப் போல உதட்டுச் சாயம் தீற்றிய கதாநாயகன். கடித்துத் திங்கலாம் போல அழகானவன். கடித்தால் பவுடர் மணக்கும். மாப்பிள்ளை வேறு மாதிரி அழகு. கடித்தால் கவாப்பு மணக்கும்.

கதாநாயகன், படகில் சாய்ந்து நின்று கண் இமையைப் படபடவென்று விரிக்கும் கதாநாயகியின் உள்ளங்காலை வருடுகிறான். முத்தம்மாவின் மனம் வாலண்டினா தெரஷ்கோவா மாதிரி தெரிந்த ஆகாசத்தை எல்லாம் கடந்து பறக்கிறது.

பின்னாலிருந்து மாப்பிள்ளையின் கால் விரல்கள் முத்தம்மாவின் உள்ளங்காலில் வருடி விஷமம் செய்கின்றன.

துள்ளிக் குதித்து ஓடிப் படகைச் சுற்றி வருகிற கதாநாயகி மார்பு விம்ம நிற்கிறாள். காலேஜ் படிக்கிறவள். மாப்பிள்ளைக்கு ரொம்பப் பிடிக்கும்.

உள்ளங்கால் சில்லென்று எரிகிறது.

கதாநாயகியின் இடுப்பை வளைத்துப் பிடித்துக் குனிகிற கதாநாயகன்.

'வண்டாக நானும் தேன் உண்ணலாமா?'

பகலில் தோட்டத்து மூலையில் சுருட்டு வாடையோடு தேன் உண்ட உதடுகள்...

கடைவாயில் தெற்றுப்பல் தெரிந்திருக்குமா...

சிநேகிதிக்குத் துரோகம் இல்லையா...

முத்தம்மா கொடுத்தால் தானே... வாங்கினதெல்லாம் அதில் சேர்த்தியா...

காலை நகர்த்த, ஏனோ மனசு நகர மாட்டேன் என்கிறது.

கதவுப் பக்கம் சின்னதாக ஒரு விளக்கு வெளிச்சம். டிக்கெட் செக் பண்ண வருகிறவன்.

டார்ச் வெளிச்சம் தொடை தொடையாக நகர்கிறது.

முத்தம்மா பக்கம் யாரோ குனிகிறார்கள்.

சொல்லி விடலாமா?

பின்னாலே உக்கார்ந்து என் கால்லே உரசற ஆளு கிட்டே டிக்கெட் கேட்டுப் பாருங்க...

காதருகில் கிசுகிசுப்பு சத்தம்.

'படம் பார்த்தது போதும்... கிளம்பு...'

முதல் வீட்டுச் சடகோப ராமானுஜ மாமா குரல்.

முத்தம்மா புரியாமல் இருட்டுக்குள் பார்க்கிறாள். காலைக் கவ்விப் பிடித்தபடி மாப்பிள்ளையின் கால்கள்.

மனசேயில்லாமல் விலக்குகிறாள் முத்தம்மா.

திரையில் பிருஷ்டங்கள் ஆடிக் குலுங்க, இடுப்பை ஒயிலாக ஒடித்து ஒடித்து நடந்து போகும் கதாநாயகி. தூரத்தில் ரயில் விடுகிறது போல் ஒருத்தி கையை இன்னொருத்தி பிடித்தபடி, ஒற்றை வரிசையாக ஓடுகிற தோழிகள்...

அதில் ஒரு தோழியாக இருந்தால் எவ்வளவு நல்லா இருக்கும்

'எந்திரு முத்தம்மா... சொல்றேன் இல்லே...'

சடகோப மாமா அவசரப்படுதுகிறார். எழுந்திருக்கிறாள்.

போகாதே, போகாதே என்று சைகை காட்டியபடி கதாநாயகன் காற்றில் பூப்போட்ட கைக்குட்டையைப் பறக்க விடுகிறான்.

திரும்பத் திரும்பப் பார்த்தபடி முத்தம்மா வெளியே வந்தாள்.

இருட்டு. தூறிக் கொண்டிருந்தது.

'காரியர்லே உக்காரு...'

அப்புறம் ஒன்றும் பேசாமல் சைக்கிள் மிதிக்கிற சடகோப மாமா...

முத்தம்மாவுக்கு உள்ளங்காலில் மாப்பிள்ளை கால் நகம் பட்ட இடம் எரிந்தது. சைக்கிள் காரியரில் உட்கார்ந்தபடி காலைத் தடவிப் பார்க்க முடியாது.

கதாநாயகி மோட்டார் பைக் பின்னால் உட்கார்ந்து போவாளா?

ஏரிக்கரையில் சைக்கிள் ஏறியபோது டெண்ட் கொட்டகையிலிருந்து கேவி அழுகிற சத்தம் கேட்டது. பாவம், கதாநாயகிக்கு என்னமோ...

முத்தம்மா வீட்டு வாசலில் சின்னக் கூட்டம்.

முத்தம்மாவின் நாயனா உடம்பை வீட்டுக் கூடத்தில் கிடத்தி இருந்தது. மூக்கில் பஞ்சு. பக்கத்தில் ஊதுவத்தி சுருள் சுருளாகப் புகைந்தது.

5

இயற்கை மனிதனுக்கு அளித்த செல்வங்களில் மகத்தானவை நிலமும் நீரும் ஆகும். நிலத்தில் வளரும் செடிகொடிகளும், மரங்களும், மனிதனின் பசியைப் போக்க உணவையும், சுவாசிக்க நல்ல காற்றையும் வழங்குகின்றன. நிலத்தின் அடியிலும் இயற்கை பல்வேறு கனிம, படிவ வளங்களை வெகுமதியாகக் கொடுத்துள்ளது. நான் அவற்றில் ஒன்று. என் பெயர் நிலக்கரியாகும்.

முத்தம்மா டீச்சர் காம்போசிஷன் நோட்டு திருத்திக் கொண்டிருந்தாள்.

ஏழாவது வகுப்புப் பாடம். முப்பத்தாறு நோட்டுகளில் நிலக்கரி தன் வரலாறு கூறுகிறது.

கண் மெல்ல இருள்கிறது.

‘நாங்க ரொம்ப ஆசைப்படலே... ஒரு அம்பதாயிரம்... அப்புறம் பத்திரம் பதியற செலவு... வீடு பழசா இருக்குன்னு பாக்காதீங்க... இந்தக் கௌட்டு முண்டையைத் தூக்கி வெளியே எறிஞ்சிட்டு, துப்புரவா வெள்ளையடிச்சுக் கொடுத்துடறோம்... அடுத்த வாரம் நாங்க பினாங்கு திரும்பணும்... அதுக்குள்ளே பணத்தோட வந்துடுங்க...’

எலிசபெத் விசுக் விசுக் என்று இடுப்பை ஒடித்து நடந்தபடி வீட்டைச் சுற்றி வருகிறாள். கூடவே, வீடு பார்க்க வந்த யாரோ.

'இருடி... அவசரப்படாதே... அக்கா காம்போசிஷன் நோட்டு திருத்தி முடிக்கட்டும்...'

முத்தம்மா டீச்சரின் தம்பி சமாதானப் படுத்துகிற குரலில் சொல்கிறான்.

'ஆமா... முப்பது வருசமா நிலக்கரி கதை சொல்றது...நான் சென்ற இன்பச் சுற்றுலா...இந்த மொகரைக் கட்டைக்கு சுற்றுலா... எங்கேயாவது போயிருக்கியாடி....?'

எலிசபெத் இடுப்பில் கை வைத்தபடி கேட்கிறாள். குரலில் எகத்தாளம்.

'ஒன்னிய மாதிரி ஓடுகாலியாடி....பாத்துப் பாத்து வளர்த்த புள்ளை...மதுரையிலே டீச்சர் டிரயினிங் படிக்கத் தனியா அனுப்பினபோது என் மனசு என்ன பாடு பட்டது தெரியுமா?'

படத்திலிருந்து அம்மா முட்டியைப் பிடித்தபடி மறுபடி இறங்கி வர முயற்சி செய்கிறாள்.

'வாசல்லே கட்டின எருமையை வித்து பணம் புரட்டின வருத்தம்டி அது...'

நாயனா அவள் கையைப் பிடித்துக் கொண்டு ஒரே முட்டாகச் சிரிக்கிறார்.

'சும்மா இருங்க... நீங்களும் போய்ச் சேர்ந்துட்டீங்க... இவனானா சின்னப் பய...ஜோதியெ கடனோ உடனோ வாங்கிக் கட்டிக் கொடுத்தாச்சு...சம்பாதிச்சுக் கொட்ட முத்தம்மாவைத் தவிர வேறே யாரு இருந்தாங்க... அப்பப் படிக்க வைக்காட்ட இப்படி சம்பாதிக்க முடியுமா...தோசைக் கடையும் போட வேணாம்னுட்டா... ஜோதி பிரசவம்...தம்பி படிப்பு...நாங்க சாப்பிட.... துணிமணி...இவளுக்குக் கஞ்சிப் பசை போட்ட புடவை...மூக்குக் கண்ணாடி.... குடை.... சம்பளமும் லோனுமா இன்னும் வந்துட்டுத்தானே இருக்கு... எருமை எட்டு வருசத்துலே பால் மரத்துப் போயிடும்...'

அம்மா நீளமாகப் பேசி மூச்சு வாங்க படத்தில் உறைந்து போகிறாள்.

'நீ ஒண்ணு... ஜோதியோட மக கல்யாணத்துக்குக் குதிர்ந்துட்டா... அவ வீட்டுக்காரன் போலீஸ் உத்தியோகத்திலே பெரிய வயத்தைத் தவிர வேறே என்னத்தைச் சேர்த்து வச்சான்... முத்தம்மா பணம் வந்தாத்தான் வீட்டுலே சுப காரியம் நடக்கும்... சரி நான் கடுதாசி டெலிவரி பண்ணிட்டு வந்துடறேன்... ஏகமா கல்யாணக் கடுதாசு கொடுக்காம தங்கிப் போச்சு...'

நாயனா சைக்கிள் விடுகிறது போல கையை நீட்டி வைத்துக் கொண்டு சுற்றிச் சுற்றி வருகிறார்.

'என் கல்யாணம் கூட வருதே நைனா... பத்திரிகை அடிக்க வேணாமா...?'

சைக்கிள் மணிச் சத்தத்தில் முத்தம்மா குரல் அமுங்கிப் போகிறது.

'என்ன இருந்தாலும் அக்கா பணத்தை எடுத்துக்கிட்டி நான் போயிருக்கக் கூடாது... தப்புதான்.'

தம்பி மேசை விளிம்பில் உட்கார்கிறான்.

'அதுனாலே என்ன... வட்டி வேணா போட்டு இவ மூஞ்சியிலே விட்டு எறிஞ்சிடலாம்... அதுக்குத்தானே வந்தது...'

எலிசபெத் சொல்லும்போது தெரசாள் மெழுகுத்திரிக் கம்பெனி ஒலிபெருக்கியில் மரிய ஜெகத்தின் குரல்...

'வாருங்கள்... வருத்தப்பட்டு பாரம் சுமக்கிறவர்களே...தேவன் அழைக்கிறான்... இளைப்பாறுங்கள்... அற்புத சுகமளிக்கும் ஆத்தும சரீர பிரார்த்தனைக் கூட்டம் தொடங்கப் போகிறது. வாருங்கள்...'

'அயித்தான் கூப்பிடறாரு பாருங்க... எங்க தெரசாக்கா போனபோது கூட வர முடியாம போயிடுச்சு... வாங்க ... போய்ப் பார்த்துட்டு வரலாம்...'

வயதுக்குப் பொருத்தமில்லாமல் அழுக்கு கவுன் போட்டுக் கொண்டு மேசைக்குப் பின்னால் நிற்கிற எலிசபெத்.

முத்தம்மா டீச்சர் காம்போசிஷன் நோட்டின் அடுத்த பக்கத்தைத் திருப்பினாள்.

நான் தமிழ்நாட்டில் நெய்வேலியில் வெட்டி எடுக்கப் படுகிறேன். பீகாரில் தன்பாதில் பெரிய நிலக்கரிச் சுரங்கம் உள்ளது. என்னுடைய பலன்கள் பலப்பல. புகைவண்டிகளில் நீராவி எஞ்ஜின்களில் என்னை எரித்துத்தான் இயங்கத் தேவையான சக்தியைப் பெறுகிறார்கள்.

‘நீராவி எஞ்ஜின் எல்லாம் எப்பவோ ரிடையர் ஆயிடுத்து... நீயும் சீக்கிரம் ஆக வேண்டியது தான்...’

காம்போசிஷன் நோட்டுக்களைக் கட்டி எடுத்து வந்த கொச்சக் கயிற்றில் ஸ்கிப்பிங் விளையாடியபடி எலிசபெத் ஓட்டைப் பல் தெரியச் சிரிக்கிறாள்.

‘பினாங்குலே என்னடா யாவாரம்... பேதியிலே போறவனே...’

அம்ம குரல் திரும்பப் படத்தில் இருந்து வருகிறது.

‘தோசைக் கடை.... எலக்ட்ரிக் அடுப்பிலே தோசை சுடறது... ஒரே கல்லுலே ஆறு தோசை போடலாம்...’

‘மட்டன் கவாப்பு கூட போடறோம்...’

எலிசபெத் முத்தம்மா டீச்சரைப் பார்த்துக் கண்ணடிக்கிறாள்.

‘கடையை வேலையாளுங்க கிட்டெ விட்டுட்டு வந்திருக்கோம்... அடுத்த வாரம் திரும்பிடணும்...’

முத்தம்மா திருத்தி முடித்த காம்போசிஷன் நோட்டுகளை ஓரமாக நகர்த்தினாள்.

‘இன்னும் ஒரு வாரம் தான்... அதுக்குள்ளே நெலக்கரி, தெருப்புழுதி எல்லாம் வரலாறு சொல்ல வச்சுட்டு வீட்டைக் காலி பண்ணிடு... தெரியுதாடி...’

எலிசபெத் கராறாகச் சொல்ல, முத்தம்மா டீச்சரின் தம்பி சும்மா இருக்கிறான்,

‘வீட்டை வித்துட்டு நான் எங்கே போறது அம்மா...?’

டீச்சர் கண் கலங்கியது.

அம்மாவும் படத்தில் புடவைத் தலைப்பால் கண்ணைத் துடைத்துக் கொள்கிறாள்.

'ஜோதியக்கா வீட்டுலே போய் இருக்கலாமே...'

தம்பி நைச்சியமாகச் சொல்கிறான்.

'இவ பங்குக்கும், உங்க பெரியக்கா பங்குக்கும் வித்து வர்றதிலேருந்துதான் விட்டெறியப் போறோமே... வச்சுக்கிட்டு குடிலோ குச்சோ பார்த்து முடங்க வேண்டியதுதான்...'

நிறுத்தாமல் பேசுகிற எலிசபெத், வீட்டுக்காரனைக் கையைப் பிடித்து இழுத்துக் கொண்டு வெளியே போகிறாள்.

முத்தம்மா டீச்சர் அடுத்த காம்போசிஷன் நோட்டைத் திருத்த எடுத்தாள்.

நான் சாதாரணமான நிலக்கரி. என் சகோதரனோ விலையுயர்ந்த வைரம். வியப்பாக இருக்கிறதல்லவா? ஆம்! பூமிக்கு அடியில் சில பௌதிக, ரசாயன மாற்றங்களால் என் சகோதரன் கண்ணைப் பறிக்கும் ஒளியும், நல்விலை மதிப்புமாக எங்கணும் போற்றப் படுகிறான். நானோ...

'என்ன டீச்சர், இன்னும் எத்தனை நோட்டு பாக்கி இருக்கு?'

கதிரேசன் வாத்தியார் குரல்.

மேசைப் பக்கம் மசங்கலாகத் தெரியும் முகம்.

இவரெங்கே வந்தது? உயிரோடு தான் இருக்காரா... இல்லே, மாப்பிள்ளை மாதிரி...

முத்தம்மா டீச்சர் அவசரமாகப் புடவைத் தலைப்பைச் சரி செய்யக் கையை வைத்து, சும்மா விட்டுவிட்டு, புன்சிரிப்போடு, திருத்தி முடித்த நோட்டில் இனிஷியல் போட்டாள். ஓரமாக, சிவப்பு மையால் 'நன்று' என்று எழுதினாள்.

'முத்தம்மா டீச்சர் கையெழுத்தும் முத்து தான்...'

துடித்து எழுந்து நின்ற மார்பையும் பின்புறத்தையும் பார்வையால் வருடியபடி கதிரேசன் கருப்பு வெள்ளைப் படமாகச் சுவரில் நகர, முத்தம்மா டீச்சரின் முகம் வெட்கத்தில் சிவந்து போனது.

'சுறாப்புட்டு வேணுமா சார்?'

முத்தம்மா தரையைப் பார்த்துக் கொண்டு, சிரித்தபடி கேட்கிறாள்.

‘எல்லாந்தான் வேணும்... கூட உக்காந்து சாப்பிட்டு, இப்படிக் கை போட்டு அணைக்க... பாட்டுப் பாடி... உடம்பெல்லாம் முத்தி...தலைமுடியோட ஈரம் என்னமா இதமா இருக்கு... சந்தன சோப்பு போட்டுக் குளிச்சாப்பிலேயா டீச்சர்... வாடை மனசைக் கெறக்கறதே...’

கதிரேசன் வசீகரமாகச் சிரிக்கிறான். சிகப்புச் சாயம் பூசிய உதடுகளோடு அவன் முகம் இப்போது கேவா கலரில் பிரகாசிக்கிறது. தொப்பை போட்டு பவுடர் அப்பியிருக்கிறான்.

நான்காம் வகுப்புக்கு வாத்தியார் கதிரேசன். முத்தம்மா ஐந்தாம் வகுப்பு டீச்சர்.

கதிரேசன் மனைவி விசாலாட்சி டீச்சர். பாதி நாள் லீவு. சீக்கு உடம்பு...

வாத்தியார் சாப்பிட ஒரு நாள் வீட்டிலிருந்து இன்னொரு டிபன் பாக்ஸில் சுறாப்புட்டு எடுத்துப் போனாள் முத்தம்மா டீச்சர்.

பாவம்... நாக்கு செத்த மனுஷன்...

‘அய்யோ இம்புட்டுமா... எப்படி சாப்பிடறதாம்?’

கதிரேசன் கேட்டான் அன்றைக்கு.

‘மீதி இருந்தா வச்சுடுங்க... நான் சாப்பிட்டுக்கறேன்...’

சொல்லி முடிப்பதற்குள் வெட்கத்தில் உடம்பு சிலிர்த்துப் போனது.

‘டீச்சர்... அடுத்த மாசம் ஆண்டு விழா வருது... ஒரு புரொகிராம் செய்யணுமெ... டான்ஸ் வச்சுடலாமா...’

சாப்பிட்டபடி கேட்ட கதிரேசன் வாத்தியார் சுறாப்புட்டை மிச்சம் வைக்கவில்லை.

‘நீங்க ஆடப் போறீங்களா?’

முத்தம்மா கண்ணில் குறும்பு தெரிய விசாரித்தாள்.

‘நீங்க கூட நின்னு ஆடினா, நானும் ரெடி தான்.’

கதிரேசன் சளைக்காமல் சொன்னான்.

‘டீச்சர்... இந்தப் பாட்டு எப்படி... மெட்டு நல்லா இருக்குல்லே... பழசுதான்...’

‘எந்தப் பாட்டு?’

‘பாட்டொன்று பாடலாமா?’

முத்தம்மாள் கண்கள் மின்னக் கதிரேசனைப் பார்த்தாள்.

தோழிகளோடு கடற்கரையில் நடந்து போகிற முத்தம்மா. பக்கத்தில் வந்து பாடிக் கொண்டு கதிரேசன்...

‘சேவை நாமும் செய்யலாமா... சேர்ந்தே செய்யலாமா... பாலர்களும் கூடியே பாங்கோடு செய்யலாமா...’

முழுப் பாட்டையும் ஒரே நாளில் எழுதி விட்டான் கதிரேசன். ஐந்தாம் வகுப்பு பிள்ளைகள் ஆட வேண்டும்.

‘முத்தம்மா டீச்சர்... நீங்களும், கதிரேசன் சாரும் டிரெயின் பண்ணிடுங்க...’

எட்மாஸ்டர் சாதாரணமாகச் சொல்ல மற்ற வகுப்பு டீச்சர்கள் அர்த்த புஷ்டியோடு கள்ளச் சிரிப்பு சிரித்தார்கள்.

‘நாளைக்கு கடைசி ரிகர்சல் வச்சுக்கலாமா?’

‘நாளைக்கு ஞாயித்துக் கெளமையாச்சே சார்?’

‘அதான் சவுகரியம்... வேறெ வேலையிருக்காப்பலே டீச்சருக்கு...’

‘இல்லே... அக்கா பிரசவத்துக்கு வந்திருக்கா... அதான்...’

‘சீக்கிரமா முடிச்சுட்டுப் போயிடலாம்... மதியம் சாப்பிட்டு கொஞ்சம் சீக்கிரமா வந்துட்டாப் போதும்... கலர் ஜிகினா எல்லாம் கத்தரிச்சு ரெடியா ஒட்ட எடுத்து வச்சுடலாம்... பசங்க காலையிலே வந்து ஒட்டிப்பாங்க...’

‘அப்போ ரெண்டு மணியைப் போல வரேன் சார்... காம்போசிஷன் நோட்டு வேறே திருத்த வேண்டியிருக்கு...’

முத்தம்மா டீச்சர் கடைசி நோட்டை மூடி வைத்து, மூக்குக் கண்ணாடியைக் கழற்றினாள்.

௬

கடைசி ஒத்திகைக்கான ஞாயிற்றுக் கிழமை,

காலையிலிருந்தே ஜோதி அக்கா அழுது கொண்டிருந்தாள்.

புகுந்த வீட்டிலிருந்து பிரசவத்துக்கு வந்து ஒரு மாதமாகிறது. வீட்டுக்காரனோ வேறு யாருமோ வந்து பார்க்கவில்லையாம்.

சீர் செனத்தியில் குறைச்சலாம்...

'பொம்பளைப் புள்ளே... சின்னவ இவ தலையெடுத்து எல்லாம் செய்ய வேண்டியிருக்கு... கொஞ்சம் அப்படி இப்படி இருந்தா பொறுத்துக்குங்க சம்பந்தி... அடுத்த மாசம் லோன் போடப் போறா...'

போட்டு வைத்திருக்கிறது. ஒரு பவுனில் மோதிரம் வாங்க வேண்டும். முதல் ஆடிக்கு அழைத்தபோது கொடுக்க விட்டுப் போனது.

நாலு தடவை எஸ்.எஸ்.எல்.சி. தவறிவிட்டுச் சும்மா சுற்றி வருகிற தம்பி... சைக்கிள் கடை வைக்கப் பணம் கேட்கிறவன்...

தோசைக்கடை வைத்து சிறுவாடு சேர்க்கலாம் என்று சதா நச்சரிக்கிற அம்மா...

எல்லாவற்றுக்கும் பணம் தேவைப்படுகிறது. நிறையவே.

முத்தம்மா டீச்சருக்கு ஒரு மூக்குக் கண்ணாடி வாங்க வேண்டும். இருபத்து மூணு வயசில் வெள்ளெழுத்து வருமா என்ன?

ஆனாலும் முத்தம்மா டீச்சர் அழகு தான். இல்லாவிட்டால் கதிரேசன் டீச்சர்...டீச்சர் என்று சுற்றிச் சுற்றி வருவானா...

வரச் சொல்லிக் கூப்பிட்டிருக்கிறான். தட்ட முடியவில்லை.

முத்தம்மா டீச்சர் பள்ளிக்கூடம் போய்ச் சேர்ந்தபோது பகல் மூன்று மணி.

'என்ன டீச்சர் தூங்கிட்டீங்களா?'

கதிரேசன் விசாரித்துக் கொண்டு சைக்கிளில் வந்திறங்க, மழையும் ஆர்ப்பாட்டமாக வந்து இறங்கியது.

வராந்தா பக்கம் ஓடினான் கதிரேசன்.

'கொஞ்சம் இருங்க... படம் எழுதின தட்டியை எல்லாம் உள்ளே வச்சுடறேன்... நேத்து ராத்திரி பத்து மணியாச்சு எல்லாம் வரஞ்சு முடிக்க...'

ஆண்டு விழா மேடைக்கு இரண்டு புறமும் நிறுத்தி வைக்க, நீள நீளமாகப் பேப்பர் ஒட்டி, மேலே படம் வரைந்த தட்டிகள்.

ஒன்றில் லட்சுமி. அடுத்தது சரஸ்வதி.

இரண்டு முகமும் முத்தம்மா டீச்சர் ஜாடையில்.

'லட்சுமிக்குக் கைவிரல் ஏன் புளியங்காய் மாதிரித் தொங்குது?'

முத்தம்மா டீச்சர் கதிரேசனைக் கேட்டாள்.

'எனக்குக் கை போட வராது டீச்சர்'

தட்டியை ஓரமாக வைத்துவிட்டுக் கதிரேசன் சொன்னான்.

பொய்க் கோபத்தோடு முறைத்து விட்டு முத்தம்மா டீச்சர் வாசலைப் பார்க்க அடர்ந்து இறங்கிய மழை.

'பசங்க எப்படி வருவாங்க சார்... இப்படிக் கொட்டுதே...'

'வந்துடுவாங்க...'

கதிரேசன் ஈரச் சட்டையோடு நெருக்கமாக நின்று வாசலைப் பார்த்தான்.

‘ரேணுகாவுக்குச் சரியாவே ஆட வரலியே சார்... அவளைப் பின்னுக்கு நிப்பாட்டிட்டு, ஆரோக்கியமேரியை முன்னுக்கு வச்சுடலாமா?’

முத்தம்மா கேட்டாள்.

‘அய்யே... அவ கொக்கு மாதிரி உசரம்... பின்னாடி நிக்கற பிள்ளைங்களை எல்லாம் மறைச்சுடுவா... நீங்க கவலையே படாதீங்க டீச்சர்... இன்னிக்கு ரேணுகாவுக்கு நான் ஸ்பெஷலா கோச் பண்றேன்...’

‘ஏன் சார், ஆண்டுவிழாவுக்கு எஸ்.கே.சி. ஆர்டர் கொடுத்தச்சா?’

வானம் மெல்ல இடிக்கிறது. நிற்காத மழை. நின்று, பிள்ளைகள் வர வேண்டும்.

‘எஸ்.கே.சி... இங்கத்திய வார்த்தையாச்சே... ஸ்வீட் காரம் காப்பி... ரைட்டா டீச்சர்...’

‘சார் சொன்னா தப்பாகுமா?’

முத்தம்மா அவன் கண்ணை பார்த்துச் சிரித்தாள். சாரல் மேலே விழாமல் கதிரேசன் இன்னும் நெருக்கமாக நின்றான்.

‘எஸ்.கே.சி. சொல்லியாச்சு டீச்சர்... ஆனந்த பவன்லே... ஐநூறு லட்டு... பஜ்ஜி... காப்பி... காப்பி வேணாம்னுட்டாரு எச்.எம்... டீ தான் எல்லாத்துக்கும்... ஆமா, இப்படி மழை பெஞ்சா நாளைக்கு எங்கிட்டு ஆண்டுவிழா நடத்தறதாம்?’

கதிரேசன் கொண்டு வந்த பிளாஸ்கைத் திறந்து காப்பி எடுத்து, பிளாஸ்டிக் டம்ளரில் ஊற்றி முத்தம்மா டீச்சரிடம் நீட்டினான்.

‘சாப்பிடுங்க டீச்சர்... மழைக்கு இதமா இருக்கும்...’

‘அய்யோ இம்புட்டுமா?’

முத்தம்மா கண்ணை அகல விரித்தாள்.

‘மீதி இருந்தா வச்சிடுங்க... நான் சாப்பிட்டுக்கறேன்...’

மழை இன்னும் வலுக்க, நான்காம் வகுப்பு 'ஆ' பிரிவு மூலையிலிருந்து ஒழுக ஆரம்பித்தது. சில்லென்று குளிர்ச்சியோடு உள்ளே வந்த காற்றில், சுவரில் இந்தியா மேப்பும், சாலை விதிகள் படமும் பேயாட்டம் போட்டன.

'ஒரு தடவை பாடிப் பாத்துடலாமா டீச்சர்?'

நெருங்கி வந்த கதிரேசன் குரல்.

'சேவை நாமும் செய்யலாமா?'

முத்தம்மா டீச்சர் கள்ளக் குரலில் பாடினாள்.

'பாட்டொன்று பாடலாமா... பக்கம் வந்து பேசலாமா...'

இப்போதுதான் ஆரம்பமாகிறது.

தரையில் வரிசையாகப் பலகைகள். பிள்ளைகள் குந்தியிருந்து பாடம் கேட்க அதெல்லாம்.

'சார், சாரல்லே பலகையெல்லாம் ஈரமாகுது... நகர்த்தி வச்சுடலாம்... ஒரு கை பிடிக்கறீங்களா?'

கதிரேசன் கையைப் பிடித்தான்

மழை மணமும், சாக்பீஸ் வாடையும் கவிந்த, வரிசையாகப் பலகை விரித்துக் கிடந்த நாலாம் வகுப்பு 'ஆ' பிரிவில், பலகைகளுக்கு மேலே கதிரேசன், முத்தம்மாவைச் சாய்த்த போது, மழையும் மனதும் தொடர்ந்து பாடின.

பாட்டொன்று பாடலாமா... பக்கம் வந்து பேசலாமா...

முத்தம்மாவின் கண்கள் செருகி, இமைகள் சிப்பியாகத் திறந்து குவிந்தன. முகத்தில் இதமாகப் படியும் மழை ஈரம். உள்ளங்காலில் முத்தமிடும் உதடுகள். உடம்பெல்லாம் நனைக்கும் சாரல். ஈர உதடுகள். உடையை அலைக்கழித்து நெகிழ்த்திய மழைக்காற்று. வலிமையான கரங்கள். ஈர வாடை. ஆண் வாடை.

வண்டாக நானும் தேன் உண்ணலாமா.

கன்னத்தில் ஈரம். ஈர இறக்கையை முகத்தில் வீசுகிறது ஏதோ ஒரு பறவை. கருப்பும் ஈரமுமாக முகத்தில் அறையும் இறக்கைகள்

குத்திப் பிராண்டுகின்றன.

முத்தம்மா டீச்சர் அரைக் கண்ணைத் திறந்து பார்த்தாள்.

ஈரக் குடையால் முத்தம்மா டீச்சர் முகத்தில் தொடர்ந்து அடித்தபடி கதிரேசன் வாத்தியார் சம்சாரம் விசாலாட்சி டீச்சர் கத்தினாள்.

‘தட்டுவாணிச் சிறுக்கி...’

மழையில் நனைந்தபடி முத்தம்மா வெளியே ஓடினாள்.

ஜோதி அக்காவுக்கு இடுப்பு வலி எடுத்து அம்மா ஆஸ்பத்திரிக்குக் கொண்டு போயிருந்தாள். திறந்து கிடந்தது வீடு.

தம்பியைக் காணோம். பணத்தையும்.

குடையைப் பள்ளிக்கூடத்திலேயே மறந்து விட்டு ஓடி வந்த அந்த நாளின் மிச்சம் மழையில் கரைந்தது.

7

'கனகாம்பரம்... மல்லி... பிச்சிப்பூ...'

எருமைக்காரன் தெருவில் அந்தி சாய்ந்து கொண்டிருந்தது. வீடு வீடாக நின்று போகிற பூக்காரி முத்தம்மா டீச்சர் வீட்டு ஜன்னல் பக்கம் ஒரு வினாடி நின்று குரல் கொடுத்தாள்.

இன்றைக்கு வெள்ளிக்கிழமை இல்லை. டீச்சர் கதம்பம் வாங்கி வீட்டில் படத்துக்கு எல்லாம் சார்த்துவது வெள்ளிக்கிழமை சாயந்திரம் தான்.

ஆனால் என்ன... மற்ற நாளில் பூ வாங்கக் கூடாதா என்ன?

'மல்லிப்பூ நாலு முழம் கொடு...'

டீச்சர் சினிமாவுக்குப் போகப் போகிறாள். சினிமா போகிற பெண்கள் தலையில் பூ வைத்துக் கொள்ள வேண்டும். வயதானாலும் அப்படித்தான்.

காம்போசிஷன் நோட்டுக்களைக் கயறு கொண்டு கட்டினாள். நாளைக்குப் பள்ளிக்கூடத்துக்கு எடுத்துப் போக வேண்டும்.

'கர்த்தர் வருகிறார்... என் மணவாளன் வருகிறார்...'

தெரசாள் மெழுகுத்திரிக் கம்பெனியில் சாயந்திர ஒலிபரப்பு ஆரம்பமாகி இருந்தது.

முத்தம்மா டீச்சர் வெளியே வந்தபோது, சீராக வீசுகிற காற்று, எருமைச்சாண வாடையோடு கவிந்தது. ஒன்று இரண்டாகக் குன்று சரிந்ததுபோல படுத்திருந்த எருமைகள் அசை போட்டபடி கிடக்க, யார் வீட்டிலிருந்தோ புல்புல்தாரா வாசிக்கிற சத்தம்.

தியேட்டர் வாசலில் ஒரு கூட்டமும் இல்லை.

கையில் குடையும், நரைத்துப் போன தலையில் மல்லிகைப் பூவுமாக முத்தம்மா டீச்சர் படம் பார்க்க உள்ளே போனாள்.

‘என்ன டீச்சர்...இப்பவே வந்துட்டீங்களே... ஆறரைக்குத்தானே படம்... சரி... உள்ளே வந்து உட்காருங்க... என்னை ஞாபகம் இருக்கா... உங்க ஸ்டூடண்ட் தான்...’

தியேட்டர் மேனேஜர் சிரித்துக் கொண்டே வரவேற்றான். எந்த வருஷத்து ஸ்டூடண்டோ?

‘மேலே பால்கனிக்குப் போங்க டீச்சர்... டிக்கட் அனுப்பறேன்... காப்பி சொல்லட்டுமா?’

‘வேணாம்பா... சாப்பிட்டுத்தான் வந்தேன்...இந்தா ஒண்ணரை ரூபா... வேணாம்னு சொல்லிடாதே... ஓசியிலே பாக்கக் கூடாது பாரு...’

‘டீச்சர், நீங்க எந்தக் காலத்துலே இருக்கீங்க...பால்கனி டிக்கெட் நாலு ரூபா இப்போ... அது பரவாயில்லே... என் பாஸ் தரேன்... நீங்க பாருங்க...’

‘ரொம்ப நன்றி’ப்பா... ஃபேன் எல்லாம் போட்டிருக்கா?’

‘போடச் சொல்றேன் டீச்சர்... மேலே போங்க...பாத்து படியேறுங்க...’

தியேட்டர் இருட்டும் தூசி வாடையுமாக இருந்தது. கதவை ஒட்டிய நாற்காலி வரிசையில் மெல்ல நடந்து கடைசிக்கு முந்திய நாற்காலியில் போய் உட்கார்ந்தாள் முத்தம்மா டீச்சர்.

கண்ணைப் பற்றிக் கவ்விக் கொண்டிருக்கும் இருட்டு. தலையில் வைத்த மல்லிகைப் பூ சுற்றிவர உதிர்ந்து வாசனை. குடையை மடியில் வைத்துக் கொண்டாள் டீச்சர்.

நாற்காலி வரிசை நிறைந்து கொண்டிருந்தது. இருட்டு கண்ணுக்குள் இட்டுக் கட்டிக் கொண்டிருந்தது.

மாப்பிள்ளை வந்து பக்கத்து நாற்காலியில் உட்கார்ந்தார்.

வாட்டசாட்டமாக, பட்டு வேட்டியோடும் வாயில் சுருட்டோடும்.

‘உள்ளே சுருட்டு குடிக்கக் கூடாது’

மேனேஜர் பையன் டீச்சரைப் பார்த்துச் சொல்கிறான்.

‘புகை மாதிரி வந்தேன்... புகை மாதிரி போயிடறேன்... ஒரே ஒரு சுருட்டு... போவியா...’

மாப்பிள்ளை அவனை விலக்கியபடி முத்தம்மா டீச்சர் தலையில் வைத்த மல்லிப்பூ சரத்தில் மிச்சம் இருந்த பூவைக் கிள்ளுகிறார்.

‘அது எனக்கு...’

கதிரேசன் வாத்தியார் இந்தப் பக்கம் நாற்காலியில் உட்கார்ந்து காலால் டீச்சர் காலை வருடிக் கொண்டே சிரிக்கிறான்.

‘அட்ஜெஸ்ட் பண்ணிக்கலாமய்யா...’

மாப்பிள்ளை சுருட்டை அணைத்துக் காதில் வைத்தபடி சொல்கிறார்.

கடலை மிட்டாய் ஸ்லைட் திரையில் நகர்ந்து போகிறது.

‘சேவை நாமும் செய்யலாமா?’

கதிரேசன் மெல்லப் பாடுகிறான்.

‘எச் எம் வரப் போறாரு...’

டீச்சர் கதிரேசன் தோளைத் தொட்டுச் சொல்கிறாள்.

முட வைத்திய சாலை ஸ்லைட். உடைந்த கை, கால் நேராக, அறுந்த காது ஒட்ட வைக்க பாகனேரி முட வைத்திய சாலை.

ஸ்லைடில் கையில் கட்டுப் போட்டபடி முத்தம்மா டீச்சரும், பின்னால் குடையால் அவளை அடித்தபடி கதிரேசன் சம்சாரமும் விசாலாட்சி டீச்சரும் சிரிக்கிறார்கள்.

'ரொம்ப வேர்க்குதே... ஃபேன் போடலியா?'

கதிரேசன் மேலே பார்க்க, ராட்சச வேகத்தில் மின்விசிறி சுழல ஆரம்பிக்கிறது. அந்தக் காற்றில் கதிரேசன் வாத்தியார் உடம்பில் இருந்து ஜவ்வாது வாடை டீச்சர் மனசுக்கு இதமாக வீசுகிறது.

இந்தப் பக்கம் மாப்பிள்ளை சுருட்டு வாடையோடு மட்டன் கவாப் வாடையும் உக்ரமாக மூக்கில் தாக்குகிறது.

ரெண்டு பக்க வாடையும் வேண்டி இருக்கிறது டீச்சருக்கு.

ராவுத்தர் பேக்கரி ஸ்லைட்.

தம்பிக்கு ராவுத்தர் பேக்கரி பன்ரொட்டி ரொம்பப் பிடிக்கும்.

முத்தம்மா டீச்சர் முதல் மாதச் சம்பளத்தில் அவனுக்குப் பன்னும் கேக்கும் வாங்கிப் போனாள். எடுத்துச் சாப்பிடச் சாப்பிடப் பரிவோடு பார்த்துக் கொண்டு...

'அக்கா... பன்னு சாப்பிடறியா?'

பின் வரிசையிலிருந்து தம்பி குரல்.

'சும்மா இருக்க மாட்டீங்களா... பிள்ளைக்குன்னு வாங்கியாந் திருக்கேன்... அக்கா அக்கான்னு உசிரை விடறீங்களே... எங்கே... நம்ம புள்ளைக்கு அரை பவுன்லே மோந்திரம் பண்ணிப் போடச் சொல்லுங்க பார்ப்போம் உங்க அக்காளை...'

எலிசபெத் குரல் கீச்சு கீச்சென்று பின்னால் இருந்து வருகிறது. அவளும் அங்கே தான் இருக்கிறாளா...

'ப்ராவிடண்ட் லோன் போட்டுப் பணம் வந்ததும்...'

முத்தம்மா டீச்சர் சொல்லிக் கொண்டிருக்க, 'வீடு வாங்க, விற்க...' ஸ்லைட்.

'வீடு விக்கப் போறோம்... படம் பார்த்துட்டு அப்படியே எளுந்து போயிடு... என்ன தெரியுதா?...'

எலிசபெத் மிரட்டுகிறாள். அவள் பிள்ளை அழுகிறது. பன்னு வேணாம்... மோதிரம் போடு...

நியூஸ் ரீல் ஆரம்பமாகிறது.

மூணு நாள் நல்லெண்ண விஜயமாக போலந்து போகிறார் பிரதமர்.

வரிசை வரிசையாகக் கொடி பறக்க நகர்கிற கார்கள்.

போலந்தின் தலைநகரம் வார்சா. முத்தம்மா எட்டாம் வகுப்புக்குப் பாடம் எடுத்திருக்கிறாள்.

பிரதமரின் கார் ஊர்ந்து வர, அவள் கையசைக்கிறாள். அவர் கனிவாகச் சிரிக்கிறார்.

'நானும் உங்க கூட வார்சா வந்துடட்டுமா... வீட்டை விட்டுப் போகச் சொல்றாங்க...'

டீச்சர் மன்றாடுகிறாள். பிரதமர் சிரித்தபடி போகிறார்.

'வார்சா எல்லாம் போக வேணாம்... பள்ளிக்கூடத்திலேயே தங்கிக்கலாம்...'

கதிரேசன் வாத்தியார் காதில் கிசுகிசுக்கிற சத்தம்.

'ஆமாமா... நாலு பலகையை இளுத்துப் போட்டா படுக்கை...'

மாப்பிள்ளை சிரித்தபடி முத்தம்மா தோளில் கை வைக்கிறார்.

'படத்தைப் பாக்காம வளவளன்னு என்ன பேச்சு...'

பின்னால் இருந்து அலமேலம்மாக் கிழவி சத்தம் போடுகிறாள்.

படம்.

ஆரம்பமாகி விட்டது.

முத்தம்மா டீச்சர் கண்ணாடியைத் துடைத்துப் போட்டுக் கொண்டு பால்கனியில் சுற்றிலும் பார்க்க, அவள் மட்டும்தான் அங்கே.

திரையில் பெயர்கள் நகர்ந்து போகின்றன.

திரை வெளிறி, சிகப்பும் பச்சையுமாக அங்கங்கே கீறல் விழுந்த பெரிய பங்களா.

கால்சராய் போட்டுக் கொண்டு காரில் ஏறும் கதாநாயகி.

'முத்தம்மா... நீயும் வாயேன்... கடற்கரைக்குப் போறோம்...'

அவள் கூப்பிடுகிறாள்.

'காம்போசிஷன் நோட்டு திருத்தணுமே...'

'அந்த கவாப்பு மூஞ்சி தடியன் வந்து பாட்டொன்று பாடலாமான்னு ஆடுவானே... உனக்கு ரொம்பப் பிடிச்ச பாட்டாச்சே முத்தம்மா...'

யாரோ காலை விந்தி விந்தி நடந்து வந்தார்கள். நாயனா.

'நாயனா, பீச்சுக்குப் போயிட்டு வரட்டா... நாலணா கொடுங்க... பொரிகடலை வாங்கணும்...'

முத்தம்மா நாயனா தோளில் தொங்கியபடி கேட்கிறாள்.

'சும்மா சத்தம் போடாதேடி.... தம்பிக்காரன் வந்திருக்கான்... ரெவின்யூ இன்ஸ்பெக்டர் வீட்டுலே பால் வாங்கிட்டு வந்து ஒரு வாய் காப்பித்தண்ணி வச்சுக் கொடேன்... வீட்டு வாசல்லே பாக்கியலச்சுமி வந்து நின்னப்போ பிடிச்சுக் கறந்திருக்கலாமில்லே... பொழைக்கத் தெரியாதவளே...'

அம்மாவும் பின்னால் தான் உட்கார்ந்திருக்கிறாள்.

'நாயனா... நான் பீச்சுலே கவாப்பு மூஞ்சிக்காரனோட பாடிட்டுத் திரும்பி வர்றதுக்குள்ளே தம்பி வீட்டை வித்துட்டான்னா நான் எங்கே போறது?'

நாயனா அவள் சொல்வதைக் கவனிக்காமல் தோளில் மாட்டிய பையில் இருந்து கத்தை கத்தையாகக் கடிதங்களை வெளியே எடுக்கிறார்.

'அம்மா... இண்டர்வ்யூவிலே நல்லா செஞ்சிருக்கேன்... கட்டாயம் வேலைக்கு ஆர்டர் வந்துடும் பாரு... அப்புறம் உன்னை கண் கலங்க விட மாட்டேன்...'

திரையில் கதாநாயகன் வெள்ளைச் சேலை கட்டிய அம்மா கையைப் பிடித்தபடி சொல்கிறான்.

நாயனா ஒரு கடிதத்தை எடுத்து பால்கனியில் மங்கிய வெளிச்சத்தில் கண்ணைக் கவிந்து கொண்டு படிக்கிறார்.

'ராஜசேகர்னு போட்டிருக்கு...யாருக்கு வந்த கடுதாசின்னு தெரியலியே...'

'அவர்தான் நாய்னா... வேலைக்கு ஆர்டர்... சொன்னாரில்லே... பாட்டொன்று பாடலாமான்னு பீச்சுலே ஓடியாறப் போறாரு... நானும் போகணும்... காசு வேணும்...'

முத்தம்மா நாயனா தோளைப் பிடித்தபடி சிணுங்குகிறாள்.

'பி.எப். பணம் வந்ததும் போயேன்...'

நாயனா காலை இழுத்துக் கொண்டு சைக்கிள் பக்கம் போகிறார்.

கடற்கரை.

சென்னை கடற்கரை உலகிலேயே இரண்டாவது பெரிய, அழகிய கடற்கரை. நாங்கள் சென்னைக்கு இன்பச் சுற்றுலா சென்றபோது, கடற்கரை, திருவல்லிக்கேணி, அண்ணா சமாதி என்று பல இடங்களுக்குப் போனோம். கலங்கரை விளக்கம் என்பது கப்பல்களை வழிப்படுத்தும் விளக்கு அமைந்த, கடற்கரையில் உயர்ந்து நிற்கும் கட்டிடமாகும். அங்கே யாரும் குடியிருக்க முடியாது. வாசலில் எருமை மாடு கட்டிப் பால் கறக்க முடியாது.

முத்தம்மா டீச்சர் காம்போசிஷன் நோட்டை மூடி வைத்துவிட்டுக் கடற்கரை மணலில் நடக்கிறாள். கையில் குடை.

நாயனா வேலைக்கான உத்தரவை பட்டுவாடா செய்ததும், தொப்பை வைத்த, சிவந்த உப்பிய உதடும், பூனை மயிர் மீசையும் உடைய கதாநாயகன் இங்கே வருவான்.

டீச்சர் மணலில் உட்கார்கிறாள்.

'ப்பீப்... ப்பீப்...'

விசில் ஊதிக்கொண்டு காக்கி டிராயரும், தொளதொளப்பான காக்கி சட்டையும் அணிந்த போலீஸ்காரன் மணலில் கால் புதைய நடந்து வருகிறான்.

'யாரும்மா இங்கே தனியா உக்காந்துக்கிட்டு... வீட்டுக்குப் போ...'

ஜோதி அக்கா வீட்டுக்காரன் அவன்.

'வீடு இல்லையே... உங்க கூட வந்துடட்டா...ரிடையர் ஆகி வர்ற பணம்... வீடு வித்ததுலே வர்ற பங்கு எல்லாம் கொண்டாறேன்... ஒரு ஓரமா முடங்கிப்பேன்... ஜோதி மகளுக்குப் புள்ளை பொறந்தா, பீ தொடப்பேன்... மூத்திரம் அலம்பி வுடுவேன்... வாய்ப்பாடு சொல்லித் தருவேன்... தோசை சுடுவேன்... கவாப்பு பண்ணுவேன்...'

போதும்பொண்ணு மாதிரி மணலில் இரண்டு கையையும் ஊன்றி அளைந்தபடி அவன் முகத்தைப் பார்க்கிறாள் டீச்சர்.

'உனக்கு விசயமே தெரியாதா... உங்கக்கா எனக்குச் சொல்லியிருக்காளே... நீ ஒரு மாதிரிப்பட்டவளாம்... படி ஏத்தக் கூடாதாம்... பணத்தை மட்டும் அப்பப்ப வாங்கிக்கிட்டு போஸ்ட் கார்டுலே நாங்க சுகம்... நீ சுகமாவோட நிறுத்திடணுமாம்... இல்லாட்ட நான் எப்பவோ கூட்டிப் போயிருப்பேனே... இந்த மாப்பிள்ளப் பய ஆரம்பிச்சு வச்சான்... வாத்தி மேல்கொண்டு போனான்... நான் காதும் காதும் வச்ச மாதிரி முடிச்சிருப்பேனே...'

ஜோதி அக்கா வீட்டுக்காரன் லாத்தியைச் சுழற்றிக் கொண்டே சிரிக்கிறான்.

'நான் அப்படிப் பட்டவ இல்லே... நாயனா கிட்டே கேட்டுப் பாருங்க...'

முத்தம்மா அழுகிறாள். அவன் சும்மா சிரிக்கிறான்.

'பிரதமர் கிட்டே கேட்டுப் பாருங்க... போலந்து போய்ட்டு வந்திருப்பாரு...'

அவன் லாத்தியை வீசியபடி நடந்து போகிறான்.

'நான் அப்படிப் பட்டவ இல்லே'

முத்தம்மா டீச்சர் பெருங்குரலெடுத்துக் கத்துகிறாள்.

அவளுடைய சத்தம் கடல் இரைச்சலில் கரைந்து ஒன்றுமில்லாமல் போக, ஜோதி வீட்டுக்காரன் ஒரு வினாடி திரும்பிப் பார்த்து விட்டு விலகி நடக்கிறான்.

முத்தம்மா டீச்சர் திரையில் படகுப் பக்கம் உட்கார்ந்து கொண்டு நாற்காலி வரிசையைப் பார்க்கிறாள்.

கையில் மெழுகுத்திரிகளோடு தெரசாள் வீட்டுக்காரர் முன் வரிசையில் உட்கார்ந்திருக்கிறார்.

'உங்க நாயனா இறந்துட்டாரு... இறங்கி வந்து உன் நாற்காலியிலே உக்காரு... சடகோப மாமா கூட்டிப் போக வரப் போறார் இப்ப... கவலைப்படாதே... தேவனை விசுவாசி... ரெபக்காளை அழைத்து இந்த மனுஷ்யன் கூடப் போகிறாயா என்று கேட்டார்... அவளும் சரியென்று சொல்லி...'

கணீரென்று தொடரும் குரலை அமுக்கி, 'பாம் பாம்' என்று கார் சத்தம்.

'வா... தேவன் அழைக்கிறார்'.

தெரசாள் வீட்டுக்காரர் மெழுகுத்திரியைக் கொளுத்திப் பிடித்தபடி தலையசைக்கிறார்,

'பாட்டொன்று பாடலாமா பாடிட்டு வந்துடறேன்...'

முத்தம்மா காம்போசிஷன் நோட்டை கடற்கரை மணலில் பரத்தி வைத்து திருத்த ஆரம்பிக்கிறாள்.

கடல் ஆழமானது. கடல் பீதியளிக்கக் கூடியது. பெரிய கண்டங்களைக் கடல் கொண்டுள்ளது. லெமூரியாவும் அவற்றில் ஒன்று. எருமைக்காரன் தெருவையும் கடல் கொள்ளும்.

முத்தம்மா எழுந்து நிற்கிறாள். கதாநாயகியும் தோழிகளும் படகை நெருங்கி அவள் பக்கம் வருகிறார்கள். கடல் பின்னால் இரைகிறது. அலையடிக்கிறது.

'என்ன பண்றே முத்தம்மா?'

கதாநாயகி பிரியத்தோடு விசாரித்தபடி அவளுடைய மூக்குக் கண்ணாடியை உருவுகிறாள். தோழிகள் சிரித்தபடி ஆடுகிறார்கள்.

இருங்கடி.... கவாப்பு மூஞ்சிக்காரன் வந்து பாட்டுப் படிச்ச பின்னாடிதான் ஆடணும்'

கதாநாயகி கண்டித்தபடி தூரத்தில் மோட்டார் சைக்கிள் வருகிறதா என்று பார்க்கிறாள்.

முத்தம்மா காம்போசிஷன் நோட்டுகளை படகுக்குப் பின்னால் ஒளித்து வைக்கிறாள்.

முத்தம்மா எழுந்து நிற்கிறாள். கதாநாயகியும் தோழிகளும் படகை நெருங்கி அவள் பக்கம் வருகிறார்கள். கடல் பின்னால் இரைகிறது. அலையடிக்கிறது.

கதாநாயகி கண்டித்தபடி தூரத்தில் மோட்டார் சைக்கிள் வருகிறதா என்று பார்க்கிறாள்.

முத்தம்மா காம்போசிஷன் நோட்டுகளை படகுக்குப் பின்னால் ஒளித்து வைக்கிறாள். கதாநாயகியும் தோழிகளும் விடாமல் தேடிப் பிடித்து ஒவ்வொரு காகிதமாகக் கிழித்துக் கப்பல் செய்து விளையாடுகிறார்கள். முத்தம்மாவும் சுவாரசியமாகப் பார்த்துக் கொண்டிருக்கிறாள்.

மோட்டார் பைக் சத்தம்.

முத்தம்மா டீச்சர் இருதயம் ஒரு வினாடி நின்று போகிறது. அப்புறம் சந்தோஷத்தில் திக்குமுக்காடுகிறது.

‘பாட்டொன்று பாடலாமா...’

இழைந்து வருகிற குரல்.

கதாநாயகி ஓட ஆரம்பிக்கிறாள். தோழிகளும் ஓடுகிறார்கள். வரிசைக் கடைசியில் குடையைத் தூக்கிக்கொண்டு முத்தம்மாவும் ஓடுகிறாள்.

அவன் துரத்திக் கொண்டு வருகிறான். பவுடர் அப்பிய முகம் மட்டன் கவாப்பு போல ஊதிக் கிடக்கிறது.

கதாநாயகி வளைந்து நெளிந்து அவன் கையில் பிடிபடாமல் ஓட, முத்தம்மாவும் மற்றவர்களும் தாளத்துக்குத் தகுந்தபடி தொம்தொம் என்று குதித்துக் கொண்டு, மார்பைக் குலுக்கி ஓடுகிறார்கள்.

‘பருவச் சிட்டே.... எங்கே நீ போனாலும்...’

கதாநாயகியின் கையைப் பிடித்து இழுக்கப் போகிறான். அப்புறம் அவள் அவனுடைய மார்பில் சாய வேண்டும். கண்ணை மூடி சந்தோஷத்தை அவள் அனுபவிப்பாள்.

‘தேன் உண்ட வண்டாக...’

‘வேண்டாம்... அவளுக்கு இதெல்லாம் கிடைக்க வேண்டாம்...’

முத்தம்மா பணம் கொடுத்திருக்கிறாள். அவள் 'ஆடு' என்றால் எல்லோரும் ஆட வேண்டும். 'பாடு' என்றால் பாட வேண்டும். கர்ணம் அடிக்கச் சொன்னால், கர்ணம் அடித்து வேடிக்கை காட்ட வேண்டும்.

'போடி... போய்த் தரையிலே விழுந்து புரளு... தட்டுவாணிச் சிறுக்கி...'

முத்தம்மா குடையால் கதாநாயகி விலாவில் இடித்துத் தரையில் தள்ளிவிட, அவள் ஈர மண்ணில் புரள்கிறாள்.

முகம் சுருக்கம் தட்டி, முலை வற்றி, தலை நரைத்துக் கிடக்கும் கதாநாயகி. கண்ணாடி போட்டவள். புறங்கையில் சாக்பீஸ் பொடி அப்பியிருப்பவள்.

உருண்டு திரண்ட உடம்போடு, முகம் பளபளவென்று முத்தம்மா.

அவளுக்கு இருபது வயது. காலேஜில் படிக்கிறாள். காரில் கடற்கரைக்கு வந்திருக்கிறாள்.

முத்தம்மா டீச்சர் திரையிலிருந்து பால்கனியைப் பார்க்க, மாப்பிள்ளையைக் காணோம். கதிரேசனையும். அப்புறம் அம்மா, நாயனா, பினாங்கிலிருந்து வந்த தம்பி, எலிசபெத், மரியஜெகம்...

வேறு யாரும் இல்லாத நாற்காலி வரிசையில் கடையில் உட்கார்ந்து தலையைப் பிடித்தபடி முத்தம்மா டீச்சர் மட்டும்...

'பாட்டொன்று பாடலாமா... பக்கம் வந்து பேசலாமா...'

(நிறைவு)

1994 'புதிய பார்வை' இலக்கிய இதழில் பிரசுரமானது.

வாயு

1

குளோரியா அம்மாள் அறைக்குள் நுழைந்தபோது நீளமான மேசைக்குப் பின்னால் நாலு பேர் உட்கார்ந்திருந்தார்கள். அதில் மூன்று பேர் சூட் அணிந்த கனவான்கள். தலைக்கு பழுப்புச் சாயம் ஏற்றிக் கொண்ட, வயது மதிப்பிட முடியாத ஸ்தூல சரீரம் கொண்ட ஒரு பெண்ணும் உண்டு.

அந்தப் பெண்ணின் கோல்ட் ப்ரேம் மூக்குக் கண்ணாடியும், கழுத்தில் வைரப்பதக்கம் தொங்கும் மாலையும் குளோரியா அம்மாளை யோசிக்க வைத்தன.

சரியான இடத்துக்குத்தானா வந்திருக்கிறேன்?

என்ன வேண்டும்?

எதிர்பார்த்ததுபோல் அந்தப் பெண்தான் கேட்டாள்.

இவளிடம் சொல்வது சரியாகப்படுமா? இடம் தவறி வந்திருந்தால் எசகேடாகி விடும். குளோரியா அம்மாளின் வயதும் தோற்றமும் அவளுக்குக் கொடுக்கக்கூடிய மதிப்பு இல்லாமல் போய்விட வாய்ப்பு உண்டு.

என்ன வேண்டும்?

போலீஸ்போல் மொடமொடப்பான கோட் அணிந்த வயோதிகக் கனவான் கேட்டார்.

இவரிடம் சொல்வது இன்னும் கஷ்டம்.

ஒரு போட்டிக்கு வந்திருக்கிறேன்.

குளோரியா அம்மாள் தலையைக் குனிந்துகொண்டே சொன்னாள்.

தொலைக்காட்சிக் கம்பெனி நடத்தும் போட்டி. வயது வந்தவர்களுக்கான தொலைக்காட்சி அது. அரசாங்கத்தின் பல மட்டங்களிலும், பத்திரிகைகளிலும் நிறைய விவாதிக்கப்பட்டு அனுமதி வழங்கப்பட்டது.

இளைய தலைமுறை கெட்டுப்போக வாய்ப்பு அதிகப்படும் என்றும் பொதுவான சமுதாயச் சீரழிவு வரும் என்றும் சொல்லப்பட்ட வாதங்கள் ஒரு அளவுக்கு மேலே போகவே எக்கேடும் யாரும் கெட்டுப் போகட்டும், அரசாங்கத்துக்கு வரி வந்தால் சரி என்று ஓய்ந்து போய் ஒரு வருடமாகி விட்டது.

இந்த விலாசம் தான். இன்றைக்கு ஒரு போட்டி ஒளிப்பதிவு செய்கிறார்கள். அதில் பங்கு பெறத்தான் குளோரியா அம்மாள் வந்திருக்கிறாள்.

கண்ணாடி போட்ட பெண் தொண்டையைக் கனைத்துக் கொண்டாள்.

என்ன போட்டி என்று கேட்கப் போகிறாள்.

அபானவாயு வெளிப்படுத்தும் போட்டி. சொன்ன மாத்திரத்தில் குசு விடவேண்டும்.

இதை இவளிடம் சொல்வதைவிட இறங்கிப் போய்விடலாம் என்று குளோரியா அம்மாளுக்குத் தோன்றியது.

அவள் திரும்புவதற்காகக் கதவுப் பக்கம் நகர ஆரம்பித்தபோது, கண்ணாடிக்காரி உள்ளே கையைக் காட்டி, அங்கே போய் உட்காரும்படி குளோரியா அம்மாவைச் சொன்னாள்.

ஆக,இங்கேதான் போட்டி. சரியான இடத்துக்குத் தான் வந்திருக்கிறோம்.

குளோரியா அம்மாள் உள்ளே நடந்தபோது பின்னால் நாலு ஜோடி கண்கள் சிரித்தபடி பார்த்ததாகத் தோன்றியது.

இல்லையென்று சொல்வதுபோல் அவர்கள் குளோரியா அம்மாளுக்கு அப்புறம் வந்த யாரையோ விசாரிக்க ஆரம்பித்திருந்த சத்தம். தள்ளுக்கதவை நகர்த்தி உள்ளே போய்க் கொண்டிருந்தவளுக்குக் கொஞ்சம் ஆசுவாசமாக இருந்தது.

உள்ளே படப்பிடிப்புத் தளம். இதைத் தொலைக்காட்சியில் பார்த்திருப்பதால் குளோரியா அம்மாள் உடனடியாக அடையாளம் கண்டு கொண்டாள்.

போனவாரம், தோட்டத் தெருவில் சீமாட்டி வீட்டுக்குப் போய், அந்தப் பெண்மணியும் அவளுடையக் கணவரும் வீடு திரும்பக் காத்திருந்தபோது முன்னறையில் தொலைக்காட்சி ஓடிக் கொண்டிருந்தது நடையில் இருந்தே தெரிந்தது.

சீமாட்டியின் மகனோ, மருமகனோப் பார்த்துக் கொண்டி ருந்தான். குளோரியா அம்மாளை உள்ளே அழைத்து உட்காரச் சொல்லவில்லை அவன்.

வெளியே சிறிய பூங்கா உண்டு. அங்கே சிமிட்டி பெஞ்ச் இரண்டு உண்டு. காற்றாட உட்காருங்களேன் என்று மட்டும் சொல்லிவிட்டு அவன் தொலைக்காட்சியில் மூழ்கி இருந்தான்.

குளோரியா அம்மாள் குடியிருந்த இடத்தில் தொலைக்காட்சி கிடையாது.

தொலைக்காட்சி என்று இல்லை. உட்கார நாற்காலி, படுக்கப் படுக்கை என்று கூட இல்லை.

மாதாமாதம் குளோரியா அம்மாள் வீட்டுக்காரரின் குடும்பப் பென்ஷனாக ஒரு சிறுதொகை அவளுக்கு வரும். அந்தப்பணத்தில் வாடகை கொடுத்து சாப்பிட்டு உயிர்வாழ வேறு எந்த இடமும் கிடைக்காதுதான்.

இடிந்து கொண்டிருக்கும் கட்டிடம். இன்னும் ஐந்து வருடங்களில் வாசலில் ‘அபாயமான புராதனக் கட்டிடம். நெருங்காதீர்கள்’ என்று பலகை வைத்து, ஜன்னல்களை எல்லாம் பலகை அடைத்து ஆணியடித்து மூடி விட்டுவிடுவார்கள். அப்புறம் ராட்சத வாகனம் ஒன்று அதை இடிக்க வரும்.

கட்டிடம் இல்லாமல் போவதற்குள் குளோரியா அம்மாள் இறந்து விடுவாள். அவளுக்குத் தெரியும்.

குளோரியா அம்மா நடையில் நின்றபடியே ஒரு நிமிடம் அந்தத் தொலைக்காட்சி நிகழ்ச்சியைக் கவனித்தபோதுதான் அறிவிப்பு.

கை நிறையக் கணிசமான தொகை தருவார்கள். அடுத்தவாரம் நடக்க இருக்கும் போட்டி.

அபானவாயு வெளியேற்ற வேண்டும். அதுவும் சொன்ன மாத்திரத்தில்.

விலாசம் சொன்னார்கள். அவசர அவசரமாக உள்வாங்கி, வாசல் பூங்காவில் உட்கார்ந்து, கைப்பையில் காகிதம் தேடிக் குறித்துக் கொண்டிருந்தபோது கார் வந்து நின்றது.

அந்த சீமாட்டி, குளோரியா அம்மாளுக்கு முதியோர் உதவித் தொகை வாங்கித்தரவோ, அரசாங்க முதியோர் பராமரிப்பு இல்லத்தில் தங்க ஏற்பாடு செய்யவோ முடியாது என்று சொல்லி விட்டாள்.

நிர்க்கதியான முதியவர்களுக்காக அரசாங்கம் திறந்து வைத்திருக்கும் விடுதி அது.

போன அரசாங்கம் பதவியில் இருந்தபோது அதைத் தொடங்கினார்கள். ஒரு வருடம் போல் அங்கே குளோரியா அம்மாள் தங்கி இருந்தாள். அங்கே தொலைக்காட்சிப் பெட்டி கூட முதல் சில நாள் இருந்தது. ஜனாதிபதி பேச்சையும், தேசபக்தி கானங்களையும், பழைய திரைப்பட நகைச்சுவைக் காட்சிகளையும் திரும்பத் திரும்ப ஒளிபரப்பி அப்புறம் அது காணாமல் போனது.

அப்புறம் அரசாங்கம் மாறியபோது அங்கே இருந்த பலரோடு குளோரியா அம்மாளும் வெளியேற்றப்பட்டாள்.

அங்கே குளோரியா அம்மாள் திரும்ப ஏற்பாடு செய்யமுடியாது என்று சொன்ன சீமாட்டி எதிர்க்கட்சி என்று சொன்னார்கள். அதெல்லாம் குளோரியா அம்மாளுக்கு ஒன்றும் தெரியாது.

யார் யாரையோ கேட்டு பஸ்ஸைப் பிடித்து வந்து இங்கே சொன்ன நேரத்தில் சொன்னபடி அபானவாயு வெளியேற்றினால் பணம் கிடைக்கும். அதுமட்டும் தெரியும்.

2

அறை கிட்டத்தட்ட காலியாக இருந்தது.

மூன்று மூன்று நாற்காலிகளாக ஐந்து வரிசை. கடைசி இரண்டு வரிசைகளில் யாரும் இல்லை. அவற்றுக்கு முந்தியதில் மொட்டைத் தலை இளைஞன் ஒருவனும் பக்கத்தில் ஒரு யுவதியும் அமர்ந்திருந்தார்கள்.

அவர்களுக்கும் முன் வரிசையில் வெண்மையான உடையும், ஆரஞ்சு வண்ணத்தில் தலைமுடியுமாக ஒரு கறுப்பர் இனப் பெண். நடுவயதுக்காரி அவள்.

முதல் வரிசையில் சதா இருமியபடி ஒரு கிழவர்.

இவர்களை இந்த இருக்கைகளில் யாராவது உட்காரச் சொல்லியிருக்கிறார்களா அல்லது அவர்களே விரும்பியபடிக்கு விரும்பிய இடத்தில் உட்கார்ந்து கொண்டார்களா என்று குளோரியா அம்மாளுக்குத் தெரியவில்லை.

சக்கரம் வைத்த வண்டியில் ஏதோ பெயர் தெரியாத சாதனத்தை வைத்து உருட்டிப்போனவன் குளோரியா அம்மாளை ஒரு வினாடி தீர்க்கமாகப் பார்த்தான்.

அவன் தன்னை ஒரு நாற்காலியைக் காட்டி அமரச் சொல்லுவான் என்று எதிர்பார்த்துக் குளோரியா அம்மாள்

நிற்க, வண்டியை உருட்டியபடியே யாரையோ உரக்கப் பெயர் சொல்லிக் கூப்பிட்டுக் கொண்டு, அவன் பக்கத்தில் பலகை அடைத்த தடுப்புக்குள் மறைந்தான்.

யாரும் உட்காரச் சொல்லப்போவதில்லை. குளோரியா அம்மாளேதான் அவள் இருக்க வேண்டிய இடத்தை முடிவு செய்ய வேண்டும்.

முதல் வரிசையில் இருந்து பர்ர்ர் என்று சத்தம். கிழவர் பின்னால் திரும்பிப் பார்த்துச் சத்தமாகச் சிரித்தார். நான் தயாராகி விட்டேன் என்றார், அந்த மொட்டைத் தலை இளைஞனைப் பார்த்து.

மொட்டைத் தலையன் பக்கத்து யுவதியை இழுத்து அணைத்துத் தீவிரமாக முத்தம் கொடுத்துக் கொண்டிருந்தான்.

அவர் கொஞ்சம் ஏமாற்றத்தோடு அவர்களைப் பார்க்க, இடையில் குளோரியா அம்மாள் கண்ணில் பட்டாள்.

இங்கே வந்து உட்காருங்கள்.

பக்கத்து இருக்கையை நேசத்தோடு காட்டியபோது இன்னொரு பர்ர்ர்ர்.

குளோரியா அம்மாளுக்கு ஏனோ அவர் பக்கத்தில் போய் அமரக் கூச்சமாக இருந்தது. சிறிது தயங்கி, அவள் நடு வரிசையில் கறுப்பர் இனப்பெண் பக்கமாக நடந்தாள்.

அந்தப் பெண் பக்கத்து நாற்காலியில் வைத்திருந்த தன் கைப்பையை மடியில் நகர்த்தி வைத்துக் கொண்டு குளோரியா அம்மாளுக்கு இடம் ஒழித்துக் கொடுத்தாள். நினைத்துக் கொண்டதுபோல் கைப்பையைத் திறந்து எதையோ எடுத்து வாயில் போட்டுக் கொண்டாள்.

வேக வைத்த மொச்சைகளின் வாடை.

எடுத்துக் கொள்ளச் சொல்லி ஒரு பெரிய பழுப்புக் காகிதப் பையை அவள் குளோரியா அம்மாளிடம் நீட்டினாள்.

இதன் உபயோகம் தெரிந்ததுதானே?

அவள் குளோரியா அம்மாளைப் பார்த்துச் சிரித்தாள்.

வேண்டாம் என்று மரியாதையாகத் தலையசைத்தாள் குளோரியா அம்மாள். அவளுக்கு மொச்சைகளைப் பார்க்கும்போது குமட்டல் எடுத்தது.

நேற்றுக் காலையில் இருந்து அவள் மொச்சைகளைத் தான் சாப்பிட்டிருக்கிறாள். முதலில் சாப்பிடும்போது ருசியாக இருந்தது, அடுத்த வேளைகளில் ருசி குறைந்து அப்புறம் சகிக்க முடியாமல் போனது. ஆனாலும் வயிற்றில் வாயு தாராளமாக நடமாட, அவை ஒத்தாசை செய்யும் என்பதால் பொறுமையாக மென்று தின்ன வேண்டி வந்தது.

இன்னும் ஒரு வாரம் இருக்கிறது. குடும்ப பென்ஷன் பணம் வர. இருந்த பணத்தில் மொச்சை வாங்க, இங்கே பஸ் பிடித்து வர என்று செலவழித்ததால், வாரக் கடைசியில் குளோரியா அம்மாளுக்குச் சாப்பிட வீட்டில் ஒன்றும் இருக்காது என்று பட்டது.

மொச்சைகள் விலையேறி இருக்கின்றன. எல்லாமேதான் விலை ஏறி இருக்கின்றன.

ஆனாலும் இன்றைக்கு அவை உதவி செய்யும் பட்சத்தில் குளோரியா அம்மாள் இங்கே சொன்ன மாத்திரத்தில் வாயு வெளியேற்றுவாள். முதல் இடம் அவளுக்குக் கிடைக்குமோ என்னமோ. அந்தக் கிழவருக்கு அதைப் பெறச் சகல தகுதிகளும் இருக்கக்கூடும்.

குறைந்த பட்சம் மூன்றாவது இடத்தையாவது தான் பெறமுடியும் என்று குளோரியா அம்மாளுக்குத் தோன்றியது.

அதற்குக் கிடைக்கும் பணத்தில் இன்னும் சில மாதங்கள் பசி இல்லாமல் இருக்கலாம். முதல் பரிசு என்றால் ஒரு வருடம், இரண்டு வருடம்

சாப்பாட்டுப் பிரச்சனையே எட்டிப் பார்க்காது. ஒரு உடுப்புக் கூடப் புதிதாக வாங்கிக் கொள்ளலாம்.

இந்தக் கறுப்பி? இப்படித் தின்று கொண்டே இருப்பதால் இவள் இரண்டாம் இடத்தைப் பிடிப்பாளோ? அதற்கு எவ்வளவு பரிசுத்தொகை?

தன்னுடைய ஆறு மாதச் சாப்பாட்டை அபகரிக்கப் போகிற அவளைத் தன்னிச்சையாக உற்றுப் பார்த்தாள் குளோரியா அம்மாள்.

நான் துக்கத்தில் இருக்கிறேன்.

கறுப்பி ரகசியம் பேசும் குரலில் சொன்னாள்.

குளோரியா அம்மாள் ஆதரவாகத் தலையசைத்தாள்.

என் கணவர் இறந்துபோய் இரண்டு வாரமாகிறது.

சொல்லியபடி, கறுப்பி கைப்பையில் இருந்து உதட்டுச் சாயத்தை எடுத்துக் கவனமாக உதட்டைக் குவித்துப் பூசிக்கொண்டாள்.

குளோரியா அம்மாள் அனுதாபங்களைத் தெரிவித்துக் கொண்டிருந்தபோது, அசந்தர்ப்பவசமாக கூடவே அவளிடமிருந்து வாயு வெளியேறியது. இது இந்த நேரத்தில் நடந்திருக்க வேண்டாம்தான்.

நீங்களும் தயாராக வந்திருக்கிறீர்கள் போலிருக்கிறது.

முதல் வரிசைக் கிழவர் திரும்பிக் குளோரியா அம்மாளைப் பார்த்துச் சிரித்தார். அவளும் ஒரு வினாடி மரியாதைக்குச் சிரித்து உடனே மவுனமானாள்.

அந்தக் கிழவரின் மூக்குக் கண்ணாடி குளோரியா அம்மாளுடைய கணவர் அணிந்திருந்ததுபோல் செவ்வகக் கண்ணாடிகளால் ஆனது என்பதை அவள் கவனித்தபோது, அவளுக்கு வெட்கம் பிடுங்கித் தின்றது. அவர் பக்கத்தில் உட்காரத் தயக்கம் உண்டானதற்கும், அந்தக் கண்ணாடிகள் காரணமாக இருக்க வேண்டும்.

கறுப்பியிடம் தான் அவமரியாதையாக நடந்துகொண்டதாக அவளுக்குப் பட்டது. இன்னொரு தடவை அனுதாபம் தெரிவிக்கலாமா என்று யோசித்தாள். சொல்லியதையே திரும்பச் சொல்ல ஆயாசமாக இருந்தது. இன்னொரு முறை வாயு வெளிப்படலாம்.

என் கணவரைப் புதைத்த இடத்தில் நிலச்சரிவு வந்ததால், சவப்பெட்டியை வெளியே எடுக்க வேண்டிப் போனது.

கறுப்பி மறுபடி ரகசியம் பேசுகிற குரலில் குளோரியா அம்மாளிடம் சொன்னாள்.

கிழவர் எழுந்து கைத்தடியை ஊன்றிக் கொண்டு நின்றார். கையில் காமிராவைச் சுமந்து போன ஒருவனைத் தடுத்து நிறுத்திக் கழிப்பறை எங்கே இருக்கிறது என்று சத்தமாக விசாரித்தார்.

அவன் காட்டிய திசையில் அவர் நடக்கும்போது கூடவே போன பார்வையைச் சங்கடத்தோடு குளோரியா அம்மாள் தவிர்த்தாள்.

சவப்பெட்டியைத் திரும்ப எடுப்பது நல்லதல்லவே...

கறுப்பியிடம் மெல்லச் சொன்னாள் அவள்.

என்ன செய்ய? அந்த இடம் முழுக்கத் தண்ணீர் நிரம்பிப் போனதால் எடுத்தே ஆக வேண்டிய கட்டாயம். பளுத்தூக்கியால் அதை எடுத்து வண்டியில் வைத்து இன்னொரு இடத்துக்குக் கொண்டு போக உத்தேசித்து கயிறு கட்டித் தூக்கியபோது, பளுத்தூக்கி இயங்காமல் பாதியில் நின்று போனது.

சவப்பெட்டி என்ன ஆனது?

குளோரியா அம்மாள் அவசரமாக விசாரித்தாள்.

பின்னால் இருந்து தொடர்ந்து முத்தம் கொடுத்துக்கொள்ளும் சத்தம் கேட்டபடி இருந்தது.

சவப்பெட்டியில் ஆணிகள் சரிவரப் பொருத்தப்படாமல் போனதால் அது ஒரு ஓரமாகத் திரும்பி ஒருக்களித்துத் திறந்து கொண்டது. அந்த நேரத்தில் மழை வேறு பெய்ய ஆரம்பிக்க, வேலை நேரம் முடிந்தது என்று தோண்ட வந்தவர்கள் திரும்பிப் போய்விட்டார்கள். என் வீட்டுக்காரன் ஒரு ராத்திரி முழுக்க மழையில் நனைந்தான். இப்போது அவனை உலர வைத்துவிட்டு வந்திருக்கிறேன். இங்கே பணம் கிடைத்தால் நாளைக்கு அவனை நல்லடக்கம் செய்யலாம். பார்க்கலாம்... அவனுக்கு அதிர்ஷ்டம் இருக்கிறதா என்று...

கறுப்பி இதைச் சொல்லியபடி இன்னொரு பிடி மொச்சையைக் கைப்பையில் இருந்து எடுத்து வாயில் போட்டுக் கொண்டாள்.

பர்ர்ர். பர்ர்ர். பர்ர்ர்.

பின்வரிசையிலிருந்து சத்தம். இளைஞன் வாயைக் குவித்து ஒலி எழுப்ப ஆரம்பித்திருந்தான்.

அது வேறு இடத்தில் இருந்து வரவேண்டும். வாய் அதற்காக இல்லை.

கறுப்பி பின்னால் திரும்பிச் சிரிப்பு மாறாமல் சொன்னாள்.

தெரியும். நன்றி. வாய் இதற்குத்தான்.

குளோரியா அம்மாள் திரும்பாமலேயே இன்னொரு முத்தம் ஒலிக்கப் போவதை எதிர்பார்த்தாள்.

பிளாஸ்டிக் உறை பிரிக்கப்படும் சத்தம். உருளைக்கிழங்கு வறுவலாக இருக்கும். அவள் நாசியில் தட்டுப்பட்ட வாடை சொன்னது.

அவளுக்குப் பசித்தது. சாப்பிட வேண்டும். மொச்சைத் தவிர வேறு ஏதாவது.

3

ஓரமாகக் கதவு திறக்க நீண்ட பழுப்புத் தலைமுடியும் சிறு தாடியுமாக ஒருவன் அவசரமாக உள்ளே நுழைந்தான். மேல் சட்டை போடாமல் சதை பிதுங்கி இருந்த உடம்பு அவனுக்கு.

கூடவே சூட் அணிந்த கனவான்களில் ஒருவர் வாசலிலிருந்து ஓடி வந்து அவனோடு சேர்ந்து நின்றார்.

மொத்தமே மூணு பேர்தானா? இன்றைக்கு ஒளிப்பதிவைத் தள்ளிப்போட வேண்டியதுதான்.

அவன் சொல்லிக் கொண்டிருக்கும்போது, முதல் வரிசைக் கிழவர் திரும்பி வந்து, *மூணு இல்லை நாலு பேர் வந்திருக்கிறோம்* என்றார்.

சரி அவ்வளவுதானே?

தாடிக்காரனை முந்திக் கொண்டு சூட் அணிந்த கனவான் சொன்னார்.

உங்கள் நிகழ்ச்சிகளை ஆர்வமாகப் பார்க்கிறவர்கள் நாங்கள்.

பின்வரிசை இளைஞன் யுவதிக்கு முத்தம் கொடுப்பதை ஒரு வினாடி நிறுத்தி அறிவித்தான்.

தாடிக்காரன் தான் இந்த நிகழ்ச்சியை நடத்துகிறவன் என்பது குளோரியா அம்மாளுக்கு நினைவு வந்தது. சீமாட்டி வீட்டுத் தொலைக்காட்சியில் பார்த்தது இவனைத்தான். ஆனால் அப்போது கொசகொச என்று ஒரு சட்டை மாட்டி இருந்தான்.

வயதானதால் முகங்கள் குழம்பித் தெரிகின்றன. ஆனாலும் எல்லாமே ஒரு இனம் புரியாத பயத்தை அவளுக்குள் உருவாக்குகின்றன.

விளம்பரப் படுதாவை இங்கே கட்டலாமா?

உள்ளே புதிதாக நுழைந்து யாரோ கேட்டபடி படுதாவைத் தரையில் தவழவிட்டு விரித்தார்கள்.

ஒரு குளிர்பானப் போத்தலின் பெரிது படுத்தப்பட்ட படமும், கூடவே அதைப் பருகிய படிக்கு ஒரு பள்ளத்தாக்கில் பனிக்குவியலுக்கு நடுவே சாய்ந்திருந்த இளஞ்ஜோடியின் புகைப்படமுமாக இருந்தது அது.

இதற்கென்ன இப்போ அவசரம்? நிகழ்ச்சியே நடத்தலாமா வேண்டாமா என்று...

சூட் அணிந்த கனவான் சலித்துக் கொண்டபோது, வாசலில் அமர்ந்திருந்த பெண்மணி அவசரமாக உள்ளே வந்தாள்.

ஒரு பஸ் நிறைய மாணவர்கள் வந்திருக்கிறார்கள். பல் மருத்துவக் கல்லூரியாம். நிகழ்ச்சியில் எல்லோரும் பங்கு பெற வேண்டுமாம். நாற்பது பேராவது குறைந்த பட்சம் இருப்பார்கள். இந்த இடம் எப்படிப் போதும்? திரும்பச் சொல்லி விடலாமா?

அவள் கேட்டபோது வேண்டாம் என்று தாடிக்காரன் தலையசைத்தான். அவன் முகம் திருப்தியைக் காட்டியது.

மூன்று அல்லது நான்கு குழுக்களாக ஒளிப்பதிவு செய்து கொள்ளலாம். வந்தவர்களில் ஒரு பத்துப் பேரை இங்கே வந்து உட்காரச் சொல்லுங்கள். மற்றவர்களை மேல்தளத்தில் அமர்த்தி வையுங்கள். பெண்களும் உண்டுதானே?

அவன் அக்கறையாக விசாரித்தபோது பின்வரிசை யுவதி வாயால் பர்ர்ர் என்று சத்தம் எழுப்பினாள்.

தாடிக்காரன் ஜப்பானிய முறைப்படி குனிந்து, அவளுக்கு வணக்கம் சொல்லி, உடனே திரும்பிப் பின்புறத்தை அசைக்க அபானவாயு ஓசையோடு வெளியானது.

தாத்தா, ஹோரவ்ஸ் உங்களைக் குசுவுக்குக் கூடப் பெறுமானம் இல்லாமல் ஆக்கி விட்டான். சொன்ன மாத்திரத்தில் அவனுக்கு உடம்பு எப்படி வழங்குகிறது பாருங்க. ஹோரவ்ஸ், நீ நல்ல பிள்ளை இல்லையோ... எங்கே இன்னொரு முறை...

பின்வரிசை யுவதி கிழவரிடம் சொல்ல ஆரம்பித்து தாடிக்காரன் முகத்தைப் பார்த்து சிரித்தபடி முடித்தாள்.

ஹோரவ்ஸ் என்ற அந்தத் தாடிக்காரன், சீமாட்டி, ‘உங்கள் சித்தம்’ என்று மரியாதையாகச் சொல்லி, அவள் அருகில் போய் நின்று இன்னும் சத்தமாக வாயு வெளியேற்றினான்.

ஆனாலும், போட்டி நடத்துகிறவர்கள் அதில் பங்கு பெறமுடியாதே?

கிழவர் எழுந்து நின்று சொன்னபோது அவர் முகத்தைக் குளோரியா அம்மாள் கவனித்தாள். இதைச் சொல்லி முடித்தபிறகு ஒருதடவை பர்ர்ர் என்று தாடிக்காரனுக்குச் சமமாக ஒலியெழுப்ப அவர் சிரமப்பட்டதுபோல் தோன்றியது அவளுக்கு.

‘கவலையே’ படாதே தாத்தா. நான் உன்னோடு போட்டி போடப் போவதில்லை. பெண்ணே, உன் மார்பகங்கள் அழகானவை.

தாடிக்காரன் கடைசி வரிசைப் பெண்ணின் கைகளைப் பற்றியபடி சொன்னான்.

‘உன்னுடையதும் தான்.’

அவள் திரும்பிச் சொல்ல எல்லோரும் சிரித்தார்கள். யுவதி கூட இருந்த இளைஞன் தாடிக்காரனின் பின்புறத்தில் தட்டினான்.

மயான அமைதி.

அவன் சொன்னபோது யுவதி கலகல என்று சிரித்தாள்.

குளோரியா அம்மாளுக்குச் சிரிப்பு வராவிட்டாலும் முகத்தைச் சந்தோஷமாக இருப்பதுபோல் வைத்துக்கொள்ள முயற்சி செய்தாள்.

ஓ வென்ற பெரும்சத்தம் எழுப்பிக் கொண்டு ஏழெட்டுப் பேர் உள்ளே நுழைந்தார்கள். அவர்களில் ஒரு பெண் தாடிக்காரனின் வயிற்றில் செல்லமாகக் குத்தி, இது எத்தனையாவது நிகழ்ச்சி என்று சூயிங்கம் மென்றபடிக்கு விசாரித்தாள்.

சூட் அணிந்த கனவான் கையில் வைத்திருந்த காகிதங்களைச் சரிபார்த்து அறுபத்து நாலு என்றார்.

இன்னும் நாலு போகட்டும் ஹோரவ்ஸ். நீ அப்புறம் நடத்த வேண்டிய நிகழ்ச்சிக்கு யோசனை தர நான் தயார்.

அவள் வாயில் இருந்து சூயிங்கம்மை எடுத்து தாடிக்காரனின் பின்புறத்தில் ஒட்டி அவன் கன்னத்தைச் செல்லமாகத் தட்டிவிட்டு குளோரியா அம்மாள் பக்கத்து நாற்காலியில் அமர்ந்தாள்.

இன்னும் பத்து நிமிடத்தில் தொடங்கி விடலாம்.

தாடிக்காரன் முகம் முழுக்கச் சிரிப்பாக வெளியே போக, குளிர்பானப் படுதாக்களை அறை முழுக்கக் கட்டத் தொடங்கினார்கள்.

பக்கத்து நாற்காலி கறுப்பி கழிப்பறைக்குப் போவதாகச் சொல்லிக் கிளம்பினாள்.

அவளுடைய கைப்பையை ஒட்டி இன்னும் பாதி கூடக் காலியாகாத பழுப்புக் காகிதப் பொட்டலம் இருந்தது.

குளோரியா அம்மாள் ஒருபிடி மொச்சை அதிலிருந்து எடுத்து வாயில் போட்டுக் கொண்டாள்.

4

ஆரம்பித்து விடவேண்டியதுதான்.

தாடிக்காரன் உள்ளே வந்தான். எதற்கென்று தெரியாமல் முன்வரிசைக் கிழவர் எழுந்து நின்றார். குளோரியா அம்மாளும்.

தாடிக்காரன் முடி மறைத்தது போக மிச்சமிருந்த முகத்திலும் முன் தலையிலும் பல வண்ணச் சாயங்களைப் பூசி இருந்தான். அவன் கண்களைச் சுற்றி கருப்புக் கண்ணாடி போட்டது போல் மசியாலோ வர்ணப் பொடியாலோ வரைந்து வைத்திருந்தது.

வரிசையாக மடிந்து இருந்த கால்களை விலக்கியபடிக்கு கறுப்பி திரும்பி தன் இடத்துக்கு வந்தாள்.

இடத்தைத் தக்க வைத்திருந்ததற்கு நன்றி.

அவள் குளோரியா அம்மாவிடம் சொன்னாள். கடைசியாக வாயில் இட்டு மென்ற மொச்சைகளை விழுங்கியபடி, குளோரியா அம்மாள் அதனால் என்ன பரவாயில்லை என்று தலையசைத்தாள்.

கறுப்பி கழிவறைக்குப் போனபோது அவளுடைய கைப்பையில் இருந்து மொச்சைகளை எடுத்துச் சாப்பிட்டது பற்றி குளோரியா அம்மாளுக்குச் சங்கடமாக இருந்தது.

மாதவிலக்கு வேறு வந்து தொலைத்து விட்டது.

கறுப்பி குளோரியா அம்மாளிடம் திரும்ப ரகசியமாகச் சொன்னாள்.

துவாலை வைத்துக் கொள்ளலாம் என்று நினைத்தேன். ஆனால் சத்தம் வெளியே கேட்காமல் அது தடை செய்யலாம் என்று தோன்றவே அப்படியே வந்து விட்டேன். அழுத்தமான உள்ளாடை. சமாளித்து விடலாம். இன்னும் ஒரு மணி நேரத்தில் எல்லோரும் குசு விட்டு முடித்து விடமாட்டார்களா என்ன?

கறுப்பி வேறு வேலை எதுவும் பாக்கி இல்லை என்பது போல், இன்னொரு பிடி மொச்சையை எடுத்து மெல்ல ஆரம்பித்தாள்.

குளோரியா அம்மாள் அவளைத் தன் வாழ்நாளில் அனுபவப்பட்ட துக்கம் அனைத்தும் சேர்ந்து கவியப் பார்த்தாள்.

இரண்டு வாரம் முன்னால் இறந்து போன கணவன். சவப்பெட்டி மழையில் நனைந்து தரைக்கு மேலே பளுத்தூக்கியில் தொங்கிக் கொண்டிருக்கிறது. திரும்ப நல்லடக்கம் செய்யப் பணம் வாங்கிப் போக வேண்டும். அபானவாயு வெளியேற்ற இம்சை செய்கிறது போல், இவளுக்கு இப்போது மாதவிலக்கு வேறு.

கண்ணாடித் தடுப்புக்கு அப்புறம் இருந்து ஒலிவாங்கி மூலம் யாரோ எல்லோரையும் சுபாவமாக முன்னால் பார்த்தபடி கைதட்டச் சொன்னார்கள்.

பல் மருத்துவ மாணவர்கள் சீழ்க்கை ஒலி எழுப்ப, மற்றவர்கள் பலமாகக் கைதட்டிக் கொண்டிருக்க, பளபள என்று உடையணிந்த அழகிய பெண் ஒருத்தி, ஒயிலாக நடந்து வந்து, தாடிக்கார ஹோவ்ஸ் பக்கம் நின்று சிரிப்பைச் சிந்தியபடி கையசைத்தாள்.

சிரிப்பு இன்னும் சில வினாடிகள் நீண்டால் நன்றாக இருக்கும்.

கண்ணாடித் தடுப்புக்குப் பின்னால் இருந்து கடவுள் மாதிரி யாரோ பேசினார்கள். திரும்பக் கைதட்ட எல்லோரும் கேட்டுக் கொள்ளப்பட்டார்கள்.

அழகி வாசலுக்குப் போய்த் திரும்ப நடந்து வந்தாள். இந்தத் தடவை பல் மருத்துவ மாணவர்களும் சீழ்க்கை ஒலிக்காமல் கைதட்டினார்கள்.

அவள் தன்னைக் கடந்து போகும்போது, கிழவர் மெல்லச் சீழ்க்கை ஒலிக்க, அந்தப் பெண் சற்று நின்று அவர் கன்னத்தில் மெத்தென்று முத்தமிட்டாள். அவளுக்கு மறு முத்தம் தர கிழவர் எழுந்தபோது இரும ஆரம்பிக்க அவர் நெஞ்சைத் தடவிக் கொடுத்தாள் அவள்.

அறை முழுக்க சிரிப்பு. கிழவர் எல்லாப் பெருமைக்கும் உரியவராக உற்சாகமாகக் கைதட்டினார்.

இந்த வயசன் இன்று முதல் பரிசோடு நடக்கப் போகிறார்.

குளோரியா அம்மாள் அசூயையோடு அவரைப் பார்த்தாள்.

இந்தத் தடவை அவள் முகத்தில் அழுத்த ஒட்டி வைத்த சிரிப்போடு, இரண்டு கைகளையும் அகல விரித்து அசைத்தபடி நிற்க, முடி இல்லாத அவளுடைய கையிடுக்குகள் குளோரியா அம்மாள் பார்வையில் பட்டன.

பரிசுத்தமான யுவதி. குளோரியா அம்மாளுடைய கணவன் இருந்தால் அவளை ஆராதித்திருப்பான். குளோரியா அம்மாள் யுவதியான குளோரியாவாக அவனோடு முதல்முதலாகப் படுக்கைக்குப் போனபோது, அவள் கையிடுக்குகளைப் பார்த்து, அவன் முகத்தைச் சுளித்தபடி விளக்கை அணைத்தது நினைவு வந்தது.

ஒரு ரேசர் வாங்க உங்கள் வீட்டில் பணம் இல்லையா?

கோழி இறைச்சி சாப்பிட்ட வாடையோடு, அவன் கேட்டபடி குளோரியாவுக்கு முத்தம் கொடுத்தபோது, அவள் வாயைத் திறந்து பதில் சொல்லவோ திரும்ப அவனை முத்தமிடவோ பயந்தாள். அப்போது பல் தேய்த்திருக்கவில்லை அவள். அந்தரங்க சுத்தி பற்றி அவன் குறைப்பட்டுக் கொண்ட அவமானம் வேறு அப்போது.

ஹோவ்ஸ் ஒலிவாங்கியை அந்தப் பெண்ணிடம் விளையாட்டாகத் தூக்கிப்போட, அது, அவள் மார்புக் குவட்டில் போய் விழுந்தது. அவன் அதை எதிர்பார்த்திருந்தான் என்று குளோரியா அம்மாளுக்குப் பட்டது.

அந்தப் பெண் பொய்க் கோபத்தோடு ஹோவ்ஸைப்

பார்த்துவிட்டு ஒலிவாங்கியை எடுத்துப் பிடித்துக் கொண்டு புணரப் போ என்று சொன்னாள்.

இந்தப் போட்டியை நடத்தி முடித்ததும் அதையே தான் செய்யப் போகிறேன்.

தாடிக்காரன் கூட்டத்தைச் சுற்றிப் பார்வையை ஓட்டியபடி சொன்னான்.

எதற்கோ எல்லோரும் கைதட்டினார்கள். குளோரியா அம்மாளும்.

உலகத்தின் எண்பது நாடுகளில் ஒரு நாளைக்கு எழுபது கோடி போத்தல் குடித்துத் தீர்க்கப்படும், குளிர்பானக் கம்பெனி சார்பில் ஹோவ்ஸ் நேரம் நிகழ்ச்சியின் அறுபத்து நான்காவது நிகழ்ச்சிக்கு உங்களை வரவேற்கிறேன்.

இன்னும் பலமான கைதட்டு. தாடிக்காரனும் அதில் கலந்து கொண்டான்.

இன்றைக்கு என்ன போட்டி?

அந்த அழகி அப்பாவியாக ஹோவ்ஸைக் கேட்க, அவன் திருதிரு என்று விழித்துத் தெரியாதே என்றான்.

இவர்களுக்குத் தெரிந்திருக்கும். கேட்கலாம்.

அவன் உரக்கக் கூவியபடி கூட்டத்தைப் பார்க்கக் குளோரியா அம்மாளுக்கு நடுக்கமாக இருந்தது. அவன், அவளைக் கேட்கக் கூடும்.

தாடிக்காரன் கடைசி வரிசைப் பெண்ணைப் பார்த்துக் கையசைத்து, அருகில் வரச் சொல்லிக் கூப்பிட்டான்.

அவள் பக்கத்தில் இருந்த மொட்டைத்தலை நண்பன், அவளை இனியெப்போதும் சந்திக்க முடியாதபடி, ஒரேயடியாகப் பிரிவது போல் பார்த்து கடைசி முறையாக அவசர முத்தமிட்டு, வழியனுப்பி வைத்தான்.

அருகில் வந்த அவளைக் குளிர்பான அழகி கன்னத்தில் முத்தமிட்டு வரவேற்றாள்.

அவன் உன் முதல்முதலான சிநேகிதனா?

ஹோவ்ஸ், மொட்டைத் தலையனைச் சுட்டிக் காட்டியபடி கேட்டான்.

அறையில் குளிர் அதிகமாக இருந்தது போல் குளோரியா அம்மாளுக்குப் பட்டது. மேல்சட்டையின் கழுத்துப் பக்கப் பொத்தானை இழுத்து அணிந்து கொண்டாள் அவள். இந்தக் குளிரில் அடுத்துச் சிறுநீர் கழிக்க உபாதை ஏற்படலாம் என்று கவலை வேறு. அதைப் பற்றி நினைத்தால் உடனே, கழிவறைக்குப் போகச் சொல்லி உடம்பு உபத்திரவப்படுத்தும் என்பதால், பிடிவாதமாக அதை மனதில் இருந்து அகற்றிவிட்டு, தாடிக்காரனின் கண்ணைச் சுற்றி முகமூடி போல் வரையப்பட்ட கருப்புப் பட்டைகளைக் கவனமாகப் பார்க்க ஆரம்பித்தாள் அவள்.

இந்த மொட்டையன் என் முதல் சிநேகிதன் இல்லை. இரண்டாவது. என் முதல் சிநேகிதன் ஒரு மாபெரும் தொழிலதிபரின் மகன். இவன் மதுக்கடையில் வேலை பார்க்கிறான்.

அந்தப் பெண் சொன்னாள்.

முதல் சிநேகிதனை ஏன் தலை முழுகினாய்?

ஹோவ்ஸ் கேட்டான்.

அந்தப் பெண் ஒலிவாங்கியால் கழுத்திலிருந்து இடுப்பு வரை, கோடுபோல் இழுத்தபடி, இப்படியும் அப்படியும் அசைந்தாள்.

அவன் ஒரு சந்தேகப்பிராணி.

நீ பெண்ணா என்பதில் சந்தேகமா அவனுக்கு?

தாடிக்காரன் கேட்டபோது, சிரிக்க வேண்டிய நேரம் என்று உணர்ந்ததுபோல் எல்லோரும் சிரித்தார்கள். குளோரியா அம்மாள் கழிவறைக்குப் போக எழுந்தால், யாராவது ஏதாவது சொல்வார்களோ என்று புரியாமல் பார்த்தாள்.

அந்தப் பெண் கூர்மையான முனை கொண்ட உயரச் செருப்பு அணிந்த காலை, ஹோவ்ஸை நோக்கி உதைத்துக் காட்டினாள்.

அவனை நான் ஏற்கனவே புணரப் போகச் சொல்லி விட்டேன். காலுக்கு நடுவில் உதைத்து அவனைக் காயடித்து விடாதே.

குளிர்பான அழகி ஆதரவாகச் சொன்னாள்.

அழகாகத் தலைமுடியை ஒதுக்கியபடி, கடைசி வரிசைப் பெண் ஒலிவாங்கியை நேராகப் பிடித்தாள்.

என் முதல் சிநேகிதன் உறவு முடிந்த பிறகு, ஆணுறையைக் கவனமாக அகற்றிப் பாக்கெட்டில் போட்டுக் கொள்வான்.

ஏன் அப்படி?

ஹோவ்ஸ் நம்ப முடியாத செய்தியைக் கேட்டது போல், முகத்தை வைத்துக் கொண்டு விசாரித்தான்.

அதுவா? நான் அதைக் கிளப்பிக் கொண்டுபோய், வழித்துப் பூசிக் கருவுற்றுப் பிரச்சனை உண்டாக்கக் கூடும் என்ற சந்தேகம்தான்.

ஆண்கள் எல்லாம் பன்றிகள்.

குளிர்பானப் பெண் சொன்னாள். காயடிக்கப்பட வேண்டிய பன்றிகள் எல்லோரும்.

கூட்டம் திரும்பக் கைதட்டியது.

இந்த மொட்டையன் எப்படி?

ஹோவ்ஸ் விசாரித்தான்.

என்னிடம் ஆணுறை வாங்கப் போதிய பணம் இல்லை.

கடைசி வரிசையில் இருந்து மொட்டையன் கத்தினான்.

உன் சிநேகிதி சம்பாதிக்கிறாளா பார்ப்போம்.

ஹோவ்ஸ் சொல்லியபடி அவளைப் பார்த்து இன்று என்ன போட்டி என்று கேட்டான்.

பல் மருத்துவ மாணவர்கள் ஒரே குரலில் வாயால் ஒலி எழுப்பிக் காட்டினார்கள்.

அதேதான். தொடங்கலாமா?

ஹோரவ்ஸ் கடைசி வரிசைப் பெண்ணை விசாரித்தான்.

ஒன்று இரண்டு சொல்வேன். ஐந்து சொல்லும்போது நீ வெளியேற்ற வேண்டும்.

தாடிக்காரன் எண்ண ஆரம்பித்தான்.

குளோரியா அம்மாளுக்கு உடனே நீர் பிரிய எழுந்திருக்க வேண்டும் என்று உடம்பு தொல்லை கொடுக்கத் தொடங்கியது.

5

தாடிக்காரன் ஆசியளிப்பதுபோல் விரல்களை உயர்த்திக் காட்டிக் கொண்டு கூவினான்.

கடைசி வரிசைப்பெண் கூட்டத்துக்கு முதுகு காட்டி, பறப்பதற்குத் தயாரனது போல், கைகளை விரித்து சிறிதே குனிந்தபடி நின்றாள்.

குளோரியா அம்மாளுக்கு இனியும் அடக்க முடியாது என்று தோன்ற மெல்ல எழுந்தாள். பின்னால் இருந்து, மொட்டைத் தலையன் அவளை உட்காரச் சொன்னான்.

முக்கியத்துவம் வாய்ந்த ஒரு கணத்தை இழக்க விருப்ப மில்லாதவனாக அவன் குரல் அவசரத்தைக் காட்டியது.

குளோரியா அம்மாள் ஒரு வினாடி தயங்கி உட்கார்ந்தாள். உடல் உபாதை பொறுக்க முடியாமல் போய்க் கொண்டிருந்தது.

ஐந்து.

தாடிக்கார ஹீவ்ஸ் முன்னிலும் பெரும் சத்தமாகக் கூவினான்.

சிரிப்புச் சத்தம்.

கடைசி வரிசைப் பெண் பலமாகச் சிரித்து, தன்னால் முடிய வில்லை என்று தெரிவித்தபடி, தரையில் குந்தி உட்கார்ந்தாள்.

அவள் சிரிப்பு இன்னும் அடங்காமல் அதிகமாக அப்படியே கவிழ்ந்து படுத்து, உடல் முழுக்கக் குலுங்கச் சிரிக்க ஆரம்பித்தபோது, கூட்டம் முழுவதற்கும் அந்தச் சிரிப்பு தொற்றிக் கொண்டது.

நிறுத்தலாம்.

கண்ணாடித் தடுப்புக்குப் பின்னால் இருந்து கேட்ட குரல் குளோரியா அம்மாளுக்கு நற்செய்தியை அறிவிப்பதாக இருந்தது.

அவள் வரிசையாகப் போட்ட நாற்காலிகளைக் கடந்து, கழிவறைகள் என்று அம்புக் குறி போட்ட இடம் நோக்கி நகர்ந்தாள்.

பின்னால் இருமல் சத்தம். அந்தக் கிழவராக இருக்கும்.

அவள் கழிவறையில் இருந்து வெளியே வந்தபோது, உலகம் பெருந்துன்பங்கள் இன்றி சகித்துக் கொள்ளக் கூடியதாகத் தோன்றியது.

பக்கத்தில், ஆண்கள் பக்கத்துக் கழிவறை திறந்து மொட்டைத் தலையன் வெளிப்பட்டான்.

அவனைப் பார்ப்பதைக் குளோரியா அம்மாள் தவிர்த்தாள். கழிவறைக்குள் போகும், அங்கே இருந்து திரும்பி வரும் நபர்களை, முக்கியமாக ஆண்களைக் கண்ணில் நேராகப் பார்ப்பது அருவருப்பானது என்று அவளுக்குத் தோன்றியது இது முதல் முறை இல்லை.

குளோரியா அம்மாளின் வீட்டுக்காரன் இறந்த பிறகு, அவளுக்குக் கிடைத்த வேலை பெரிய நிறுவனங்களில் கழிவறைகளைப் பராமரிக்கும் பணிதான்.

உடுப்புக்கு மேல் மஞ்சள் நிற ஓவர் கோட்டும், பெரிய பிளாஸ்டிக் பையும், கையுறையுமாக அவள் நுழைய வேண்டி இருந்த அலுவலகங்கள் தம் பிரம்மாண்டத்தால் அவளைப் பயமுறுத்தின.

ஓயாது ஒலிக்கும் தொலைபேசி மணிச்சத்தம், வரிசையாக இருந்த கம்ப்யூட்டர் திரைகள், வேலையில் மூழ்கி இருக்கும்

கனவான்கள், சீமாட்டிகள், காப்பியும், மற்றதும் காசுபோட்டதும் வழங்கும் யந்திரம் என்று அவளோடு கொஞ்சமும் தொடர்பு இல்லாத உலகம்.

அவளுக்குக் கிடைக்கும் மாதாந்திரக் குடும்பப் பென்ஷன் கூட, அம்மாதிரியான ஓர் அலுவலகத்தில் இருந்து அனுப்பப்படலாம் என்ற, ஆசுவாசமான நினைவோடு அவள் பெண்கள் கழிவறைகளையும், ஆண்களுக்கானவற்றையும் சுத்தப்படுத்திக் கொண்டிருந்தாள்.

பெண்கள் கழிவறைகளில் பிரச்சனை ஏதும் இல்லை. யாராவது உபயோகித்துக் கொண்டிருக்கும்போதே, மிச்ச இடத்தில் துப்புரவுத் திரவமும் தண்ணீருமாகப் பீய்ச்சி அடித்து மணக்க மணக்கத் தூய்மைப்படுத்தலாம். உபயோகித்துக் கொண்டிருந்த பெண் கடந்து போனதும் மிச்ச வேலையையும் முடித்துக் கொண்டு பிளாஸ்டிக் பையில், கை துடைத்துப் போட்ட காகிதங்களை வாரி எடுத்துக் கொண்டு கிளம்பி விடலாம்.

ஆண்கள் கழிவறைகள் வித்தியாசமானவை. நுழைவதற்கு முன் ஒரு தடவை கதவை மெல்லத் தட்ட வேண்டும். பலமாகத் தட்டினால் பொறுமையின்மையைக் காட்டுவதாகக் கொள்ளப்படும் என்று அவள் வேலையில் சேரும்போது சொன்னார்கள். ஆண்கள் கழிவறைகளையும் தான் சுத்தம் செய்ய வேண்டிவரும் என்று அவளுக்குத் தெரியவந்தது அப்போதுதான்.

உள்ளே இருந்து என்ன வேண்டும் என்ற சத்தம் வந்தால், உடனே கழிவறையை ஒட்டி இருக்கும் சின்னப் பொந்து போன்ற உள்ளறையில் குளோரியா அம்மாள் கரப்பான் பூச்சி போல் மறைந்தபடி நின்று கொள்வாள். காத்திருக்க வேண்டும். உள்ளே போனவன் வெளியே வரும் வரை.

வந்ததும், உடனே உள்ளறையில் இருந்து, ‘கழிவறை தூய்மைப்படுத்தப்பட்டுக் கொண்டிருக்கிறது சிரமத்துக்கு மன்னிக்க வேண்டும்’ என்று எழுதிய பலகையை நகர்த்தி வந்து வாசலில் வைக்க வேண்டும்.

உள்ளே போய், மூத்திரப் புரைகளில் வாடை போக்கப்

போடப்பட்ட சிறுநீர் நனைத்த அந்துருண்டைகளைப் பொறுக்கி எடுத்து, பிளாஸ்டிக் பையில் போட வேண்டும்.

கழிவறைகளைக் கழுவி முடிக்கும் வரை, அவளுடைய கண்கள் வாசலிலேயே இருக்கும். யாராவது அங்கே வைத்த அறிவிப்புப் பலகையைப் பார்க்காமல், அவசரமாக உள்ளே வந்து உபயோகிக்க ஆரம்பித்தால், அவளுக்குச் சங்கடமாகப் போகும்.

கண்பார்வை குறைந்த சில ஊழியர்கள் அப்படி உபயோகிக்க ஆரம்பிக்கும்போது, அவள் சற்று உரக்கத் தனக்குள் பேச ஆரம்பிப்பாள். அவர்கள் வருத்தம் தெரிவித்து உடனே வெளியேறுவார்கள்.

கழுவி முடித்துப் புது அந்துருண்டைகளைக் கழுத்தில் மாட்டி இருந்த, தோல்பையில் இருந்து எடுத்துப் போட்டு அறிவிப்புப் பலகையை உள்ளறைக்கு மறுபடியும் நகர்த்தி வைத்து...

நாள்முழுக்கக் கழிவறைகளில் கழிந்தாலும், வருமானம் தரக்கேடில்லாமல் கிடைத்தது குளோரியா அம்மாளுக்கு.

ஆனால், கழிவறை பராமரிப்பு நிறுவன உடமையாளர் திடீரென்று இறக்கவே அந்தக் கம்பெனி மூடப்பட்டது.

குளோரியா அம்மாள் அதற்கு அப்புறம் எந்த வேலைக்கும் போகவில்லை. உடலில் வலு குறைந்து வந்ததும் அதற்கு இன்னொரு காரணம்.

‘உள்ளே வாருங்கள். ஆரம்பித்து விட்டார்கள்.’

முன்வரிசைக் கிழவர் குளோரியா அம்மாளை நெருங்கி நின்று பரிவோடு சொன்னார். அவளை ஆதரவாகப் பிடித்துக் கூட்டிப் போகக் கையை நீட்டினார்.

கழிவறை உபயோகித்தவர்கள் சுத்தம் செய்து, காகிதத்தில் துடைத்துப் போட்டு வெளியேறும்போது, ஈர மினுமினுப்போடு தெரியும் கைகளை குளோரியா அம்மாள் அறிவாள்.

கிழவரின் கைகளில் ஈரத்தின் சுவடே தெரியவில்லை. குளோரியா அம்மாள் தன்னிச்சையாகத் தன் கையைப் பின்னால் இழுத்துக்

கொண்டு, நன்றி, நான் இதோ வருகிறேன் நீங்கள் உள்ளே போங்கள் என்று பணிவாகச் சொன்னாள்.

படுக்கையில் படுத்தபடி இடது கையில் உயர்த்திப் பிடித்துக் கோழி மாமிசம் சாப்பிட்டுக் கொண்டு, நடுவில் கழிப்பறை போய்க் கையை அலம்பாமலே மாமிசத்தைத் திரும்ப எடுத்துக் கடிக்க ஆரம்பிக்கும் குளோரியா அம்மாளின் கணவன் நினைவுக்கு வந்தான் அவளுக்கு.

குளோரியா அம்மாள் மறுபடி உள்ளே நுழைந்தபோது எல்லோருக்கும் பெரிய காகிதக் கோப்பைகளில் குளிர்பானம் வழங்கிக் கொண்டிருந்தார்கள். கூடவே உருளைக் கிழங்கு வறுவலும்.

பக்கத்து இருக்கைக் கறுப்பி பனிக்கட்டி அதிகம் மிதக்காத குளிர்பானக் கோப்பையாகக் கேட்டு வாங்கிக் கொண்டாள். குளோரியா அம்மாள் கையில் திணிக்கப்பட்ட கோப்பையில் கருப்புத் திரவம் ஒன்று சிறு குமிழ்களும், சில்லென்ற பனிக்கட்டியுமாக நிரம்பி வழிந்து கொண்டிருந்தது. அவள் மடியில் உருளைக்கிழங்கு வறுவல் பொட்டலம் ஒன்றை வைத்துப் போனான் குளிர்பான நிறுவனத்தின் சீருடை உடுத்த ஒருவன்.

அடுத்து யார்?

தாடிக்காரன் பக்கத்தில் நின்ற யுவதியைக் கேட்க அவள் வழக்கம் போல் ஒயிலாகச் சிரித்து குளிர்பான நிறுவனத்தின் பெயரைக் கொஞ்சும் குரலில் அறிவித்து, அவர்கள் நடத்தும் இந்தக் கலகலப்பான நிகழ்ச்சியில் அடுத்துப் பங்குபெறுகிறவர் என்று சொல்லி ஒரு வினாடி நிறுத்தினாள்.

குளோரியா அம்மாள் அந்தக் குளிர்பானத்தை ஒருவாய் குடித்தாள். லேசான உப்பும் இனிப்பும் உறைப்புமாக அது அவளுக்குக் கழிவறைகளை ஏனோ நினைவுபடுத்தியது.

அவள் ஜாக்கிரதையாகக் கோப்பையைத் தரையில் வைத்தபோது அறிவிப்புப் பெண் முன்வரிசைக் கிழவரைக் கைகாட்டி அழைத்தாள்.

யாரும் சொல்லாமலேயே எல்லோரும் கைதட்டினார்கள்.

ஹோரவ்ஸ் முன்னால் வந்து நின்ற கிழவரைப் பார்த்து, 'நீங்கள் கடைசியாகப் புணர்ந்தது எப்போது என்று சொல்ல முடியுமா?' என்று வினயத்தோடு கேட்டான்.

'இங்கே வருவதற்கு ஒரு மணி நேரம் முன். இன்னும் உலரவில்லை. பார்க்கிறாயா?'

கிழவர் சொல்லி நிறுத்தும் முன் கடைசி வரிசை மொட்டைத் தலையன் புனித மலம் என்று உரக்கக் கத்தினான்.

பலமான சிரிப்பு.

அறிவிப்புப் பெண் அவசரமாகக் கிழவரைத் தவிர்த்துப் பின்வாங்குவதாக நடித்துக் கண்ணை விரித்துப் பார்க்க, அடுத்த சிரிப்பு அலை.

குளோரியா அம்மாள் உருளைக்கிழங்கு வறுவலைப் பிரித்தபடி கிழவரின் கைகளைப் பார்த்தாள். சுருக்கம் விழுந்து சுக்காக உலர்ந்திருந்த அவை அருவருப்பை ஏற்படுத்தின.

அறிவிப்பாளிப் பெண் கிழவரின் கையைக் குலுக்கும்போது, அவர், அவள் இடுப்பை அணைத்துக் கொள்ள முயன்றார். அவள் மெல்ல விலகும்போது அடுத்த சிரிப்பு.

கிழவர் இந்த மாதிரி நிகழ்ச்சிகளில் வாழ்நாள் முழுக்கக் கலந்து கொண்டவராகத் தெரிந்தார் குளோரியா அம்மாளுக்கு. அந்தக் கூட்டம் முழுவதுமே, தாடிக்காரன் உட்பட அவர் சொல்வதைக் கேட்கவும், செய்வதைப் பார்க்கவும் அவர் இயக்கியபடிக்குச் சிரிக்கவும் தயாராகிக் கொண்டிருப்பதாக அவளுக்குத் தோன்றியது.

'தாத்தா நீ இங்கே வரும்போது பேருந்தில் தூங்கி வழிந்து ஈரக் கனவு கண்டிருப்பாய் என்று நினைக்கிறேன்.'

'இல்லை இல்லை' என்று கையசைத்த கிழவரின் பின்புறமும் கூடவே பேச உச்சத்துக்குப் போன சிரிப்பு.

'சரி, நீ புணர்ந்து கூட இருக்கலாம். ஆனால் இப்போது இங்கே செய்ய வேண்டியது புணர்வதுபோல் எளுப்பமான காரியம் இல்லை தெரியுமில்லையா?'

சிரிப்பு அடங்கியதும் தாடிக்காரன் சொன்னான். கிழவருக்குக் கிடைத்ததைவிட, அதிக சிரிப்பை அவன் எதிர்பார்த்தது அவ்வளவாக நிறைவேறவில்லை.

தெரியுமே...

கிழவர் நடு மேடையில் கூட்டத்துக்கு முதுகு காட்டித் திரும்பி இன்னொரு முறை பர்ர்ர் என்று வெளிப்படுத்தினார்.

முன் எப்போதையும்விட அதிகமாக, கட்டிடமே இடிந்து விழுவதுபோல் சிரிப்பு. பல்மருத்துவக் கல்லூரி மானவர்கள் பிளாஸ்டிக் ஊதல்களைப் பலமாக ஊதி விழாக் கோலாகலத்தை உண்டாக்கிக் கொண்டிருந்தார்கள். குளோரியா அம்மாளின் பக்கத்து இருக்கைக் கறுப்பி, அழகான கிழவர் என்று ஆனந்தக் களிப்போடு சொன்னாள்.

கழிப்பறை போய்க் கை கழுவாமல் திரும்பி வருகிறவர் என்று இவளிடம் சொல்லலாமா என்று குளோரியா அம்மாளுக்கு ஒரு கணம் தோன்றியது.

அவள் ஹோவ்ஸ் முகத்தைப் பார்த்தபோது. அவனும் கிழவரின் குறும்பை அவ்வளவாக ரசிக்கவில்லை என்று பட்டது. இந்தக் கூட்டத்தில் அவனும் குளோரியா அம்மாளும் ஒருபக்கமும் மற்றவர்கள் இன்னொரு பக்கமும் இருப்பதாக அவளுக்குத் தோன்றியபோது, கொஞ்சம் பெருமையாகவும் இருந்தது.

'தாத்தா நான் சொல்வதற்கு முன் பேசக்கூடாது என்று உன் குதவாய்க்குச் சொல்லு.'

அவன் வேடிக்கையான கண்டிப்போடு சொன்னான்

உங்கள் சித்தம் பிரபுவே.

தாத்தா அதே குரலில் சொல்லிவிட்டு அவனைக் குனிந்து வணங்க மறுபடி பர்ர்ர்.

தாடிக்காரன் கைகாட்டி சிரிப்பை நிறுத்தினான்.

'கிழிந்துவிடப் போகிறது. ஜாக்கிரதை. இங்கே தையல் ஊசி கூட இல்லை. போகட்டும். உனக்கு முதல் பரிசு கிடைக்குமானால் என்ன செய்ய உத்தேசம்? உன் நனைந்த வாடையடிக்கும்

உள்ளுடைகளை வீசியெறிந்துவிட்டுப் புதிதாக வாங்குவதோடு தொடங்கலாம்.'

'வடக்கு ஆப்பிரிக்காவில் அழிந்து கொண்டிருக்கும் மரநாய் இனம் விருத்தி அடைய அந்தத் தொகையைப் பயன்படுத்துவேன்.'

கிழவர் குரலில் ஏற்ற இறக்கம் இல்லாமல் சொன்னார்.

'வடக்கு ஆப்பிரிக்க மரநாய்களைப் பற்றி நீங்கள் ஏன் கவலைப்பட வேண்டும்?'

அறிவிப்புப் பெண் கண்ணால் சிரித்தபடி விசாரித்தாள்.

'பத்து வருடம் முன் அவற்றின் எண்ணிக்கை ஆயிரம் இருந்தது. அது, ஐந்து வருடம் முன் எழுநூற்று முப்பதாகிப் போன மாதம், நூற்றுப் பதினேழாகக் குறைந்து விட்டது.'

கிழவர் புள்ளிவிவரங்களை அரசாங்க அவையில் அறிவிக்கும் அமைச்சர் போல் பொறுப்பாக அறிவித்தார்.

'வடக்கு ஆப்பிரிக்க நாடுகளில் எத்தனையோ பேர் பட்டினியால் சாகிறார்களே. அவர்களுக்காக இந்தப் பணத்தைச் செலவிட வேண்டும் என்று உங்களுக்கு ஏன் தோன்றவில்லை?'

பல் மருத்துவ மாணவன் ஒருவன் எழுந்து நின்று கேட்டான்.

'மனிதர்கள் மரித்தால் அதைப் புதிய பிறப்புகள் மூலம் ஈடுகட்டி விடலாம். இந்த நிமிடத்தில் உலகம் முழுவதும் உறை இல்லாமல் கலவி செய்து கொண்டிருப்பவர்கள் எண்ணிக்கை உனக்குத் தெரியுமா?'

கிழவர் பதில் கேள்வி கேட்க, தாடிக்காரன் கைக்கடியாரத்தைப் பார்த்தான்.

ஒன்று, இரண்டு, மூன்று.

அவன் எண்ணத் தொடங்கினான்.

அடுத்த வெளிப்பாடுக்குத் தயாராக, இதென்ன பெரிய விஷயம் என்பதுபோல் கிழவர் புன்சிரிப்போடு நிற்க, அவன் ஐந்து என்றான் பெருங்குரலில்.

தடால் என்று சத்தம்.

கிழவர் தரையில் விழுந்து கிடந்தார்.

6

அவர் இறந்துபோய் அரை மணி நேரமாகிவிட்டது.

மருத்துவர் யாரிடமோ சொல்லியபடியே உள்ளேயிருந்து வந்தார்.

குளோரியா அம்மாளும், கறுப்பியும் வாசலுக்கு மிக அருகில் நின்று கொண்டிருந்தார்கள். மருத்துவர் அவர்களைப் பார்த்தபடியே காரில் ஏறினார்.

மாரடைப்பு. உடனே போய்ச் சேர்ந்து விட்டார். கொடுத்து வைத்த கிழவர். என் வீட்டுக்காரனைப் போல் மாதக் கணக்கில் இழுத்துக் கொண்டு கிடந்து சாகவில்லை.

கறுப்பி, குளோரியா அம்மாளிடம் சொன்னாள்.

குளோரியா அம்மாளுக்குத் தன் வீட்டுக்காரனின் கடைசி தினம் நினைவு வந்தது.

அவன் நடு வயது தொடங்கும்போதே போய்ச் சேர்ந்து விட்டான். சிறிய அரசாங்க அலுவலகத்தில் கோப்புகளை அங்கும் இங்கும் சுமந்து போகும் வேலையில் இருந்தான்.

விடுமுறை நாட்களில் வீட்டு முன்னறையில் உட்கார்ந்து வயலின் வாசித்துக் கொண்டிருப்பான். சவப்பெட்டி போல் செய்யப்பட்டிருந்த கருப்பு மரப்பெட்டியில் வைத்திருக்கும்

அந்த வயலினை அவன் எப்போது எடுத்தபோதும் அவலமும் நாராசமுமாகச் சத்தம் வரும்.

அரசாங்கப் பங்கீட்டு உணவு வழங்கும் கடையில் சோயா மொச்சைகளை வாங்கி வியர்த்து விறுவிறுத்து குளோரியா வீட்டுக்குள் நுழைந்த ஒரு விடுமுறை நாள் பகல் பொழுதில் அவளைப் பையை வைத்து விட்டு உடனே படுக்கைக்கு வரும்படி அவன் அவசரப்படுத்தினான்.

சவப்பெட்டி போன்ற வயலின் பெட்டி சுவரில் குளோரியா அம்மாள் தலைக்குப் பக்கமாகச் சாய்ந்திருக்க அவளுடைய வியர்வை அடங்குவதற்கு முன்பே உடையைக் களைந்து உறவு கொள்ள ஆரம்பிக்கும்போது அவள் சத்தமாகக் குசு விட்டாள்.

நீ காதலிக்கவும், கூடவும், குழந்தை பெற்று குடும்பம் நடத்தவும் அறுகதை கொஞ்சம் கூட இல்லாதவள். புருஷனுக்குச் சுகம் கொடுக்காமல், படுக்கையில் கிடந்து வாயு வெளியேற்றும் ஒரு பெண்ணை இப்போது தான் பார்க்கிறேன். நான் கூடப் படுத்துச் சுகித்த அரைக் கிழட்டு வேசி கூட இப்படி என்னை அவமதித்ததில்லை.

அவன் சொல்லியபடியே இறங்கிப்போக, குளோரியா கொஞ்ச நேரம் அழுதாள். அப்புறம் அந்த வயலில் அடைத்த சவப்பெட்டியைத் தலைக்கு அணையாக வைத்தபடி தூங்கி விட்டாள். அரசாங்கப் பங்கீட்டுக் கடைக்கு இரண்டு மைல் போக வர நடந்து, வெய்யிலில் மூன்று மணி நேரம் காத்திருந்து சோயா மொச்சை வாங்கி வந்த களைப்பு அவளுக்கு.

அன்றைக்கு வெளியே போன குளோரியா அம்மாளின் கணவன் இரண்டு நாள் கழித்து இரண்டு பேர் கைப்பிடியாகப் பிடித்துக் கூட்டிவரத் தள்ளாடியபடி வீட்டுக்குள் நுழைந்தான்.

நாள் முழுக்கக் குடித்துக் கொண்டே இருந்தார். வாயு, படுக்கை என்று ஏதோ பிதற்றல் வேறு. மதுக்கடைக்காரன் இதற்கு மேல் கொடுக்க மாட்டேன் என்று சொல்லி விட்டான்.

கூட்டி வந்தவர்கள் சொல்லி விட்டுப் போன அரைமணி நேரத்தில் பெரிதாக ஒரு விக்கல் எடுத்து அவன் மரித்துப் போனான்.

சதுர வில்லைகள் கொண்ட அவனுடைய மூக்குக் கண்ணாடி இல்லாமலேதான் அவனைப் புதைத்தார்கள். அதை அவன் மதுக்கடையிலேயே தவற விட்டுவிட்டு வந்துவிட்டான் என்று குளோரியா அம்மாளுக்குத் தோன்றியது.

இந்தக் கிழவரின் மூக்குக் கண்ணாடி என்ன ஆனது? இவர் கீழே விழுந்தபோது உடைந்து நொறுங்கி இருக்குமோ?

அவள் யோசித்தபடி உள்ளே பார்த்தாள்.

அங்கே வெள்ளைத் துணி போட்டுக் கிழவரின் உடலை மூடி மேடையிலேயே வைத்திருந்தார்கள்.

தாடிக்காரனும் அவன் கூட நிகழ்ச்சி நடத்த வந்திருந்த குளிர்பானப் பெண்ணும் போன இடம் தெரியவில்லை. வாசலில் உட்கார்ந்து இருந்த கனவான்களும், தலைக்குச் சாயம் தோய்த்த பெண்ணும் கைக்கடக்கமான தொலைபேசிகளில் பேசியபடியே அங்கேயும் இங்கேயும் அவசரமாக நகர்ந்து கொண்டிருந்தார்கள்.

மொட்டைத் தலையன் தன் சிநேகிதியோடு குளோரியா அம்மாள் நின்றிருந்த இடத்துக்கு வந்தான்.

இன்றைக்கு இதற்கு மேல் நிகழ்ச்சி நடக்குமா என்று தெரியவில்லை. நாங்கள் கிளம்புகிறோம். உங்களை எங்காவது இறக்கி விட வேண்டுமா சொல்லுங்கள். என் காரில் கூட்டிப் போய் இறக்கி விட்டுப் போகிறேன்.

குளோரியா அம்மாளிடம் அவன் மரியாதையாக விசாரித்தான்.

'இல்லை. உங்களுக்கு சிரமம் வேண்டாம். நான் போய்க் கொள்கிறேன்.'

குளோரியா அம்மாள் மெல்லச் சொன்னாள்.

அவளுக்கு, அவர்களுடன் காரில் போக விருப்பமில்லை. சின்னஞ் சிறிசுகள். காரில் முத்தம் கொடுப்பதற்கும் மேல் இன்னும் நெருக்கமாக நடந்து கொள்வார்கள். குளோரியா அம்மாள் கூட இருந்தால் எல்லோருக்கும் சங்கடம். அவள் இங்கிதம் இல்லாமல் வாயு வெளியேற்றி விடவும் கூடும்.

மேலும், இங்கேயே இன்னும் கொஞ்ச நேரம் இருந்தால் நிகழ்ச்சியை ஏற்பாடு செய்தவர்கள், அடுத்த நிகழ்ச்சி எப்போது என்று அறிவிக்க வாய்ப்பு உண்டு. இன்றில்லாவிட்டால் இன்னொரு நாள் குளோரியா அம்மாள் ஜெயிக்கக் கூடும்.

கிழவர் கூட இப்போது போட்டியில் இல்லை. குளோரியா அம்மாளுக்கே முதல் பரிசு கிடைக்கலாம்.

மொச்சைகள். இன்னொரு தடவை சாப்பிட வேண்டியிருக்கும். பொறுத்துக் கொள்ள வேண்டியதுதான். ஆனால் அதை வாங்கப் பணம் கிடைக்குமோ?

பல் மருத்துவக் கல்லூரி மாணவர்கள் சத்தம் போடாமல் கூட்டமாக வந்து வாசலில் நிறுத்தி இருந்த பஸ்ஸில் ஏறிக் கொண்டிருந்தபோது குளிர்பானப் பெண் அவசரமாக வெளியே வந்தாள். கூடவே வாசல் கனவான்களில் ஒருவரும்.

கொஞ்சம் எல்லோரும் கவனியுங்கள்.

அவள் முக்கியமான அறிவிப்பைச் சொல்கிறவளாக மேஜைக்கு அருகே நின்றபோது குளோரியா அம்மாளும் கறுப்பியும் அவளுக்கு நெருக்கமாகப் போய் நின்றார்கள்.

கிழவரின் சவத்தை இரும்புப் படுக்கையில் வைத்து உள்ளே இருந்து எடுத்து வந்து வாசலில் ஆம்புலன்ஸில் ஏற்றிப் போகிறவரை குளிர்பானப் பெண் அமைதியாக இருந்தாள்.

சத்தமாக அகவிக் கொண்டு ஆம்புலன்ஸ் புறப்பட்டுப் போக, அவள் தொண்டையைக் கனைத்துக் கொண்டு சொல்ல ஆரம்பித்தாள்.

‘இந்த நிகழ்ச்சியை நடத்த முடியாமல் போனதற்காக உலகின் எல்லா நாடுகளிலும் இந்த நொடியில் முப்பது லட்சம் மக்கள் குடித்துக் கொண்டிருக்கும் குளிர்பானத்தின் தயாரிப்பாளர்களான எங்கள் கம்பெனி சார்பில் வருத்தம் தெரிவித்துக் கொள்கிறேன். உங்களை வெறும் கையுடன் திரும்பச் செய்யக்கூடாது’ என்று எங்கள் நிறுவனத் தலைவர் எனக்கு இப்போது தொலைபேசினார்.

நிகழ்ச்சிக்கு முதலில் வந்த இரண்டு பேருக்கு ஆளுக்கு

இருபத்தைந்து பெரிய நாணயங்களும் மற்றவர்களுக்கு ஆளுக்கு ஐந்து நாணயங்களும் தரச் சொல்லி இருக்கிறார். கூடவே, உலகின் எண்பது நாடுகளில் விற்பனையில் முதலிடம் வகிக்கும் எங்கள் குளிர்பானத்தை எழுபது சதவிகிதம் தள்ளுபடியில் வாங்கச் சலுகைக் கூப்பன்களும் வழங்கப்படும்.'

அவள் சொல்லி நிறுத்தியபொழுது கைதட்டலை எதிர்பார்ப்பது போல் தெரிந்தாள் குளோரியா அம்மாளுக்கு.

குளோரியா அம்மாள் முன்னால் வந்திருக்கவில்லைதான். ஆனால், மொட்டைத் தலையனும் அவன் சிநேகிதியும் திரும்பிப் போய்விட்டதாலும், கண்ணாடிக் கிழவர் இறந்து போனதாலும், கறுப்பியும் குளோரியா அம்மாளும்தான் முதலில் வந்தவர்களாகக் கணக்கிடப்பட வேண்டும்.

வாசல் கனவான் இதைக் குளிர்பானப் பெண்ணிடம் சொல்வார் என்று அவள் எதிர்பார்க்க, அவரோ இங்கே இன்றைக்கு முதலில் வந்தது யார் என்று உயிரே இல்லாத குரலில் விசாரித்தார்.

நானும் இந்த அம்மாளும்தான்.

கறுப்பி திடமான குரலில் சொல்லியபடி, குளோரியா அம்மாளைச் சுட்டிக் காட்டும்போது, பர்ர்ர் என்று பெருஞ்சத்தத்தோடு வாயு வெளியேற்றினாள்.

யாரும் சிரிக்கவோ, கறுப்பி சொன்னதை மறுக்கவோ இல்லை.

அப்படியானால் நீங்கள் இருவரும் இங்கே வந்து நில்லுங்கள். மற்றவர்கள் அந்தப் பக்கமாக வர முடியுமா ?

குளிர்பானப் பெண் வினயமாகக் கேட்டபடி குளோரியா அம்மாளையும், கறுப்பியையும் மேஜைக்கு முன்னால் நிறுத்தி வைத்து, இழுப்பறையிலிருந்து காகிதங்களை எடுத்தாள்.

இரண்டு காகிதங்களில் வரிவரியாக எழுதியிருந்ததற்குக் கீழே எச்சில் நனைத்து, ரெவின்யூ ஸ்டாம்ப் ஒட்டிக் குளோரியா அம்மாளிடமும், கறுப்பியிடமும் கையெழுத்து வாங்கிக் கொண்டாள்.

ஒரு முறைக்கு இருமுறையாக எண்ணி, ஆளுக்கு இருபத்தைந்து பெரிய நாணயங்களை வாசல் கனவான் அளித்தார்.

தலையில் சாயம் தோய்த்த பெண்மணி நிறையச் சிறு துண்டுச் சீட்டுக்களோடு வந்து, கைத்தொலைபேசியில் பேசியபடியே குளிர்பானப் பெண்ணிடம் நீட்டினாள்.

'இந்தாருங்கள். உங்களுக்கு எண்பது சதவிகிதத் தள்ளுபடிக் கூப்பன்கள் ஆளுக்குப் பத்து. நான்கு உன்னதமான சுவை கொண்ட எங்கள் குளிர்பானத்தை நாள் முழுக்கப் பருகி மகிழ உங்களுக்கு வாழ்த்துகள்.'

குளோரியா அம்மாள் நாணயங்களைக் கைப்பையில் வைத்துக் கொண்டாள். குளிர்பானக் கூப்பன்களையும் பத்திரமாக உள்ளே வைத்தபடி, எல்லோரையும் பொதுவாகப் பார்த்து நன்றி சொன்னாள்.

முதல்வரிசைக் கிழவருக்குப் போக வேண்டியதில் ஒரு பகுதி இந்தப் பணம் என்று தோன்றியது அவளுக்கு. ஆப்பிரிக்காவில் மர நாய்களின் இனம் அழியாமல் தடுக்கப் பயன்பட வேண்டியதைத் தான் தட்டிப் பறித்தது சரியில்லை என்று பட்டது.

மரநாய்கள் அழியாமல் இருந்திருக்கலாம். குளோரியா அம்மாளுக்கு மூன்றாம் பரிசு கிடைத்து, மூன்று மாத உணவுத் தட்டுப்பாடு இல்லாமல் இருந்திருக்கும். கறுப்பியின் கணவன் சுக்காக உலர்ந்து நல்லடக்கம் செய்யப்பட்டிருப்பான்.

கிழவர் உயிரை விட்டதற்குப் பதில் கிரமமாகக் குசு விட்டிருக்கலாம். மற்றவர்களும், அடுத்தடுத்து வாயு வெளியேற்றி இன்று நாள் சாதாரணமாகப் போயிருக்கலாம்.

அவள் கிளம்பும்போது கறுப்பியிடம் சொல்லிக் கொண்டாள்.

உங்கள் வீட்டுக்காரரை நல்லடக்கம் செய்து, அவருக்கு நற்கதி கிடைக்கப் பிரார்த்திக்கிறேன்.

அவள் சொன்னபோது கறுப்பி பர்ர்ர்ர் என்றாள்.

அவனுக்கு அவ்வளவாக அதிர்ஷ்டம் இல்லை என்று நினைக்கிறேன். இருபத்தைந்து நாணயங்களில் இருபதுக்கு சாதாரண மரப்பெட்டியில் வைத்து அவனைப் பொதுக் கல்லறையில் புதைத்து விட்டு நான் சாப்பிடப் போகிறேன்.

இந்தச் சனியன் பிடித்த மொச்சைகளை இல்லை. கோழி மாமிசமும் ரொட்டியும்.

குளோரியா அம்மாளுக்கும் பசி உச்சத்தில் இருந்தது. மொச்சை கிடைத்தால் கூடச் சரிதான்.

கையில் இருபத்தைந்து நாணயங்கள் உண்டு. ஒரு மாத உணவு வாங்க அவை போதும்.

அவள் நடந்தபோது வெய்யில் குறைந்து மேக மூட்டம் போட்டிருந்தது. எந்த நிமிடமும் மழை வரக்கூடும். மழைக்கு முன் வீடு போய்ச் சேர வேண்டும்.

பேரங்காடி கண்ணில் பட்டது.

குண்டூசியில் இருந்து தொலைக்காட்சிப் பெட்டி வரை விற்கிற கடை. இங்கே நல்லதாக இரண்டு கேக்குகள் வாங்கலாமா?

பேரங்காடியில் நுழையும்போதே திரும்பிய இடத்தில் எல்லாம் குளிர்பான விளம்பரம் கண்ணில் பட்டது. உலகத்திலேயே அந்தக் குளிர்பானம் தவிர வேறெல்லாம் அஸ்மதித்துப் போய் விட்டிருக்கிறது.

அவளுக்குக் கைப்பையில் வைத்திருந்த குளிர்பான விலைத் தள்ளுபடி கூப்பன்கள் நினைவு வந்தன.

அவற்றில் ஒன்றை வெளியே எடுத்து, விற்பனை செய்ய நின்றவனிடம் நீட்டினாள்.

‘எந்தச் சுவையில் உங்களுக்குக் குளிர்பானம் வேண்டும்? அடேயப்பா, எண்பது சதவிகிதம் தள்ளுபடியா? கொடுத்து வைத்தவர்தான் நீங்கள்.’

அவன் குளோரியா அம்மாளை மரியாதையோடு பார்த்தபடி சொன்னான்.

‘எனக்குக் குளிர்பானம் வேண்டாம். அந்தத் தள்ளுபடித் தொகைக்கு ஈடான ரொட்டியோ, சோயா மொச்சையோ கிடைக்குமானால் நன்றாக இருக்கும்.’

குளோரியா அம்மாள் மெல்லச் சொன்னாள். கேக்குகளையும் சேர்த்துச் சொல்லத் தயக்கமாக இருந்தது.

'மன்னிக்க வேண்டும். குளிர்பானம் தவிர வேறு எதுவும் வாங்கவோ, மாற்றவோ இந்த அதிர்ஷ்டக் கூப்பன்களை உபயோகிக்க முடியாது.'

அவன் கண்டிப்பாகச் சொன்னபடி கூப்பனைத் திருப்பிக் கொடுத்தான்.

பசி என்றது வயிறு திரும்பவும்.

சும்மாக் கிட கொஞ்ச நேரம். ரொட்டி வாங்கி இங்கேயே ஒரு ஓரமாக உட்கார்ந்து சாப்பிட வேண்டியதுதான்.

குளோரியா அம்மாள் யாருக்கோ சொல்வது போல் தனக்குள் முணுமுணுத்துக் கொண்டாள்.

'ஏதாவது சொன்னீர்களா?'

விற்பனைக்கார இளைஞன் மரியாதை விலகாமல் கேட்டான்.

குளோரியா அம்மாள் அவனுக்கு நன்றி சொல்லிவிட்டுத் திரும்ப உத்தேசித்தபோது, பேரங்காடியின் மறுகோடியில் துணிகள் விற்பனைக் கடையில் கூட்டம் அலைமோதிக் கொண்டிருப்பதைப் பார்த்தாள்.

அங்கே நடந்தபோது தெரிந்தது. எல்லாத் துணிகளும் எழுபது சதவிகிதம் தள்ளுபடியில் விற்பனைக்கு வைக்கப் பட்டிருக்கின்றன.

நைந்து கொண்டிருக்கும் தன் அங்கி நினைவுக்கு வந்தது குளோரியா அம்மாளுக்கு.

'அங்கி வேண்டும். என் அளவுக்கு அங்கி இருக்கிறதா?'

கூட்டத்தைக் கடந்து விற்பனைப் பிரிவில் நிற்கும் இளைஞனின் காதில் விழும்படி பிரயத்தனத்தோடு சத்தம் எழுப்பிக் கேட்டாள்.

'இருக்கிறதே. பதினேழே நாணயங்கள். கொள்ளை மலிவு.'

அவன் சிரித்தபடி, சொல்லியபடி ஓரமாகக் குவித்து வைத்திருந்த பல வண்ண அங்கிகளைச் சுட்டிக் காட்டினான்.

பதினேழு நாணயங்கள் அங்கிக்குப் போக மீதம் இருக்கும் எட்டு நாணயங்களில் வாங்கும் உணவு இன்னும் ஒரு வாரம்

பத்து நாள் வரும். அது தீரும்போது குடும்ப பென்ஷன் வந்து விடலாம். கொஞ்சம் தாமதித்து வருமானால், எட்டு நாணயத்தில் நாலுக்கு மொச்சை வாங்கி வைத்துக் கொள்ள வேண்டியதுதான். மூன்று வேளையும் சாப்பிட்டாலும் அது இன்னொரு வாரம் தள்ள வைக்கும்.

குளோரியா அம்மாள் ஆரஞ்சு நிறத்தில் ஒரு அங்கியைக் குவியலில் இருந்து எடுத்தாள்.

'பெரியம்மா. அந்தப் பக்கம் உடை அணிந்து பார்க்கத் தனியறை உண்டு. அங்கே போய் அணிந்து பாருங்கள்.'

விற்பனை இளைஞன் ஆதரவாகச் சொன்னான்.

குளோரியா அம்மாள் கையில் அங்கியோடு அந்த அறைப்பக்கம் நகர்ந்தாள்.

பேரங்காடி முழுக்கத் தொலைக்காட்சிப் பெட்டிகளில் குளிர்பான விளம்பரம் ஒளிபரப்பாகியபடி இருந்தது. அவற்றில் அடிக்கடி தட்டுப்பட்டுக் குலுங்கிச் சிரித்து வாங்கு வாங்கு என்று வலியுறுத்திய பெண், தாடிக்காரன் கூட நின்றவளின் சாயலில் இருந்தாள் என்று குளோரியா அம்மாளுக்குப் பட்டபோது அவளுக்கு ஒரு வினாடி கிழவரின் நினைவு வந்தது.

உடை அணிந்து பார்க்கும் அறை பல பேரின் வியர்வை வாடையும் உடம்பு சுவரில் பதித்து நின்று அணிய வேண்டிய அளவு குறுகலாக இருந்ததால் பல உடல்களின் குழப்பமான வாடையுமாக இருந்தது.

குளோரியா அம்மாளின் கணவன் அவளோடு கூடிவிட்டு சிகரெட்டைப் பற்ற வைத்தபடி சவப்பெட்டி வடிவிலான பெட்டியிலிருந்து வயலினை எடுத்து வாசிக்கும்போதும் இதே வாடைதான் வரும்.

குளோரியா அம்மாள் அறைக் கதவைச் சார்த்தினாள். உடையைக் களைந்து விட்டு ஆரஞ்சு நிற அங்கியைத் தலை வழியாக மாட்டிக் கொண்டாள்.

உலகின் எண்பது நாடுகளில் எழுபது கோடிப் பேரின் தாகத்தைத் தினம் தணிக்கும் ஒரே குளிர்பானம். நான்கு

அற்புதமான சுவைகளில் கிடைப்பது.

ஒலிபெருக்கி உரக்க அறிவித்தது.

பர்ர்ர்.

நிறுத்தாமல் குளோரியா அம்மாள் குசு விட ஆரம்பித்தாள்.

(முற்றும்)

மனை

இந்தக் குறுநாவல் கிட்டத்தட்ட 100 ஆண்டுகளுக்கு முற்பட்ட ஒரு காலகட்டத்தைப் பற்றியது. கதை நடக்கும் இடம் கேரளத்தின் வள்ளுவநாடு பிரதேசம் (இன்றைய மலைப்புரம் பகுதி).

கதைக் களன்தான் மலையாள நாடே தவிர, கதை சுத்த சுயம்புவான தமிழ்க் கற்பனை.

என் கற்பனையில் உருவானது.

கதையில் நிஜங்கள் -

1) நம்பூதிரி சமுதாயப் பழக்கவழக்கங்கள் (தற்போது வழக்கொழிந்துபோனவை)

2) கிறிஸ்து ஆண்டு 1906-ல் (கொல்ல வருஷம் 1081) ஒரு நம்பூதிரிப் பெண் குறித்து நடந்த சமூக விசாரணை

கதாபாத்திரங்களும், நிகழ்ச்சிகளும் கற்பனை.

★★★

1

பகவதி குளிக்கக் கிளம்பினாள். காலை இளம் வெயிலில் தென்னையும், குலை தள்ளிய வாழையும், கமுகும் நிழலிட்ட வழி. வீட்டுக் கூடத்தில் முடிகிறது அது.

எல்லா நம்பூதிரி மனையிலும் குளம் உண்டு. சிலவற்றில் தெற்கு வடக்காக. இரண்டு பத்தாயப் புரையும், மதிலும், தோப்பும், துரவுமாக விரிகிற மனைகள்...

எல்லா நம்பூதிரி மனையிலும் வீட்டுக்கு மூத்த ஒரு நம்பூதிரி இருக்கிறார். கூடப் பிறந்த இளைய நம்பூதிரிகள் இருக்கிறார்கள். மூத்த நம்பூதிரி கல்யாணம் கழித்த மூத்த தம்புராட்டி இருக்கிறாள். ஆனால் இந்தக் குளக்கரை மனையில் மட்டும் தான் பகவதி என்ற வினோதப் பிறவி.

நம்பூதிரி மனைக் குளங்கள் சூரியன் உதிக்க ஒரு நாழிகை முந்தியே பரபரப்பாக இருக்கும். மூத்த நம்பூதிரி குளித்து பூஜைக்கு அமர்வதற்குள், மூத்த தம்புராட்டி குளித்து விடுவாள். பூஜைக்கான பூவும், நெய்யும், அன்னமும் மற்றதும் அவள்தான் எடுத்து வைக்க வேண்டும். நடுப்பகல் வரை நீண்டு போகிற பூஜை அது.

பூஜை முடிவதற்குள், முந்தின நாள் ராத்திரி படி இறங்கி, 'பந்தம் புலர்த்தப் போன' மனைக்கு இளைய நம்பூதிரிகள் திருப்தியாக மனை திரும்பி இருப்பார்கள்.

'இந்தப் பெயருள்ள மனையின் இளைய நம்பூதிரி எங்கள் வீட்டுப் பெண்ணோடு உறவு வைத்துக் கொண்டு வந்து போகிறார்' என்று பெருமையாகப் பேசிக் கொள்கிற நாயர் தரவாடுகள் இருக்கும் வரை இந்தத் திருப்திக்குக் குறைவு ஒன்றும் வராது.

சித்ரன் நம்பூதிரி மட்டும் கொளுத்திப் பிடித்த தீப்பந்தத்தோடு, 'உறவு வைத்துக் கொள்ள' ராத்திரியில் மனையை விட்டுப் போவதில்லை. ஒரு மேட மாதப் பகலில், திருமாந்தாங்குன்னு கோவிலில் வைத்துப் பகவதியைக் கல்யாணம் கழித்து சித்ரன் அழைத்து வந்து ஐந்து வருடம் உருண்டோடி விட்டது.

'மூத்த நம்பூதிரி தவிர அவர் சகோதரன்மார் வேளி கழித்து, வீட்டில் மனைவி கொண்டு வருவது நம் நம்பூதிரி சமூகத்திலேயே இல்லாத பழக்கமாச்சே... இந்த சித்ரனுக்கு என்ன கிறுக்கா? கைநிறையச் சம்பாதிக்கிறான். வா என்று கண் காட்டினாலே நூறு பெண்கள் பின்னால் வருவார்கள். இரு என்றால் படுப்பார்கள். சிவப்பும் வலியதுமாக இவன் தேகம் அவர்களைக் கட்டிப் போடும். போயும் போயும் ஒரு ஏழை நம்பூதிரியின் பெண்ணை இவன் மோகித்து... கல்யாணம் வேறு கழித்து... கலி... கலிதான்... கலி முற்றுகிறது... சம்சயமில்லை.'

வள்ளுவநாட்டு கிராமப்புற மனைகள் தோறும் புருவங்கள் உயர்ந்தன. அப்போது குரல்களை உயர விடாமல் தடுத்தது குளக்கரை மனையின் பாரம்பரியம். பத்து தலைமுறையாக வைத்திய சிகிச்சையில் பேர்போன மனையல்லவா இது. கள்ளிக்கோட்டை சாமுத்ரி மகாராஜாவோடு சரிக்கு சரியாக உட்கார்ந்து பேசக் கூடிய அந்தஸ்துள்ள குளக்கரை மனை நம்பூதிரி. வேதமும் மீமாம்சையும் கரை கண்ட வம்சம்.

பகவதி சர்ப்பக்காவில் சற்று நின்றாள். சிவப்பு வரியோடி அடையடையாகப் படர்ந்த புற்றுகள். தாழப் பறந்து 'யாரங்கே' என்று விசாரித்துக் கொண்டிருந்த குருவிகள், காலடிச் சத்தம் கேட்டு மரக்கிளைகளுக்கு மாறின.

'யட்சி... யட்சி... அடி யட்சி... இருக்கிறாயா நீ?'

பகவதியின் கண்கள் புற்றில் நிலைத்தன.

இங்கே ஒரு யட்சி இருக்கிறாள். பார்வைக்குத் தட்டுப்பட

மாட்டேன் என்கிறாள். ஆனால் காதில் வந்து நிறையப் பேசுகிறாள்.

சித்ரனிடம் சொன்னால் எல்லாம் பிரமை என்பான்.

நம்பூதிரி இல்லங்களிலேயே நாலு எழுத்து படித்த ஒரே பெண்ணான உனக்கா இந்த மயக்கம் என்று கேலி பேசுவான்.

'மனைக்கு வெளியே காலார நடந்து எல்லோரிடமும் பேசிப் பழகு. நீ மனைக்கு உள்ளேயே முடங்கிக் கிடக்கும் பகவதி அந்தர்ஜனம் இல்லை. மற்றவர்கள் பயந்து ஒதுங்கி மரியாதை செய்ய வேண்டிய பகவதி தம்புராட்டியும் இல்லை. நீ பகவதி. நான் சித்ரன். வெறும் மனுஷர்கள். எல்லோரையும் போல.'

சித்ரன் திரும்பத் திரும்பச் சொல்கிற வார்த்தைகள் பகவதி காதில் ரீங்காரமிட்டன.

இருந்தாலும் யட்சி... அவள் இருக்கிறாள். பகவதிக்கு மட்டும் தெரியும். நினைத்ததும் வந்து விடுவாள்.

யட்சி... அடி யட்சி... இருக்கிறாயா நீ?

'இல்லாமல் எங்கே போனேன்? நீ குளிக்க இன்னும் வரவில்லையே என்று தான் பார்த்துக் கொண்டிருந்தேன். வா, போகலாம்.'

கலகலவென்று சிரிப்பைச் சிதறிக் கொண்டு முன்னால் மிதக்கிற யட்சி.

'அடியே யட்சி... நில்லு... நில்லு... இப்படிச் சரசரவென்று போனால் நான் கூட வருவது எப்படி? மானுடப் பெண்ணாயிற்றே. நடந்து வர வேண்டாமா?'

'நீயும் என்னைப் போல் யட்சியாக மாறி விடு. சேர்ந்தே பறந்து திரியலாம். காடுகளிலும், மலை முகடுகளிலும், பாரதப் புழையின் அலைகள் மேலும், தூதப் புழையின் பளிங்கு நீர்த் தடத்திலும்... வாயேன்.'

'எனக்கு அந்த சந்தோஷமெல்லாம் வேண்டாமடி. பார். பார். வாசனைத் திரவியக் கிண்ணத்தில் எதற்காக ஊதிப் புகையைக் கிளப்புகிறாய்?'

‘நானில்லை. காற்று அது...’

‘மெல்லத்தான் போயேன்... குளக்கரைப் படிக்கு அப்புறம் கடக்க மாட்டாமல் நின்று விடப் போகிறாய். அதற்குள் ஏன் இந்த ஓட்டம்... சரி, வர்த்தமானங்கள் சொல்லு...’

‘சொல்லப் புதிதாக ஒன்றுமே இல்லை, என் பொன்னு பகவதீ... மூத்த நம்பூதிரிகள் பூஜை செய்கிறார்கள். இளையவர்கள் நெல் பாட்டங்களில் உச்சி வெய்யிலில் உழைக்கிறவர்களைத் தாழங்குடை பிடித்து அதன் நிழலில் இருந்து அதிகாரம் செய்கிறார்கள். முன்னிரவில், ஊர் ஓசை அடங்கும் முன் தரவாடுகளை நோக்கி வயல் வரப்புக்களூடே, ஆசையும் காமமும் முந்தித் தள்ள நடந்து போகிறார்கள்.’

‘இது என்ன விசித்திரமடி.... முந்திப் பிறந்தவர் மட்டும் வேளி கழிக்கலாம். அதுவும் எங்கள் மூத்த நம்பூதிரி போல என்றால், வம்சம் வளர்க்க என்ற சாக்கில் மூன்று நாலு கல்யாணம் கழிக்கலாம். பின்னால் பிறந்த இளையவர்கள் வேளி கழிக்க முடியாது. வேலி தாண்டிச் சாட வேண்டியவர்கள்.’

‘கொடுமை இதில்லை பகவதி... இவர்கள் வேலி கடந்து பந்தம் புலர்த்தப் போகிற அந்தத் தரவாட்டுப் பெண்களை நினைத்துப் பார். பந்தம் புலர்த்தி விட்டு உடுப்பைச் சரியாக்கிக் கொண்டு திரும்பி வருகிறபோது வழிக்கு வைத்து இன்னொரு அழகான பெண்ணைப் பார்த்து எச்சில் ஊறினால் பழைய பந்தம் அறுந்து புதியது தொடங்க வேண்டியது. பாவப்பட்ட அந்தப் பழைய உறவுக்காரிக்கும், அவள் மூலம் பிறந்த குழந்தை குட்டிகளுக்கும் ஒரு சக்கரம் பணம் காசு கூட செலவழிக்க வேண்டியதில்லை ஆயுசுக்கும்... இந்த பரசுராம பூமியில் அழகான பெண்களுக்கும் குறைச்சல் இல்லை. இளைய நம்பூதிரிகளுக்கும் குறைச்சல் இல்லை. அவர்கள் வாய் எச்சிலுக்கும்...’

‘பேசாமல் ஆணாகப் பிறந்திருக்கலாமடி யட்சி...’

‘மற்றவர்கள் வேண்டுமானால் சொல்லு. உனக்கென்ன குறைச்சல் பகவதி... சித்ரன் வைத்யர் ஊர் அறியக் கல்யாணம் கழித்துக் கொண்டு வந்த பகவதி தம்புராட்டி இல்லையா நீ?’

'நான் தம்புராட்டியில்லை. பகவதி. ஒரு சிறையில் இருந்து இன்னொன்றுக்கு மாறி இருக்கிற கைதி...'

'இந்தக் காவுங்கல் கிராமமும் உன் குளங்கரை மனையும் வேண்டுமானால் உனக்கு சிறையாகப் படலாம். நீ பிறந்த செவ்வரம் ஒரு சிறையா? பரசுராமன் கோடாலி எறிந்து கடலைப் புறந்தள்ளி மலையாள பூமி சிருஷ்டி செய்து அறுபத்து நாலு குடும்பங்களுக்கு அதைப் பிரித்துக் கொடுத்ததாக ஐதீகம் இருக்கிறதே... அந்த அறுபத்துநாலில் அறுபது மனை உன் செவ்வரத்து நம்பூதிரிகள் இல்லையா? மீமாம்சையிலும், வியாகர்ணத்திலும் கரை கண்ட ஆழ்வாஞ்சேரி மனையும், கூடல்லூர் மனையும் களரிப் பயிற்சியும் எல்லாம் அங்கேதானே?'

'கையகலம் நிலம் கூட இல்லாது அம்பலத்தில் பூஜை செய்து வயிறு கழுவின மேல் சாந்திக்காரன் பரமேஸ்வரன் நம்பூதிரியும் அந்த ஊர் தானடி யட்சி...'

'யார்... உன் தகப்பனா பகவதிக்குட்டி? அந்த ஷேத்ர பூஜை தான் அவரை இப்போது சொர்க்கத்தில் சகல சவுகரியத்தோடும் உட்கார வைத்திருக்கிறது. கேட்டாயோ? நல்ல வேர்ப் பலா சுளை, அவியல், பப்படம், பால் பாயசத்தோடு சோறு, வெற்றிலை, பாக்கு, கதகளி சங்கீதம்... அளிவேணி எந்து செய்வு...'

'ஆமா நீ போய்ப் பார்த்தாயாக்கும்... சோபான சங்கீத ராகம் இழுத்து எரிச்சலைக் கிளறாதே...'

'சித்ரன் வைத்யர் பயணம் வைத்துப் போய் நாலு நாளாகிறதல்லவா? அவர் வருகிற வரை என் ப்ரியமான பகவதித் தம்ப்ராட்டிக் குட்டிக்கு சலிப்பு தான்... அவர் வந்ததும் இருக்கவே இருக்கு களிப்பு...'

கலகலவென்று காற்றோடு சிரிக்கிற யட்சி.

குளம் வந்து விட்டது. பாசி படிந்த படிகளில் மெல்ல இறங்கிய பகவதி பின்னால் திரும்பி 'யட்சி' என்று மென்மையாகக் கூப்பிட்டாள்.

'போய் விட்டாயாடி?'

குளம் சின்ன அலைகளை வீசி எறிந்து சிநேகிதமாகச் சிரித்தது.

2

'நானாக்கும் இன்று...'

'நீ போடி தெம்மாடி.... இலையைத் தொடாதே...'

'நீ என்ன மோகினி என்று நினைப்போ... கண்ணாடியில் உன் குரங்கு முகத்தைப் பார்த்ததே இல்லையா?'

'என் முகத்துக்கு என்னடி கிழவி? எனக்கு இன்னும் முப்பது வயது கூடத் திகையவில்லை... உன் மாதிரி தொங்கிப்போன மாரோடு திரிகிறேனா என்ன?'

'ஊருக்கெல்லாம் மாரைத் திறந்து போட்டு எடுக்கஞ்சேரி மனையிலிருந்து சவிட்டி இறக்கிய நாயில்லையா நீ..... கிழம் மூன்றாம் தாரமாகக் கொண்டு வந்த நாய்... எனக்கில்லாத உரிமை உனக்கேதடி கழுவேறி...'

'ராத்திரி அவர் என் எச்சிலுக்காக என் காலடியில் கிடக்கிறார்... பகலில் நான் அவருடைய எச்சில் இலையில் கை நனைக்கிறேன்... உனக்கு என்ன போச்சு கிழப்பட்டி?'

ஏகக் களேபரமாக மனைக்குள் சத்தம் உயர்ந்து கொண்டிருந்தது. சுற்றுக் காரியம் பார்க்கிற நாணிக்குட்டி உம்மரத்திலிருந்து பார்த்துச் சிரித்துக் கொண்டிருந்தாள்.

'என்ன நாணிக்குட்டி?'

பகவதி கேட்டாள்.

'சண்டை தம்புராட்டி... இன்றைக்கு மூத்த நம்பூதிரி குளியும் தேவாரமும் முடிந்து சீக்கிரமே கிளம்பி, பன்றியூர் அம்பலத்தில் உற்சவக் கொடியேற்று என்று போய் விட்டார்... இவர்களும் சீக்கிரமே ஆரம்பித்து விட்டார்கள்...'

பகவதி ஜன்னல் வழியாக உள்ளே பார்க்க ஐம்பது வயசுக்கு மேலே ஆன தலை நரைத்த மூத்த தம்புராட்டியும், பகவதி இங்கே வந்ததற்கு முதல் வருஷம் நம்பூதிரி வேளி கழித்துக் கூட்டி வந்த இளைய தம்புராட்டியும், ஆக்ரோஷமாகச் சண்டை போட்டுக் கொண்டிருந்தார்கள்.

மானப் பிரச்சனை இது. உரிமைப் பிரச்சனை. ஆதிக்கத்தை நிலைநாட்ட உயரும் குரல்கள். இனி கைகளும், நகங்களும், பல்லும் கூட, ஆயுதமாகப் பாய்ந்து வரும் நிமிஷங்கள் அதிக தூரத்தில் இல்லை.

எல்லாம் ஒரு இலைக்காக. ஒரு எச்சில் இலைக்காக.

மூத்த நம்பூதிரி திருப்தியாகச் சோறும், எரிசேரியும், அவியலும், பப்படமும், உண்ணி மாங்காய் ஊறுகாயும், தயிரும் உண்ட இலை. எச்சில் இலையில் சாப்பிடப் போட்டி போடுகிற மூத்த தம்புராட்டியும், ஆக இளையவளும்.

மொத்தம் மூணு தம்புராட்டி ஆச்சே மூத்த நம்பூதிரிக்கு. நடுத் தம்புராட்டி கல்யாணி அந்தர்ஜனம் எங்கே?

எப்போதும் விலகாது கவிந்திருக்கும் உள்கட்டின் இருளில் பகவதியின் கண்கள் துழாவின.

கல்யாணி அந்த இலைக்கே நேரே உட்கார்ந்து அவசரமாக அதில் சோறை வட்டித்துக் கொண்டு, அள்ளி அள்ளி வாயில் அடைத்துக் கொண்டிருந்ததைப் பார்க்கப் பகவதிக்குச் சிரிப்பாக இருந்தது. துக்கமாக இருந்தது.

ஆகக்கூடி இந்தக் கல்யாணி சொர்க்கம் போக மற்றவர்களை விட சாத்தியம் அதிகம். புருஷன் சாப்பிட்ட இலையிலேயே

சாப்பிடுகிற பெண்களுக்காக சுவர்க்கத்தில் தனியாக ஒரு வாயில் திறந்து வைத்திருக்கிறது. உள்ளே போகிற வழியெல்லாம் வாழையிலை விரித்து வைத்திருக்கிறது...

‘பரமேஸ்வரன் நம்பூதிரிக்குப் பெண்ணாகப் பிறக்காது போயிருந்தால், நீயும் கூட இப்படித்தான் இருந்திருப்பாய்.’

பகவதியின் மனசு சொன்னது.

சொத்து சுகம் இல்லாவிட்டாலும் ஒரே மகளைக் கண்ணுக்குக் கண்ணாக வளர்த்த அச்சன்... அறியாப் பருவத்தில் அம்மா இறந்தபோது வேறு கல்யாணம் செய்து கொள்ளாமல்... கோயில் உத்தியோகஸ்தனுக்கு ஒரு வேளியே அதிகம்...

பகவதியை ஒரு மகனைப் போல் அறிவுக் கண்ணும், சுய சிந்தனையின் ஊற்றுக் கண்ணும் திறக்க பரமேஸ்வரன் நம்பூதிரி எழுதப் படிக்கச் சொல்லிக் கொடுத்து, எழுத்தச்சனின் ராமாயணத்தையும், வெள்ளநம்பூதிரியின் கேரள சரித்திரத்தையும் படிக்கத் தாளியோலையில் எழுதிய சுவடிக்கட்டுகள் கொண்டு வந்து கொடுத்த முதல் குருவும் அவர்தான்.

திருநாவாயூர் அம்பலத்தில் சோபான சங்கீத சேவை செய்த கோவிந்த மாராரிடம் சங்கீத சிட்சைக்கு அனுப்பி வைத்தவரும் அவர்தான்.

‘மகளே... உனக்கு ஒரு பிரகாசமான ஜீவிதம் இருப்பு உண்டு...’

பகவதியின் காதில் அச்சனின் குரல் ஒலிக்கிறது.

‘அதற்குள் இந்த மனையின் சுவர்கள் என்னை விழுங்கி விடுமோ, அச்சா?’

3

மனை மத்தியான உறக்கத்தில் கிடந்தது. மூத்தவருக்கும், சித்ரன் நம்பூதிரிக்கும் இடைப்பட்ட நீலகண்டன் நம்பூதிரி, ராமச்ச விசிறியைத் தலை மாட்டில் வைத்துக் கொண்டு, முகப்பில், பளிங்குத் தரையின் குளிர்ச்சியில் நித்திரை போயிருந்தார். நாற்பது வயதில் இப்போது ஒரு மாதமாகப் புதிய உறவு வைத்துக்கொண்டு வாராவாரம் திருச்சிவப்பேரூர் போய்த் திரும்புகிற களைப்பு...

இளசாக ஒரு பெண் கிடைக்கிறாள் என்றால் ஓணம் கேராத மூலையில் ஒரு குக்கிராமமாக இருந்தாலும், வெள்ளை வேட்டியைத் தூக்கிப் பிடித்துக் கொண்டு ஓடுகிறபோது வராத ஆயாசம் இது.

பகவதி வெளியில் வந்தாள். சித்ரன் பயணம் போய் நான்கு நாளாகிறது. இன்னும் திரும்பக் காணோம்.

அவன் கையால் சிகிச்சை செய்து கொள்ள எங்கே இருந்தெல்லாம் வந்து அழைத்துப் போகிறார்கள்...

கைராசி வைத்தியர்... அதற்காக கைப்பிடித்துக் கூட்டி வந்தவளை இப்படித் தனியாக விட்டுவிட்டு...

நல்ல வேளை... இருப்பும் சமையலும் எல்லாம் தனியென்று ஆனது. இல்லாவிட்டால் மனையில் உயரும் இந்தக் கூச்சலுக்கும் சண்டைக்கும் நடுவே பிராணன் போயிருக்கும்...

உள்கட்டு அமைதியாகக் கிடந்தது. எச்சில் சண்டை எப்படி முடிந்தது என்று தெரியவில்லை. சொர்க்கம் புகுவது பற்றிய சிந்தனைகளை இன்னும் ஒரு மத்தியானம் தள்ளிப் போட்டுவிட்டுத் தம்புராட்டிகளும் உறங்கி இருந்தார்கள்.

இனிமேல் சாயந்திரம் மறுபடி குளியலும், நாமஜபமும், மரக்குடை பிடித்துக் கொண்டு ‘அம்மே நாராயணா... தேவி நாராயணா’ என்று ஜபித்து உருவிட்டபடி கோயில் போய் வருவதும், நிலவிளக்கேற்றி ‘தீபம் தீபம்’ என்று சத்தமிட்டபடி முகப்பில் வைக்கிறதுமாக இன்றைய பொழுது போய்விடும்.

வேலை பார்க்கிற நாணிக்குட்டி என்ற நாராயணிக்குட்டி கூட வீட்டுக்குப் போயிருந்தாள். அவளுக்கும் வீடு இருக்கிறது. ராத்திரியும் பகலும் குடித்துக் கொண்டே இருக்கிற கணவன் இருக்கிறான். அவனுக்குச் சோறு எடுத்துப் போக வேண்டிய கடமை இருக்கிறது.

பகவதி பின்கதவைத் திறந்தாள்... தோட்டத்துக்கு நீள்கிற பாதை...

‘யட்சி... அடி யட்சி... நீயும் உறங்கி விட்டாயோ?’

வாகை மரத்தில் துளையிட்டுக் கொண்டிருந்த மரங்கொத்தி மெல்லத் திரும்பிப் பார்த்தது.

‘யட்சி தானே... பார்த்தால் நீ தேடியதாகச் சொல்லுவேன். நீ உள்ளே போய் உறங்கேன் பகவதி. உச்சி வெய்யிலில் ஏன் அலைந்து திரியணும்?’

இன்றைக்குள் இந்த மரத்தைத் துளைத்துச் சாய்த்துவிட வேண்டும் என்று யாரோ இட்ட கட்டளையை நடப்பாக்கிக் கொண்டிருக்கிறது போல, அதன் அலகு சாய்ந்து மரத்தில் இழைந்தது.

பகவதி மாமரச் சுவட்டில் நின்றாள்.

அவள் பிறந்த செவ்வரம் கிராமத்தில் இதுபோல மரங்கள் அடர்ந்த தோட்டத் தரை இல்லை. மனையே இல்லை. நசித்துக் கொண்டிருந்த ஒரு பழைய நாலுகட்டு. வெயில் உக்ரமாகப் பற்றி இறங்கும் அனல் சூட்டில், உடல் முழுவதும் படுக்கைப்

புண்களோடு பக்கவாதம் பிடித்துப் படுத்திருந்த பகவதியின் அச்சன் பரமேஸ்வரன் நம்பூதிரி...

'காவுங்கல் குளக்கரை மனை சித்ரன் நம்பூதிரி கை வைத்தாலொழிய ரோகம் மாறுமென்று தோன்றவில்லை...'

யார் யாரோ சொன்னார்கள். பேசி வைத்துக் கொண்டு சொன்ன மாதிரி ஒரே பெயர் தான் அவர்கள் நினைவிலும் நாவிலும் கடந்து வந்தது - சித்ரன் நம்பூதிரி.

மூலிகை சஞ்சியோடு படியேறி வந்த சித்ரன் நம்பூதிரியை பகவதி முதல்முதலாகப் பார்த்த, ஐந்து வருஷம் முந்திய அந்தக் கோடை காலப் பகல்...

சுற்றி எரிந்து படரும் பாலைத் தீயின் நடுவே ஓர் இதமான மலைச்சாரல் காற்றாக... தூவித் தெறிக்கும் மழைத்துளிகளாகச் சித்திரனின் பார்வை...

மாதக் கணக்கில் தைலமும், இலையும், விழுதும், மேலே எண்ணெய் புரட்டியும், குடிக்கக் கொடுத்தும் வைத்தியம் பார்த்த சித்ரன் ஒரு சக்கரம் கூட வைத்தியக் கூலியாக வாங்க மாட்டேன் என்று மறுத்த பிடிவாதம்...

பரமேஸ்வரன் நம்பூதிரியின் இறுதி சுவாசத்தை வாங்கிக் கொண்டு ஊருக்கு விடிந்த மிதுன மாதத்துக் காலைப் பொழுது... இடிந்து கொண்டிருக்கும் நாலுகட்டின் சுவர்களுக்கு நடுவே ஓர் அழகான யுவதி...

ஐந்தாம் தாரமும், ஆறாம் தாரமும் ஆக்கிக் கொள்ள ஆர்வம் காட்டித் தூது அனுப்பியவர்கள்... நெருக்கிய கடன்காரர்கள்...

மிதுனம் முடிந்து கர்க்கடகம் பிறந்ததும் சித்ரன் வந்து நின்றது ஒரு புலர்காலைப் பொழுதில்...

'பகவதி, என்னோடு வா...'

திருமாந்தாங்குன்னு கோயிலில் வைத்து பகவதி கழுத்தில் திருமாங்கலியம் அணிவித்து மனைவி என்று ஊரறியச் சொல்லி, இங்கே அழைத்து வந்து ஐந்து வருடம் உருண்டு போய்விட்டது

பழைய நினைவுகளில் மனம் அலையடித்துக் கொண்டிருக்க,

பச்சை பூத்துக் கிடந்த வெளியில் பகவதியின் பார்வை நிலைத்தது.

வெற்றிலைப் பச்சைக்குக் குறுக்கில் வெள்ளை நரம்பாக ஓடுகிற ஒற்றையடிப் பாதையில் யாரோ வந்து கொண்டிருந்தது கண்ணில் பட்டது. தலையில் வைத்துக் கை உயர்த்திப் பிடித்த வாழைக்குலையோடு தள்ளாடி வருகிற அந்த வயதான மனிதரைப் பகவதிக்குத் தெரியும்...

ஆற்றிங்கல் மாதவன் எம்பிராந்திரி.

அச்சன் இருக்கும்போதும் அப்புறமும் யார் யாரோ பல்லுப் போன கிழவர்களின் பெண்டாட்டியாக்கப் பகவதியின் ஜாதகம் கேட்டு வந்தவர் இவர்.

பன்றியூரில் சின மனைக்காரர்களுக்கு இப்படி இணை சேர்ப்பதே தொழிலும் பொழுது போக்கும்... அவர்களை அண்டி சேவகம் பார்க்கிற ஏழை பிராமணக் கிழவர் இவர்.

ஆற்றிங்கல் மாதவன் எம்பிராந்திரி என்ற தன் பெயரை இவர் கூட மறந்திருக்கலாம். ‘ஊட்டுப்புரை எலி...’ அது இவருக்குப் பழகிப்போன பெயர்.

‘ஊட்டுப்புரை எலி...’

சின்னப் பையன்கள் பின்னால் இருந்து விளையாட்டாகக் கத்தி விட்டு ஓடினால் மட்டும் நல்ல மலையாளத்தில் நாலு வசவு உதிர்ப்பார். மற்றபடி பேசுவதே அபூர்வம்.

ஊட்டுப்புரை எலி... கோவிலில் இலவசமாகக் கிடைக்கும் சோற்றை நம்பி ஒரு வாழ்க்கை. எல்லாப் பரிகாசத்தோடும் இலையில் விழுகிற சோறு...

உச்சி வெய்யிலில் வாழைக் குலையைத் தலையில் ஏற்றி அனுப்பியிருக்கிறார்கள்.

யாசக வாழ்க்கை. இருந்தாலும் பிறப்பால் மேல் சாதி.

பகவதியின் கண்கள் மாதவன் எம்பிராந்திரியைக் கடந்து தூரத்தில் விரியும் பசுமையில் வெறித்தன.

இந்தக் கிழவர் வரும் வழியில் எதிர்ப்பட்ட ஈழவன் எட்டு அடி பின்னால் ஓடி ஒதுங்கி நின்றிருப்பான். வயலில் உழைக்கும் அவன் மனைவி மார்பு மறைத்த துணி முழுவதுமாகக் கையில் உருவி எடுத்துக் கொண்டு தலைமுறை தலைமுறையாக அனுபவிக்கப்படும் அவமானம் கண்ணில் நீர்த்துக் கலங்க, கூனிக் குறுகித் தலை குனிந்து நின்றிருப்பாள்.

மேல் குடியினர் முன், தாழ்ந்த சாதிப் பெண்கள் விலங்கு மாதிரி வெட்கத்தை விட்டு உடுதுணி விலக்கி நிற்பதே மரியாதை என்று கற்பித்த அல்ப ஜந்துக்கள் அழுகியும் புழுத்தும் செத்திருக்க மாட்டார்களா?

இந்த மரியாதையை இன்னும் எதிர்பார்க்கிற இந்தத் தம்புரான்கள் எத்தனை மணி நேரம் பூஜை செய்தால் என்ன... அடுத்த ஜன்மம் என்று ஒன்று இருந்தால், நிச்சயம் நரகல் தின்னும் அழுக்குப் பன்றிகளாகப் பிறந்து சேற்றில் கிடப்பார்கள்...

ஆனால் இந்த மாதவன் எம்பிராந்திரி... இவர் ஒரு பாவப்பட்ட மனுஷர்... ஒரு பசுவாகப் பிறந்தாலே போதும். ஊட்டுப்புரைப் பசு... பால் மரத்துப் போனது...

அப்புறம் இந்த மனையின் மூத்த நம்பூதிரி... அவர் ஒரு கரடியாகப் பிறவி எடுக்கட்டும்... அடுத்தவரான நீலகண்டன் நம்பூதிரி... ஒரு மண்புழு... பந்தம் புலர்த்த மண்ணில் உருண்டு போகிற புழு... படி ஏறும் முன் சுருண்டு மண்ணோடு மண்ணாகி இன்னொரு ஜன்மம் அதேபடி மண்புழுவாக...

சித்ரன் நம்பூதிரி... சித்ரன் ஒரு கொம்பன் யானையாவான்... பகவதி பிடியானையாவாள்... கம்பீரமாக இணை விழைந்து சேர்கிற யானைகள்...

பகவதிக்குச் சிரிப்பு வந்தது. ஒரு பத்து நிமிடம் போலக் கடவுளாக இருந்த சந்தோஷம்.

மாதவன் எம்பிராந்திரி ‘குருவாயூரப்பா... ரக்ஷிக்கணே’ என்று உரக்கச் சத்தமிட்டபடி வாழைக்குலையைத் தரையில் கிடத்தினார். வீட்டுக் குளத்தில் கைகால் கழுவி வந்தார்.

படுத்துக் கிடந்த நீலகண்டன் நம்பூதிரியின் தலைமாட்டுப் பக்கம்

நின்று, ‘நீலண்டா... நீலண்டா...’ என்று விளிக்க ஆரம்பிக்க, பகவதி உள்ளே போனாள்.

ஒரு வினாடி பின்னால் திரும்பிப் பார்க்க, மாதவன் எம்பிராந்திரி இடுப்பிலிருந்து எடுத்துக் கொண்டிருந்த ஓலை நறுக்கு கண்ணில் பட்டது.

பெண் ஜாதகமாக இருக்கும்.

மூத்த நம்பூதிரிக்கு அடுத்த கல்யாண யோகம்.

எச்சில் இலை யுத்தம் இன்னும் உக்கிரமடையக் கூடிய சாத்தியக் கூறுகள்.

4

பிற்பகல். இன்றைக்கு இனிமேல் சித்ரன் வருவான் என்று தோன்றவில்லை.

பகவதி, உலர்ந்து கொண்டிருந்த சோற்றுப் பாத்திரத்தைப் பார்த்தாள். சித்ரனுக்குப் பிடித்த மிளகூட்டான். இதுவும் இன்று குப்பைக்குத் தான்.

ஒரு பெருமூச்சோடு பகவதியின் கை பாத்திரத்தை எடுக்க நீண்டபோது, பின்னாலிருந்து ஒரு வலுவான கரம் இணைந்தது.

'எனக்கு இல்லையா?'

சித்ரன் குரல்.

சட்டென்று இறங்கிய மழை போல பகவதிக்கு உடல் சிலிர்த்தது.

'ஒன்றும் இல்லை போங்கள். எதுவும் மிச்சம் இல்லை'

'அப்படியா... பார்க்கிறேனே.'

கதவை மூடி விட்டு வந்தான் சித்ரன்.

'இதோ இருக்கே.'

'எய்... அதெல்லாம் சாப்பிடுவதற்கில்லை.'

மார்பு விம்மித் தணிய உதடுகளை மனமே இல்லாமல் விடுவித்துக் கொண்டாள் பகவதி. பொய்க் கோபம். இது கூட சந்தோஷமானதுதான்.

‘சரி வேண்டாம்... பின்னே இவை?’

பச்சிலை மணக்கும் கரங்கள் உடலெங்கும் ஊறப் பகவதிக்குக் காலம் மறந்து போனது. திரும்பத் திரும்ப மழையில் நனைகிற சிலிர்ப்பு. மேடச் சூட்டைத் தணித்து பூமியைக் குளிரக் குளிர ஆலிங்கனம் செய்கிற வலிய மழைக்கரங்கள்.

‘இப்போதுதான் இதெல்லாம் நினைவு வந்ததா?’

கண்கிறங்கி இருக்க வாய் தன் பாட்டில் கேட்டது.

‘திருவேகப்புரையில்... திருமாந்தான்குன்னில்... கடம்பழிபுரத்தில்... திருநாவாயில்... திருச்சிவப்பேரூரில்... எங்கே போனாலும் உன் நினைவுதான்... அப்புறம் திருச்சூர் வடக்கும்நாத ஷேத்ரத்தில்...’

‘கோயிலில் பகவான் நினைவு இல்லையா வரவேண்டும்? பகவதிக்கு அங்கே என்ன?’

‘வடக்கும்நாத ஷேத்ரத்தில் புதிதாக ரெண்டு யானை வாங்கி இருக்கிறார்கள்...’

காதருகில் இழையும் குரல். உரசி இழைந்து அக்னிக்கோடு போடும் உதடுகள்.

‘ரெட்டை யானைகள்... அழகான சித்திர வேலைப்பாடு செய்த முகபடாம் அணிந்து அருகருகே மெல்ல அசைந்து நிற்கிற இணை. நடுவே ஒரு நூல் நுழையவும் இடம் இல்லை. சருகுபோல மெலிந்த பாகன் இப்படி இடம் கண்டு...’

பகவதி அந்த நடுவிரலை எடுத்துக் கடித்தாள்.

‘நானும் தமிழ்ப் பிரதேசத்திலிருந்து வந்த வணிகனிடம் ஒரு முகபடாம் வாங்கினேன்.’

சித்ரன் கையில் எடுத்த சஞ்சியை உதற வேர்கள், பச்சிலைகள், ஒரு துணிச்சுருள்...

‘ஐயே... இதென்ன... ஆண் பிள்ளைகள் இதை எல்லாம் எடுத்து வந்து...’

அந்தச் சரிகைத் துணி, வைத்த கண்ணை எடுக்க முடியாத அழகு... தமிழ்நாட்டில் பெண்கள் அணிகிறதுதான் எத்தனை வனப்பாக... உடலை முழுக்க மூடுகிறதாக...

‘பகவதி... உடுத்திக் கொள்ளேன்... பார்க்க வேண்டும்...’

‘சாப்பிட வேண்டாமா?’

பகவதியின் குரல் அவளுக்கே அந்நியமாக, சுவரம் தாழ்ந்து ஒலித்தது.

‘ஐந்து நாளாகச் சாப்பிடவில்லை... பசி... ஆனைப் பசி...’

‘இருங்கள்... சோறு வட்டித்துவிட்டு...’

‘அதற்குள் யானைக் கதை சொல்லி முடித்து விடுகிறேன்...’

‘ஓ...நீங்கள் ஒரு பொல்லாத யானைப் பாகன்...’

கைப்பிடியில் புதுத் துணி கசங்க, உடுத்தியிருந்தது நிலத்தில் சரிந்து சிரிக்க, காலம் விரைந்து, அங்கே மட்டும் உறைந்தது.

5

பகவதி குளித்திருந்தாள்.

'அந்தி சாயப் போகிற நேரத்தில் ஸ்திரியோடு பேசுவது பற்றி ஆயுர்வேதம் என்ன சொல்கிறது?'

ஈரக்கால்களை நடையில் ஒற்றி உள்ளே வர, சித்ரன் தரையில் அமர்ந்து சரிகைத் துணியை மடித்து வைத்துக் கொண்டிருந்தான். காலோடு நடக்கிற கண்கள்.

'ஆயுர்வேதம் என்ன சொல்கிறதென்றா கேட்டாய்? அது இன்னொரு தடவை பேசச் சொல்கிறது... இப்படி ஆரம்பித்து...'

ஈரமும் மஞ்சளும் மணத்த அவளுடைய இரு பாதங்களிலும் முத்தமிட்டான்.

'எய்... இன்னும் எத்தனை தடவை குளிப்பது... ஒரேயடியாக ராத்திரி சாப்பிடலாம் என்று சொன்னீர்களே!'

சத்தம் எழாமல் குலுங்கிச் சிரிக்கிற பகவதி... அவன் பக்கத்தில் மெல்ல அமர்ந்தாள். அவள் தோளில் தலை வைத்து, வாசனைப் பொடி மணக்கும் ஈரத் தலை முடியை இழை பிரித்துத் தன் முகத்தில் படிய விட்டுக் கொண்டு சொன்னான் சித்ரன்.

'ராத்திரி ஆகி விட்டது... கருமை அடர்ந்த இருளில் இருக்கிறேனாக்கும்... சாப்பிடலாம்.'

‘ஆளை விடுங்கள்... ஏகமாக வேலை இருக்கிறது... மதியம் நீங்கள் உண்ட பாத்திரங்கள் அலம்ப வேண்டும். சர்ப்பக் காவில் விளக்கு வைக்க வேண்டும்...’

பகவதி விலகி அமர்ந்தாள்.

‘நாணிக்குட்டி என்ன ஆனாள்? இதெல்லாம் அவள் தானே பதிவாகச் செய்வாள்?’

‘குளித்து விட்டு வரும்போது அவள் வீட்டுக்காரன் குஞ்ஞுண்ணியைப் பார்த்தேன்... உடம்பு திடீரென்று சுகமில்லாமல் போய் வீட்டில் படுத்திருக்கிறாள் என்று காசு கேட்டான்.’

‘குஞ்ஞுண்ணி சொல்வதை எல்லாம் அப்படியே நம்பி விட்டாயா? கள்ளுக் குடிக்கப் போகிற போக்கில், ஏதாவது இங்கே காசு பெயருமா என்று வந்திருப்பான். இந்த பாழாய்ப் போன கள்ளு... மனுஷ்யனை எப்படியெல்லாம் தான் ஒடித்துப் போட்டு விடுகிறது... நானே குஞ்ஞுண்ணியை எத்தனை தடவை கேட்டிருப்பேன்... உனக்கு வெட்கமாக இல்லையா குஞ்ஞுண்ணி? திருநல்லூரில் ஐந்து வருடம் கதகளி படித்து விட்டு இப்படி பெண்டாட்டி கொண்டு வரும் காசை நம்பி குடியும் உறக்கமுமாய்க் கிடக்கிறாயே என்று...’

‘மூத்தவர் கூட ஏதோ கதகளி ஒப்பனைப் பெட்டி குஞ்ஞுண்ணிக்கு வாங்கிக் கொடுத்ததாகச் சொன்னீர்களே...’

‘மூத்தவர் இல்லை அது... அடுத்த அண்ணன் நீலகண்டன்... குஞ்ஞுண்னி கதை கிடக்கட்டும்... இந்த நாலு நாளில் இங்கே வேறே வர்த்தமானங்கள் என்ன?’

‘உங்களுக்கு ஈசுவர கிருபையால் இன்னும் கூடி ஒரு அண்ணி வரப் போகிறாள். அநேகமாக உங்களையும், என்னையும்விட இளையவளாக இருப்பாள்...’

‘சிவசிவ... பெரியவருக்கு ஏன் இப்படி புத்தி போகிறது? நிச்சயம் கேட்கத்தான் போகிறேன்.’

‘வேண்டாம்... சபித்து விடுவார்... அவர் பேச்சைக் கேட்காமல் நீங்கள் என்னைக் கல்யாணம் கழித்து வந்ததால், நமக்கு சந்ததி

இல்லாமல் போகிறதாம். மனையின் தம்புராட்டிகள் என் காதுபட ஜாடைமாடையாக எத்தனையோ பேசுகிறார்கள்...'

'நீ அவர்கள் வழிக்கே போவதில்லையே'

'அது கூட வம்பு வளர்க்க ஒரு காரணமில்லையா... மனைக்குள்ளே மனையாக நாம் ஒதுங்கி இருப்பதில் பொறாமை... அவர்களைச் சொல்லியும் குற்றமில்லை... பூஜைக்குப் பூ எடுத்துத் தருவதிலும், சமைப்பதிலும், எச்சில் இலைக்குச் சண்டை போடுவதிலும் தவிர அவர்கள் ஜீவிக்கிற நிமிஷங்கள் எத்தனை... நம்பூதிரிப் பெண்... நம்பூதிரி அந்தர்ஜனம்... உள்ளே இருக்கப்பட்டவள்... உள்ளேயே இருந்து மக்கி மடிந்து போகிறவள்... இதெல்லாம் எப்போது மாறுமோ?'

பகவதியின் கண்ணில் சோகம் இழை விரித்து இமைகள் தாழ்ந்தன. அவற்றில் மெல்ல இதழ் பதித்து சித்ரன் சொன்னான்-

'இந்த நம்பூதிரி சமுதாயமே பிரளயம் வந்தது போல் அழியப் போகிறது... எல்லாம் ஒரு அந்தர்ஜனம்தான் காரணம்... தெரியுமா உனக்கு?'

'சொன்னால் தானே தெரியும்?'

'தாழமங்கலத்தில் பூகம்பம் வெடிக்கப் போகிறது. ஒரு நம்பூதிரிப் பெண் மேல் ஸ்மார்த்த விசாரணை தொடங்கி விட்டது...'

'என்ன செய்தாள் அவள்? வேளி கழித்துக் கூட்டி வந்த நம்பூதிரியைக் கழுத்தை நெறித்துக் கொன்றாளா?'

'அப்படி இருந்தால் ஒரே ஒரு மனைக்கு மட்டுமில்லையா நல்ல காலம் என்று வைத்துக் கொள்ள?'

'பின்னே தாழமங்கலத்துப் பெண் என்னதான் செய்தாள்?'

'தாழமங்கலத்து அந்தர்ஜனம் தாசியானாள்'

'எய்... அதெல்லாம் பொய்யாக இருக்கும்... அந்தர்ஜனமாவது... தாசியாவதாவது... நுணை... கட்டுக் கதை... '

'அவளே உண்மை என்றால்?'

'சொல்ல வைத்திருப்பார்களோ என்னமோ'

‘ஒரு வன்மத்தோடு செயல் பட்டிருக்கிறாள். சுற்று வட்டாரத்தில் எல்லா கிராமத்தில் இருந்தும் மனைக்கு ஒருத்தராக, தரவாட்டுக்கு ஒருத்தராக மயக்கி இருக்கிறாள்... கொட்டாரத்து அரச குலமும் வந்து போனவரில் உண்டாம்... கூட இருந்தவர்களின் அங்க லட்சணங்களையும், வந்து போன நாள், நட்சத்திரம், நாழிகையையும் கிரமமாகக் குறித்து வைத்திருக்கிறாளாம். அழகென்றால் பேரழகி அவள்... உன்னைப் போல...கொஞ்சம் தாழ்வு...அவ்வளவு தான்...’

‘சரி சரி மேலே சொல்லலாம்... இங்கே மேலே இல்லை... தீபம் வைக்கப் போகணும்.’

‘உத்தரவு தம்புராட்டி.... அந்த தாழமங்கலக்காரி அழகுக்கு தீபத்தில் விழுகிற விட்டில் பூச்சிபோல விழுந்திருக்கிறார்கள் பிரதேசத்து ஆண்கள் எல்லாம்’.

‘குருவாயூரப்பா... இதென்ன கொடுமை...’

பகவதியின் தேகம் நடுங்கியது.

‘கோழிக்கோடு சாமுத்ரி மகராஜா ஆக்ஞைப்படி வேத விற்பன்னர்கள் நீதி மன்றம் அமைத்து விசாரிக்கப் போகிறார் களாம்... மாடம்பு மனையின் அடுதிரிப்பாடுதான் முக்கிய நீதிபதி...’

‘எப்போது தொடங்கப் போகிறதாம்?’

‘அடுத்த வாரம்...’

‘அடுத்த வாரம்... கொல்லம் ஆயிரத்து எண்பது நம்பூதிரி சமுதாயத்துக்கு கொள்ளிதான் வைக்கும் போலிருக்கிறது. அந்தப் பெண் யார் பெயரை எல்லாம் சொல்வாளோ... இந்த மனைக்காரர்களும் உண்டோ அதில்?’

‘நீ உண்டா என்று நேரடியாகவே கேளேன் பகவதி...’

‘இந்த யானைக்காரன் பழகிய யானையை விட்டு வேறே எங்கும் போக மாட்டான் என்று தெரியும்’

இறுகத் தழுவி மார்பில் முகம் பதித்த பகவதி...

'திருமேனி ... வந்து ரட்சிக்கணுமே... தெக்கே பரம்பில் ராமப் பணிக்கருக்குப் பாம்பு கடித்தது.'

வெளியே பதற்றமான குரல்கள். சித்ரன் மூலிகை சஞ்சியோடு வெளியே ஓடினான்.

'குளித்து விட்டுப் போங்கள் திருமேனி... ஓ...என்... யானைக்காரத் திருமேனி...'

௬

இரவு மனையில் பம்மிப் பம்மி நுழைந்து கொண்டிருந்தது. சர்ப்பக்காவில் விளக்கு வைத்துவிட்டுப் பகவதி திரும்பிக் கொண்டிருந்தாள்.

'யாரது, வாசலில் இருட்டில் நின்றுகொண்டு?'

இருமல் பதிலாக வந்தது. அப்புறம் தீனமான குரல்...

'திருமேனியைப் பார்க்கணும்.'

சோகைச் சிவப்பில் ஓர் இளம்பெண். தீப வெளிச்சத்தில் வெளிறித் தெரிந்த அவளுக்குப் பகவதி வயது காணும். தாடை எலும்பின் மேல் விடாப்பிடியாகப் பற்றியிருந்த தசை. குழி விழுந்த கண்களில், ஏதோ பழைய பொற்காலத்தின் மிச்சமாகக் கொஞ்சம் வெளிச்சம்.

அவள் கூட நிற்கிற பெண் குழந்தை ஒரு பழைய முண்டின் கிழிசலை உடுத்தி அவளோடு ஒண்டியபடி அந்தப் பெரிய மனையைப் பயத்தோடும், பிரமிப்போடும் பார்த்துக் கொண்டிருந்தது.

'திருமேனி மனையில் இருக்கிறாரா தம்புராட்டி?'

அவள் திரும்ப வினயத்துடன் கேட்டாள்.

'காழ்ச்சை வைக்க வந்திருக்கிறாயா?'

வலிய நம்பூதிரிக்குக் காணிக்கை வைக்கப் பகல் நேரங்களில் யாராவது வருவதுண்டு. திருச்சிவப்பேரூரிலிருந்தும், மண்ணார்க்காட்டில் இருந்தும், பாரதப் புழையின் கரையோர கிராமங்களில் இருந்தும் வருகிறவர்கள். இந்த மனையின் நம்பூதிரிகளை ஈசுவர சொரூபமாக மதிக்கிறவர்கள்.

வீட்டுக் குளத்தில் குளித்து ஈரன் முண்டு உடுத்து, பாக்கும் வெற்றிலையும், தேங்காயும், பணமுமாக இலையில் வைத்து வலிய நம்பூதிரியின் நல்ல வார்த்தையை எதிர்பார்த்து நிற்கிற அவர்கள் மனசு திறந்து எல்லா சஞ்சலத்தையும் கொட்டுவார்கள். வலிய தம்புரான் கேட்பது வராக மூர்த்தி கேட்கிறது போல.

ஆனாலும், காழ்ச்ச வைக்கப் பெண்கள் தனியாக வருவதில்லை. அதுவும் அந்தி சாயும் நேரத்தில்.

அந்தப் பெண்ணின் கண்கள் நிறைந்தன.

'நான்... நான்... அவரைப் பார்க்க வேண்டும்... மூத்தவருக்கு அடுத்தவரை...'

அடிவயிற்றில் எழும்பி வந்த இருமலோடு போராடித் தொடரும் குரல்.

'என்ன விஷயமோ?'

பகவதி அனுதாபத்தோடு பின்னும் விசாரித்தாள்.

நாணிக்குட்டி தோட்டத்தில் மேற்கு மூலையில் சாரைப் பாம்புபோல நடந்து போவது அவள் பார்வையில் பட்டது.

வந்துவிட்டாள். உடம்புக்கு ஒன்றுமில்லைபோல.

'எய்... நான் விளக்கு வைத்தாகி விட்டது.'

சத்தம் கூட்ட நினைத்து அடக்கிக் கொண்டாள். பெண்கள் குரல் உயர்வது நல்லதில்லை.

சர்ப்பக்காவுப் பக்கம் வேறே ஏதோ காலடிச் சத்தம் கேட்டது. பிரமையோ?

போய்ப் பார்த்தால் தெரிந்துவிடும். அதற்குள் இந்தப் பெண்ணின் வர்த்தமானத்தைக் கேட்டு வார்த்தை சொல்லி அனுப்பி விட்டு... இவள் யார், வந்த காரியம் என்ன என்று முதலில் மனசிலாக்கிக் கொள்ளவேணும்.

'இது... இது...'

அந்தப் பெண் வார்த்தை வராமல் தடுமாறியபடியே, கூடநின்ற பெண் குழந்தையை இழுத்து அணைத்துக் கொண்டாள்.

'இவள்... திருமேனிக்கு... இவள்... அவருக்குப் பிறந்தவள்...'

பகவதி அந்தப் பெண்ணை ஆச்சரியத்தோடு உற்றுப் பார்த்தாள்.

யார்? நீலகண்டன் நம்பூதிரி சம்பந்தம் வைத்திருந்த மலமக்காவு கார்த்தியாயினியா முன்னால் நிற்பது?

'நைஷ்டிக பிரம்மச்சாரியையும் நிமிர்ந்து பார்த்துக் கண் கிறங்க வைக்கிற வனப்புள்ள தேவதை' என்று பாரதப் புழையின் இக்கரையிலும் அக்கரையிலும் பரபரப்பாக, லயிப்போடு பேசப்பட்ட கார்த்தியா இது?

செல்லரித்த கவிதையின் ஏட்டுப் பிரதி போல் முன்னால் கட்டி நிறுத்திய இந்த எலும்பு உருவம் தான் கார்த்தி என்றால், பாரதப் புழையும் திசை மாறி வடக்கே பாய்ந்து இலக்கின்றிப் போகட்டும்...

'பசிக்குதம்மா'

குழந்தை, அம்மாவின் இடுப்புத் துணியைப் பற்றி இழுத்தது.

'போய்ச் சாப்பிடலாம் மோளே...'

அவள் பகவதியின் பார்வையைத் தவிர்த்தபடி சொன்னாள்.

'அப்பா வீட்டில் பெரிய இலை விரித்து, நிறைய நெய் ஊற்றி, பப்படமும், பிரதமனும், சோறும், காயுமாகச் சாப்பிடலாம் என்றாயே அம்மா?'

செப்பு வாயைக் குவித்துக் கேட்கிற மழலை.

'ரொம்பப் பசிக்குதம்மா... காலையில் கோயிலில் கொடுத்த நேந்திரம்பழத்தை நீ சொன்னபடி கொஞ்சம் கொஞ்சமாகப்

பகல் வரை சாப்பிட்டு, அப்புறம் தோலையும் தின்று விட்டேன்...'

பகவதிக்கு வயிற்றைப் பிசைந்தது. இந்தப் பச்சை மண் வெறும் வயிற்றோடு வாடிப் போய் நடந்திருக்கிறது. எப்போது புறப்பட்டோ...எத்தனை கல் தூரத்தில் இருந்தோ... கட்டி வைத்த கிழட்டு யானைக்குக் கூட இருநூறும் முன்னூறுமாகச் செவ்வாழைப் பழங்களை அள்ளித் தருகிற இந்த மனையின் ஒரே வாரிசு, யாரோ எங்கேயோ கொடுத்த ஒற்றைப் பழத்தைக் கிள்ளித் தின்றபடி, குடல் கருக நடந்து... கடவுளே... கடவுளே... உனக்குக் கண் அவிந்து போனதா... பாரதப் புழை வெள்ளத்தில் உன்னையும் அடித்துப் போக...

'உள்ளே வா கார்த்தி...'

பகவதி விடுவிடுவென்று குழந்தையைத் தூக்கிக் கொண்டு உள்ளே நடந்தாள். பின்னால் தயங்கி நின்றவளைப் பார்த்துச் சொன்னாள்–

'உன்னைத்தான் கார்த்தியாயினி... இந்த வாசல், மனையில் எங்கள் பகுதிக்குப் போகிறது... நீ என் வீட்டுக்கு வருவதை யாரும் ஏனென்று கேட்க முடியாது...புரிகிறதா?'

சுவரைப் பிடித்துத் தடுமாறி மெல்லக் கார்த்தியாயினி உள்ளே வருவதற்குள் வட்டிலில் குழந்தைக்குச் சோறு பரிமாறி இருந்தாள் பகவதி.

தரையெல்லாம் சிதறி இரைத்துக் கொண்டு அவசர அவசரமாகச் சாப்பிடும் குழந்தை.

'மெல்ல... மெல்ல... என் கண்ணே... உன் பெயர் தான் என்ன?'

'நந்தினி... அச்சன் நந்துக்குட்டி என்று விளிக்கும்...என் அச்சன் எங்கே ஓப்போளே?'

'நான் அக்கா இல்லையடி என் செல்லமே... உன் சித்தியாக்கும்... இரு... உன் அச்சனைக் கூப்பிடுகிறேன்...நீ சாப்பிட்டு முடித்தால் தான் அது... உன் அம்மாவும் சாப்பிடணும்... இரு... பரம்பில் ஒரு வாழையிலை அரிந்து வரேன்.'

கார்த்தியாயினி சுவரில் தலை சாய்த்து இருமத் தொடங்க,

பகவதி தோட்டத்துக்கு ஓடினாள். சோறுதான் இப்போது இவளுக்கு மருந்து.

சர்ப்பக்காவில் சலசலப்பு கேட்டது.

யட்சியா? பாம்பா?

பகவதி காற்றில் அலையும் விளக்கொளியில் கண்ணை இடுக்கிப் பார்த்தாள்.

யட்சி போல நாணிக்குட்டி. மேலே பற்றிப் படர்ந்த பாம்பாக நீலகண்டன் நம்பூதிரி.

7

மனைக்கு உள்ளே அந்தர்ஜனங்களின் நாமஜபத்தை மீறி எழுகிற மூத்த நம்பூதிரியின் குரல்.

'யார் இந்த தரித்திரம்? எப்படி உள்ளே வந்தது?'

குழந்தை நந்தினி விளையாடியபடி மனையின் உட்புறம் ஓடி, படியேறி வந்து கொண்டிருந்த மூத்த நம்பூதிரியின் பெரிய வயிற்றில் மோதிக் கொண்டு நின்றது.

'இது யார், குடுமியும் பானை வயிறுமாக? ராட்சசனா? ஏன் என்னைப் பார்த்து உருட்டி விழித்து சத்தம் போடணும்?'

பயத்தில் கையும் காலும் செயல் மறக்க, சிறகு நனைந்த குருவிக் குஞ்ஞாக அப்படியே ஒடுங்கி நின்றது அது.

'ஏய்... யாராக்கும் நீ?'

'நான்... நான்... நந்தினி... அச்சனைப் பார்க்க வந்திருக்கேன்...'

'எந்தக் கழுவேறி உன் அச்சன்?'

குழந்தை மிரள மிரள விழித்துச் சுற்றிலும் பார்க்க, தோட்டத்திலிருந்து குளித்து ஈர வேட்டியும், வாயில் உரக்கச் சொல்லும் திருநாமமுமாகத் திரும்பிக் கொண்டிருந்த நீலகண்டன் நம்பூதிரி மேல் பார்வை நிலைத்தது.

அச்சன் வந்தாச்சு. தூக்கி வைத்து முத்த மழை பொழிய அச்சன் வந்தாச்சு.

'அச்சா! ஏன் நீ வீட்டுக்கு வரவில்லை? திருநாவாய் அம்பலத் திருவிழாவுக்கு அழைத்துப் போகிறதாகச் சொல்லித் தூங்கப் பண்ணி, விடிந்து பார்த்தால், நீ போயே போய் விட்டாய். உன்னோடு பேச மாட்டேன் போ...அம்மாவும் திருவிழாவுக்குக் கூட்டிப் போகவில்லை. காசு இல்லையாம். சாப்பிடக் கூட ஒன்றும் இல்லையென்று நிறையத் தண்ணீரைத்தான் குடிக்கத் தருகிறாள். வா அச்சா... நம் வீட்டுக்குப் போகலாம்... எனக்குப் பாவாடை வேண்டும்... மர பொம்மை வேண்டும்... மர யானை... வாங்கித் தா...'

எல்லாம் சொல்ல வேண்டும். மாரில் ஏறி மிதிக்க வேண்டும். காதைக் கடித்துக் கொஞ்ச வேண்டும். தலையில் முட்ட வேண்டும். அச்சா... என் அச்சா...

நீலகண்டன் தன்னைத் தீண்ட வந்த பிஞ்சுக் கரங்களை அவசரமாக விலக்கி விட்டு வெளியே பார்த்து சத்தம் போட்டான்.

'யாரங்கே... இந்தப் பிசாசுகளை வெளியே விரட்டு...'

சின்னப் பூமுகம் சுருங்கிப் போனது. நான் பிசாசா? குஞ்சோமனே என்று வாய்க்கு வாய் கொஞ்சுகிற அச்சனா இது? அதே சிவத்த உடம்பு, வெளுத்த உடுப்பு... கன்னத்தில் மரு...

'ரான்...'

கார்த்தியாயினி தடுமாறி வந்து நீலகண்டன் காலில் விழுந்தாள்.

தம்பிரான் என்பதின் சுருக்கம் ரான். அடிமை சனங்களுக்கு வலியவர்கள் எல்லோரும் ரான், ஏமான்...

ஏமானே என்று காலைப் பிடிக்கிற போது, அந்த எஜமானன் மிதிக்கலாம்... காறி உமிழலாம்... தப்பே இல்லை... அதுவும் சம்பந்தம் வைத்து பந்தம் அறுத்த பெண்... தீர்க்கமாக ருசித்து அனுபவித்துத் துப்பியபின் அந்த சக்கை என்னத்துக்கு உபயோகம்?

கார்த்தியாயினியை அசிரத்தையோடு நோக்கிய நீலகண்டனின் கண்கள்... மனம் இன்னும் நாணிக்குட்டி மார்பகங்களிலேயே சிறைபட்டிருந்தது.

இந்தக் கார்த்தியாயினியும் ஒரு காலத்தில் அழகாக இருந்தவள் தான்... ஊரையே கிறங்க வைத்த பேரழகு... இன்னும் இன்னும் என்று பகலும் இரவும் சுகித்து முடித்தது எல்லாம் இப்போது பழங்கதை. இதோ நிற்கிற ஷயரோகி கார்த்தியாயினி அருவருக்கத் தக்க ஈனப் பிறவி. குத்திருமலும், சளியும், நாறும் உடுப்புமாக இவள் அருகில் வந்ததுமே உமட்டுகிறது... இப்பொழுது உறவு வைத்துக் கொண்டிருக்கிற ராயிரநல்லூர்க்காரியும் இப்படித்தான் ஆவாளோ என்னமோ... அத்தனை தூரம் ராயிரநல்லூருக்கு நடந்து சிரமப்படக் கூடத் தேவை இல்லை... வாசலுக்கே வருகிற புஷ்ப ரதம்... நாணிக்குட்டி... குடிகாரப் புருஷனுக்குக் கள்ளு வாங்கி முட்ட முட்டக் குடிக்க வைத்து வாசலிலே படுக்க வைத்து விட்டு, உள்ளே அவன் வீட்டுக்காரியை அனுபவிப்பதில் இருக்கிற சுகம் வேறு எதில் வரும். பின்னிரவில் திரும்பவும் நாணிக்குட்டியிடம் போக வேண்டியதுதான். அவள் மிரட்சியும், பயமும், கண்ணீருமாக வேண்டாம் வேண்டாம் என்று தடுக்கத் தடுக்க ஏறுகிற வெறி... முதலில் இந்தப் புழுவைத் தூக்கி எறிய வேண்டும்...

காலில் பிடித்துக் கிடந்த கார்த்தியாயினியைத் தூக்கி நிறுத்திய நீலகண்டன் அவளை ஒரு கணம் பார்த்தான். சுட்டெரிக்கிற அந்தப் பார்வையின் கனம் தாங்காமல் தலையைத் தாழ்த்திக் கொண்டவளின் முடியைக் கொத்தாகப் பற்றித் தரதரவென்று இழுத்துக் கொண்டு வாசலுக்குப் போனான்.

'தாசி முண்டை... என்ன தைரியத்தில் இங்கே படி ஏறினாய்? பந்தம் முறித்து ஒரு வருஷம் ஆகிறது... இன்னும் என்ன இழைய வேண்டி இருக்கிறது பிணமே.'

'ரான்... ரான்... எனக்கு உங்களைத் தவிர வேறு யாரைத் தெரியும்...?'

மன்றாடி அழுகிற கார்த்தியாயினி. அம்மா... அம்மா என்று கதறிக் கொண்டு கூடவே ஓடுகிற குழந்தை.

'நான் என்ன உனக்கு சாசுவதமான புருஷனா? இந்த அழுக்கு உடுதுணியை நீ அவிழ்த்து விரித்தால் உன் ஓட்டைக் குடிசையில் கூட வந்து படுக்க ஒரு குஷ்டரோகி கூட இல்லாமலா போனான்?'

'ரான்... நீங்கள் அப்படி எல்லாம் சொல்லலாமா? நான் உங்களைத் தொல்லைப் படுத்த வரவில்லை... நிச்சயமாக... நான் பாதை ஓரத்தில் புழுத்துச் சாகப் போகிறேன்... என்னைப் பற்றிக் கவலையில்லை... இந்தப் பிஞ்சை... உங்கள் குழந்தையை மட்டும் ஏற்றுக் கொள்ளுங்கள்...'

'என்னது... என் குழந்தையை... உறவு வைக்கிற இடத்தில் பிறந்து விழுகிற குட்டிச் சாத்தான்களை எல்லாம் ஆயுசு பூரா வைத்துக் காப்பாற்ற இங்கே என்ன கொட்டியா கிடக்கிறது?'

இதுவரை இதை எல்லாம் பார்த்து ரசித்தபடி நின்ற மூத்த நம்பூதிரி அந்தப் பிஞ்சுக் கரங்களை இறுகப் பற்றி நீலகண்டன் முன்னால் நிறுத்தினார்.

'நன்றாகச் சொன்னாய் நீலா... இது சிசு இல்லை... யமன்... உடனே துரத்து...'

அவர் வேகத்துக்கு ஈடு கொடுக்க முடியாமல் குழந்தை தரையில் விழுந்தது.

'வா சனியனே'

அந்தப் பச்சைத் தளிரை இழுத்தபடியே ஆடியாடிப் போகிற மூத்த நம்பூதிரி.

நீலகண்டன் கார்த்தியாயினியை எட்டி உதைத்துத் தள்ளினான்.

'ரான்... ரான்... தள்ளாதீர்கள்... வல்லாத்த ஷீணம்... நானே போகிறேன்... குழந்தையையாவது தயவு செய்து...'

'உன் வம்சத்தின் நாற்றக் காற்றே இங்கே அண்ட வேண்டாம்... ஒழிந்து போ...'

பலம் கொண்ட மட்டும் தள்ளிய நீலகண்டனின் கைகளும் கால்களும்... மதில் சுவரில் பலமாகத் தலை மோதி கார்த்தியாயினி குழைந்து விழுந்தாள்.

'நீயும் ஒழி...'

கருங்கல்லில் மோதப்போன குழந்தையை ஒரு வளைக்கரம் பாய்ந்து பிடித்து நிறுத்தியது.

பகவதி.

'சித்ரன் எங்கே ஒழிந்தான்? அவன் கொண்டு வந்த பிடாரி, ஊர்ப் பிடாரிகளை எல்லாம் கூட்டி வைத்து இழவெடுக்கிறது...'

மூத்த தம்புராட்டியின் சத்தம்...

பகவதி குழந்தையை அணைத்துத் தூக்கியபடி மதில் பக்கம் ஓடினாள். அங்கே, தீனமான ஓலத்தோடு தலையில் இருந்து ரத்தம் பெருகி வழிய, கார்த்தியாயினி.

'ஏ பகவதி... உனக்கென்ன பயித்தியமா... கண்ட குப்பையை எல்லாம் இடுப்பில் ஏற்றிக் கொண்டு... இறக்கி எறிந்து விட்டு வா... குளித்து விட்டு வந்து தொலை... நம்பூதிரிப் பெண்ணாகப் பிறந்து ஆசாரமே இல்லாமல்... கலி... சம்சயமில்லை... கலியே தான்...'

நடுத்தம்புராட்டி.

'இந்த அனாசாரக் கழுதையையும் மனையை விட்டு இறக்காவிட்டால் மனையே தீட்டுப் பட்டுவிடும்'

இளைய தம்புராட்டி கீச்சுக் கீச்சென்று அலறினாள்.

'நீங்கள் ஒரு கிழத்தின் எச்சிலுக்காகச் சண்டை போடுகிறது ஆசாரம்... மனையின் நம்பூதிரி பிற ஜாதிப் பெண்ணைத் துரத்திப் போய்த் தொட்டுத் தழுவித் தூக்கி வந்து அவள் விரும்பாமலேயே கட்டாயமாக சுகிப்பது ஆசாரம்... வீட்டு வேலைக்கு வருகிற பாவப்பட்ட பெண்ணை அவள் புருஷன் பார்க்க அனுபவிப்பது ஆசாரம்... இந்தப் பச்சைக் குழந்தையைத் தொட்டுத் தூக்கினால் அனாசாரம்...'

நாக்கு வரை வந்த வார்த்தைகளை அடக்கிக் கொண்டு பகவதியின் விழிகள் விசாரித்தன. காலம் காலமாக அடக்கிவைத்த எண்ணங்களின் கனல் தெறிக்கும் பார்வை இது.

‘அம்மே... நான் சாகப் போகிறேன்... அம்மே...’

கார்த்தியாயினி, சக்தி எல்லாம் திரட்டி அழ ஆரம்பித்தாள். இருமலில் சுவாசம் திணறித் திணறி வந்தது.

‘தம்புராட்டி...’ அவள் விம்மினாள். ‘இவர்கள்... இவர்கள்... என் குழந்தையையும் கொன்று போட்டு விடுவார்கள்... தம்புராட்டி அடியளுக்கு ஒரு வாக்கு தரணும்... இவளை...’

‘அம்மா... வா... நம் குடிசைக்கே போகலாம்...’

குழந்தையும் விம்மியது.

கார்த்தியாயினி குழந்தையின் கையைப் பிடித்து, பகவதியின் கரங்களில் வைத்தாள்.

‘தம்புராட்டி...இவளை உங்கள் மகளாக வளர்க்க வேண்டும்... செய்வீர்களா?’

பகவதி தன் கைக்குள் வந்த சின்னக் கரங்களைப் பற்றிக் கொண்டு கண்கள் கலங்கித் தலையசைக்க, ஒரு புன்னகையில் கார்த்தியாயினியின் உதடுகளும் பின் இமைகளும் மூடின. திரும்பவும் அவை மீண்டும் திறக்கப்போவதில்லை என்று பகவதிக்குத் தெரியும்.

8

நடு இரவிலும் உறங்காத மனை.

மற்ற மனைக்காரர்கள் எல்லாம் வந்து பேசியபடி இருக்க, கார்த்தியாயினியின் உடலைப் பழந்துணியால் மூடி இருந்தது. குழந்தை நந்தினி அழுதழுது பகவதியின் மடியில் உறங்கிப் போயிருக்க, சித்ரனுக்காகக் காத்திருந்த பகவதி.

குரல்கள்... அடங்கி ஒலிக்கிற குரல்கள்.

‘புழைக்கு அப்புறத்து மாப்ளாமாரைக் கூப்பிட்டால் அப்புறப்படுத்தி விடலாம்.’

‘உள்ளூர்க்காரர்களே போதும்.’

‘வேண்டாம்... சமயம் கிடைக்கும்போது சொல்லிக் காண்பிப்பார்கள்.’

‘ஏதேது... சம்பந்தம் வைத்துக் கொள்வது கூட உஷாராகச் செய்ய வேண்டிய காரியம் போலிருக்கே... பீடைக்கும் எள்ளும் தண்ணீரும் இரைத்தாகணுமோ.’

‘நீலகண்டன் இப்போது சுதாரித்துக்கொண்டு விட்டான். படியிறங்காமலேயே ரெட்டைப் பப்படமும் பிரதமனுமாக நினைத்தபோதெல்லாம் விருந்துதான்.’

‘நீரும்தான் கதகளி ஒப்பனைப் பெட்டி வாங்கி வைத்துக் கொண்டு காத்திருக்கிறீர்... என்ன பிரயோஜனம்? நீரே போய் ஆடினால் தான் உண்டு.’

ஒரே நேரத்தில் எல்லோரும் சிரிக்க ஆரம்பித்து, சூழ்நிலை உறைக்க, அங்கே சங்கடமான மௌனம் நிலவியது.

தூரத்தில் கொளுத்திப் பிடித்த திரிகள் தெரிந்தன. யாரோ கூட்டமாக வந்து கொண்டிருக்கிறார்கள்.

யார்? கள்ளிக்கோட்டை சாமுத்ரிக்குத் தகவல் போய், என்ன விஷயம் என்று விசாரிக்க ராஜ சேவகர்கள் வருகிறார்களா?

வந்தால் என்ன? நம்பூதிரிகளின் பேச்சை மீறி சாமுத்ரி என்ன செய்ய முடியும்?

இல்லை... இது ராஜசேவகர்கள் இல்லை. முன்னால் மூலிகை சஞ்சியோடு வருவது சித்ரன் நம்பூதிரி. கொஞ்சம் பின்னால் கதகளி குஞ்ஞுண்ணி. நாணிக்குட்டியின் கணவன். தீ ஜுவாலையில் அவன் முகத்தில் கள் மயக்கம் இல்லை...

குஞ்ஞுண்ணி பின்னால்... குஞ்ஞுண்ணியோடு, உழைத்துக் கருத்த உடல்களோடு வரிசையாக...

மூத்த நம்பூதிரி திருப்தியாகச் சிரித்தார்.

‘நல்லதாகப் போனது... சித்ரன் விஷயம் தெரிந்து ஆள் படையோடு வந்து விட்டான்... என்ன இருந்தாலும் மனையின் மானப் பிரச்சனை இல்லையா... அனாதைச் சவத்தோடு எத்தனை மணி நேரம் காத்துக் கிடப்பது... ராத்திரி சாப்பிட முடியாமல் போனது. இதெல்லாம் விலகிக் காலையில் சேர்த்துச் சாப்பிட்டுக் கொள்ளலாம். அப்புறம் விசேஷ பூஜைகளுக்கு ஏற்பாடு செய்ய வேண்டும். துர்மரணம். மனைக்குப் பாவம் பிடிக்காமல் தடுத்து நிறுத்த ஒரு யாகம் கூட வேண்டியதுதான்.’

‘குஞ்ஞுண்ணி... இந்தத் தென்னோலையை முடை.... கண்ணாரா... மற்றதை சித்தம் பண்ணு...’

சித்ரன் பரபரப்பாகக் கட்டளை பிறப்பித்தபடி வந்தான்.

‘சித்ரா...’

மூத்த நம்பூதிரி அவனருகில் வந்து குரல் தாழ்த்தினார்.

'இந்த சவத்துக்குப் பிறந்ததும் உள்ளேதான் பழியாகக் கிடக்கிறது. உன் வீட்டுக்காரி அதற்குப் பாலும் நெய்யும் ஊட்டி உறங்க வைத்துக் கொண்டிருக்கிறாள், உறங்கட்டும். அப்படியே... சரி, வேண்டாம்... சிசு ஹத்தி... அந்தக் குட்டிப் பிசாசை மெல்ல அப்புறப்படுத்திப் புழையின் அக்கரையில் கண்காணாத இடத்தில் போட்டு விடச் சொல்லு. பிழைத்துப் போகட்டும்...'

சித்ரன் நிமிர்ந்து பார்க்க, பகவதியும் வாசலில் வந்து நின்றாள்.

'என் அண்ணியின் சவ சம்ஸ்காரம் முடியட்டும். என் குழந்தையை என்ன செய்ய வேணும் என்று நானும் என் மனைவியும் அப்புறம் முடிவு செய்வோம்.'

கம்பீரமாக ஊரே கேட்க உயர்ந்தது சித்ரன் குரல்.

பகவதிக்குப் புல்லரித்தது. கண்கலங்கி, உதடுகள் துடித்தன.

'யட்சி... அடி யட்சி... எங்கேயாவது பக்கத்தில் இருக்கிறாயா? இதையெல்லாம் பார்க்கிறாயா? எனக்கு ஒரு துன்பமுமில்லை. மனுஷ இனத்துப் பெண்ணானாலும் நான் துன்பப்பட மாட்டேன். நான் ஒரு திருமேனியை வேளி கழிக்கவில்லை. ஒரு மனிதனைக் கைப்பிடித்திருக்கிறேன். ரத்தமும், சதையும், பண்பும், பாசமும் இழைந்து சேர்ந்த ஒரு மனிதனை.'

'என்னடா வேதாளம் வேஷ்டியோடு வந்ததே என்று பார்த்தேன். உன் கோணல் புத்தி உன்னை விட்டுப் போகுமா? இந்த அனாதைச் சவம் உனக்கு அண்ணியா? வேதம் உருவிட்ட உன் நாக்கில் சனிதான் புகுந்திருக்கிறது. சனி நாக்கில் இல்லை. உன் கையைப் பிடித்துக் கொண்டு வந்து குடும்பம் நடத்துகிறது. கலி. கலிதான். சம்சயமில்லை.'

மூத்த நம்பூதிரியின் குரல் உணர்ச்சிவசப்பட்டு பிசிறடித்தது.

'கலிதான். நிச்சயம் இது கலிகாலம்தான். இந்தக் கலி முற்றும்போது நீங்கள், யாரோ உழைத்துக் கொட்ட உட்கார்ந்து சாப்பிட முடியாது. நாலும் ஐந்தும் கல்யாணம் செய்து அறியாப் பெண்களை எச்சிலுக்காகச் சண்டை போட வைத்து ரசிக்க முடியாது. பந்தம் புலர்த்துகிறேன் என்று தரவாடுகளில் படுத்து

எழுந்து உடுத்த வேட்டியில் மண்ணையும் கூடப்படுத்த பெண்ணையும் சேர்த்து உதறிவிட்டு வர முடியாது. கீழ்ச்சாதி என்று ஒதுக்கி நிறுத்தி, மார்புத் துணியை விலக்கி மரியாதை செய்ய வைத்து ரசிக்க முடியாது. கலி முற்றத்தான் போகிறது. அப்புறம் மனுஷன் மனுஷனை மதிக்க வேண்டியிருக்கும். தெய்வங்களை மதிக்காவிட்டாலும் பரவாயில்லை.'

'சகோதரத் துரோகி. நீ முதலில் வெளியேறி ஒழி. இன்னும் ஒரு வேளை நீ இங்கே தங்கினால் நான் வெளியே போய் விடுவேன்...'

குரல் நடுங்க உள்ளே நடந்து போனார் மூத்த நம்பூதிரி.

'எல்லாம் தயார்.'

'நீலகண்டா... வா... அக்னியைக் கையில் வாங்கு. கொலைகாரா... மகாபாவி...வா வெளியே...'

சித்ரன் உள்ளே பார்த்துக் கூப்பிட்டான்.

நீலகண்டன் வரவேயில்லை.

கொளுத்திய பந்தங்கள் உயர்த்திப் பிடித்து வயல் வரப்புகளின் ஊடே அந்த ஊர்வலம் மெல்ல நடந்தது.

சித்ரன் அக்னியோடு முன்னால் நடந்தான்.

௯

விடிய ஒரு நாழிகைக்கு முன்னரே அவர்கள் புறப்பட்டார்கள். பகவதி குழந்தையைத் தோளில் சுமந்து வந்தாள்.

இருளில் மூழ்கிக் கிடக்கிற மனை. வாசலில் ஒரு கணம் நின்றாள்.

'யட்சி... அடி யட்சி... இருக்கிறாயா?'

'பேதைப் பெண்ணே. நான் உன் மனதில் கலந்து கரைந்து அடித்தளத்துக்குச் சென்று கொண்டிருக்கிறேன். நீ சந்தோஷமாக இருக்கிற கணங்களில் எல்லாம் நான் இறங்கி வருவேன். இடவப்பாதி மழையின் சரங்களில் ஏறி இறங்கி, சாரலில் சிதறிச் சிரிப்பேன். நந்தினியின் சிரிப்பில் எதிரொலிப்பேன். விடியலில் நீ குளித்து உடலும் மனமும் குளிர்ந்து வரும்போது காதில் ரகசியம் பேசுவேன். நீயும் சித்ரனும் திருவனந்தபுரத்தில் தொடங்கப் போகிற வாழ்க்கையும், மேம்படும். காலம் காலமாகப் புகழ் பரவும். விரைவிலேயே எல்லாம் மாறும் இங்கே. எல்லாம் பொய்யாக, பழங்கதையாக... எல்லாம் மாறும். தெய்வம் நின்று கொல்லும். பெண்கொலை புரிந்த பாவிகளை.'

'பகவதி, என்ன நின்று விட்டாய்? சீக்கிரம் வா... நாணிக்குட்டியும் குஞ்ஞுண்ணியும் காத்திருப்பார்கள்.'

‘அவர்களும் நம்மோடு வருகிறார்களா?’

காளை வண்டி புறப்பட்டது.

‘ஆமாம். நீலகண்டனின் பாவச் சுமை குறையட்டும். ஒரு நல்ல கதகளி ஆட்டக்காரன் திரும்ப அரங்கேறட்டும்.’

‘எல்லாம்... இதெல்லாம்...’

‘நடக்கும்... நிச்சயமாக நடக்கும்... இல்லையா, நந்தினி?’

குழந்தை தூக்கத்தில் சிரிக்க, வண்டி நகர்ந்தது.

(நிறைவு)

பசுவன்

1

காஞ்சங்காட்டு யட்சி.

சத்தம் போட்டுச் சொன்னான் சிவராமன். அவன் என்ன சொன்னாலும், அதைத் திருப்பி ரெண்டு மூணு தடவை சொல்ல ஒரு கோஷ்டி காத்திருக்கும். இருந்தது. அந்தப் பையன்கள் பம்பரம் விட்டுக்கொண்டே, “அச்சி காஞ்சங்காட்டு அச்சி” என்றார்கள்.

“அச்சி இல்லேடா. யட்சி.”

சிவராமன் அவசரமாக அவர்களைத் திருத்தினான்.

அவனுக்கே சந்தேகம். அச்சி தானோ. போகட்டும். அவன் என்ன சொன்னாலும் இவர்கள் கேட்பார்கள். அவன் நில் என்றால் தரையில் மண்டி போட்டு நரநரப்பான மணல் முழங்காலில் குத்த அவர்கள் நடப்பார்கள். கால் வளைந்தாலும் அவர்கள் எல்லோரையும் விடப் பெரிய பையன் அவன். லீடர். சாப்பிட, சாயந்திரங்களில் ஏதாவது கொண்டு வந்து பகிரும் ஹோட்டல்காரப் பிள்ளை. தூள் பக்கோடாவோடு ஆஜராகி இருக்கிறான். யட்சி பற்றி, எல்லாம் தெரிந்தவன்.

திடீரென்று ஊர்ப் பேச்சில் ஒரு யட்சி நுழைந்திருக்கிறாள். போன வாரம் பக்கத்து ஊரில் ஒரு பதிமூன்று வயதுப் பையன் ராத்திரி லவகுசா சினிமா பார்த்து விட்டுத் தனியாக வந்தபோது, காஞ்சசங்காட்டு ரோடில் பின் தொடர்ந்து வந்த அழகான யட்சி மயக்கி ரத்தம் முழுக்க எடுத்துக் கொண்டு, மதுரை பைபாஸில் கொண்டு வந்து கிடத்தி விட்டதாக ஊர் முழுக்க வதந்தி. அது விட்டலாச்சார்யா படம் மாய மோதிரம் போய்விட்டுக் கிறக்கத்துடன் திரும்பி வந்த செக்கன் என்று இன்னொரு வதந்தியும் உண்டு.

விட்டலாச்சார்யா படத்தில் வரும் சினிமா யட்சி போன்ற பெண் 'கட்டிக்கோ இறுக்க கட்டிக்கோ' என்று குதிக்கும்போது, டூரிங் டாக்கீஸ் வட்டாரமே அதிரும். ரெண்டு சினிமா டூரிங் தியேட்டர் இருப்பதால் விட்டலாச்சார்யா படம் ஓடும் தியேட்டருக்குப் போனதாகச் சொல்லாமல் அடுத்த தியேட்டர் பெயரைச் சொல்வது, எல்லா வயதுக்கார ஆண்களுக்கும் வழக்கமாக இருந்தது. ஒரே நேரத்தில் புராணக் கதைப்படமும், கவர்ச்சி ஆட்டப் படமும் இரண்டு தியேட்டர்களிலும் காட்சிக்கு வருவதில்லை என்பதால், கௌரவமானவர்கள் எப்போதும் தகுந்தபடி சொல்ல முடிந்தது.

எது எப்படியோ, ஒரிஜினல் யட்சி வந்த பிறகு சினிமா தியேட்டர் போவது குறைந்து போனது. ராத்திரி எட்டு மணிக்கு வீடே ராச்சாப்பாட்டை அவசர அவசரமாக முடித்து உறங்க ஆரம்பித்தது.

பத்து வயதுக்கு மேற்பட்ட பையன்கள் இருக்கும் வீட்டிலெல்லாம் வாசல் நிலையில் வேப்பிலை செருகி யட்சியை திருப்பியனுப்ப முனைந்தார்கள். பையன்கள் மட்டுமில்லாமல் வீடு முழுக்க வேப்பெண்ணெய் பூசி ராத்திரி படுத்துறங்கியது. யட்சிக்கு வேப்பிலையும் வேப்பெண்ணெயும் பிடிக்காதாம்.

இருபது வருடத்துக்கு ஒரு தடவை யட்சி வந்துவிடுவாளாம். டாக்டர் மாமா சொன்னார். அவருக்குக் கல்யாணமான வருஷம் யட்சி பற்றி ஊர் பூரா பேச்சாக இருந்ததாகச் சொன்னார். அப்போது அவள் வலதுகை ஆள்காட்டி விரலை முரிக்கிற யட்சியாம். சலவைக்காரனுக்கு துணியிலே நீலம்

படர்ந்து பிடிக்கவில்லை என்றால், ஊர் முழுக்க வதந்தி கிளப்பி விடுவதும், அது பரவப் பரவ, கால்வாயில் துவைக்கும் துணியில் பச்சென்று நீலம் ஒட்டி பளிச்சென்று துணி வெளுப்பது நடக்குமாம். டாக்டர் மாமா தான் சொன்னார்.

யட்சி வதந்தி இல்லை என்று போகிற போக்கில் சொன்னார் அவர். யட்சியை மட்டுமில்லை, சலவைக்காரனையும் இந்தப் பொடியன்கள் கவனித்துப் பார்த்தது இல்லை. பசங்க துணியை யாரும் சலவைக்குப் போடுவதில்லை. எல்லா அழுக்கோடு அழுக்காகக் குவித்து, செல்லம் சவுக்காரம் போட்டு, கட்டையில் சுற்றி ஓங்கி நாலைந்து தடவை துவைக்கிற கல்லில் அடித்துத் துவைப்பதுதான் வழக்கம்.

“சரி வாங்கடா, இருட்ட ஆரம்பிச்சுடும். வேகமா இன்னொரு ரவுண்ட் குத்து பம்பரம் போடலாமா?”

ராமஜெயம் கால்கட்டை விரலால் தரையில் சுமாரான வட்டம் போட்டபடி சொன்னான். அதற்கு ஆறடிக்கு அப்புறம் இடதுகைப் பக்கம் தள்ளி இன்னொரு வட்டத்தை சிவராமன் தரையில் அவசரமாக வரைந்தான்.

“யாரோட பம்பரம் ஆக்கர் வாங்கப் போறது?”

சிவராமன் கேட்டபடி தன் சாட்டைக் கயிற்றை எச்சில் படுத்தி பம்பரத்தைச் சுற்றி இறுக்கி, அதைத் தரையில் வட்டத்துக்குள் ஓங்கிக் குத்தினான். மற்ற பம்பரங்களும் அவற்றை இறுகிச் சுற்றியிருந்த நனைந்த சாட்டைக் கயிறுகளும் விர்ரென்று சுழன்று, செம்மண் தரையில் ஏழு பம்பரங்கள் ஆட ஆரம்பித்தன.

“கோஸ் எடுக்க வட்டம் சரியாத் தெரியலேடா” என்றான் வெங்கிட்டு. ஆட்டம் நின்று வட்டத்தைக் கொஞ்சம் தள்ளி வரையக் கால்கள் பரபரத்தன.

பதின்மூன்று வயது பம்பரம் விளையாடும் வயது இல்லைதான். இல்லை என்றால் வேறு என்ன உண்டு? கால் பந்து நிறைவேறாத கனவு. பேட்மிட்டன் யாராவது நகரத்தில் விளையாடும் போது வேடிக்கை பார்த்து, இறகுப் பந்தைப் பொறுக்கிக்கொண்டு ஓடி வருவது மட்டும். கிரிக்கெட் தெரியாது. எல்லாம் ஏகத்துக்குச் செலவு வைக்கும் விளையாட்டுகள். யாரும் காசு

தரமாட்டார்கள். பெரிய வீடுகளில் கூட, இதுதான் நிலைமை. பதினைந்து வயதுவரை பம்பரமும் கோலியும் விளையாடி விட்டு, முகத்தில் பரு அரும்ப ஆரம்பித்ததும் வேட்டி கட்டிக்கொண்டு, சைக்கிள் பழகி, நடந்தோ, சைக்கிளிலோ ஊரைச் சுற்றி நேரத்தைப் போக்குவதாக சாயங்காலம் கழிந்து போகும்.

கமலியும், அவளோடு சாயந்திரம் ஊருணியில் தண்ணீர் எடுக்க எப்போதும் கூட வரும் பெண்களும், தூரத்தில் வந்து கொண்டிருந்தது கண்ணில் படப் பையன்கள் அவர்களை சாயந்திர வெய்யிலில் கண் சுருக்கி வெறித்தார்கள்.

“யட்சி இப்படி இருப்பாளா?”

கமலியை விரலால் சுட்டிக் காட்டாமல் பார்வையால் சிவராமனைக் கேட்டான் ஒருத்தன்.

“இன்னும் உயரமா இருப்பா. தலைமுடி தரை வரைக்கும் இருக்கும். ஜோசியர் மாமி மாதிரி நீளமாக வளர்ந்த நரைச்ச தலை இல்லே. நல்ல கறுப்பு”, சிவராமன் சொன்னான்.

“சரி, இப்போதைக்கு இப்படி வச்சுக்கலாம். கிட்டத்தட்ட யட்சி கமலி ஜாடை.”

வெங்கிட்டு சொன்னான். ‘ஜாடை எல்லாம் எப்படி உனக்கு தெரியும்?’ அத்தனை பசங்களும் அவனுக்கு ஆக்கர் போட்டார்கள்.

சிவராமன் கொடுத்த தூள் பக்கோடாவை மென்றபடி அவர்கள் யட்சியை அலசினார்கள்.

“அப்புறம்?”

இது பையன்கள் ஆவலோடு பேச்சைத் தொடரத் தொடுக்கும் கேள்வி.

“அப்புறம் விழுப்புரம் தான்.”

“இதானே வேணாம்கிறது. சொல்லு சிவராமா.”

“அப்போ கேளுங்கடா. யட்சிக்கு சுப்பா சாஸ்திரிகள் மாதிரி ரெண்டு தோளுக்கும் நடுவிலே பெரிசு பெரிசா வீங்கியிருக்கும்.”

பூடகமாகச் சொல்லி சிரிப்பை ஆரம்பித்து வைத்தான் சிவராமன். காலேஜ் போக இருக்கும் பெரிய பையன்கள் ஆற்றங்கரைத் தோப்பில் ஒளிந்து மறைத்து சிகரெட் குடிப்பது போல, பசங்கள் யட்சி வர்ணனையில், தப்பு செய்யும் முழு ஈர்ப்போடு ஈடுபட்டார்கள்.

தொடர்ந்து வந்த கேள்வி, 'தனியா மாட்டிண்டா என்ன பண்ணுவா?' இது பெரியவர்களுக்கேயான ரகசியமான, இதுவரை அனுபவித்து அறியாத கேளிக்கை பற்றிக் கற்பனையை விரிக்கும் நேரம். அதைத் தொடங்கி வைக்கும் குறுகுறுப்புக்காகவே கேள்வி கேட்கப்பட்டது என்று எல்லோருக்கும் தெரியும்.

"சொன்னேனேடா."

"இன்னொரு வாட்டி சொல்லேன்."

"தனியா மாட்டிண்டா இறுகக் கட்டிண்டு மடியிலே உக்கார்ந்துப்பா. முத்தம் கொடுப்பா. அப்புறம்..."

"அப்புறம்?"

"இடது கை ஆள்காட்டி விரல் இருக்கு இல்லே அதை வாயில் வச்சு உறிஞ்சுவா அந்த யட்சி. பீச்சாங்கை."

"அது நாத்தமா இருக்குமே."

"இருக்கட்டுமே. உனக்கு என்ன போச்சு? யட்சிக்குப் பிடிச்சிருக்குன்னா ஓகே தான். அவள் அதை முழுக்க எச்சப் பண்ணிட்டு வெடுக்குனு கடிப்பா. சரியா? அப்புறம் ரத்தம் கொட்டக் கொட்ட அதைத் தரையிலே சிந்தாம ஆறின காப்பி குடிக்கற மாதிரி மடமடன்னு குடிப்பா... வெண்டைக்காய் முனை முறிக்கற மாதிரி பட்டீர்னு ... விரல் பிஞ்சு போய் அவ வாயிலே இருந்தாலும் சுகமா இருக்குன்னு கண்ணை மூடிண்டே அவ பின்னாலே போய்ண்டிருப்போம்."

"இடது கை ஆள்காட்டி விரல்லே என்ன விசேஷம்?"

"ஒரு விசேஷமும் இல்லை. எந்த விரல்னாலும் சரிதான்."

"அது நீளமா இருக்கணும். அப்படித்தானே?"

சிவராமன் பதில் சொல்லவில்லை. எல்லாருக்கும் எல்லாம் புரிகிறது.

“கட்டக் கடோசி ஆட்டம்டா.” சிவராமன் ஓங்கிக் கத்தினான்.

ஏய்ய்ய் என்று சிரித்தபடி அவர்களுடைய பம்பரங்களைத் தரையில் குத்தி எறிந்து சுழல விட்டார்கள். கமலி மெல்ல நடந்து பக்கத்தில் வந்து கொண்டிருந்தாள்.

யார் பம்பரமோ ஊருணியில் தண்ணீர் எடுக்கக் குடத்தோடு வந்திருக்கும் அவள் முந்தானைக்கு மேலே பட்டுத் தெறித்து விட்டது. அந்தப் பம்பரம் திரும்பப் போவதற்கு முன் கமலி அதைக் கையில் பிடித்து வெறும் குடத்துக்குள் போட்டுக்கொண்டு விட்டாள்.

“முடிஞ்சா எடுத்துக்குங்கடா.”

குறுகுறுப்போடு பதினைந்து வயது கமலியை பார்த்தபடி, ‘பம்பரத்தை கொடு’, ‘பம்பரத்தைக் கொடு’, என்றனர் கூட்டமாக. பம்பரத்தைக் கொடு அக்கா என்று போன வருஷம் கேட்டிருப்பார்கள். இப்போது கூப்பிடத் தோன்றவில்லை. குடத்தைச் சாக்கு வைத்துப் பக்கத்தில் அவள் மார்பை வெறித்துப் பார்க்க மட்டும் ஆசையாக இருக்கிறது.

“ஒழிஞ்சு போங்கடா.”

கமலி ஈரமான பம்பரத்தைத் தூக்கிப் போட்டபடி ஊருணியை நோக்கி நடந்தாள். தண்ணீர் மொண்டு, சற்றே உயர்த்திக் கட்டிய பாவாடைக்கு வெளியே ஊருணியின் செம்மண் துகள்கள் ஒட்டிய ஈரக் கால்கள் மினுமினுக்க, அவள் படியேறும்வரை பார்த்தபடி நின்றிருந்தார்கள் அவர்கள். அத்தனை பேரும் அவளை வெறிப்பதை அறிந்து பார்வையைத் தாழ்த்தியபடி. பெருமையோடு நடந்து வந்தாள் கமலி. கொஞ்சம் பின்னால் அவளோடு தண்ணீர் எடுக்க வந்த தோழிகள்.

‘சுப்பா சாஸ்திரிகள்.’

வெங்கிட்டு கிசுகிசுத்தான். சிவராமன் ரகசியமாக ‘அவங்கப்பா’ என்று சொல்ல பையன்கள் சிரிப்பை அடக்க முடியாமல் குரல் எழுப்பாது சிரித்தார்கள். குடத்தில் தண்ணீரோடு அந்தப்

பெண்கள் கடந்து போக வழிவிட்டு ஒதுங்கி நின்றார்கள். இவன்கள் பம்மிப் பம்மிப் பின்வாங்க, கமலியும் இதர சிற்றாடைக் குட்டிகளும் துணிச்சலோடு அடி முன்னால் எடுத்து வைத்து "டேய் பசங்களா" என்று இவன்களை விளித்து "இருட்டிக்கிட்டு வருது, யட்சி துரத்தி வந்து இறுக்கிக் கையிலே பிடிச்சு இழுத்துப் போய் காலத்துக்கும் முதுகு தேய்ச்சுக் கழுவி விட வச்சுடுவா, சீக்கிரம் வீட்டுக்குப் போய் அடங்குங்கடா" என்று சிரிப்பும், சிங்காரமும் மறைமுகமாக விதைத்தபடி நடந்து போனார்கள். அந்தப் பெண்களுக்கும் யட்சி பற்றி நிறையக் கற்பனைகள் உண்டு.

யட்சியும் யட்சிக் கதைகளும் ஊரெங்கும் புழங்கி வந்த காலம் என்பதால் எல்லோருக்கும் தெரிந்ததை அங்கங்கே கொஞ்சம் புதிதாக ஒட்ட வைத்து, திரும்பத் திரும்ப சுவாரசியமாகப் பகிர்ந்து கொள்வது நடக்கிறது. வயசுக்கு வந்த பெண்களுக்கும் சின்னப் பையன்களுக்கும் அவரவர் அணியாகக் கூடி இருக்கும்போது, எங்கே தொடங்கி, எங்கே அரைகுறையாக நிறுத்திச் சேர்ந்து சிரிப்பது என்று சொல்லாமலேயே எல்லோருக்கும் தெரிந்திருக்கும்.

"சீத்து பசுவன் வராண்டா."

பம்பரத்தைத் தொளதொளவென்று தைத்த நிஜார்ப் பையில் பதுக்கியபடி கிட்டு சொன்னான்.

"நாளையிலே இருந்து அவனைச் சுத்திச் சுத்தி வந்து பொண்ணுங்க எல்லாம் பசுவா பசுவான்னு பாடிக் கோலாட்டம் போடும். கன்னத்தை தடவி விடும். முத்தம் கூடக் கொடுக்கும். ஜாலிடா"- சிவராமன் கிண்டலும் அசூயையுமாகச் சொல்லியபடி நடந்தான்.

சீத்து கோவில் வாசல் கருப்பன் தேரடிப் பக்கம் நடந்து வந்துகொண்டிருந்தான். அவனைக் கடந்து போன தண்ணீர்க் குடம் சுமந்த குமரிகள் விளையாட்டாக உள்ளங்கையில் கொஞ்சம் தண்ணீர் வார்த்து, அவன் மேல் விசிறியபடி மெல்ல நடந்தார்கள். உடுத்திக் கழித்துக் கட்டிய, காலை இறுக்கிப் பிடிக்கும் கருப்பு நிஜாரும், பொம்மை போட்ட

இறுக்கமான சட்டையுமாக வந்து கொண்டிருந்தான் அவன். சட்டை டாக்டர் மாமி பெண்ணுடையது. டிராயர் அவள் பிள்ளையுடையது. ரெண்டு பேரும் சீத்துவுக்கு ஒன்றிரண்டு வயது இளையவர்கள். பட்டணத்தில் படிப்பவர்கள்.

“தொடையைப் பாரு. சினிமாக்காரி மாதிரி. வேட்டி கட்டுடா.”

சீத்துவை ஈரக்கையால் முதுகுக்குக் கீழே பின்னால் தட்டி அவர்கள் மீதிச் சிரிப்பை ஒருமித்து சிந்தி, விழுங்குவது போல் அவனைப் பார்த்துக் கடந்து போனார்கள்.

பதின்மூன்று வயதுக்கு நல்ல உயரமும், பளபளக்கும் கை காலும் தீர்க்கமான நாசியும், பெரிய கண்களுமாக அவர்களுடைய அந்தரங்கப் பேச்சிலும் கடந்து வருபவன் அவன். கொஞ்சம் அசமஞ்சமாக இருப்பதால் அவனைத் தொட்டுத் தடவிக் குறும்பு பண்ணினாலும் சும்மா சிரித்தபடியே உட்கார்ந்திருப்பான். அது போதும் அந்தப் பெண்களுக்கு.

‘பசுவா... பசுவா... பசுவய்யா’ என்று அவர்கள் பாடியபடி போக, சீத்து தலையைத் தஞ்சாவூர்ப் பொம்மை போல ஆட்டினான்.

அவன் பசுவன் தான். வருடம் ஒரு முறை மழைக்காலம் தொடங்கும் முன் நாலு தெருப் பெண்கள் களிமண்ணால் செய்த பசுவையும் கன்றையும் வைத்துச் சுற்றி வந்து கோலாட்டம் போடும்போது, நட்டநடுவே மழைக்கான தேவர்களின் பிரதிநிதியாக, பசுவோடும் கன்றோடும் வந்த பசுவனாக கழுத்தில் மல்லிகைப்பூ மாலையோடு உட்கார்ந்திருப்பான் சீத்து. “பசுவா... பசுவா பசுவய்யா” என்று எல்லாப் பெண்களும் அவனைக் கண்களை அகல விரித்துப் பார்த்துக் கோலாட்டம் அடித்துச் சுழன்றாடுவதும் அப்படியே குளக்கரைக்கு அவன் தலையில் களிமண் பசுவையும் கன்றையும் ஏற்றிப் போய்க் கரைப்பதும் ராத்திரி மழை பெய்வதும் வருஷா வருஷம் நடக்கிற சம்பவம். எல்லா வருஷமும் பசுவன் அவன் தான். ‘பசுவா பசுவய்யா’ என்று ஊர் முழுக்க கோலாட்டம் ஒலிக்கும். அந்த நேரத்தில் அவனை சீத்து என்று யாரும் கூப்பிடுவதில்லை. அவன் அம்மாவுக்குக்கூட பசுவன் தான் அவன்.

‘குசுவா குசுவா குசுவய்யா’ என்று சுந்தரம் அதே மெட்டில்

பாடிய போது பம்பரத்தை டிரவுசர் பாக்கெட்டில் வைத்தபடி அத்தனை பசங்களும் சிரித்துக்கொண்டே வீட்டுக்கு ஓடினார்கள். அந்தப் பெண்களும் பையன்களை விட, இன்னும் உரக்கச் சிரித்தபடி நடந்தார்கள். 'சாமியைக் கிண்டல் பண்ணாதே, மழை பெய்யாது' என்று சொல்லவும் அவர்கள் மறக்கவில்லை. பசுவன் சீத்துவாக இருக்கும் வரை, சாமி கோபித்துக் கொள்ள மாட்டாது என்று அவர்கள் எல்லோருக்கும் நம்பிக்கை உண்டு.

ஆள்காட்டி விரலை ஆகாசத்தைப் பார்த்துச் சுட்டினான் சீத்து. நாலு தடவை அப்படியே தட்டாமாலை சுற்றினான். கிறுகிறுப்பை அனுபவித்துக்கொண்டு நின்றான். மண்டையை ஆட்டிக்கொண்டு கருப்பன் தேர்ப்படி ஓரமாக உட்கார்ந்து, பிள்ளையார் கோவில் வாசலிலிருந்து பொறுக்கி எடுத்து வந்த சிதறு தேங்காய் விள்ளல்களைக் கடித்துத் தின்ன ஆரம்பித்தான் அவன்.

தேங்காய் பத்தை கை நிறையக் கிடைத்தது. வீட்டுக்கு எடுத்துப் போனால் மண்டை வெல்லம் உடைத்துப் போட்டுக் கலந்து அம்மா எல்லோருக்கும் தருவாள். வெல்லத்துக்கு எங்கே போக? ரொம்ப நாளாகக் கட்டிப்பட்டுப் போய் மளிகைக்கடை கழித்துக் கட்டி குப்பையில் போடாமல் சீத்துவின் அப்பா குஞ்சரனிடம் கொடுத்த உதிர்ந்த கருப்பட்டியைக் கலந்தாலும் சரிதான். வீட்டில் எல்லோரும் சேர்ந்து இருந்து சாப்பிடலாம். தனியாக இங்கே உட்கார்ந்து அத்தனையையும் சாப்பிட வேண்டாம் என்று ஒரு விள்ளல் சாப்பிட்டுவிட்டு, மிச்சத்தை டிராயர் பாக்கெட்டில் பத்திரமாக வைத்துக் கொண்டபோது தொடையைப் பார்த்தான். யட்சிக்கு இப்படித்தான் இருக்குமா?

யட்சி இன்றைக்கு வருவாளா? அவளுடைய நினைவு பலமாகக் கவிந்தது அவன் மனதில். யட்சியின் பக்கத்தில் இருக்க வேண்டும், பக்கத்தில் பொம்மை வைத்துக் கொண்டு குழந்தை தூங்குவது போல, யட்சியைப் பக்கத்தில் இழுத்துப் போட்டுக்கொண்டு கூட உறங்க வேண்டும் என ஆசை.

2

எல்லாப் பையன்களையும் போல யட்சி என்று யாராவது சொல்லிக் கேட்க சீத்துவுக்கும் மனசுக்குள் அதிகபட்ச குறுகுறுப்பு அலையடித்தபடி உற்சாகமாக இருந்தது. அவளைப் பற்றி முழுக்கத் தெரியாமல் சுகமான, பயமான சொப்பனம் வர ஆரம்பித்திருந்தது. யார் யாரோ வர்ணித்திருந்த யட்சி அவன் உதட்டில் தொடங்கி, கீழே இறங்கி வந்து குறும்பு செய்யும் கனவின் சுகம், அவள் இடதுகை ஆள்காட்டி விரலை உறிஞ்சும் கோர சொப்பனத்தின் பயத்தில் முழுக்க அடங்குவதில்லை.

முந்தாநாள் சாயந்திரம் அவளைப் பக்கத்தில் இருந்து உற்றுப்பார்க்க அவனுக்குக் சந்தர்ப்பம் கிடைத்தது. கமலி இல்லை, யட்சிதான் அவள்.

சாயந்திர வெய்யில் மஞ்சள் பூத்து மசமசவென்று சுவரிலும் மரங்கள் மேலுமெல்லாம் சீராகப் படிந்த பொழுது ஏற்பட்டது அது. சாயந்திரமும் இல்லை, பின்மாலைப் பொழுதுமில்லை. பிற்பகலும் இல்லை. ராத்திரியும் வரவில்லை. எல்லாமான ஏதுமில்லாத நேரம் அது. எதுவும் செய்யாமல், பேசாமல், கேட்காமல், பார்க்காமல் உறைந்து போகச் சொன்ன பொழுது.

சீத்துவின் அப்பா குஞ்சரன், கடைத்தெரு ஜவுளிக்கடை, மருந்துக்கடை, ஸ்டேஷனரி கடைகளுக்கும் பெரிய வீடுகளுக்கும்

குடிதண்ணீர் கொண்டு வந்து தந்து ஏதோ கொஞ்சம் சம்பாதித்துக் கொண்டிருந்தார். ஒரு குடம் குடிதண்ணீருக்குப் பத்து நயா பைசா, பத்து நயா பைசாவாக சம்பாதிக்கக் குடத்தை எடுத்துப்போய் ஊரணியில் நல்ல தண்ணீர் மொண்டு வந்து ஊற்றும் நேரம் அது. இரண்டு பெண்கள் வீட்டில் உண்டு. ரெண்டு பேரும் சீத்துவுக்கு அக்காதான். இந்தப் பத்து நயா பைசா வருமானத்தில், அவர்களுக்குக் கல்யாணம் நடத்தி வைத்து, வந்தவர்களுக்கு நல்ல சாப்பாடு போட வேண்டும்.

குஞ்சரன் முந்தாநாள் சாயந்திரம், பெரியக்கா கல்யாண மாப்பிள்ளை அழைப்புக்கு, குஞ்சாலாடு பெரிய சைஸில் பிடித்து போளியோடு கல்யாண விருந்து இலையில் பரிமாறலாம் என்று சீத்துவிடம் யோசனை சொன்னார்.

அவருடைய குஞ்சரன் என்ற பெயர் விளக்கத்தை சீத்து எத்தனையாவது முறையாகவோ கேட்டிருந்த நேரம் அது.

"குஞ்சரன்னா யானை முகத்து கணபதி. கொழக்கட்டை, லட்டு, பொரி உருண்டை எல்லாம் பெரிசு பெரிசா வேணும். அவர் பெயரை வச்சுண்டு நம்மாத்து கல்யாணத்திலேயும், திருப்பதி லட்டுலே பாதி அளவாவது இலைக்கு லட்டு போட வேண்டாமா? அவனவன் பந்தியிலே குந்தி நன்னா தின்னுட்டு பர்ருனு குசுவிண்டு போகட்டும். கல்யாணம் அப்பத்தான் களை கட்டும்", என்றார் குஞ்சரன். காலிக் குடத்தை செல்லரித்துப்போன தூண் நிற்கும் வீட்டுத் திண்ணையில் வைத்துவிட்டு, வியர்த்து வடியும் முகத்தைத் தோள் துண்டால் துடைத்தபடி அக்கறையாகச் சொன்னார் அவர். மாடப்பிறையில் பம்பரம் தேடி எடுத்திருந்தான் சீத்து அப்போது. ஏய்யென்ற பெரிய சிரிப்புப் பொத்துக்கொண்டு வர, இறுக்கமான டிரவுசரை இழுத்து விட்டபடி வெளியே ஓடினான் அவன். நாகு என்ற நாகம்மா பாட்டி மேல் மோதிக்கொண்டு சீத்து ஓடிப் போக, "பாத்து போடா குழந்தே" என்றபடி நடந்தாள் நாகுப்பாட்டி. இத்தனூண்டு பீங்கான் ஜாடியில் மோரும் பொட்டலத்தில் சத்துமாவும் வாங்கிக் கொண்டு வந்திருந்தாள் அவள். இலவசமாகத் தினமும் வரும் ராத்திரி உணவு அது.

சிவராமன் குடும்பமான ராமவிலாஸ் ஓட்டல்காரர்களின் வடக்குவாடித் தெருக் கோடி வீட்டில் ஏழை விதவைப் பாட்டிகள் பத்து பேருக்குத் தினசரி காலையிலும் சாயந்திரமும் ஒவ்வொருத்தருக்கும் நாலு கரண்டி மோரும், காலையில் ஆழாக்கு அரிசியும் சாயந்திரம் ரெண்டு கரண்டி சத்துமாவுப் பொடியும் இனாமாகத் தருவதை சீலமாக வைத்துக் கொண்டிருந்தார்கள். அந்தப் பத்து பாட்டிகளில் ஒருத்தி சீத்து குடும்பத்தோடு ஒண்டுக் குடித்தனத்தில் இருக்கிறாள். நாகுப்பாட்டி என்ற நாகம்மா பாட்டி போன பவுர்ணமிக்கு வீட்டு முற்றத்தில் சீத்துவோடும் அவனுடைய அக்காள்களோடும் கூட இருந்து நிலாச்சோறு சாப்பிட்டாள். சீத்து குடும்பம் மொட்டைத்தண்ணி மோரில் பச்சை மிளகாய் அரிந்து போட்ட மோர்சாதமும், நாகுப்பாட்டி சத்துமாவும் கொண்டு வந்து அறுசுவை சாப்பாடாக சங்கல்பம் செய்து பகிர்ந்து உண்டது அந்த ராத்திரி. அப்போது பாட்டி, யட்சி விஷயம் பேசிக்கொண்டிருந்ததில்தான் யட்சி மேல் சீத்துவுக்கு பெரிய ஈர்ப்பு.

பாட்டியின் யட்சி தும்பைப்பூபோல பரிசுத்தமானவள். செம்பருத்திபோல மலர்ந்த முகம். கை இரண்டும் மணக்கும் தாழம்பூப்போல நீளமானவை. வைக்கோலோ கற்றாழையோ வாடை அடிப்பவை இல்லை அவை. அவள் சிவராமன் விவரிக்கும் யட்சிபோல் புரியாத ஏதோ தப்புக் காரியம் செய்கிறவள் இல்லை. ஒளவையார், காரைக்காலம்மையார் போல் வயசான சிவபக்தை. கே.பி.சுந்தராம்பாள் குரலில் பாடுவாள். காரைக்காலம்மையாரை சீத்துவுக்குத் தெரியாதுதான். நாகுப் பாட்டிக்கு அம்மையார் எலும்புக்கூடாக சுவர்க்கம் போன கதையும் தெரியும். இன்னொரு நாள் சொல்கிறேன் என்றாள் அவள்.

நாகுப் பாட்டியைத் தவிர்த்து ஒதுக்கி, யட்சி மேல் மட்டும் கவனம் நிலைக்க முயற்சி செய்தபடி, சீத்து தேர்ப்படியில் உட்கார்ந்து, இன்னொரு விள்ளல் தேங்காய் பத்தையை நிஜார் பாக்கெட்டில் இருந்து எடுக்க, பஜ்ஜி பொரித்த எண்ணெய் வாடையோடு பம்பரம்தான் கையில் தட்டுப்பட்டது. முந்தாநாள் அவன் தேரடியில் அனுபவப்பட்டதை மனம் திரும்ப நினைவுபடுத்திக் கொண்டிருந்தது.

முந்தாநாள் மஞ்சள் வெய்யில் நேரத்துக்கு முன் வெய்யிலே இல்லாத மேக மூட்டமான நேரம் வந்து போனது. மழை கொஞ்சம் கொஞ்சமாகப் பெய்து ஓய்ந்து மறுபடி பெய்து வெய்யிலுக்கு வேடிக்கை காட்டிக் கொண்டிருந்தது அப்போது.

ஈரம் குளித்த மர வேலைப்பாடும், நனைந்த கருங்கல் பாளப் படிகளுமாகத் தேரடி அவனை வா வா என்று அழைத்தது. தேரடிப் படிகளில் ஏறியபோது அவை அசைந்த மாதிரி இருக்க, சற்று நின்றான். அவன் கவனித்துக் கொண்டிருந்தபோதே தரையிலிருந்து மூன்றாம் நான்காம் படிகளுக்கு இடையே கல் பாளம் விலகி இடம் விட உள்ளே சீரான மஞ்சள் வெய்யில் மினுக்கிக்கொண்டு ஒரு மணல்வெளியும் பழைய கட்டிடங்களுமாக சீத்துவுக்குக் கண்ணில் பட்டது. யாரோ பிரியத்தோடு அழைக்க அவன் அந்த வினோதமான உலகத்துக்குள் பம்பரத்தோடு அடியெடுத்து வைத்தான். அது, முந்தாநாள் சாயந்திரம்.

உள்ளே போனதுமே நெருப்புக் கோழிகளும், இடுப்பில் தொளதொளவென்று பைஜாமா அணிந்து விரிந்த மஞ்சள் மணல் வெளியில் அந்த நெருப்புக்கோழிகளை மேய்த்துப் போகும் கோழி மேய்க்கியும் கண்ணில் பட்டார்கள். நெருப்புக் கோழிகளை சீத்துவுக்குத் தெரியும். பூகோள வகுப்பில் அவற்றைப் பற்றிப் பேசியிருக்கிறார் ஆசிரியர். அவை ஆப்பிரிக்காவில் காணப்படுபவை என்று சீத்துவுக்கு நினைவு. இவ்வளவு உயரமும் கனமுமான அந்தப் பறவை பறக்காது என்று படித்ததும் கூடவே ஞாபகம் வந்தது. நல்லதுக்குத்தான். சீத்துவை நிஜார் பாக்கெட்டில் பம்பரத்தோடு தூக்கிக் கொண்டு அவை பறந்து விடாமல் இருக்கும்.

வெடவெடவென்று உயரமாக இருந்த கோழி மேய்க்கி, சீத்துவைப் பேரென்ன என்று விசாரித்தான். சீத்து என்றான் இவன், நடந்தபடிக்கே. யாரைப் பார்க்க வந்திருக்கே? விடாமல் விசாரித்தான் மேய்க்கி. இவனிடம் என்னதுக்கு சொல்லணும் என்று சீத்துவுக்குப் புரியவில்லை. மஞ்சள் வெய்யில் வெளியில் அடிப்பதைவிட, இன்னும் தீர்க்கமாக சகலமான இடத்திலும் பூசியிருந்ததைக் கவனித்தான் சீத்து. மணல் மஞ்சளும் சிவப்பும்

கலந்த மெல்லிய ஆரஞ்சு நிறத்தில் ஒளிர்ந்தது. நெருப்புக் கோழிகள் எல்லாம் பொன்னால் உடம்பு ஆனது போல் தலை குலுக்கி நிற்க, மேய்க்கி வாயில் சிவப்புச் சாயத்தைப் பூசியிருந்தது மஞ்சள் வெய்யிலில் வெகு வினோதமாகத் தெரிந்தது. அவன் 'சீத்து தொடை சினிமா தொடை' என்று பாடியபடி, வாயில் எச்சில் ஒழுக சீத்துவை நெருங்கி வர, நெருப்புக் கோழிகளும் அதைத் திரும்பப் பாடியபடி அவன் காலுக்குப் பக்கமாக வந்தன. சீத்து விரசாக விலகி நடந்தான்.

"பசுவா... பசுவா..."

யாரோ அவனைக் கூப்பிடும் சத்தம். மெல்லிய பெண் குரல்.

"உன் பெயர் பசுவன்தானே? யட்சிக்குத் தொடையைக் பார்க்கணுமாம். கூப்பிடறா. போய்க் காட்டு."

மேய்க்கி சத்தமாகச் சொல்ல, அந்த நெருப்புக் கோழிகள் எக்கெக்கெக்கென்று சிரித்துத் தலையை மணலில் புதைத்துக் கொண்டன. தங்கம் பூசிய குன்றுகள் போல அவை நின்றதை வேடிக்கையாகப் பார்த்தபடி சீத்து நிற்க, மேய்க்கியும் ஒரு நெருப்புக் கோழி ஆனான். அல்லது நெருப்புக் கோழி தான் இத்தனை நேரம் மேய்க்கியாக மாறி நின்றதோ. அவன் உயரமும் எடையும் கூடிய பிராணியாக வலுவான கால்களால் நீண்ட அடி எடுத்து வைத்துத் தங்க மணல் பரப்பில் விலகி ஓட, பறக்காத மற்ற பறவைகள் பின் தொடர்ந்தன. அவை ஓடிய திசையில் வரிசையாகக் கோவில்கள் தெரிந்தன. கூடவே, மரங்களும் அக்கோவில்களோடு பின்னிப் பிணைந்து பிரம்மாண்டமாக அந்த இடத்தை வியாபித்திருந்தன.

"சீத்து... சீத்து..."

பெண்குரல் மறுபடி வந்தது. அந்த அடர்ந்த மரக் கூட்டத்துக்குள் இருந்து வந்த பெண்ணின் இனிய குரல். சீத்துவின் அக்கா ரெண்டு பேருக்கும், அவன் அம்மாவுக்கும் வாய்க்காத, சந்தோஷமும் பிரியமும் சிநேகமும் சிரிப்புமாக வரும் குரல். ஊருணிக்குத் தண்ணீர் எடுக்கப் போகும் சிற்றாடைப் பெண்களுக்கும் இல்லாத குரல் அது. அந்தச் சிரிப்பு மட்டும் யட்சி கடித்த விரல் மாதிரி தனியாக இருந்தது. இது நடந்தது,

முந்தாநாள் சாயந்திரம், அதேதான்.

"சீத்து, சாப்பிட்டியா? அவன் கோவிலுக்குள் அடியெடுத்து வைத்தபோது, அந்தப் பெண் உள்ளிருந்து வாசலில் பிடிவாதமாகப் படர்ந்திருந்த சிலந்திப் பூச்சி வலையை அகற்றியபடி வந்து நின்றாள்.

"என் பேரு எப்படித் தெரியும்?" சீத்து கேட்டான்.

"எப்படியோ. நான் உன்னை விட பெரியவ ஆச்சே. அதான் எல்லாம் தெரியும்."

"எத்தனை வயசு பெரியவ? எங்க பெரியக்கா மாதிரி நாலு வயசா, சின்னவ மாதிரி ரெண்டு வயசா பெரியவ நீ?"

"நூற்றைம்பது இருநூறு வயசு பெரியவ நான் உனக்கு."

"அவ்வளவு பெரியவ அப்படீன்னா செத்துப் போக வேண்டாமோ."

"போகப் பிடிக்கலே. சாவை நிறுத்தி வச்சிருக்கேன். நினைச்சபோது போயிடுவேன். இப்போ இல்லை."

அவளைச் சீத்து கவனித்துப் பார்த்தான். யட்சி சின்ன அக்கா சாயலோ? இல்லை, இந்தத் தோரணை ஊருணிக்குத் தண்ணீர் மொண்டு வந்து கொண்டிருக்கும் சிற்றாடைப் பெண்களுடையது. அதென்னமோ வெறுங்குடத்தோடு தண்ணி தூக்கப் போகும்போது இருக்கும் சிநேகிதம் ஊருணித் தண்ணீரை எடுத்து வரும்போது மாறிவிடுகிறது. தண்ணீர் தங்கமாச்சே. இது அவர்கள் சொல்வதில்லை. சீத்துவின் அப்பா குஞ்சரன் பத்து நயா பைசாக்களை ஒரு தடவைக்கு நாலு முறை எண்ணிச் சுருக்குப் பையில் போடும்போது சொல்வது. தினம் அவர் ஒரு ரூபாயாவது சம்பாதிப்பார்.

இந்தப் பெண்பிள்ளை ஊருணிக்குத் தண்ணீர் தூக்கப் போகிற பெண்களின் கூட்டத்தில் இல்லை. அவர்களிடம் கம்புக்கூட்டில் காய்ந்த வியர்வையும் மல்லிகைப் பூவுமாக ஒரு கதம்ப மணம் அடிக்கும். அப்பா மீதும் அக்காக்கள் மீதும் வைக்கோல் வாடைதான் எப்போதும் அடிக்கும். சோப்பு வாங்கக் காசு ஏது என்று வைக்கோலை வைத்துத் தேய்த்துத் தேய்த்து அக்கா

குளிக்கும்போது பாவமாக இருக்கும் சீத்துவுக்கு. அவனும் வைக்கோல் தேய்த்துக் கொள்வான். ஸ்கூல் போகும்போது பிள்ளையார் கோவில் வாசல் விபூதிப் பரணியில் இருந்து ஒரு கை விபூதியை அள்ளி அக்குளில் தேய்த்துக் கொண்டு, சாம்பல் மணக்க கிளாஸுக்குப் போவான். வைக்கோல் வாடைக்கு சாம்பல் வாடை எவ்வளவோ பரவாயில்லை என்று வகுப்பில் சோமு வாத்தியார் பக்கத்தில் வரச்சொல்லி மேஜைக்கு அடியில் டிராயருக்குள் கைவிட்டு கொட்டையைச் செல்லமாக நசுக்கிக் கொண்டே சொல்வார். சீத்துவிடம் ஏதாவது தப்பு கண்டுபிடித்து வாரம் ரெண்டு மூணு தடவையாவது இப்படி நெறிப்பது நடக்கும். அவர் மேல் மூக்குப்பொடி வாடை தான் எப்போதும் அடிக்கும்.

"சாப்பிட்டியான்னு கேட்டேன்."

அந்தப்பெண் தலையைச் சாய்த்துச் சிரித்தபடி ஞாபகப் படுத்தினாள். சீத்துவுக்கு வெட்கமாக இருந்தது. புதுசாக ஒரு ஊருக்கு வந்து விட்டு, அங்கே வடிவான ஒரு பெண்ணோடு பேசிக் கொண்டு நிற்கும்போது விதைக்கொட்டையை நெரிக்கும் கிழவர் நினைவுதான் வர வேண்டுமா என்று அவனையே அவன் கேட்டுக் கொண்டான்.

"சாப்பிட்டுட்டேனே. அம்மா வக்கீலாத்துலே கொடுத்தான்னு கரப்பு கிடந்த ரவையைக் கொண்டுவந்தா. கரப்பை எடுத்துப் போட்டுட்டு வெய்யிலே ரவையை காயவைச்சு வறுத்து, அம்மா ஆளாளுக்கு ரெண்டு ஆப்பக் கரண்டி வர்ற மாதிரி ரவா உப்புமா பண்ணிக் கொடுத்தா."

சீத்து சகஜமாக அவளிடம் பேசிக்கொண்டிருந்தான். முகம் செம்பருத்திபோல, மூக்கு எள்ளுப்பூபோல, கை தாழம்பூ போல என்று யட்சியை நாகுப்பாட்டி வர்ணித்ததும் தப்பு போல. அவள் தலைமுடி உச்சந்தலையில் சிக்கான, கொஞ்சம் பூசினாற்போல உடல் ஆகிருதி கொண்ட, தாடையில் சொரசொரப்புள்ள முகத்தில் சுருக்கங்கள் தென்படும், பல்லில் பல்காரை லேசாகப் படர்ந்த, கண்ணால் சிரிக்கிற அழகான பெண். பொங்கிப் பூரித்து விம்முகிற மாரிடம் இவளுக்கு உண்டு. சுப்பா சாஸ்திரிகள்போல இல்லை.

அவன் வெட்கத்தோடு சிரித்துக் கொண்டான். முந்தாநாள் சாயந்திரம் அது.

“என்ன சிரிக்கறே, நான் திங்கத் தந்தா சாப்பிடுவியா?” அவள் கேட்டாள். அந்த அத்துவானக் காட்டுக்குள்ளே அவள் என்ன பட்சணம் பண்ணுவாள்? சாதம்தான் எப்படி வடிப்பாள்? என்ன கொடுப்பாள்? அவனுக்கு ஆச்சரியமாக இருந்தது. ஒரு உபசாரத்துக்கு, அப்பா பிரண்டைக் கொடி பறிச்சு கீழத் தெருக்கோடி மெஸ்கார வீட்டுலே அப்பளம் இடும் நாகுப் பாட்டிக்கும், அவள் தோழி சுந்தரிப் பாட்டிக்கும் கொண்டு வந்து கொடுக்கும்போது, “காப்பி போட்டுத் தரேண்டா குஞ்சா. ஒரு வாய் குடிச்சுட்டு போ” என்று பாட்டிகள் வாய் நிறைய உபசரிப்பார்கள். அவர்கள் யாரும் பாலைப் பார்த்தே வருடக் கணக்கிலிருக்கும் என்று தெரிந்த குஞ்சரன், “அப்புறம் ஒரு நாள் வர்றேன் மாமி. பிரண்டைச் சாறு பிழிஞ்சு அப்பள மாவு ஒரு உருண்டை முடிஞ்சா கொண்டு வாங்கோ” என்று பாட்டிகளிடம் சொல்லி அனுப்புவார். அப்பள மாவுருண்டை ஒன்றோ இரண்டோ பிரண்டைச் சாறும், மிளகாய்ச் சாறும் மணக்க அவர்கள் கொண்டு வருவார்கள். சீத்து அதை அழிச்சாட்டியம் பண்ணித் தின்று விடுவான். இந்தப் பெண் அப்பள மாவுருண்டை தருவாளோ.

அவள் முன் மண்டபத்தில் இருந்து இறங்கி, சிறிய தனிக் கல் கட்டடமாக இருந்த மண்டபம் போன்ற கோவிலுக்குள் நுழைந்தாள். சீத்துவும் அவள் பின்னாலேயே போனான். அந்த மண்டபத்துக்குள் விக்கிரகம் எதுவும் இல்லை. பெரிய ஆலமரம் ஒன்று கட்டிடத்தைப் பிளந்து நட்டநடுவில் வளர்ந்து நாலு பக்கமும் நெருக்கிக் கொண்டிருந்தது.

உள்ளே போகாமல் வாசலிலே நின்றுவிட்டான் சீத்து. அவள் உள்ளே இருந்து ஒரு பழுக்காத் தட்டில் ஏதோ கொண்டு வந்து தந்தாள். பஜ்ஜியா என்று கேட்டான் சீத்து. அவனுக்குப் பெயர் தெரியாத உப்பும் காரமுமான பலகாரம் எல்லாம் பஜ்ஜி என்ற பொதுப் பெயரில் அவன் வயிற்றுக்குள் போகும். அதுவே, சர்க்கரைத் தித்திப்பில் இருந்தால் சொஜ்ஜியா என்று கேட்பான். சம்பிரதாயமாக. எதுவாக இருந்தால் என்ன? இனிப்பு

இனித்துக் கிடக்கணும். உரைப்பு, உப்பு, காரம் தூக்கலாக இருக்கணும். அவ்வளவுதான்.

இது என்ன கோவில்? கேட்டபடி வாசல் படி தாண்டி உள்ளே போனான் சீத்து. அந்தப் பெண் உள்ளேயிருந்து அவன் கையைப் பற்றி விழாமல் உள்ளே இழுத்தாள். சில்லென்று இருந்த கை அது.

'நல்லா இருக்கா' என்று கேட்டு விட்டு, உடனே வார்த்தை மாற்றிக் கொண்டு, நன்னா இருக்காடா என்றபடி அவன் தலையைத் தடவினாள். "நன்னா வெகு பேஷா இருக்கு" என்றபடி அந்த பஜ்ஜியைப் பிய்த்துத் தின்றான் சீத்து. எதுக்களித்துக்கொண்டு வந்தது. போகிறது. சொல்ல வேண்டாம். நிஜார் பாக்கெட்டில் போட்டு எடுத்துப்போய் சீத்து அதை எப்படியாவது சாப்பிட்டு முடித்து விடுவான்.

நிஜார் பாக்கெட்டில் போட்ட ஒரு வினாடியில் யட்சி அதைப் பார்த்து விட்டாள். "ஏண்டா சாப்பிட முடியலியா?"- அவள் பாக்கெட்டில் கை நுழைக்க, சீத்து நெளிந்தான். கையை விலக்கப் பார்த்தான். வேண்டியிருந்தது அது.

"சாப்பிட்டுட்டு காப்பி தருவேன்னு எதிர்பார்க்காதே. பாலுக்கு எங்கே போவேன், பசுமாட்டுக்கு எங்கே போவேண்டா பசுவா பசுவய்யா?" காலை நீட்டித் தூசி படிந்த தரையில் உட்கார்ந்தபடி கேட்டாள் பூடகமாகச் சிரித்தபடி. கோலாட்டம் தெரிந்த யட்சிதான் போலிருக்கிறது. அவளுடைய உடுப்பில் அழுக்கு எதுவும் ஒட்டவில்லை என்பதை சீத்து கவனித்தான்.

அவள் கேட்டாள், "இந்த வருஷமும் கோலாட்ட ஜோத்திரைக்கு பசுவன் நீதானே. எனக்கு தத்தம்மா சரிதம் கோலாட்டப் பாட்டு வேணும். வக்கீல் வீட்டுலே இருக்கும். இருக்கும் என்ன, இருக்கு. எனக்குத் தெரியும். நான் தானே வாங்கி அடுக்கி வச்சேன் ஒரு காலத்துலே. அதைக் கேட்டு வாங்கிண்டு வந்து கொடு."

அவள் சொன்னது எதுவும் அவனுக்குப் புரியவில்லை. ஆனால், உடனே நினைவு வந்தது. வக்கீல் வீட்டுக்கு அவனை சாயந்திரம் ஆறரை மணிக்கு வரச் சொல்லியிருந்தார்கள். கோலாட்ட ஜோத்திரைக்கு, பசுவனாக இருக்க சம்மதம் என்று அவனும்,

அவன் அப்பாவும் நேரில் போய்ச் சொல்ல வேண்டும்.

“சரி, நான் போய்ட்டுச் சாவகாசமா வரேன்.” சீத்து சொல்லியபடி பட்சணத்தில் ஊறியிருந்த எண்ணெயை முழங்காலில் தேய்த்துக் கொண்டான். இன்னும் மிகுந்திருக்க, அவள் அவனுடைய கையைப் பிடித்துத் தன் முழங்காலில் பூசச் செய்தாள்.

“எப்படி இருந்ததுன்னு சொல்லவே இல்லையே.”

நியாயமான அங்கலாய்ப்பு தான் அவளுடையது. கொஞ்சம் உப்பு தூக்கல் என்று அப்பா தினசரி அம்மா சமையலைப் பற்றிக் குற்றம் குறை சொல்வது போல், ரொம்ப எண்ணெய் என்று சொல்ல நினைத்தான் சீத்து. எதுக்குச் சொல்லணும்? சாப்பிடக் கொடுக்கிறாள். அதிலே குற்றம் குறை எதுக்கு?

‘திவ்யமா இருந்தது. அது என்ன பஜ்ஜி?’ இதுவரை வெட்டிய இடது கை ஆள்காட்டி விரல்களைப் பொரித்தெடுத்தது அதெல்லாம் என்று சொல்லுவாளோ. கேட்டால் தானே? சீத்து கேட்கப் போவதில்லை.

‘உன் பெயர் என்ன?’ என்று விசாரித்தான் சீத்து. யட்சி என்றாள். அவள் உதடுகள் சிவந்திருந்தது. சீத்துவின் கவனத்தில் அடர்ந்து நிலைகொண்டது. எந்தப் பெண்ணின் உதட்டையும் கவனித்துப் பார்த்து மயங்கியதில்லை இதுவரை அவன்.

“எப்போ மறுபடி வருவே?” - சீத்து விசாரித்தான்.

“அது உன் மனசுலே தானே தட்டுப்படும். போய்ட்டு வா.”

முந்தாநாள் சாயந்திரம் இப்படித்தான் போனது.

3

குலாலர் தெருவில், ஆறுமுக வேளார் வீட்டுக்குப் பெருங்கூட்டமாகப் பெண்கள் புறப்பட்டபோது, ராத்திரி ஏழு மணி ஆகியிருந்தது. எல்லா வயதிலும் பெண்கள். சீட்டிப் பாவாடையில் ஏழெட்டு வயசுப் பெண்கள் முதல் புதுப்பட்டுப் புடவையில் அறுபது வயது மூதாட்டிகள் வரை மெல்ல நடந்து வர, நடுவே கல்யாண ஊர்வலத்துக்கு மாப்பிள்ளையை உட்கார்த்தி வரும் பழைய ஃபோர்ட் காரில், சீத்து கழுத்தில் மல்லிகைப்பூ மாலையோடு மிரள மிரளப் பார்த்தபடி வந்தான்.

இன்றைக்கு அவனுக்குச் சாப்பிடக் கிடைத்தது. வருடம் ஒரு முறை பசுவனாகக் கிடைக்கும் உச்சபட்ச தீனியை விட, மிக அதிகம் தான். ராத்திரி மோர்சாதம் சாப்பிட்டுப் படுக்கலாம் என்று உத்தேசித்திருந்தவனுக்கு வரிசையாக தீனி வந்துகொண்டிருந்தது. அது, அவன் வக்கீல் வீட்டுக் கூடத்தில் நுழைந்தபோது ஆரம்பமானது.

“பசுவன் வந்தாச்சு... பசுவன் வந்தாச்சு.”

முதுபெண்கள் உற்சாகமாகக் கூவ, கூடத்தில் ஊஞ்சலிலும் தரையிலுமாக உட்கார்ந்து கொண்டிருந்த பெண்கள் ஏற்று வாங்கி எதிரொலித்தார்கள்.

“பசுவன் வந்தாச்சு.”

கூச்சத்தோடு உள்ளே நுழைந்து ஓரமாகச் சுவரில் சாய்ந்து நின்றான் சீத்து.

“சீத்து வாடா, ஊஞ்சல்லே வந்து ஜம்முனு மாப்பிள்ளை மாதிரி உட்காரு. அண்டர்வேர் போட்டுண்டு வந்தியோ” என்று விசாரித்தாள் வக்கீல் மாமி. எல்லாரும் சேர்ந்து சிரித்த சத்தம் தெருக் கோடிவரை, தெருத் தாண்டி சங்கரநயினார் தெருவில் பாதி வரை கேட்டிருக்கும் என்று சீத்துவுக்குத் தோன்ற, அவனும் சிரித்தான். பக்கத்தில் வந்து அவன் முதுகைத் தடவி, சோழிப் பல் மின்ன வக்கீல் மாமி சிரித்தது முதல் தடவையாக வசீகரமாக இருந்தது அவனுக்கு.

போன வருஷம் பசுவும் கன்றும் கொண்டு வரப் போனபோது நிஜாரைக் களைந்து வேட்டி உடுத்தி வந்தது நினைவு வந்தது. மெல்லிசு வேஷ்டியில் உள்ளே எதுவும் போடாதது நிதர்சனமாகத் தெரிய ‘திவ்யமான தரிசனம்’ என்று கூட்டமாகப் பாடினார்கள் அப்போது. அதற்கு அப்புறம் குஞ்சரன் எப்படியோ பணம் புரட்டி, ரெண்டு ஜட்டி வாங்கிக் கொடுத்ததை மாற்றி மாற்றி, இந்த வருஷம் முழுக்கப் போட்டு வருகிறான். இந்த வருஷம் திவ்ய தரிசனமே பாட வேண்டியிருக்காது.

மாமி வயதுக்கும் சிற்றாடை பெண்டுகள் வயதுக்கும் இடைப்பட்ட இரண்டு மூன்று பெண்கள் டால்கம் பவுடர் மணக்க சீத்துவைக் கையைப் பிடித்து இழுத்து, பின்னால் இருந்து முன்னே நகர்த்தி ஊஞ்சலுக்குக் கூட்டி வந்தார்கள்.

“பசுவனுக்கு பாலும் பழமும் தரணுமா?”- ஒருத்தி கேட்டது கூட்டச் சிரிப்பில் அமிழ்ந்து போனது.

“ஏது, நீ சோபானத்துக்கும் அனுப்பி வச்சுடுவே போலே இருக்கே, நீயும் போறியா?”

இன்னொருத்தி கேட்டதற்கு உச்ச பட்ச கூச்சல் உற்சாகமாக ஒலித்தது.

ஆண்கள் இல்லாத கூட்டத்தின் பெண் உற்சாகம். சீத்துவை உளுத்தம்மாவு பிசைந்து பிடித்து வைத்த பிள்ளையாராகப் பார்த்தார்கள் எல்லாருமே.

“பசுவனுக்கு வைக்கோலும் தண்ணியும் தந்தால் எதேஷ்டம். என்ன புல் தின்னுவே? பச்சைப் புல்லா, காஞ்சதா?”

சீத்துவுக்கு பொட்டைக்கோபம் வந்தது. வந்து என்ன பிரயோஜனம்?

“புண்ணாக்கும் தரட்டா?” அடுத்த கேலி. “எள்ளுப் புண்ணாக்கு தின்னு. பசுவன் பல்லு திவ்யமா இருக்கும்.”

வக்கீல் மாமியும் இந்தக் கூத்தில் கலந்து கொள்ள, காலை நீட்டி சௌகரியமாக உட்கார்ந்திருந்த நாகுப் பாட்டியும் சுந்தரிப் பாட்டியும், “கிளம்ப வேண்டாமா? நீங்க இப்படி அசமஞ்சமா நடமாடிண்டு இருந்தா பொழுது வெடிஞ்சிடும்” என்று முறையிட்டார்கள்.

“நாகசுவரக்காரங்களும் வந்தாச்சு.”

வக்கீல் குமஸ்தா வீரபத்திரன் ஒரு வினாடி உள்ளே எட்டிப் பார்த்துத் தகவல் அறிவிக்க, சீத்துவுக்கு கொஞ்சம் ஆறுதல். எல்லாம் ஆண்களான கோஷ்டி.

அடுத்த வினாடி சுறுசுறுப்பாக அத்தனை பெண்களும் செயல்பட்டார்கள். சீத்துவுக்கு ஒரு குஞ்சாலாடு உருண்டை கிடைத்தது. திருப்பதி பிரசாத லட்டு மாதிரி பெரிய சைஸில் இருந்த அதை வக்கீல் மாமியிடம் துணிப்பைக் கேட்டு வாங்கிப் போட்டு எடுத்துக்கொண்டான். இரண்டு ஜிலேபி, ஒரு கிண்ணம் ரவாகேசரி, மசால்வடை என்று ஆர்வத்தோடு சாப்பிட்டான். நேரம் கெட்ட நேரமாக ராத்திரி ஏழு மணிக்குக் காப்பி கொடுத்தார்கள். என்றைக்கோ ஒரு நாள் காபி சாப்பிடக் கிடைக்கும் வீட்டுப் பையன் என்பதால் நேரம் காலம் பார்த்துச் சாப்பிட, குடிக்க வேண்டிய அவசியம் இல்லாமல் போனது. “சட்டையைக் கழட்டிடுடா” என்று அடுத்த ஆணை. கழட்டி எங்கே வைக்க என்று தேடினான் சீத்து. லட்டுப் பையிலேயே இருக்கட்டும் என்று யாரோ சொல்ல, வியர்வை ஊறிய சட்டையை அங்கே போடாதே என்று வக்கீல் மாமி சொல்லியதோடு லட்டு போட, இன்னொரு பையும் கொடுத்தாள்.

சார்த்தி வைத்திருந்த கூடத்து அறையில் வைக்கக் கதவைத் திறந்தான்.

“அம்பி, அந்தக் கதவை எல்லாம் திறக்கக் கூடாது. மூடின எந்தக் கதவையும் தான். வந்தோமா, சாப்பிட்டோமா, சம்பாவனை வாங்கிண்டோமா, போனோமான்னு இருக்கணும் தெரிஞ்சுதா?”

வக்கீல் வீட்டுச் சமையல் மாமி படபடவென்று அவன் காதில் மட்டும் கேட்கிற குரலில் பேசிவிட்டுக் கதவைத் திரும்ப மூடியது பார்க்கப் பயமாக இருந்தது.

விபூதியைச் சம்படத்திலிருந்து எதேஷ்டமாக சீத்துவின் உள்ளங்கையில் கொட்டி குழைத்து நெற்றியிலும், புஜத்திலும், நெஞ்சிலும் பூசச் சொன்னார்கள். யாரோ நெற்றியில் சந்தனம் தொட்டுப் போனார்கள்.

“நெஞ்சிலேயும் பூசேண்டி பாகி... உன் நெஞ்சிலே இல்லே, அவனோடது” என்றாள் டாக்டர் மாமி சந்தனப் பேலா கொண்டு வந்தவளிடம்.

“அவன் என்ன என் ஆம்படையானா?” பாகீரதி கேட்டாள். குமிழிட்டு இன்னொரு சிரிப்பு அங்கே தான் ஆரம்பித்தது. ஓரத்தில் சன்னமாகச் சரிகை போட்ட துண்டைப் பரிவட்டம் போல் அவன் தலையில் சுற்றி, கழுத்தில் மல்லிகைப்பூ மாலை போட்டு விட்டார்கள்.

“அந்தப் பக்கம் திரும்பிக்கறோம். அந்த சோமனை அதாண்டா வேஷ்டியை கட்டிண்டு நிஜாரைக் களை”, என்று சொல்லி எந்தப் பக்கமும் திரும்பாமல் அவன் உடுப்பு மாற்றுவதையே பார்த்துக் கொண்டிருந்தார்கள். பாதி வெளிச்சமும் பாதி இருட்டுமாக இருந்த கூடத்தில் பாகீரதியின் மூக்குத்தி ஒளிர்ந்தது சீத்துவுக்கு வேண்டியிருந்தது. உடுப்பு மாற்றும்போது அவள் பார்ப்பது அவனுக்குப் புது சந்தோஷத்தைத் தந்தது.

“இன்னும் கொஞ்சம் பெரிசா பெரியவனா இருந்தா என் நாத்தனாருக்குக் கல்யாணம் பண்ணி வச்சுடுவேன்.”

அடுத்தக் கிண்டலைச் சிரமப்பட்டு அடக்கி நாகசுவரக் காரர் கரகரப்ரியா வாசிக்க, சக்கனிராஜ என்று அநேகமாக

எல்லோரும் சேர்ந்து பாடியபடி சீத்துவை நட்ட நடுவில் காரில் வைத்து அந்த ஊர்வலம் குலாலர் தெருவுக்குள் வந்தது இப்படித்தான்.

ஆறுமுக வேளார் வீட்டு வாசலில் ஆரத்தியும், பூவுமாக வரவேற்கக் காத்திருந்தார்கள். களிமண்ணில் பிடித்து வைத்து அடுப்புக் கரியும், காவிக்கட்டியும் கொண்டு நிறம் பூசி பானை சட்டியோடு சுட்டெடுத்த ஒரு பசுவின் பொம்மையும், கன்றின் பொம்மையும் தாமிரத் தாம்பாளங்களில் ஜவந்திப்பூ மாலை சார்த்தி வைக்கப் பட்டிருந்தன.

"பசுவன் தலையிலே பசுவையும் கன்னுக்குட்டியையும் ஏத்த வேண்டியது. பஜனை மடத்துக்குப் போக வேண்டியது."

ஊர்வலத்தைத் தொடர்ந்து சைக்கிள்களில் வந்த ஆண்கள் நாலைந்து பேர் சொல்ல, ஆமா ஆமா என்று பலமாகப் பின்பாட்டு பாடிய கும்பலில் சீத்துவின் அப்பா குஞ்சரனும் உண்டு.

போன வருஷத்தை விடப் பெரிய பசு. நிஜக் கன்றுக்குட்டிக்கு காலே அரைக்கால் சைஸில் களிமண் கன்றுக்குட்டி. கனமா இருக்குமா? யாரோ யாரிடமோ கேட்க சீத்து எடுக்கப் போன பசுவையும் கன்றையும் தொடாமல் நின்றான்.

"ஒரு பொங்கல் பானை கனம் கூட இருக்காது ரெண்டும். ஏத்தி வையுங்கோ" என்றார் ரிடையர்டு ஸ்கூல் ஹெட்மாஸ்டர். ஏற்றி வைத்தார்கள். சீத்துவின் தலை கொள்ளாமல் கன்றுக்குட்டியை ஊர்வலக் காரில் அவன் மடியில் வைத்தார்கள். திரும்ப நடந்த ஊர்வலத்துக்கு முன்னால் 'தாமரை பூத்த தடாகமடி' வாசித்தபடி நாதசுவர கோஷ்டி போனதால் சங்கீதத்தில் மயங்கி பேச்சு ஆகக் குறைவாகப் போனது.

சேர்வார் ஊருணிக்கரையோடு நடந்து ராஜ வீதி திருப்பத்தில் பஜனை மடத்துக்குப் போய்ச் சேர்ந்தபோது சீத்துவுக்கு ஒண்ணுக்கு வந்துவிட்டது. அப்பாவை அழைக்க அவன் குரல் நாதசுவர தித்திப்பில் அவருக்குக் கேட்காமல் போனது,

காரோடு நடந்து வந்த ஒரு பெண் "என்னடா, நெளியறே, மேப்படி இடத்துலே எறும்பு கடிச்சுடுத்தா?" என்று கண்ணில்

குறும்பு மின்னக் கேட்டாள்.

“இல்லே, ராயர் மாமி, ஒண்ணுக்கு போகணும்.”

“போயேன், யார் வேண்டாம்னா.”

விஸ்தாரமாக வாசிக்க நாதசுவர கோஷ்டி சிவன்கோவில் தெரு திருப்பத்தில் நின்றபோது மடியில் இருந்து கன்றை எடுத்துப் பக்கத்தில் வைத்துவிட்டு சீத்து ஒரே ஓட்டமாக ஊருணிக்கரைக்கு ஓடினான். நாதசுவரத்தையும் மீறும் சிரிப்பும் கூச்சலும் எழ, ஆனந்தம் பாடித் தாலி கட்டும் நேரத்தில் வாசிப்பது போல், தவுலும் நாதசுவரமும் உச்சத்தில் ஒலித்து இறங்கி இசையைத் தொடர்ந்தன.

“கையை அலம்பிண்டு பசுவைத் தொடு” என்று வக்கீல் மாமி ஜக்கில் இருந்து வார்த்தது பால். அதில் கை அலம்பி பிசுபிசு என்று இருக்க வழியில் யார் வீட்டிலோ சொம்பில் தண்ணீர் வாங்கி இன்னொரு முறை கை கழுவல். அந்தப் பழைய சொம்பை சீத்து திரும்பித் தரும்போது ஓரமாக நசுங்கி உடைந்திருந்த பாத்திரக் கழுத்தில் அவன் இடது கை பட்டு ஆழமாகக் கீறி விட்டது. கீறல் வழியே ரத்தம் எட்டிப் பார்த்து அவசரமாகக் கோடு போட்டது. சீத்து சின்னக் குழந்தை போல அழுதான்.

ரத்தம் இன்னும் கசிய அவர்கள் பஜனை மடத்தில் போய்ச் சேர்ந்ததும் ஒரு துண்டால் அவன் கையில் தண்ணீரில் நனைத்துக் கட்டுப் போட்டு ‘இப்போ நின்னு போயிடும்டா அசடு. இதுக்கு அழுவாளா’ என்று பல குரல்களும் குழந்தையைச் சமாதானப்படுத்துவதுபோல் ஒலித்தன. ஒரு மைசூர் பாகும் இன்னொரு ஜிலேபியும் தின்ற சீத்து, நாலு கட்டி தேங்காய் பர்பியை நியூஸ்பேப்பரில் கட்டி பையில் வைத்துக்கொண்டான். ஜீரணமாக ஒரு பெரிய தம்ளர் சுக்கு, வெல்லம் போட்டுக் காய்ச்சிய பானகம் குடித்து, திருப்தியோடு வீடு நோக்கி நடந்தான்.

4

சனிக்கிழமையும் ஞாயிறும் பள்ளிக்கூட விடுமுறை என்பதால் பசுவனுக்கு பஜனை மடத்தில் ஓவர்டைம் பார்க்க வேண்டி வந்தது. அது வேறொண்ணுமில்லை. காலையில் குளித்து விட்டு பஜனை மடம் போய்விட வேண்டும். சாப்பிடாம வந்துடு என்று வக்கீல் மாமி சொன்னாள். சனியும் ஞாயிறும் காலையில் நல்ல இட்டலியும், தோசையும், வடையும், பொங்கலும், காப்பியும் அவனுக்குத் தாராளமாகக் கொடுத்து பஜனை மடத்தில் வைத்தே சாப்பிடச் சொன்னார்கள்.

தின்ன முடியாமல் மீந்து போனதை, சீத்து வீட்டிலிருந்து ஏனம் எடுத்து வந்து அதில் போட்டு வைக்க, குஞ்சரன் வந்து வாங்கிப் போனார். சாப்பிட்டுவிட்டு ஒரு மர ஸ்டூலில் உட்கார்ந்து நாலு பக்கமும் பார்த்தபடி தூங்கி வழிவதே சீத்துவுக்கு வேலை.

அவனைச் சுற்றி ஒரு இருபத்தைந்து பெண்கள் ரயில் வண்டிக் கோலாட்டம் போட்டார்கள். ஒருத்தர் பின்னால் ஒருத்தர் கோலாட்டக் கழிகளை அடித்து ஆடி வர வரிசையாக நகரும் ரயில் அது. சுற்றி வளைந்து நகர்ந்து சுழன்று அவர்கள் ஒருவரோடு ஒருவர் கழிகளை மோதிக்கொண்டு சீராக ஆடியபடி விரசாக நகர்வது மலைப்பாம்புக் கோலாட்டம். பத்துப் பதினைந்து நிமிடம் பார்த்தபின் எல்லாம் அலுத்துப் போக, உட்கார்ந்தபடியே தூங்க ஆரம்பித்தான் பசுவன்.

“பாலும் பெருகிக் குடங்கள் நிறைய பசுவா பசுவய்யா

கோலும் அடித்து கூடியே ஆடினோம் பசுவா பசுவய்யா”

என்று அடிகளைத் திரும்பத் திரும்ப வெவ்வேறு வேகத்திலும் ராகத்திலும் பாடி அவனைப் பார்த்து ஆடிக் குதித்தார்கள்.

“பசுவன் தூங்காம இருக்க, பசுவா பசுவய்யான்னு வர்றபோது வலக்கையை உயர்த்தி ஆசீர்வாதம் பண்ணலாமே.”

டாக்டர் மாமி சொல்ல, “நன்னாத்தான் இருக்கு, இத்தணூண்டு பையன் பழுத்த சுமங்கலிகளை ஆசீர்வாதம் பண்ணறதாவது. அதெல்லாம் நம்மடவா வழக்கம் இல்லே” என்றாள் நாகுப் பாட்டி, சீத்துவுக்கு ஆறுதல் தரும்படியாக.

எத்தனைத் தடவை கையைத் தூக்கி ஆசிர்வாதம் செய்வது. கையில் பாத்திரம் கீறியது வேறே இன்னும் வலிக்கிறது. நேற்று ராத்திரி சின்னக்காவிடம் சொன்னபோது பக்கத்து வீட்டுத் தொழுவத்திலிருந்து பசுஞ்சாணி எடுத்து வந்து கை விரலில் வைத்து இட்லித் துணியால் கட்டி விட்டாள். காலையில் பசுவன் டியூட்டிக்கு கிளம்பியபோது, “இதென்னடா சாணியும் கையுமா. எடுத்துட்டு போ” என்றார் அப்பா.

சாணி விரலோடு இட்லி தின்ன முடியாது, டிபன் பாக்ஸில் எடுத்து வைத்து, வீட்டில் இருப்பவர்கள் சாப்பிடக் கொடுத்து விடவும் முடியாது என்று அவருக்குத் தெரியும்.

“ஆசீர்வாதம் இல்லாட்டாப் பரவாயில்லே. குளுமையா அப்பப்போ சிரிச்சா போறும். ஜானவாச ஊர்வலத்துலே மாப்பிள்ளை மாதிரி.”

இது, ஜவுளிக்கடை ஐயங்கார் பெண்டாட்டியின் யோசனை.

“கார்லே ஊர்வலம்னாலே அசட்டு அம்மாஞ்சிகளை வந்துடுறது. இதுலே சிரிப்பு வேறேயா?” வக்கீல் மாமி தள்ளுபடி செய்ய, சீத்துவைப் பார்த்து வேறு யோசனைகள் புறப்படாமல் கோலாட்டச் சத்தம் மட்டும் சீராகத் தொடர்ந்தது.

சனிக்கிழமை நடுப்பகல் சாப்பாடும் போட்டுப் பிற்பகல் மூணு வரை கோலாட்டம். அப்புறம் வீட்டுக்குப் போய்

ரெஸ்ட் எடுத்துக்கொண்டு ராத்திரி ஏழு மணிக்கு வந்தால் போதும். வீட்டில் வடையையும் சுண்டலையும் சுவியனையும் கொடுத்துவிட்டு சீத்து தேரடிக்கு ஓடினான்.

படிகளுக்கு நடுவே பள்ளம் பறித்து உள்ளே மரங்களும் பழைய கோவில்களுமாக அவனுக்குப் பழக்கப்பட்ட இன்னொரு உலகம் எங்கே?

தேரடிக் கருப்பனின் சந்நிதிக்கிடமான இடத்தில் தேரடிப் படிகளுக்குப் பின்னால் இருட்டில் தெரியாது கிடக்கும் வெளியில் சீத்துவின் பார்வை பட்டது. உள்ளே மரங்களும் பழைய கோவில்களுமாக அங்கே அந்த சாயந்திர உலகம் தெரிந்தது. வெளியே மஞ்சள் வெய்யில் பூத்திருக்க, உள்ளே அடர்த்தியாக மஞ்சளும் சிவப்பும் பூரித்துப் படிந்து சீத்துவை வா வா என்று கூப்பிட்டது. அந்தக் கோவில்களின் வரிசை, முன்பு பார்த்தது போல் இல்லை. சிறிய கோவில் ஒன்று சாயந்திர மஞ்சள் பூசி நாணத்தோடு நின்றது. அதன் பின்னால் பரந்து நின்ற ஒரு பிரம்மாண்டமான மரம் பின்னிருந்து அந்தக் கோவில் மண்டபத்தை இறுக்கித் தழுவி, தூண்களைத் துளைத்துப் போயிருந்தது. யட்சி எங்கே? அவனை இப்படி அணைத்துக் கொள்ள அவள் வரவேண்டும். வேண்டாம். அவளை சீத்து இப்படிப் பின்னால் இருந்து இறுகத் தழுவி நிற்க வேண்டும். எங்கே போனாய் யட்சி?

தேரடிக் கருப்பனுக்குப் பின்னால் ஓட்டமும் நடையுமாக நடந்தான் சீத்து. முன்னால் இருந்த தனிக் கோவிலில் நுழைந்து நின்றான். கோவில் மணி அடித்த சத்தம்போல காதில் கேட்டது. மணியே இல்லாமல் மணிச் சத்தம் எங்கிருந்து வந்தது என்று அவனுக்குத் தெரியவில்லை.

விரலில் வீக்கம் வலித்தது. இடது கையே வலிப்பது போல் பட்டது. யட்சி மாருக்கு நடுவே வைத்துக் கொண்டால் வலி தீரும். அடி யட்சி, எங்கேயடி போனாய்? வா.

யட்சி வராவிட்டால் வீட்டுக்குப் போய் அக்காவிடம் சொல்லி, சாணிப் பத்து போட்டுக் கொள்ள வேண்டும். பசுவன் கோலாட்டத்தில் யாராவது கேட்டால் மருதாணிப் பற்று என்று சொல்லி விடலாம். மோந்து பார்க்கவா போறாங்க?

இட்லித் துணி இல்லாமல் அப்பாவின் பழைய வேட்டித் துணியைக் கிழித்து, அக்காவைக் கட்டுப் போடச் சொல்லலாம். அப்பா வேட்டி எல்லாம் பழசுதான். வேட்டிக்கு மேலே பள்ளிக்கூட ரிடையர்ட் நாகராஜ வாத்தியார் போட்டிருந்த நைந்த அல்பாகா கோட். அவர் இறந்து போனதுக்கு அப்புறம் வாத்தியார் பெண்ஜாதி நீ போட்டுக்கோ என்று கொடுத்தாள். வாத்தியாரின் சட்டைகள் குஞ்சரனுக்கு ரொம்ப சின்னதாக இருந்ததால், சட்டை இல்லாமலேயே கோட் மட்டும் அணிந்து கொண்டு ஸ்கூல் வாத்தியார் களையோடு தான் ஊருணியில் தண்ணீர் மொண்டுவரப் போவார். அவர் கிடக்கட்டும். யட்சி எங்கே?

“வந்துட்டியா?”

கோவில் உள்ளே இருந்து யட்சிக் குரல் கேட்டது. இறுக்கமான டிரவுசரை இழுத்து விட்டபடி பார்த்தான் சீத்து. கதவு சார்த்தி இருந்தது. வக்கீல் வீட்டு சமையல் மாமி ஆளில்லாத அறைகளில் நுழைவது பற்றிக் கண்டித்துச் சொன்னது நினைவு வர சும்மா நின்றான்.

“உள்ளே வாயேன். ஒவ்வொரு தடவையும் சொல்லணுமா?” உரிமையோடு, அவன் தோளில் தட்டியவள் தலைமுடியை சிடுக்கெடுத்துப் பின்னிக்கொண்டிருந்தாள். யட்சி தலையை விரித்துக் கொண்டு நிற்பாள் என்று யாரோ, எப்போதோ சொன்னது தப்புதான் போல் இருக்கிறது. யாரும் நாள் பூரா தலையை விரித்துக் கொண்டு நிற்பது அசௌகரியமில்லையோ. அதுவும் பூச்சியும் தூசியும் அடந்த இந்தக் காட்டுப் புறத்தில்.

“தத்தம்மா சரிதம் கோலாட்டப் பாட்டு புஸ்தகம் கேட்டேனே, கொண்டு வந்தியா?” அவள் கேட்டாள். “அடடா, மறந்து விட்டேனே” என்று சொன்னபோது அவனுக்குக் கஷ்டமாக இருந்தது. வேளாவேளைக்கு ஆகாரம் கிடைக்கும்போது இதெல்லாம் நினைவுக்கு வரமாட்டேன் என்கிறது.

நாளைக்கு வரும்போது நிச்சயம் எடுத்து வரேன் என்றான். நாளைக் கதை நாளைக்கு என்று அவள் சிரித்தாள்.

“நாளைக்கு கோலாட்ட ஜோத்திரை. ஊருணிக்கரையிலே

இருந்து பசுவையும், கன்றையும் தண்ணியிலே கரைக்கணும்." என்று தீர்க்கமாக ஆலோசித்தபடி சொன்னான் சீத்து. "தெரியும்" என்றாள் சுருக்கமாக யட்சி.

"அது ஏன் என் கிட்டே மட்டும் பேசறே?" அவன் கேட்டான்.

"நீ மட்டும் தானே பசுவன். இந்த ரெண்டு நாளைக்கு."

"இப்போ மட்டும் பேசுவியா? அப்புறம்?"

"அப்புறம் என்னன்னு அப்புறம் பார்க்கலாம்."

"இத்தனை நாள் எங்கே இருந்தே?"

"இங்கேதான் இருந்தேன். ஏன் உனக்கு என்ன சந்தேகம்?"

'ஒண்ணுமில்லே' என்று விரலைப் பார்த்தபடி சத்தமில்லாமல் இருந்தான் சீத்து.

"விரல்லே என்ன?"

"பாத்திரம் குத்திடுத்து. சொம்பு."

"சொம்பு எப்படி குத்தும்?"

"விழுந்து நசுங்கினதுலே விளிம்பு தூக்கலா இருந்ததா, கையை கீறி விட்டுடுத்து".

"மருந்து சாப்பிட்டியா?"

"இல்லே."

"ஊசி குத்திண்டியா?"

"ஐயோ பயமா இருக்கு." அவன் கண்களை மூடிக்கொண்டான்.

"இந்தக் கோவில்லே எல்லாம் எப்போ பூஜை வரும்?" சீத்து கேட்டபோது அவள் சிரித்தாள்.

"இந்தக் கோவில் எல்லாம் உன் ஊர்லே இல்லே. உன் காலத்திலேயும் இல்லே."

"அப்படீன்னா?"

"உனக்கும் எனக்கும் இருநூறு வருஷம் வயசு வித்தியாசம்" என்றாள் யட்சி. அவன் கையை எடுத்துத் தன் கையில்

வைத்துக் கொண்டு. அவள் சீத்துவின் முகவாய்க்கட்டையை உள்ளங்கையில் ஏந்திப் பிடித்து இரண்டு கன்னத்திலும் முத்தமிட்டாள். அது, இது சாப்பாடு எல்லாம் கிடக்கட்டும். இந்த மாதிரி கொஞ்சினால் யட்சி தவிர பசுவனுக்கு வேறேதும் வேண்டாம்.

“உனக்கு யாரெல்லாம் முத்தம் கொடுத்திருக்காங்க?” யட்சி கேட்டாள்.

“கமலி ரேழியிலே கதவுக்குப் பின்னாலே வச்சு போன மாசம் முத்தினா.”

“அப்புறம்?”

“எங்கப்பா நான் காணாமல் போய் திரும்பி வந்ததும் பளார்னு ஒரு அறை, அப்புறம் ஒரு முத்தம் கொடுத்தார்.”

யட்சி கலகலவென்று சிரித்தாள்.

“எப்படி காணாமல் போனே?”

“பாம்புப் பிடாரன் கூட, அவன் மகுடி வாசிச்சதைக் கேட்டபடி பின்னாலேயே முத்துப்பட்டி வரை போயிட்டேன். தூக்கத்திலே நடக்கிற மாதிரி இருந்தது. அப்புறம் அவன் எழுப்பி வீட்டுக்குப் போன்னு சொன்னான். வந்துட்டேன்.”

சீத்து விரலைச் சுழற்றிப் பார்த்தான். வீங்கியிருந்தது. வலித்தது.

“விரலுக்குத் தகுந்த வீக்கம். நாளைக்கு வடிஞ்சிடும்”, என்றபடி சீத்துவைத் தன் மடியில் இழுத்து இருத்திக் கொண்டாள் யட்சி. அவனுக்கு அதுவும் வேண்டியிருந்தது.

“நான் போறேன். கோலாட்டம் போட எல்லாரும் வந்து காத்திண்டிருப்பா.”

அவன் எழுந்திருக்க முயற்சி செய்தபோது கை தன்னிச்சையாக யட்சியின் கழுத்தில் உயர்ந்து மாலையாக விழுந்தது. உள்ளே இருந்து யாரோ சொன்ன மாதிரி அவளைப் பிடித்து இழுத்து உதட்டில் முத்தமிட்டான். போ என்று இன்னொரு மனசு சொல்ல எழுந்து உட்கார்ந்தான்.

“யட்சிக்கு கோபம் வந்தால் கழுத்திலே பல் பதிச்சு ரத்தம்

குடிச்சுடுவான்னு சொன்னானே சிவராமன். உனக்கு என் மேலே கோபம் வரல்லியா?”

அவள் சிரித்தாள். சீத்து தன் கழுத்தைத் தடவிக் கொண்டான். ஒன்றும் இல்லை. கழுத்தில் கடிப்பதை விட விரலைக் கடித்தால் சுகமாக இருக்கும்; வீக்கம் வற்றிவிடும் என்று சீத்துவுக்குத் தோன்றியது.

“பஜ்ஜி வேணுமா?”

“வேணாம் பசிக்கலே. அது பஜ்ஜி தானா?”

“வேறே என்னவா இருக்கும்னு எதிர்பார்க்கறே?”

அவன் முகத்தைத் தன் வியர்வை நனைத்த மார்பில் தேய்த்துக் கொண்டு அப்படியே சேர்த்துப் பிடித்தபடி கண்ணை மூடிக் கொண்டாள் யட்சி.

“பூச்சியை எல்லாம் வறுத்து தின்னுட்டு ரத்தம் குடிப்பா யட்சின்னு தீட்சிதர் தாத்தா, சிவராமன் கிட்டே சொன்னாரே.”

“அவருக்குத் தான் வெட்டுக்கிளி வறுத்துப் போட்டுத் திங்கத் தரணும்.”

“ஐயே சாப்பிட மாட்டார்” என்று சிரித்தான் சீத்து. இப்படி பார்த்துண்டு ஊட்டி விட்டா, தேவேந்திரனே இன்னும் கொஞ்சம் தான்னு கெஞ்சிண்டு நிப்பான். அவள் தலைமுடி நெற்றியில் புரண்டு முகத்தில் இறங்க, துடிக்கும் உதடுகளால் சீத்துவின் உதட்டில் இன்னொரு முத்தமிட்டாள். கமலியின் ஈர உதடுகள் நினைவு வந்தன. அவளும் கோலாட்ட ஜோத்திரைக்கு வந்திருப்பாள்.

“இருடா. நாளைக்குப் போய் அங்கே கோலாட்டம் போடலாம். இன்னிக்கு இங்கே. நான் சொல்லித் தரேன்.”

சொல்லி விட்டு அட்டகாசமாகச் சிரித்தாள் யட்சி.

“நாளைக்கு வர்ற போது.”

அவள் முடிப்பதற்குள், “தத்தம்மா சரிதம் கோலாட்ட புஸ்தகம் தானே” என்று கேட்டான்.

“ஆமா, அப்புறம், நாளைக்கு டிராயர் போட்டுண்டு வராதே.”

“சினிமாக்காரி மாதிரி இருக்கேனா?” சீத்து அப்பாவியாகக் கேட்டான்.

“நீ என்ன பொம்பளையா சினிமாக்காரி மாதிரி இருக்கேன்னு சொல்ல. ஆம்பளை. ராஜா ராணி சினிமா ஹீரோ மாதிரி இருக்கணும்.”

“அவனும் சின்ன சைஸ் பாவாடை தானே கட்டிண்டிருக்கான்?” சீத்து கேட்டான்.

“அது வேறே, இது வேறே”, யட்சி சிரித்தாள்.

அவனை மறுபடி மடியில் வாரிப் போட்டுக் கொண்டாள். ஒரு நிமிடத்தில் குருதி வாடை அங்கே சூழ்ந்தது. ‘சரி, போய்ட்டு வா’ என்று எழுந்தாள்.

“தூரமாயிட்டியா? எங்கக்காவை வேணும்னா சமைச்சு வச்சுட்டுப் போக அனுப்பட்டுமா? எட்டணா கொடுத்தா போதும்.”

யட்சி அவனைக் கூர்ந்து பார்த்தாள். “உங்கக்கா ரெண்டு பேரும் பாவம்” என்றாள்.

“பெரியக்கா ராயர் பஜ்ஜி கடையிலேயும் அங்கங்கே கூப்பிடற வீடுகளிலும் தோசைக்கு அரிசி, உளுந்து அரைச்சும், தவலவடைக்குக் கடலைப்பருப்பும், துவரம்பருப்பும், பாசிப்பருப்பும் ஊற வைத்தது அரைச்சும் கால் ரூபாயும் அரை ரூபாயும் வாங்குவா. சின்னவ வீட்டுலே இருந்தே அம்மாவுக்கு உதவியா அப்பளம் இடறது, முறுக்கு பிழிய சுத்துக் காரியம் இப்படி காசு சம்பாதிப்பா. ரெண்டு பேருக்கும் கல்யாணம் பண்ணி வைக்க அப்பா ஊருணித் தண்ணி மொண்டு வந்து ஊத்தி பத்து பைசாவா வாங்கிச் சேர்த்து வச்சு, அவா ரெண்டு பேருக்கும் அடுத்தடுத்து கல்யாணம் பண்ணி வைப்பாராம். ரெண்டு கல்யாணத்துலேயும் பெரிய சைஸ் குஞ்சாலாடு, பருப்பு வடை, போளி எல்லாம் உண்டு. நீ வரியா?” சீத்து ஆவலோடு கேட்டான்.

யட்சி அவசியம் வருவதாகச் சொன்னாள். சீத்து அப்படியும்

இப்படியுமாக அசைந்து ஓரமாக கல் சுவர் பக்கம் ஓடினான்.

“ஒண்ணுக்கு போகலாமா இங்கே?”

“போக ஆரம்பிச்சுட்டே. இதிலே என்ன கேள்வி...” யட்சி சிரித்தாள். ஒரு குடம் மூத்திரம் போக வேண்டியிருந்ததால் யட்சியின் பார்வையிலிருந்து விலக முடியவில்லை.

“பித்தானை போட்டுண்டு போடா.”

அவள் குரல் பின்னால் துரத்த சீத்து, கருப்பன் சந்நதிக்குள் இருந்து வெகு சாவகாசமாக நடந்து வந்தான். நல்ல வேளை யாரும் அங்கே இல்லை.

தேரின் பக்கம் ஒரு வினாடி நின்றான். சீத்து மாதிரி ஒரு சின்னப் பையனும் யட்சி போல வனப்பான மூத்த பெண் ஒருத்தியும் சேர்ந்து, கெட்ட காரியங்கள் செய்யும் மர சிற்பங்கள் செதுக்கப் பட்டிருந்த தேரின் ஓரமாக யட்சியோடு சந்தோஷமாக இருக்க வேணும் என்று மனதில் தோன்றிக் கொண்டே இருந்தது. சீத்து பஜனை மடத்தை நோக்கி ஓடினான்.

”குசேலோபாக்கியானம் கோலாட்டக் கதை இன்னிக்கு நாலு பாட்டு அடிக்கலாம்” என்று ஜோசியர் வீட்டு மாமி ஒரு பழைய பவுண்ட் நோட் புத்தகத்தைத் திறந்தபடி சொன்னபோது, சீத்து அங்கே இருந்தான்.

“போடா குழந்தே மூஞ்சி கை கால் அலம்பிண்டு விபூதி இட்டுண்டு வா. இப்படி நடுவிலே வந்து உக்காரு. உனக்கு பாட வந்தா நீயும் பாடலாம். வராட்டாலும் அங்கங்கே கிருஷ்ணா கிருஷ்ணான்னு இவா சொல்றபோது நீயும் கூடவே சொல்லலாம்.”

அந்த மாமி சொல்லிக்கொண்டே போக, “அப்புறம் இவனையும் கண்டாகண்டான்னு கோலாட்டம் போடச் சொல்வீங்க போல இருக்கே” என்று யாரோ சொல்லிச் சிரித்தார்கள்.

“உஷா, வாய்க்கு வந்ததெல்லாம் பேசக்கூடாது.” இன்னும் சிரிப்பு. கோலாட்டம் ஆரம்பமாயிற்று.

துவாரகைக்கு சுதாமனை அவன் பெண்டாட்டி சுசீலை தோளில் அவல் மூட்டையோடு அனுப்ப, இருபத்தேழு குழந்தைகளும் ஜெயம் ஜெயம் என்று வழியனுப்பிக் கோலாட்டம் போடுவதாக பாட்டு. “எங்கம்மா எழுதி சிட்டைப் படுத்தினா” என்று ஜோசியர் மாமி பெருமை பேசியபடி அந்தப் பாட்டை உரக்க சொல்லிக் கொடுத்தாள். காதில் பாட்டு வரிகளை வாங்கியபடி “கோலேனா கோலே கோலேனா கோலே” என்று அசைந்து ஆடிப் பாடி கோலாட்டம் முன்னே போனது. சீத்து பார்த்துக் கொண்டே இருக்க, மஞ்சளும் பச்சையும் நீலமும் காவியும் பூசிய மெல்லிய கோல்கள் அவன் முகத்தை நெருங்கி விலகி சட்டென்று ஒன்றோடு ஒன்று மோதிச் சத்தமிட்டு நகர, பாட்டுச் சத்தம் மெல்லிய தாரையாக இழைந்து வந்தது. ராத்திரி எட்டு மணிக்கு நிறுத்தி அவரவர்கள் வீட்டுக்குப் போய்ச் சாப்பிட்டு வந்தார்கள். சீத்து போனால் சாப்பிட்டுத் தூங்கி விடுவான் என்ற பயமோ என்னமோ இட்லியும், தோசையும், அரிசி உப்புமாவுமாக சின்ன எவர்சில்வர் சம்புடங்களில் கொண்டு வந்து அவனைச் சாப்பிடச் சொல்லி வற்புறுத்தினார்கள். அதில் பாதிக்கு மேல் வீட்டுக்கு எடுத்துப் போகக் கட்டி வைத்து விட்டான் சீத்து. சாப்பிட்டு விட்டு தூங்காமல் கோலடிக்க, பஜனை மண்டபத்துக்கு உள்ளேயே லஞ்ச் ஹோம் வீட்டிலிருந்து சின்ன அண்டாவில் காப்பி சுடச்சுடக் கொண்டு வந்து வைத்திருந்ததை ஒன்பது மணி சுமாருக்கு எல்லோருக்கும் டம்ளர் டம்ளராக விளம்பிக் கொடுத்தார்கள். காப்பியை மூட்டை கட்டிப் போக சாத்தியமிருந்தால் அதையும் சுருட்டி எடுத்துக் கட்டி வைத்திருப்பான் சீத்து.

தலைமுடியை இறுக்கிப் பின்னி, தாழம்பூத் தொடுத்து வந்த நான்கு பெண்களின் தலையிலிருந்து கனமான தாழம்பூ மணம் அலையலையாக எழுந்தது. தேரடிக் கருப்பன் முன்மண்டபத்தின் உள்ளே இருட்டில் கோவில்களும், அதி உன்னதமான மரங்களுமாக விரியும் பாதையை நினைவு படுத்தும் வாசனை அது. ஒன்பது மணிக்கு கரண்ட் போக இருட்டில் பூ வாசனை தாறுமாறாக அதிகரித்தது. சீத்து பஜனை மண்டபத்துக்கு வெளியே மூத்திரம் போக நகர, அவன் இடுப்புக்குக் கீழே அவசரமாக யாரோ பிடித்தபோது அவன் கண்ணை

மூடிக்கொண்டு பரவசத்தோடு யட்சி என்றான். அங்கே மட்டும் மல்லிகைப்பூ மணம் தீர்க்கமாக அடித்து விலகியது. கரண்ட் வந்தபோது ஒவ்வொரு பெண்ணாகப் பார்த்தான். யாரும் மல்லிகைப்பூ வைத்துக்கொண்டு வந்திருக்கவில்லை. யட்சி எங்கே?

பத்து மணி வரை கிருஷ்ணன் தூது கோலாட்டம் விறுவிறுப்பாக நகர்ந்தது. அண்டாவில் இருந்த காப்பியை வழிச்சு வாரி பசுவனுக்குக் கொடுத்தார்கள். மிஞ்சியதை ஆளுக்கு ஒரு வாய் குடித்து கிருஷ்ணா கிருஷ்ணா என்று பாடியபடி நகர்ந்தார்கள். மிச்சம் நாளைக்கு என்று வீட்டுக்குப் போனார்கள்.

ராத்திரி பத்து மணிக்கு வீடே சுற்றி உட்கார்ந்து சீத்து கொண்டு வந்த ஆகாரத்தை ஒரு கை பார்த்தபடி... அதுவும் இதுவும் பேசிக் கொண்டிருக்க அரைக் கனவில் படுத்திருந்த சீத்துவின் விரலை யட்சி தாழம்பூ வாசனையோடு மெல்லத் தன் விரல்களால் நீவினாள். வலி குறையக் குறைய, அவளுடைய கை கீழே இறங்கி வந்தது. அவன் புரண்டு படுத்தான்.

“ஓடப்பாட்டு கொண்டு வர்றியா? ஜோசியர் பெண்டாட்டி கிட்டே கேளு.”

“சரி கேக்கறேன். அங்கே எல்லாம் கையை வைக்காதே அடி யட்சி.”

“நான் வைக்கலே. நீயா நினைச்சுக்கறே.”

சீத்துவைத் தன் உதடுகளால் ஒத்தியபடி இருக்க அவன் உறங்கிப் போனான்.

5

ஞாயிற்றுக் கிழமையும் பவுர்ணமியும் சேர்ந்து வந்தது விசேஷம். சீத்துவின் அம்மா அப்படித்தான் சொன்னாள். அவனுடைய ரெண்டு அக்காக்களையும் காலை ஐந்து மணிக்கே எழுப்பி விட்டாள்.

“பெண் குழந்தைகள் எண்ணெய் குளி நடத்தி பசுவன் கரைக்க கோலாட்டம் போட, பட்டாமணியம் வீட்டிலே ஆளுக்கு ஆழாக்கு செக்கெண்ணெய் கொடுக்கறா. ரெண்டு பேரும் போய் வாங்கிட்டு வந்துடுங்கோ. நாலு நாளைக்கு சமையலுக்காச்சு.”

அவள் சொல்லி முடிக்கும் முன் சின்னக்கா, “ஏம்மா தேய்ச்சு குளிக்க, எண்ணெய் கொடுத்தா சமையலுக்கு பதுக்கணும்கறியே” என்று பாதி சிரிப்பாகவும் மீதி வேதனையாகவும் கேட்டாள்.

“பசுவனுக்கு அரைப் படி எண்ணெயாமே, சீத்துவை பாத்திரம் எடுத்துண்டு போகச் சொல்லு” என்று நாகுப்பாட்டி சொல்லி விட்டுப் போனாள்.

அரைப்படி எண்ணெய் கொட்டி வைக்க வீட்டில் தகுந்த பாத்திரம் இல்லாததால் அடுத்த வீட்டில் வாங்கி சீத்துவுக்குப் பின்னால் குஞ்சரன் திருப்தியாக நடந்து போனார்.

சீத்துவின் இடது கை ஆள்காட்டி விரல் அதிகமாக வீங்கி இருந்ததால் கொஞ்சம் பெரிய துணியாக குஞ்சரனின் பழைய வேட்டியில் இருந்து கிழித்துச் சுற்றிக் கொண்டு போனான்.

“அது என்னடா கையிலே பெரிய பேண்டேஜ் போட்டிருக்கே” என்று ஞாயிற்றுக்கிழமை பேப்பரோடு தன் வீட்டு வாசலில் நாற்காலி போட்டு உட்கார்ந்திருந்த டாக்டர் கேட்டார்.

“ஒண்ணுமில்லே டாக்டர் மாமா; எங்கேயோ இடிச்சுண்டுட்டேன்.”

யட்சி வந்து மேலே உரசினால் வலி எதுவும் இல்லாமல் போகும். வருவாளோ. தூங்கிண்டே நடக்காதேடா என்று கூட வந்த அக்கா ரெண்டு பேரும் அவனை முன்னால் தள்ளியது அவனுக்குச் சுத்தமாகப் பிடிக்கவில்லை.

“ஆளாளுக்கு ரெண்டு முட்டைக்கரண்டி தான் நல்லெண்ணெய் தரச் சொல்லி தாக்கீது. தலையைக் காட்டுங்கோ. எண்ணெய் வச்சுண்டு மீதியை கை கால்லே தடவிண்டு போங்கோ.”

ரெண்டு அக்காவும் கெஞ்சிய கெஞ்சலில் பட்டாமணியம் காரியஸ்தன் அவர்கள் இரண்டு பேருக்கும் ஆளுக்கு அரை உழக்கு எண்ணெய் வார்த்தான். பசுவனுக்கு ஸ்பெஷலாக ஒரு படி எண்ணெய் கிடைத்தது. உலகமே காலடியில் அடக்கிய மாதிரி குஞ்சரன் மமதையோடு நடந்தார். ரெண்டு பெண்களின் கல்யாணம் நடப்பது இனி எளிது.

தேய்த்துக் குளித்த எண்ணெயும் சீயக்காயும் ஸ்ரீவில்லிபுத்தூர் ஆண்டாள் ஸ்நானப் பொடியும் மணக்க பெண்டுகள் பஜனை மடத்துக்கு வந்தபோது வானம் மப்பும் மந்தாரமுமாக இருந்தது. மந்தகதியில் கோலாட்டம் நகர, வக்கீல் மாமி சொன்னாள்

“இன்னிக்கு ராத்திரியோட முடிச்சு ஏறக் கட்டிக்கறோம்டீ பொண்டுகளா ஞாபகம் இருக்கோன்னோ? முளைப் பாலிகை கரைச்சு அதோடு கூட பசுவன் பசுவும் கன்னும் தெப்பக்குளத்திலேயோ ஊருணியிலேயோ கரைச்சு வந்தா அடுத்த வருஷம் தான் இனி கோலாட்டம் கொண்டாட்டம் எல்லாம். அப்போ நான் இருக்கேனோ, நீங்க அவளவள் கல்யாணம் ஆகி எங்கே இருக்கேளோ, பட்டணத்திலே படிக்க

போயிட்டேளோ, பிள்ளைத் தாச்சியோ, வேறே ஊருக்கு மாத்திண்டு குடும்பமே போறதோ, நமக்கு அதொண்ணும் இப்போ முன்கூட்டியே தெரியாது. இன்னிக்கு கோலாட்ட ஜோத்தரை. சந்தோஷமா கோலாட்டம் அடிச்சு ராத்திரி மழைக்கு முந்தி வீட்டுக்குப் போகணும். அவ்வளவுதான். நிச்சயம் மழை பெய்யும். சந்தோஷமா கோலே ந கோலே கோலே ந கோலேன்னு அடிச்சு அழைச்சா எப்படி பெய்யாம போவான் வருண பகவான்? வாங்கடி குட்டிகளா பாம்பு கோலாட்டம் போடலாம்.”

ஏற்ற இறக்கத்தோடு அந்த நாற்பது வயசு ஸ்திரி பேசியபோது, அவள் கண்கள் ஒளிர்ந்ததை சீத்து கவனித்தான். நான் இருப்பேனா அடுத்த ஜோத்தரைக்கு என்று யட்சியிடம் கேட்க வேண்டும் அவனுக்கு. அவள் இருப்பாள்.

பதினோரு மணிக்கு காப்பி கொடுத்து, வீட்டில் போய் கால் அலம்பிண்டு வர்றதுன்னா பெண்டுகள் போகலாம் என்று ஜோசியர் மாமி அறிவித்தாள். “கால்லே வெண்னீர் கொட்டிண்ட மாதிரி ஓடி வர வேணாம். மத்தக் காரியம் இருந்தா பண்ணிட்டு வரலாம்” என்றாள் வக்கீல் மாமி. போன மாதம் கல்யாணம் ஆன அச்சாபீஸ் பரமேஸ்வரன் மனைவி ஸ்ரீலட்சுமி தெம்பாகக் கிளம்ப, “வேண்டாம்டீ; அது ராத்திரிக் கந்தாயம்; இப்போ வேண்டாம்; சொன்னாக் கேளு” என்றாள் முகத்தை சீரியஸ் ஆக வைத்துக்கொண்டு. சிரிப்பு அலை அலையாக எழுந்திருக்க, என்ன விஷயம் என்று புரியாமல் சீத்துவும் உரக்கச் சிரித்து வைத்தான்.

“உனக்கு ஒருதடவை தனியாகச் சொல்லணுமாடா, மூத்திரம் போறதுன்னா போய்ட்டு வந்துடு. அப்புறம் ரெண்டு மணிக்கு தான் ஆட்ட கிளாஸ் விடும்.”

மாமி, சீத்துவின் காதைத் திருகிக் கொண்டு சொன்னபோது அவள் தலைமுடியில் அரப்புப்பொடி வாடை அடித்தது. காது மடலில் எண்ணெய் மினுமினுத்தது. அந்தக் காதை உதட்டில் வைத்து மெல்ல வேண்டும் என்று சீத்துவுக்குத் தோன்றியது.

போகும்போது யட்சி சொன்னது மறக்காமல் இருந்தது. தத்தம்மா சரிதம். அது தானா? ஏதோ ஒன்று.

வக்கீல் வீட்டில் சார்த்தி வைத்த அறைக்குள் கட்டுக் கட்டாக புத்தகங்கள் இருப்பதாக ஒரு நினைப்பு. தத்தம்மா சரிதம் இருக்கக் கூடும் அங்கே. வீட்டுக்குப் போகும் வழியில் வக்கீல் வீட்டுக்குள் பூஞ்சிட்டாக உள்ளே போனான் சீத்து. வக்கீல் காமிரா உள்ளில் உட்கார்ந்தபடிக்கே தூங்கிக் கொண்டிருந்தார். வீட்டில் வேறு யாரும் இல்லை. சீத்து சாத்தி வைத்த அறைக் கதவைத் தள்ள அது திறந்து கொண்டது. எலி வாடையும் மூஞ்சூறு வாடையும் மூக்கைக் குத்தியது.

சட்டென்று அந்தத் துர்வாடை மகிழம்பூவும், தாழம்பூவும் மாறி மாறி அடிக்கும் வாசனையாக மூக்கில் பட்டது. செண்ட் பாட்டில் உடைந்து தரையில் கிடந்து அள்ளி அள்ளிக் கண்ணாடிச் சில் இல்லாமல் வழித்து கையிடுக்கில் பூசிக் கொண்ட, பெரிய பஜார் ஜவுளிக்கடைக்காரரின் நினைவு கூடவே வந்தது. இது ஜவுளிக்காரர் இல்லை. ஒரு பெண்ணின் மணக்கும் வாசம். சீத்துவுக்கு அது தெரியும். இந்த அறையில் யட்சி வந்திருக்கிறாளா? வக்கீல் வீட்டில் அவளா?

அறைக் கோடியில் இருந்த ஜன்னல் சற்றே திறந்து சன்னமான கீற்றாக வெளிச்சம் எட்டிப் பார்த்து என்ன விஷயம் என்று கேட்டது. பிரம்மாண்டமான பானைகளும், கரண்டிகளும், மரப் பெட்டிகளில் இன்னும் அதிகம் வெங்கலப் பாத்திரங்களும் அடைத்த இடம். சுவரில் மங்கிய கண்ணாடிச் சட்டத்துக்குள் யட்சி படம். சுவரை ஒட்டிப் போட்டிருந்த பழைய தேக்குக் கட்டிலின் மேல் கருப்பு வெல்வெட் துணி விரித்து, தலகாணி போட்டிருந்தது. தென்னை ஓலை விசிறி ஒன்று படுக்கைக்குப் பக்கத்தில் தரையில் கிடந்தது. அதன் பக்கத்தில் பெரிய வெங்கலப் பாத்திரம் முன் எப்போதோ குடிநீர் வைத்ததாக இருக்கலாம் என்று சீத்துவுக்குத் தோன்றியது.

வாவா பசவா வாவா வாவா. பாட்டு சத்தம். யட்சி குரல் இது. எங்கே அவள்? சீத்துவின் விரல் உச்சத்தில் வலித்தது. யட்சி உறிஞ்சினால் வலி நிற்கும். அவள் பக்கத்தில் படுத்திருந்து பசுவனைச் சுற்றி நின்று இந்தப் பெண்டுகள் சொல்லும் அரைகுறை வாக்கியங்களில் புரியாமல் போனதைக் கண்டுபிடிக்க வேண்டும். யட்சிக்கு அதெல்லாம் நிச்சயம் தெரிந்திருக்கும்.

“இது ஏன் இங்கே உன் ஃபோட்டோ படம் மாட்டியிருக்கு?” சீத்து, யட்சியைக் கேட்டான்.

“ஃபோட்டோ இல்லே. வரைஞ்ச படம்.”

எதுக்கு வரையணும்?

“இருநூறு வருஷம் முந்தி ஃபோட்டோ கிடையாதே. அதான்.”

இங்கே ஏன் வைக்கணும்?

“இது என் வீடு. இங்கே இல்லாமல் வேறே எங்கே வைக்க?” யட்சி எதிர்க்கேள்வி கேட்டாள். மஞ்சள் வெய்யில் கோபுரமும் மண்டபமுமாக விரியும் உலகத்தில் அந்தப் படத்தை மாட்டி வைக்க இடம் இல்லையா?- கேட்க நினைத்தான். யட்சி மறுபடியும் பாடினாள்.

“பாலும் பெருகிக் குடங்கள் நிறைய பசுவா பசுவய்யா

கோலும் அடித்து கூடியே ஆடினோம் பசுவா பசுவய்யா”

எங்கே அவள்?

கட்டிலில் உட்கார்ந்திருந்த யட்சி பாடியபடி மல்லாக்கக் கவிழ்ந்தாள். அவள் கண்கள் சுழன்று அவனை நோக்கின. பாடும்போது மின்னல் வெட்டியது போல் பற்கள் வெண்மையாகப் பிரகாசித்து அவனை அருகே அழைத்தன. என்னவாவது பேச வேண்டும் என்று சீத்துவுக்குத் தோன்றவே கோலாட்டப் பாட்டு என்றான்.

“அதுக்கென்ன இப்போ.”

“நீ கேட்டிருந்தியே. அதை எடுக்கத்தான் இங்கே வந்தேன்.”

“சரி, அதுக்கென்ன இப்போன்னு சொன்னேன்” என்றபடி கண்ணுக்குத் தட்டுப்படாமல் அவனை இழுத்துப் படுக்கையில் சரித்தாள். விரல் உச்சத்தில் வலித்தது. அவள் வாயிலிட்டுச் சுவைத்தாள். சந்தோஷமாக இருந்தது. அந்தப் பரவசம் பல மடங்கு பொங்கிப் பெருகி அலையடித்து வெள்ளமாகப் புரண்டு வர, அவன் ஒரு துரும்பாக அடித்துச் செல்லப்பட்டான்.

யட்சி எங்கே இருக்கே?

“இருநூறு வருஷமா இங்கேதான் இருக்கேன். வக்கீலுக்கு நான்

கொள்ளுப்பாட்டி, எள்ளுப்பாட்டி உறவு. என்னை விடப் பத்து வயசு குறைவான பிள்ளையோட இங்கே தேக சம்பந்தம் வச்சுண்டதாலே இங்கேயே பிடிச்சு வச்சு தாழ்ப்பாள் போட்டு பூட்டிட்டா. அன்னிக்கும் கோலாட்ட ஜோத்திரை. அவன் பசுவன். நான் தான் அவனை இங்கே கூட்டிண்டு வந்தேன்."

அப்புறம் என்ன ஆச்சு?

"அவனைத் துரத்தி விட்டுட்டா. என்னை இங்கே நாள் கணக்கா பூட்டி வச்சு உடம்பும் மனசும் ரோகம் பிடிச்சுப் போய்ச் சேர்ந்தேன். இன்னும் அந்த மோகம் மாறாம அலையறது இங்கே இருந்தபடித்தான். கோலாட்ட ஜோத்திரையும் பசுவனும் இன்னும் இஷ்டம். வாடா பசுவா, வந்து படு."

அவன் திரும்ப பஜனை மடத்துக்குப் போனபோது நாற்காலியில் களிமண் பசு பொம்மையை வைத்து சுற்றி வந்து அந்தப் பெண்கள் ரம்மியமாகக் கோலாட்டம் அடித்துக் கொண்டிருந்தார்கள். கன்றுக்குட்டியைத் தொட்டான் சீத்து. அது முட்ட வந்தது. கையை மேலே உயர்த்தி வைத்துக் கொண்டான்.

"தூங்கிட்டு வந்தியா? அதுவும் சரிதான். ராத்திரி ரொம்ப நாழிகை செல்லும். பசுவை எடுத்து வச்சுட்டு நாற்காலியிலே உட்காரேன். உன் கிட்டே என்ன கஷ்கத்திலே திடீர்னு தாழம்பூ வாசனை வருது அதுவும் நடுப்பகல்லே. ஜாக்கிரதை. இந்த வாசனையைப் பிடிச்சுண்டு பாம்பு வந்து ஆடப் போறது." குரல்கள். சிரிப்பு.

"கூடவே இவனுக்கும் ஒத்தை கோல் கொடுத்து பாம்புக் கோலாட்டம் போடச் சொன்னாப் போச்சு." மேலும் குரல்கள். அலையடிக்கும் அடுத்த சிரிப்பு.

பகல் ரெண்டு மணி. ஓயாமல் பேசி, சிரித்து, ஆடிப் பாடி பகல் சாப்பாட்டுக்கு பஜனை மடத்திலேயே ஏற்பாடு ஆகியிருந்ததால் சந்தோஷமாகக் கோலாட்டம் போட்டபடி காத்திருந்தார்கள்.

சீத்து வீட்டுக்கு ஓடி அப்பா குடிதண்ணீர் ஊருணியில் இருந்து கொண்டு வந்திருந்த, குடம் நீரைக் கொல்லைப் பக்கம் கொண்டு போய்ப் பழைய பித்தளைப் பாத்திரத்தில் மொண்டு தலையில் விட்டுக் கொண்டு குளித்தான். இடதுகை ஆள்காட்டி விரல்

சர்க்கரை வள்ளிக்கிழங்கைச் சுட்டதுபோல் வீங்கி மினுமினுக்க, முழங்கை வரை மின்னிக்கொண்டிருந்தது. தலை சுற்றியது சீத்துவுக்கு. கோலாட்டம் முடித்து எவ்வளவு சீக்கிரம் முடியுமோ, டாக்டரிடம் போய், ஊசி குத்தினாலும் பரவாயில்லை என்று வலியைப் பொறுத்துக் கொண்டு குணப்படுத்திக் கொள்ள வேண்டியது தான்.

கஷ்கத்தில் தாழம்பு வாடைப் போக மொண்டு மொண்டு ஊற்றி அது போதாதென்று பட, துணி துவைக்கும் சவுக்காரத்தை கல்லின் மேல் இருந்து சுரண்டி எடுத்துப் பூசிக் குளித்தான். இடது கை ஆள்காட்டி விரல் வலிக்கவில்லை என்றாலும், கையை ஜாக்கிரதையாக உயர்த்தி வைத்தபடி குளித்தான். அவனைப் பசியும், பஜனை மடத்தில் விதவிதமான சித்ரான்னமும், இனிப்பும், அப்பம், வடையும் இழுக்க ஓடினான்.

“பாவம் குழந்தை. நாள் பூரா பசுவன் வேலை பார்க்கறான். உடம்பெல்லாம் என்னமா வலிக்கும் தெரியுமா? நான் அவன் வயசிலே இருந்தபோது நஞ்சைவிளை கிராமத்துலே நாலைஞ்சு வருஷம் பசுவனா இருந்திருக்கேன். உக்காந்து உக்காந்து அலுத்து, அப்பப்போ கோலிக்குண்டு விளையாடப் போயிடுவேன். முதுகிலே போட்டு விளையாட்டைப் பாதியிலே நிறுத்தி இழுத்துண்டு போய் எங்கப்பா உட்கார்த்தி வச்சுடுவார். அழுதா குஞ்சாலாடு கொடுப்பா. அப்பா தொடையிலே கிள்ளி அழ வைப்பார். அவருக்கு லாடு வேண்டியிருக்கும்.” குஞ்சரன் காலையில் சீத்து அனுப்பி வைத்த வடை ஒன்றை விண்டு வாயில் போட்டபடி சொன்னார், அவன் ஓடுவதைப் பார்த்து.

உனக்கு கையிலே சொம்பு குத்தி வீங்கினதோ? யட்சி உன்னைக் கட்டிண்டு படுத்திருந்தாளோ?

அப்பாவைக் கேட்க வேண்டும் போல் இருந்தது சீத்துவுக்கு. அது எதுக்கு?

இன்றைக்குத்தான் வள்ளிசாக நூறு ரூபாய் தரப் போகிறதாகப் பேசிக்கொண்டார்கள். அது தவிர பர்ஃபி, குஞ்சாலாடு, காரபூந்தி, தேங்குழல் என்று பாத்திரம் பாத்திரமாக சீத்துவிடம் கைமாறப் போகிறது.

சாயந்திரம் எல்லாப் பெண்களும் பட்டுப் பாவாடை, பட்டுப்

புடவை கட்டி, தலையில் கொழும்புத் தேங்காய் எண்ணெய் தேய்த்து நேர் வகிடெடுத்துச் சீவி, கோலாட்டக் கோல்களை அலம்பித் துடைத்து, பஜனை மடத்துக்கு ஒன்று இரண்டாக மொத்தம் இருபத்தெட்டுப் பேர் வந்து சேர்ந்துவிட்டார்கள். ஆளுக்கு ஒரு ரூபாயாவது பசுவனுக்கு ஆசீர்வாதப் பணம் தருவார்கள். அது ஒரு முப்பது ரூபாயாவது குறைந்த பட்சம் தேறும். அவன் ரெண்டு டிராயர் வாங்கிக் கொள்வான். அக்காக்களுக்கு நூல் புடவை வாங்கித் தருவான். யட்சிக்கும்.

யட்சி ஜோத்திரை முடிந்து போய்விடுவாளோ? புடவையை யாரிடம் தருவது அப்போ? அந்தக் கவலையை அப்புறம் வைத்துக் கொள்ளலாம். இப்போதாவது இவர்கள் கோலாட்டம் போடும் பசுவன் பாட்டுக்கெல்லாம் தலை அசைத்து முகத்தை சந்தோஷமாக வைத்துக்கொண்டு எல்லோரோடும் சிரித்துப் பேசிக்கொண்டிருக்க வேண்டும்.

பெட்ரோமாக்ஸ் விளக்குகளைச் சுமந்து கொண்டு கூட்டத்தின் முன்னால் இருவரும் பின்னால் இருவரும் நடந்துபோக, நாகசுவர கோஷ்டி ஆனந்த பைரவியிலும் மாண்ட் ராகத்திலும் வாசித்துக் கொண்டு போக, தொடர்ந்து இரண்டு நீள வரிசையாகக் கோலாட்டம் அடிக்கும் பெண்கள் ஆடியபடி போனார்கள். நடுவில் ஒரு சைக்கிள் ரிக்ஷாவில் பசுவன் இடது கையை உயர்த்திப் பிடித்தபடி சிரித்துக் கொண்டு, தலையாட்டிக் கொண்டு உட்கார்ந்திருந்தான். ஃபோர்ட் கார் ஓட முடியாமல் ரிப்பேர் ஆனதால், சைக்கிள் ரிக்ஷா கடைசி நிமிடத்தில் ஊர்வலத்துக்கு வந்துவிட்டது.

கோலே கோலே கோலேனா கோலே
பசுவா பசுவா பசுவா பசுவய்யா

அதி மனோகரமாக ஆடிப்பாடி வந்தார்கள் அந்தப் பெண்கள். கை வலிக்க கை உயர்த்தி உடம்பைக் குலுக்கி பாட்டுக்கும் ஆட்டத்துக்கும் தகுந்தபடி அசைந்து வந்தான் பசுவன். என்ன நினைத்தானோ, ரிக்ஷாவில் இருந்து கீழே குதித்தான். கோலே கோலே கோலே கோலே. அவனும் பாடினான். ஆடாமல், கோலாட்டக் கழிகளோடு நடந்து வந்த ஒருத்தியிடமிருந்து அவற்றைப் பறித்து தாளம் தவறாமல்

கோலாடி வந்தான். "ஜோத்திரை வேண்டாம்டா, பம்பரக் குத்து வெளையாடலாம்" என்று சிவராமனும் மற்ற பையன்களும் பம்பரமும் சாட்டையுமாக சைக்கிள் ரிக்ஷாவுக்குக் குறுக்கே வந்தார்கள். கோவில் வாசலில் கோலாட்ட ஜோத்திரை ஊர்வலம் கடந்தபோது அந்தப் பெண்கள் அத்தனை பேரும் யட்சியாகி விட்டார்கள். அவர்கள் இடுப்பில் முண்டு உடுத்து சீத்து போட்டிருந்தது போல ஒரு சரிகைத் துணியைத் தோளில் இறுக்கமாகப் போர்த்தி ஆடினார்கள். நாதசுவரக் கோஷ்டி திரும்பத் திரும்ப இங்கிலீஷ் நோட் வாசிக்க பெட்ரோமாக்ஸ்கள் மங்கி ஒளிர அவர்கள் எல்லோரும் கோலாட்டம் அடித்து ஒருசேரப் பாடினார்கள்.

கோலேனா கோலே கோலேனா கோலே

சீத்து பார்த்துக் கொண்டிருக்கும் போதே அவர்கள் தேரடிப் படியேறி உள்ளே போனார்கள். ராத்திரியிலும் மஞ்சள் வெயில் மசமசவென்று காய்ந்த அந்த மணல் பரப்பில் அவர்கள் வரிசையாக கோலாட்டம் போட்டு வர, சடசடவென்று நெருப்புக்கோழிகளாகி தலையை மணலில் புதைத்து நின்றார்கள். சீத்துவை அவர்கள் மணலுக்குள் இருந்து கூப்பிட்டார்கள்

பசுவா பசுவய்யா வாவா பசுவா பசுவய்யா

சீத்து தோளில் போர்த்திய ஜரிகைத் துண்டைத் தலைப்பாகை யாகக் கட்டிக்கொண்டான். அவன் ஆடிக்கொண்டே கருப்பன் சந்நிதிக்குள் புகுவதை எல்லோரும் பார்த்தார்கள். இடதுகை ஆள்காட்டி விரல் அவன் கரத்தில் இருந்து பிய்ந்து தொங்கிக் கொண்டிருந்ததையும் அப்புறம் வீங்கி விடர்த்து அது தேரடி இருட்டில் விழுந்ததையும் கூடப் பார்த்தார்கள். அது கையில் முளைத்த இன்னொரு நீண்ட குறி போல இருந்ததாக எல்லோரும் ரகசியம் பேசிக் கொண்டார்கள்.

பசுவனை அப்புறம் எங்கும் காணோம். அன்று இரவு இடி இடித்து, மின்னல் வெட்டிப் பெருமழை பெய்தது. ஊரே தாழம்பூ மணத்த ஈரமான ராத்திரி அது.

தகவல்காரர்

மேஜிகல் ரியலிசம் என்ற இலக்கிய உத்தி, தமிழ்ப் பல்கலைக் கழகம் சார்ந்த ஆய்வுச் சூழலில் 'இயற்கை இறந்த நிகழ்வு' சார்ந்த கதையாடல் என்று சற்றே கடினமான சொல்லாக்கமாகக் குறிப்பிடப்படுகிறது. இதில் இயற்கை இறந்ததை மட்டும் எடுத்துக் கொண்டேன். அது இறப்பு இல்லை. இயற்கை தன்னைப் புதுப்பித்து, நியதிகளை மாற்றி வைத்து மறுபிறவி எடுத்துக் கொள்வது. தகவல்காரர் இப்படியான மறுபிறவிக் கதை. புனைகதை வடிவத்தில் மாற்றத்தைக் கைக்கொண்டு 'முத்தம்மா டீச்சர்' எழுதியதுபோல், உட்பொருளில் சோதனை செய்து நான் மன நிறைவு பெற்ற படைப்பு தகவல்காரர். ஒரு சனிக்கிழமை இரவில் ஒற்றை இருப்பில் இருந்து எழுதி முடித்த குறுநாவல் இது. இந்தக் கதையின், கதாபாத்திரங்களின் நீட்சியை அரசூர் வம்ச நாவல்களில் அடையாளம் காண்பது சாத்தியமே.

★★★

1

பெருக்கத் துவங்கி மின்விசிறி நிறுத்த,
பகல் தூக்கம் கலைந்த கிழவி கண் விழிக்க,
காபி தந்து, காய் நறுக்கி, காலையில் சுட்டெடுக்கத்
தோசைக் கரைத்து, முகம் கழுவி, வாசல்போய்
விளையாடும் குழந்தைகளைப் படிக்க வைத்து,
சமையல் செய்து, பரிமாறி, தரை துடைத்து,
பாத்திரம் ஒழித்துப்போட்டு,
பசங்களைப் படுக்கையில் விட்டு,
மேயப் பாக்கி இல்லாத பேப்பரோடு
காத்திருக்கும் கணவன் கண்காட்ட,
'வரேன்' என்று தலையசைத்து இருட்டில்
மாடியேறி, உலர்ந்த துணியும் விரிப்பில்
வடகமும் மொத்தமாய்ச் சுருட்டி வந்து,
வாசல் கதவடைத்து, கூடத்து விளக்கணைத்து,
வாயில் வெற்றிலையோடு ஜன்னலண்டை போனவள்
வானம் பார்த்தாள்: 'பெய்' என்றாள்.

2

மழை கொஞ்சம் விட்டால் கிளம்பி விடலாம் என்று பார்த்தார் ரங்கநாதன். கையில் ஒரு குடை இருந்தால் நன்றாக இருந்திருக்கும். பத்திரிகை ஆபிஸை மூடியபோது, குடையை அங்கேயே விட்டுவிட்டு வந்ததாக நினைவு.

அது பத்து வருஷத்துக்கு முன்னால். அப்போது இரு நூறு குடும்பங்கள் இருந்தன. சுற்றிப் பற்றி நூறு மைல் தூரத்துக்குள் இருந்த குடும்பங்கள். அவர்களுக்கென்று தனியாக ஒரு மதம், கலாசாரம், மொழி கூடத் தனியாக இருந்ததாம். பேச்சு வழக்கு ஒழிந்துபோய் இருநூறு வருஷம் ஆகிறதாம். இருநூறு வருஷம் அதற்கும் முன்னால் தூர தேசத்திலிருந்து கப்பலில் வந்து இங்கே குடியேறியவர்கள்.

இருநூறு குடும்பத்துக்கு ஒரு பத்திரிகை. ரங்கநாதன்தான் ஆசிரியர்.

அவர் வாழ்க்கையே இப்படி இன, ஜாதிப் பத்திரிகைகளில்தான் கழிந்திருக்கிறது. ஐநூறு காப்பி. எல்லாவற்றிலும் கையால் திருத்திய எழுத்துப் பிழைகள். சந்தாவைக் கட்டச் சொல்லிக் கட்டம் கட்டி வேண்டுகோள். பரமபதமடைந்தார். இயற்கை எய்தினார். பூப்புனித நீராட்டு விழா, மாநாடு, கல்யாண

புகைப்படம், சங்கத் தேர்தல், சண்டை, போட்டிப் பத்திரிகை... 'கட்டி வரலை... நிறுத்திடலாம்னு இருப்கோம்...' இன்னொரு இனம். இன்னொரு பத்திரிகை. ஐநூறு காப்பி...

மழை விடுகிறபடியாக இல்லை. இன்றைக்கு ஆரம்பிக்காவிட்டால் இழுத்துக்கொண்டே போகும். ஒண்ணாந்தேதியே மணியார்டர் வந்துவிட்டது. பத்து வருஷமாகத் தவறாமல் பணம் வந்து கொண்டிருக்கிறது.

'பத்திரிகை நின்றுவிட்டது. பரவாயில்லை. உங்களுக்கும் வயதாகிறது. எங்களுக்கும்தான். இருநூறு குடும்பம் இருந்த இடத்தில் இப்போது எழுபது குடும்பம்தான். நூறு காப்பி மட்டும் அச்சுப் போட்டாலும் படிக்க ஆள் இல்லை. பலர் குடும்பம் குடும்பமாக மூதாதையர் நாட்டுக்குப் போய்க் குடியேறி இரண்டு தலை முறையாகிறது. இன்னும் சிலபேர் இங்கேயே ஜனக்கூட்டத்துடன் கலந்து அடையாளம் இழந்துபோனார்கள். மிஞ்சிய நாங்கள், எல்லோரும் முதியவர்கள். எழுபது வீட்டிலும் நாங்கள் மட்டும்தான் இருக்கிறோம். நாளை எண்ணிக் கொண்டிருக்கிறோம். கண்பார்வை மங்கிவிட்டது. ஒன்றும் படிக்க முடியவில்லை. ரங்கநாதன் ஆகிய நீர் ஒரு காரியம் செய்ய வேண்டும். மாதம் ஒருமுறை எழுபது வீட்டுக்கும் போய்வாரும். நடப்புகளை, முக்கியமாக சாவு விவரங்களை அங்கங்கே சொல்லிப்போம். உம் பெயருக்கு மாதாமாதம் மணியார்டர் வர ஏற்பாடாகி இருக்கிறது. நாங்கள் யாரும் இல்லாமல் போனாலும். நீர் இருக்கும்வரை பணம்வரும். எழுபது விலாசங்கள் இந்தாரும்...'

சுருட்டும் புகையோடும் விலாசம் கொடுத்தவர் அடுத்த மாதம் இறந்துபோனார். ரங்கநாதன் கொண்டுபோன முதல் செய்தி அதுதான்.

ஒன்று இரண்டாக அப்புறம் செய்திகள் வரத்தொடங்கின. மரணப் பதிவு அலுவலகம் பக்கத்தில்தான் இருந்தது. அப்புறம் காக்கைகள்.

யாராவது இறந்துபோனால், அவை கூட்டமாகப் பறந்து வந்து தகவல் சொல்லப்போகும் வீட்டு வாசல்களிலும் அவருக்கு முன்பே கரைந்து கொண்டு காத்திருக்கும். அவைகளின் மொழி

மட்டும் புரிந்து இருந்தால் பதிவு அலுவலகத்தை நம்பி இருக்க வேண்டியதே இல்லை.

மாதா மாதம் போய்ப் போய் ரங்கநாதனுக்கு எழுபது வீடுகளும் கனவில் கூட வருகிற பழக்கமாகிவிட்டது.

எல்லா வீடுகளிலும் சாய்வு நாற்காலிகள். மூட்டுப் பிடிப்பு மருந்து, பழைய புகைப்படங்கள், கால் ஆடுகிற மர நாற்காலிகள். ரோமன் எழுத்துகளோடு பழைய கடியாரம். வென்னீர்ப் பாத்திரம். இருமித் துப்ப மண் நிறைத்து வைத்த பாத்திரம்.

ரங்கநாதனை வரவேற்று வென்னீர் தருகிறார்கள். ஒவ்வொரு சாவுச் செய்தியையும் நம்ப முடியாத வியப்போடு கேட்கிறார்கள். அடுத்த மாதம் செய்தியில் தாங்களும் வரக்கூடும் என்கிறார்கள். கிளம்பும்போது வாசல்வரை வருகிறார்கள். இன்றைக்கு என்ன நாள், கிழமை என்று விசாரிக்கிறார்கள். இருமியபடியே கதவை அடைத்துக்கொண்டு உள்ளே போகிறார்கள்...

மழை நின்றுவிட்டது.

ரங்கநாதன் தன் ரத்தச் சிவப்பு அட்டை போட்ட நோட்டுப் புத்தகத்தை எடுத்துக் கைப்பையில் வைத்துக்கொண்டார். எல்லா விலாசமும், போய்ப் பார்த்த விவரமும் அதில் இருக்கிறது. அப்புறம் வரிசையாகச் சாவு செய்திகள். ஒவ்வொரு மாதமும் குறைந்தபட்சம் ஒன்றாவது வருகிறது. இல்லாத பட்சத்தில், பழையச் செய்திகளை வாசிக்கச் சொல்லிப் பிரியமாகக் கேட்டுக்கொள்கிறார்கள்.

துண்டு, ஆலங்குச்சி,வேட்டி, பேனா, மூக்குக்கண்ணாடி, பல்பொடி, ரொட்டி, பணம், பையில் இன்னும் இடம் இருக்கிறது.

கிளம்ப வேண்டியதுதான்.

૩

ரங்கநாதன் வெளியே இறங்கினார். கதவைப் பூட்டி சாவியைப் பத்திரப்படுத்தினார். கடற்கரை ஓரமாக நடக்க ஆரம்பித்தார்.

கடைசி பஸ் போயிருக்கக்கூடாது.

மேகத்திலிருந்து நிலவு வெளிப்பட்டு கூடவே வந்தது. குளிர் அதிகமாக இருந்தது.

கடைசி பஸ் போயிருந்தது.

காலையில் முதல் பஸ் நாலுமணிக்கு. வீட்டுக்குத் திரும்புவதா வேண்டாமா என்ற குழப்பம்.

'வீட்டிலே என்னய்யா இருக்கு... இப்படியே பேசிக்கிட்டே நடக்கலாம்... உமக்கும் தூக்கம் வரப்போறதில்லை இப்போதைக்கு...'

குரல் வந்த பக்கம் பார்த்தார்.

சாமியார்.

மழுமழுவென்ற முகமும் முன்வழுக்கையும் பழைய பேன்ட்டும் பனியனுமாக வந்துகொண்டிருந்தார்.

'தாடி என்ன ஆச்சு?'- ரங்கநாதன் நினைத்தார்.

'ரொம்ப அரிச்சுது... சிரைச்சுட்டேன்...'

கம்பளியை எடுத்து வர மறந்தே போய்விட்டது.

'பாதகமில்லை... ரொட்டி கொடும்... கம்பளி நான் வரவழைச்சுத் தரேன்...'

ரங்கநாதன் பையிலிருந்து ரொட்டியை எடுத்து நீட்டினார். பழப்பாகு கூடக் கொண்டு வரமறந்து போயிருந்தது. எங்கே வைத்தது?

'கூடத்தில் பெட்டிக்கு மேலே மூடியைத் திறந்தபடி போட்டுவிட்டு வந்திருக்கிறீர்... இந்தாரும் ஊறுகாய்...'

பேண்ட் பையிலிருந்து பிளாஸ்டிக் உறையில் ஊறுகாய் எடுத்துக் கொடுத்தார்.

எங்கே உட்கார்ந்து சாப்பிடுவது? ஒரே ஈரமாக இருக்கிறதே. வேட்டி அழுக்கானால் நாளைக்கு எப்படிப் போவது?

'நாளைக் கதை நாளைக்கு... போற எடத்துல கிணத்துல என்னமாத் தண்ணி கெடக்கு... தோய்ச்சுக்கலாம்...'

ரொட்டியை எடுத்து வாயில் போட்டுக்கொண்டார் ரங்கநாதன். உப்புக் கரிக்கிற ஊறுகாய். கம்பளி என்ன ஆச்சு?

'அவசரப்படாதீர்.'

சூனியத்தில் கையை அசைத்து ஒரு சிறிய கம்பளித் துணியை வரவழைத்தார்.

'போர்த்திக் கொள்ளும்.'

ரங்கநாதனிடம் கொடுத்தார்.

'நிறம் மங்கி இருக்கே...'

'நிறத்தில் என்னய்யா இருக்கு... குளிர் தாங்கணும்... அவ்வளவு தான்...'

சாமியார் ஊறுகாய் படிந்த விரல்களை நக்கிக்கொண்டார்.

'இங்கே என்ன செய்துகொண்டிருந்தீர்?'

ரங்கநாதன் முதல் தடவையாகப் பேசினார்.

‘சாவடியிலே மூட்டை ஏத்திக்கிட்டிருந்தேன்...’

‘எதுக்கு?’

‘சும்மாத்தான்...’

‘ரொம்ப நாளாக் காணாமல் போயிருந்தீரே...’

சாமியார் மெல்ல நடந்தார். ரங்கநாதனையும் கையைப் பிடித்துக் கொண்டு போனார்.

‘ரொம்ப நாளாக் காணோமென்னு கேட்டேன்...’ ரங்கநாதன் திரும்பக் கேட்டார்.

‘எங்கே?’

சாமியார் நமுட்டுச் சிரிப்புச் சிரித்தார்.

‘எல்லாம் இந்தப் பக்கம்தான்... ஒரு பத்து வருஷம் இருபது வருஷம் முந்தின சூழ்நிலை... உம்மைக் கூடப் பார்த்தேன் ஐயா... இன்னியோட பத்திரிகை ஆபீஸை மூடியாச்சுன்னு யார்கிட்டேயோ சொல்லிக்கிட்டு நடந்து போனீர்...

‘கையில் குடை இருந்ததா?’ ரங்கநாதன் அவசரமாகக் கேட்டார்.

‘கவனிக்கலை... அது போறது... நீரோ வீட்டுக்குப் போகப் போறதில்லை... என்ன செய்யறதா உத்தேசம்?’

‘நீரே சொல்லுமேன்...’

‘சினிமாவுக்குப் போகலாமா? பக்கத்துலே தான் டூரிங் கொட்டகை ரெண்டாம் ஆட்டம் இனிமேல்தான் ஆரம்பிக்கும்...’

‘நான் சினிமாவுக்குப் போயே இருபது வருஷமாச்சே.’ ரங்கநாதன் சொன்னார்.

‘அதுக்கும் முன்னாடி வந்த படம்தான் இப்ப ஓடிக்கேட்டு இருக்கு... வாரும்... டிக்கெட் கொடுக்க ஆரம்பிச்சுடுவான்.’

சாமியார் வேகவேகமாக நடந்தார். தோளில் பை ஆட லொங்கு லொங்கென்று ரங்கநாதன் பின்னால் ஓடினார்.

4

படமா இது? ஆளாளுக்குப் பாடிக்கொண்டிருக்கிறார்கள், மூச்சைப் பிடித்துப் பேசினார்கள். மூசுமுசென்று அழுதார்கள். திரும்பவும் பாடினார்கள்.

சாமியார் மண்ணைக் குவித்துத் தலைக்குக் கீழே வைத்துக்கொண்டு, தரையில் கிட்டத்தட்டப் படுத்துக்கொண்டு படத்தில் ஒன்றிப் போயிருந்தார். ரங்கநாதன் கூரை இடுக்கு வழியே தெரிகிற நட்சத்திரங்களைப் பார்த்துக்கொண்டிருந்தார்.

கூட்டுக் குடும்பம் பிரிந்து எல்லாவற்றையும் பங்கு போட்டுக் கொண்டிருக்கிறார்கள். எதுவும் சாசுவதமில்லை என்று அசரீரி பாடுகிறது. ஊரே கூடி சுவாரசியமாக வேடிக்கை பார்க்கிறது. முகம் முகமாகத் திரையில் நகர்ந்து போகிறது.

'நாம இருக்கோம் பாரும்...' சாமியார் சொன்னார்.

திரையில் ரங்கநாதனும் சாமியாரும் கூட்டத்தில் இருந்தார்கள். சாமியார் நிறைய வயதானவராகத் தெரிந்தார். ரங்கநாதன் தலைமுழுக்கக் கருப்பு முடியோடு பெரிய மீசையோடு இருந்தார். கையில் குடை.

'முப்பது வருஷம் முந்தி இது... அந்தக் கையிலே திருநெல்வேலி அல்வா வச்சிருக்கீர்... படத்துலே தெரியாது... கல்யாணமான புதுசு போல இருக்கு...'

சாமியார் ரங்கநாதன் காதில் பீடிப்புகை வாசனையோடு கிசுகிசுத்தார்.

சடாரென்று படம் அறுந்துபோக ஒற்றை பல்ப் எரிந்தது. விசிலடித்தார்கள். ஓரமாகப் போய் குத்த வைத்தார்கள். முறுக்கு விற்கிற பையன்கள் சுற்றி வந்தார்கள்.

'போகலாமா?' ரங்கநாதன் கேட்டார்.

'இருமய்யா... முடியப் போறது...'

'முடியற மாதிரித் தெரியலியே...' ரங்கநாதன் முனகினார்.

'சரி வாரும் போகலாம்...' சாமியார் எழுந்துகொண்டார்.

'முடிவைப் பார்க்க விடமாட்டேங்கிறீரே அய்யா...' அவர் சலித்துக் கொண்டே வாசலுக்குப் போனார்.

'உமக்குத் தெரியாதா என்ன?' ரங்கநாதன் பையிலிருந்து கம்பளித் துண்டை எடுத்துப் போர்த்திக் கொண்டார். கண்ணுக்கு இதமான பச்சை நிறத்தில் அது ராத்திரிக்குப் பொருந்தாமல் தெரிந்தது.

'எனக்கு எப்படித் தெரியும்... சத்தம் கேட்டீரா... வில்லன் இடத்துலே போய்ச் சண்டை போறாப்பலே இருக்கு...' சாமியார் கொட்டகையையே ஏக்கத்துடன் திரும்பத் திரும்பப் பார்த்துக்கொண்டு நடந்து வந்தார்.

தெளிவான வானம். காற்றுதான் இல்லை. தூரத்தில் கடல் இரைகிற சத்தம்.

'உமக்கு குளிரலியா?' ரங்கநாதன் கேட்டார்.

'நடுராத்திரியிலே முழிப்புத் தட்டினா கொஞ்சம் குளிரும்...'

எங்கே படுப்பது? மணி என்ன இருக்கும்?

'படுக்கத்தானே கூட்டிப் போறேன்... மணி என்ன ஆனா என்ன?'

'நினைக்கக்கூட விடமாட்டேங்கிறீரே... உம்ம கூட வரவே பயமா இருக்கு அய்யா...' ரங்கநாதன் கரித்தார்.

'என்ன பண்றது... கெட்ட பழக்கம்தான்... உம்ம மனசு சுத்தமாச்சே... எதுக்குப் பயப்படணும்...'

'அது எப்படியோ போறது... எனக்கும் சேத்து நீரே நினைச்சுக்கும். பேசிக்கும். இப்ப தூக்கம் வரது. இங்கேயே துண்டை விரிச்சுப் படுக்க சரிப்படுமா?

இங்கே வேணாமய்யா... ஆமை முட்டை போட வரும். அந்த மண்டபத்துக்குப் போகலாம்...'

நிலா வெளிச்சத்தில் ஈரம் பூரிந்த சுவர்களுடன் நிற்கிற மண்டபம். இத்தனை நாளாக அதைப் பார்த்ததாகவே ரங்கநாதனுக்கு நினைவு இல்லை.

'எல்லாம் இங்கேதான் இருக்கய்யா... ரொம்ப நாளைக்கு ரொம்ப நாள் முந்திக் கட்டினது...'

சாமியார் சிரித்தார்.

மண்டபத்து வாசலில் சிறுநீர் வாடை படியேற உள்ளே ஏதோ பூ வாசனை. வராந்தாவில் போஸ்ட் கார்டுகள் சிதறி இருந்தன. கரையான் அரித்த புத்தகங்களும், நோட்டுப் புத்தகங்களும் தூசி படிந்து கிடந்தன. ஒரு முக்காலி மேல் ஷவர சாதனங்களும், பச்சை நிறக் கண்ணாடிக் குப்பியிலே ஏதோ எண்ணெய்யும் இருந்தது. ஈரத்தோடு ஆக்டோபஸ் மாதிரி ஒரு பாதாளக் கரண்டியும் தரையில் கிடந்தது.

சாமியார் உள்ளே தலையை நீட்டிப் பார்த்தார்.

'நீர் இங்கேயே படுத்துக் கொள்ளும்... நான் உள்ளே போய்ப் பேசிட்டு வரேன். சீட்டு விளையாடிட்டு இருக்காங்க.'

'நானும் உள்ளே வரேனே...' ரங்கநாதன் கேட்டார்.

'சொன்னாக் கேளும். அந்தச் சூழ்நிலை உமக்கு சரிப்பட்டு வராது.'

பக்கத்தில் சாத்தி வைத்த விளக்குமாறை எடுத்துச் சரசரவென்று பெருக்கினார் சாமியார்.

ஜிலுஜிலுவென்று கடலிலிருந்து காற்று வீசியது.

ரங்கநாதன் பையைத் தலைக்குக் கீழே வைத்துக்கொண்டு தூங்க முற்பட்டபோது சாமியார் உள்ளே போவதைப் பார்த்தார்.

'இன்னுமா போலோ' சாமியார் சிரித்துக்கொண்டே சத்தமாகக் கேட்டது காதில் விழுந்தது.

பதில் வருவதற்குள் ரங்கநாதன் தூங்கியிருந்தார்.

5

அவர் ஒரு கனவு கண்டார். இருபது வருஷம் முன்னால் இறந்துபோன அவர் மனைவி, புழுக்கமான பகல் பொழுதில், பெரிய அலுமினிய டப்பாவில் அரிசிக் குருணையைக் கொட்டிக் கொட்டி அடைத்துக் கொண்டிருந்தாள். வழக்கம்போல தலைப்பில் கிழிந்த சிவப்புப் புடவையில்தான் அவள் இருந்தாள். வழக்கம்போல மாதம் முழுக்க எப்படி ஓட்டுவது என்ற கவலையை அவர் காதில் படும்படி முணுமுணுத்தாள். 'சம்பளத்துக்குப் பதிலாக ஒரு மூட்டை எள்ளுப் புண்ணாக்கும், 'மணமக்கள் நீடூழி வாழ்க' என்று பொறித்த சருவப்பானையும் கொடுத்தனுப்பிய பத்திரிகையில் இன்னம் இருந்து குப்பை கொட்ட வேண்டுமா' என்று கேட்டாள்.

எள்ளுக்குப் பதிலாக அரிசியும், காய்கறியும் கொடுத்திருந்தால் அவள் சலித்துக் கொண்டிருக்கமாட்டாள்.

போன பண்டிகை காலத்தில் உபரியாக ஒரு சேவல் கொண்டு வந்து கொடுத்தபோதும் அவள் இப்படித்தான் முனகினாள்.

'நாம் கோழி மாமிசம் சாப்பிடுவதில்லையே...'

'என்றாலும் இது உபயோகப்படும்...'

அக்கம் பக்கம் கோழி வளர்த்தார்கள். சேவலை வாங்கிப் போய்த் திரும்பக் கொடுத்தார்கள். அவ்வப்போது முட்டை கொண்டுவந்து கொடுத்தார்கள்.

கனவில், ரங்கநாதன் முற்றத்தில் அரிசிக் குருணையைத் தூவிக் கோழி மேய்த்துக்கொண்டிருந்தார்.

வாசலில் ஏதோ சத்தம். சிறு கூட்டமாகப் படியேறி வந்து கொண்டிருந்தார்கள் வயதானவர்கள்.

சுருட்டுப் பிடித்தபடி ராணுவ நடை நடந்து ஒருவர் எல்லோருக்கும் முன்னால் வந்தார்.

'தவறாமல் போய்த் தகவல் சொல்கிறீரா?' அவர்தான் கேட்டார்.

ரங்கநாதன் எழுந்து நின்றார்.

'இதுவரை தவறவில்லை. மாதம் ஒருமுறை எப்படியாவது எல்லா இடத்துக்கும் போகிறேன்...

'தகவல்கள் தடையில்லாமல் கிடைக்கின்றனவா?'

'இல்லாவிட்டாலும் பழைய தகவல்களை விரும்பிக் கேட்கிறார்கள், அதற்காகவாவது போகிறேன்...'

தடித்தடியாகப் புத்தகங்களைத் தூக்கிக்கொண்டு நின்றவர் முன்னால் வந்தார். அவர் பார்வை வாசலில் பதிந்து இருந்தது. யாரையோ எதிர் பார்க்கிறவர்போலத் தோன்றினார்.

'நான் சில அரிய விஷயங்களைக் குறிப்பெடுத்து வைத்திருக்கிறேன். அவற்றையும் கொண்டு போக முடியுமா?' அவர்தான் கேட்டார்.

'அவற்றால் யாருக்கும் உபயோகம் இல்லை...' சுருட்டுக்காரர் சொன்னார். 'கேட்கிறவர்கள் விரும்புகிறதை மட்டும்தான் தரவேண்டும்... அவர்களுக்கு சாவுச் செய்திகள் தவிர வேறு ஏதும் சுவாரசியமில்லை. செய்திக்குள் தன்னையே நுழைத்துப் பார்த்துக் கொள்ள வசதிப்படுகிறது...'

அதுதான்

'இந்த போஸ்ட் கார்டுகள் உபயோகப்படுமானால் எடுத்துக் கொள்ளுங்கள்...'

இன்னொருவர் கையில் மிகப் பழைய, ஆனால் எழுதப்படாத போஸ்ட் கார்டுகள்.

‘இதை நான் என்ன செய்ய வேண்டும்?’ ரங்கநாதன் கேட்டார்.

‘இதுவும் அந்த சேவல்போல பிற்பாடு எதற்காவது பயன்படும்...’

அவர் காட்டிய இடத்தில் இருந்த சேவலும், ரங்கநாதன் மனைவியும் இப்போது மங்கலாகத் தெரிந்தார்கள்.

அவள் உதடுகள் அசைந்து கொண்டிருந்தன. இவரைப் பார்த்து ஏதோ கேட்கிறாள். பதில் வராததால், கண்களை மேலே உயர்த்தி கழுத்தில் நரம்பு புடைக்க, இன்னும் உச்சத்தில் குரல் எழுப்புகிறாள். ரங்கநாதனின் காதில் வண்டு குடைகிற மாதிரி அவள் குரல் மொணமொணவென்று ஒலிக்கிறது.

‘அடுத்த மாதம் அதிகப் பணம் கேளுங்கள்... எனக்கு ஒரு நல்ல புடவை வேண்டும்...’

‘இந்தப் பணத்தால் உனக்குப் புடவை வாங்க முடியாது. இதுவரை ஆரம்பிக்கும் முன்பே நீ இல்லாமல் போய்விட்டாய்...’ ரங்கநாதன் சொல்கிறார்.

‘நாங்களும்தான் இல்லை...’ சுருட்டுக்காரர் பலமாகச் சிரித்தார்.

இருமல்கள் இடையே மற்றவர்களும் கூட சேர்ந்து சிரிக்கிறார்கள்.

‘நீங்கள் இல்லாமல் போனதைச் சொல்லத்தானே பணம் தரப்படுகிறது...’ ரங்கநாதன் மரியாதையோடு சொல்கிறார். அவர் முகம் வியர்த்து இருக்கிறது.

‘முகத்தில் கருப்பு அப்பி இருக்கிறதே... இருந்தாலும் இல்லாவிட்டாலும் பார்க்கத் தெளிவாகத் தெரிய வேண்டாமா... எழுபது வீட்டுப்படி ஏறி இறங்குகிறீர்... இந்த முகத்தோடா போவது. ஒரு தைலம் தருகிறேன்; முகத்தில் புரட்டிக் கொள்ளும். போகிற இடத்திலும் கொடும்...’

பெட்டியிலிருந்து எதையோ எடுத்துக்கொண்டு ஒருவர் முன்னால் வந்தார்... ‘உமக்குக் கூடப் புரட்டி விட்டேனே’ சுருட்டுக்காரரைப் பார்த்து சிநேகத்துடன் கிசுகிசுத்ததை அவர் கண்டுகொள்ளவில்லை.

'தைலமெல்லாம் வேண்டாம்... சுவாசம் கொடுக்கிற ஒளிபோதும் முகத்துக்கு... கடைகால் கிணற்றில் விழுந்துவிட்டது. இல்லாவிட்டால் தண்ணீர் சேந்திக் குளித்துத் தெளிவாக இருந்திருப்பேன்...'

ரங்கநாதன் மரியாதை விலகாத குரலில் சொல்கிறார்... 'இந்தப் பாதாளக் கரண்டி பயன்படுமா பாருங்கள்...' கூட்டத்தில் இதுவரை பேசாதவர் சொல்கிறார்.

'அதை வாங்கி வையுங்கள்... உபயோகப்படும்...' ரங்கநாதனின் மனைவியின் குரல் ஓங்கி ஒலித்தது. திரும்பவும் கூட்டம் நின்ற இடத்தை வேப்பமர நிழல் ஒத்தியெடுக்க, கொக் கொக்கென்று சத்தமிட்டபடி சேவல் வெறுமனே சுற்றி வந்தது. சுட்டெரிக்கிற வெய்யில்.

'நாளைக்குச் சமைக்க அரிசியே இல்லை...'

'நீயே இல்லை... போய் நிறைய வருஷமாகிறது...'

'எழுந்திருமய்யா... பொண்டாட்டியோடு அப்புறம் சண்டை போட்டுக் கொள்ளலாம்...' சாமியார் எழுப்புகிற குரல்.

'சீக்கிரம் முகத்தை அலம்பிக் கொண்டு வாரும்... நடக்க ஆரம்பித்தால் ஏழு மணியைப்போல முதல் வீட்டுக்குப் போய்விடலாம்.' சாமியார் அவசரப்படுத்தினார்.

இவரும் வருகிறாரா என்ன? சரி... பேச்சுத் துணைக்கு ஆச்சு.

'என்னய்யா பலமான யோசனை...?'

'உமக்குத் தெரியாதா.

சூரியன் வந்தாச்சே... நீரே சொன்னாத்தான் தெரியும்...'

'சரி வாரும் போகலாம்' ரங்கநாதன் பையைத் தோளில் போட்டுக்கொண்டார்.

'இந்தாரும்...'

வெறுங்கையைத் திருகி ரோஜாப்பு வரவழைத்து சாமியார் ரங்கநாதனிடம் கொடுத்தார்.

'இது எதுக்கு?'

‘சும்மாத்தான்... கை நமநமன்னு அரிச்சுது...’

‘போற இடத்திலே கையை வச்சுக்கிட்டு சும்மா இருப்பீரா?’

‘இருப்பேன்’ என்கிற மாதிரி சாமியார் தலையாட்டினார்.

தரையிலிருந்து மணல் சிறிய அலையாகக் கிளம்பி அவர் நீட்டி இருந்த உள்ளங்கையைத் தொட்டுத் திரும்ப வழிந்தது. நடக்கும் வேகத்துக்குச் சரியாக அந்த மணல் அலை குறித்துக் கொண்டுவர, சின்னக் காற்றில் ரங்கநாதன் கண்ணில் மண் துகள்.

‘சேட்டையெல்லாம் பண்ணாம வரதுன்னா வாரும்...’ ரங்கநாதன் கண்ணைக் கசக்கிக்கொண்டு, ரோஜாப்பூவால் ஒத்திக்கொண்டு சொன்னார்.

சாமியார் ஒரு அசட்டுச் சிரிப்போடு கையைத் தட்டிப் பின்புறம் துடைத்துக் கொண்டார்.

கடலலைகள் காலை வருடிப்போக ஒன்றும் பேசாமல் நடந்தார்கள்.

6

தூரத்துச் சாலைகளில் வாகனங்கள் சஞ்சரிக்கத் தொடங்கி இருந்தன. மணல் பரப்புகளில் கடல்காற்று சீராக ஊர்ந்து கொண்டிருக்க, ஒரு பறவை கூட இல்லாமல் வானம் வெறிச்சென்று இருந்தது.

பஸ்ஸில் போயிருந்தால் இந்நேரம் மூன்று வீடு முடித்திருக்கலாம் என்று நினைத்துக் கொண்டார். நடந்து மாளவில்லை.

வலப்பக்கம் தனியாகப் பிரிந்த பாதையில் திரும்பினார்கள். ‘அந்த வீடு தானே’... சாமியார் கேட்டார்.

‘ஆமாம்’ என்று தலையாட்டினார் ரங்கநாதன். இன்னும் பத்து இருபது அடிதான்.

வீட்டு வாசலில் நின்றார்கள்.

சின்னக் கதவில் தாழ்ப்பாள் மாட்டியிருந்தது. வாசலை ஒட்டிக் கிணறு. பெரிதும் சிறிதுமாகத் தோட்டமெங்கும் மரங்கள். பச்சைப்பசேல் என்று தழைத்த செடிகள். ரங்கநாதனுக்குப் போனதடவை வந்தபொழுது இந்த இடம் இப்படிப் பசுமையாக இருந்ததாக நினைவு இல்லை.

வாசலைக் கடந்ததும் கல் படிகளில் தாவியேறி சாமியார் கிணற்றை எட்டிப் பார்த்தார்.

‘அம்மாடி.... எம்புட்டுத் தண்ணி கெடக்கு...’

ரங்கநாதனும் பார்த்தார். உள்ளேயிருந்து ஒரு குளிர்ச்சி இதமாக முகத்தில் வருடியது. ஊற்றுப் பொங்கி வருகிற தண்ணீரில் ரங்கநாதனின் பிம்பம் அதிர்ந்து நெளிந்தது.

சாமியார் வாளியைக் கட்டி இழுத்துத் தண்ணீர் சேந்தினார்.

'படிகம்போல இருக்கு ஓய்... குடிச்சுப் பாரும்...'

ரங்கநாதன் கையைக் குவித்து ஏந்தினார். குடித்தார். முகம் கழுவிக் கொண்டார்.தளர்ச்சி எல்லாம் ஓடிப்போன மாதிரி இருந்தது. சாவுச் செய்தியை அறிவிக்கப் போகிறவனுக்குப் பொருந்தாத உற்சாகம் மனதில் ஊற்றெடுத்தது.

சாமியார் சடசடவென்று உடுப்பைக் களைந்து விட்டு கௌபீனத்துடன் நின்றார். வாளி வாளியாகத் தண்ணீரை இறைத்துத் தலையில் விட்டுக் கொண்டார். குழந்தைபோல கூகூவென்று கூக்குரலிட்டார்.

'நீரும் குளியும்...'

ரங்கநாதன் தலையிலும் ஒரு வாளித் தண்ணீரைக் கவிழ்த்தார்.

'பயித்தியக்காரனய்யா நீர்...' ரங்கநாதன் சிரித்துக்கொண்டே பையில் இருந்த துண்டை எடுத்துத் தலையைத் துடைத்துக் கொண்டார். திரும்பும்போது குளித்துவிட்டுப் போக வேண்டும் என்று தீர்மானம் செய்து கொண்டார்.

'யாரது?' வீட்டு உள்ளே இருந்து சத்தம்.

குறும்பு செய்த பிள்ளைகள் போல இருவரும் மாறி மாறிப் பார்த்துக் கொண்டார்கள்.

'நாங்கதான்...' ரங்கநாதன் உள்ளே போனார். 'இந்த வேட்டியைச் சுத்திக்கிட்டு வாங்கய்யா...' போகிற போக்கில் பைக்குள் இருந்து வேட்டியை எடுத்து சாமியாரிடம் கொடுத்தார்.

வாசல் கதவு திறந்து வெளியே வந்த வயோதிகர் தூய வெள்ளை உடுப்பில் இருந்தார்.

'வாங்க... வாங்க...' அவர் உற்சாகமாக வரவேற்றுக் கொண்டிருந்த போதே, அவசரமாக யாரோ உள்ளே எழுந்து போவது தெரிந்தது.

நீளமான அங்கி தரித்திருந்ததும் கண்ணில் பட்டது. இந்த எழுபது வீடுகளில் மூதாட்டிகள் தாம் அங்கியணிகிற பழக்கம் உடையவர்கள். ஆனால் அவர்கள் வேகமாக நடப்பதோ, அந்நியர் வந்தால் உள்ளே போவதோ இல்லை.

'நலமாக இருக்கிறீர்களா?' முதியவர் எப்போதும் இல்லாதபடி கேட்டார்.

ரங்கநாதன் தலையை அசைத்தார்.

'ரொம்ப நல்லா இருக்கேன் பெரியவரே...' சாமியார் காதிலிருந்து தண்ணீர் வெளியே ஒருக்களித்துக் கொண்டு சொன்னார்.

'உங்களை விடவா நான் பெரியவன்?'

'சந்தேகமா என்ன... உலகத்தை நடத்தறவங்க எல்லாம் பெரியவங்கதான்... என்னை மாதிரி சுத்தி சுத்தி வரவங்க எதிலே சேர்த்தி?'

'உட்காருங்கள்.'

ரங்கநாதன் நாற்காலியில் அமர்ந்தார். சாமியார் சாப்பிடத் தயாராக இருக்கிறவர்போலத் தரையில் சம்மணம் கட்டி உட்கார்ந்து கொண்டார்.

'கொஞ்சம் தண்ணீ தறீங்களா?' அவர் தான் கேட்டார்.

'தண்ணீர் என்ன... தேநீரே தருகிறேன்...'

'முதலில் கொஞ்சம் தண்ணீர்... வென்னீர் என்றாலும் சரி.'

'ஜில்லுனு மண்பானைத் தண்ணீர் தரச் சொல்கிறேன்... ஏம்மா...'

கிழவர் உள்ளே பார்த்துக் கூப்பிட்டார்.

'கொஞ்சம் நீங்களே வந்து எடுத்துட்டுப் போங்களேன்...' உள்ளே இருந்து சத்தம் வந்தது.

'அவங்க உடம்பு சரியில்லையா?' ரங்கநாதன் மரியாதையோடு கேட்டார்.

கிழவர் மெல்லச் சிரித்துக் கொண்டார்.

ரங்கநாதன் நோட்டுப் புத்தகத்தைத் திறந்து மடியில் வைத்துக்

கொண்டார். தொண்டையைக் கனைத்துக் கொண்டார்.

'அவுங்க வராங்களா?'

உள்ளே கை காட்டிக் கேட்டார்.

'வர்றியாம்மா?'

'நான் வரல்லே...' உள்ளே இருந்து குரல் மறுபடியும்.

'நாலு உருப்படி கொறஞ்சிருக்கு...' சாமியார் சுவாரசியத்தை உணர்த்துகிற குரலில் சொன்னார்.

உள்ளே இருந்து பதில் இல்லை.

கிழவர் உள்ளே போனார்... அவர் நடையில் மிடுக்கும் அசைவுகளில் திடமும் தெரிந்தது.

ரங்கநாதன் அறையை நோட்டமிட்டார். எச்சில் படிக்கத்தைக் காணோம். வென்னீர் ஒத்தடம் கொடுக்க வழக்கமாகக் கையருகில் வைத்திருக்கும் தலையணையும் இல்லாமல் இருந்தது. ஜன்னல் அருகே ஒரு பூச்செடி எட்டிப் பார்த்தது. அதில் ஒரு வெள்ளைப் பூ கண்ணுக்கு இதமாகக் காற்றில் அசைந்தது.

வாசலில் சத்தம் எழுந்தது. காக்கைக் கரைச்சல், ஒன்று இரண்டாகக் காக்கைகள் வந்து முற்றத்தில் குவிந்தன. வாயிற்படியிலும் ஜன்னலிலும் கருப்பின் அடையாக அப்பியிருந்த காக்கைகள் எல்லாம் ரங்கநாதனையே பார்த்துக் கொண்டிருந்தன. உள்ளே சுவாதீனமாகத் தத்தி வந்த காக்கை அவர் மடிக்கு அருகில் உட்கார்ந்து அலகால் நோட்டுப் புத்தகத்தின் பக்கங்களைத் திருப்பியது. எல்லாச் செய்தியும் கடந்து போய் வெளுப்பாய்க் காகிதத்தின் பக்கங்கள் சிரித்தன. காற்றில் மேலும் விரிந்த பக்கங்கள் இளம் பச்சை நிறத்தில் விரிந்தன. அவையும் வெறுமையாகவே இருந்தன.

கிழவர் ஒரு மண் தட்டில் சோறு எடுத்துக்கொண்டு வாசலுக்குப் போகும் பொழுது தத்திக்கொண்டே அந்தக் காகமும் அவரைத் தொடர்ந்து வெளியேறியது.

அப்புறம் சிறிது நேரம் அலகுகளின் மெல்லிய சத்தம் தவிர வேறு எதுவும் கேட்கவில்லை. ரங்கநாதன் சாமியாரைப் பார்த்தார்.

அவர் உட்கார்ந்தபடிக்கே தூங்கியிருந்தார்.

கிழவர் வெறுந்தட்டோடு உள்ளே வந்தார்.

'என்னமோ தெரியவில்லை... ஒரு மாதமாக இங்கே காக்கைகளே வருவது இல்லை. இன்றைக்கு உங்களோடு அவையும் வந்து விட்டன...'

சாமியார் கண் திறந்து பார்த்துச் சிரித்தார்.

'சாமியாரே... உம்மால் ஒரு உபகாரம் ஆகவேணும்...' கிழவர் சொன்னார்.

'கடியாரம் தானே...' சாமியார் கேட்டார்.

ரங்கநாதன் கூடத்தில் மாட்டியிருந்த கடியாரத்தைப் பார்த்தார். அதில் முட்கள் அசுர வேகத்தில் அசைந்து சுற்றிச் சுற்றி வந்து கொண்டிருந்தன.

'ரொம்ப நாள் ஓடாமல் கிடந்தது... இப்போது மணியையும் நாளையும் பசியோடு விழுங்குகிற மாதிரி இத்தனை வேகமாக ஓடுகிறது. கொஞ்சம் சரி செய்யுங்களேன்... ஏறிக் கழற்றித் தரட்டா?' கிழவர் கேட்டார்.

உள்ளே இருந்து குரல், கிழவர் உள்ளே போனார்.

'கடியாரம் எல்லாம் பழுது பார்ப்பீரா?' ரங்கநாதன் கேட்டார்.

'ஏதோ கொஞ்சம்...'

'அப்படியானால் இதை நிறுத்தி தொலையுமேன்... பார்க்கவே பயமாக இருக்கு...'

'நிறுத்த நான் யார்? நீர் வேண்டுமானால் அதைப் பாக்காதேயும்...'

'வீட்டுக்காரரும் அதைச் சரிபண்ணச் சொன்னாரே?'

'அவரும் இதுக்கு சரியாக இனிமேல் ஓட வேண்டியதுதான்...'

'இந்த வயதிலா?'

'அப்படி என்ன வயது...' சாமியார் சமாதானப்படுத்துகிற குரலில் சொன்னார்.

ரங்கநாதன் திரும்பவும் கடியாரத்தைப் பார்த்தார். அது வேகம் குறைந்து ஓடுவதாகத் தோன்றியது.

கிழவர் உள்ளே இருந்து இரண்டு தட்டுகளில் பிஸ்கட்களும் மண் கூஜாவில் தண்ணீருமாக வந்தார். அப்புறம் இரண்டு குவளைகளில் சுடச்சுடத் தேநீரையும் எடுத்து வந்தார்.

'போகும்போது கடியாரத்தை எடுத்துப் போங்கள்... சரியா?'

'சீராக ஓட வைத்திருக்கிறேனே... பாரும்...'

கடியாரம் திரும்ப அசுர வேகத்தில் ஓடியது.

'நான் முடியாதுன்னேன்... இவர்தான்...' சாமியார், ரங்கநாதனைக் காட்டி அசட்டுச் சிரிப்புச் சிரித்தார். வீட்டுக்காரர் அவரை முதுகில் தட்டி, உதட்டை பிதுக்கி அட்டகாசமாகச் சிரித்தார்.

ரங்கநாதன் தகவல் சொல்ல ஆரம்பித்தார்.

7

நான்கு தகவல்கள் காத்திருக்கின்றன. கேளுங்கள்... முதலாமவர் சென்ற மாதம் முதல் வாரத்தில் இறந்து போனவர்...(ஊர்...தெரு... கதவிலக்கம்... பெயர் சொன்ன பிறகு...), தனியார் நிறுவனத்தில் பணி புரிந்தார். அந்த நிறுவனத்தின் தலைமை நிர்வாகிக்கு அடிக்கடி சொற்பொழிவுகள் நிகழ்த்துகிற சந்தர்ப்பங்கள் ஏற்படும். அப்போதெல்லாம் நிர்வாகி பேசவேண்டிய விஷயத்தை நான்கு பக்கங்களுக்கு மிகாமல் எழுதி வந்து கொடுக்கிற வேலை இவருக்கு வாய்க்கும். நாட்டியக் கச்சேரிக்குத் தலைமை வகிப்பது, ஓவியக் கண்காட்சி, சினிமா நட்சத்திரங்களின் விலாசங்கள் அடங்கிய நூல் வெளியீட்டு விழா, ரத்ததான முகாம், பாதாளச் சாக்கடைத் திட்ட துவக்க விழா, பட்டிமண்டபத் தலைமை, பொதுக் கழிவறைத் திறப்பு விழா, உணவகத்தின் கிளையைத் திறந்து வைப்பது என்று மாதம் ஏழெட்டுச் சந்தர்ப்பங்கள். நிர்வாகியானவர் ஒவ்வொரு நிகழ்ச்சிக்கும் பாந்தமாகப் பேசவேண்டும். அந்தச் சொற்பொழிவுகளை எழுதுவதே நம்மவரின் முழு நேர வேலை. ஒவ்வொரு சொற்பொழிவை எழுதவும் கடுமையாக உழைத்தார். நூலகங்களிலும் பழைய புத்தகக் கடைகளிலும், புத்தகங்களையும், பத்திரிகைகளையும் இரவல் வாங்கியும், விலை கொடுத்துப் பெற்றும் வந்து தேடித்

தேடித் தகவல்களைச் சேகரித்தார். சொற்பொழிவு எழுதிக் கொடுப்பதோடு தம் பணி முடிந்ததாக அவர் நினைத்தார். நிர்வாகி அதை நிகழ்த்திக் கொண்டிருக்க, இவர் அடுத்த சொற்பொழிவுக்கான ஆயத்தத்தில் மும்முரமாக இருப்பார்.

இவர் பணியிலிருந்து ஓய்வு பெற்று இரண்டு வருடமாகியும் நிறுவனத்திலிருந்து இவருக்கு வந்து சேரவேண்டிய தொகை பாக்கி இருந்தது. அதைக் கொடுக்கும் முன்னர் அந்த அகால வேளையிலும் வீட்டுக் கதவைத் தட்டி ஏதாவது ஒரு விஷயமாகச் சொற்பொழிவு எழுதித்தரச் சொல்லக்கூடும் என்று எதிர்பார்த்தார். தொகை முழுமையாக வந்திருந்தாலும் அவருடைய எதிர்பார்ப்புகள் குறைந்திருக்க இடமில்லை என்றே தோன்றுகிறது. முன்னைவிட ஆர்வத்துடன், எல்லாத் துறைகளையும்,எல்லா நிகழ்வுகளையும் பற்றித் தகவல் சேகரிக்கத் தொடங்கினார். பெரிய நோட்டுப் புத்தகங்களில் விஷய வாரியாகத் தன் குறிப்புக்களைத் தொகுத்தார். உலகின் உயரமான மனிதர், பதினாலாம் லூயியின் வைப்பாட்டியின் பெயர் போன்ற விவரங்களைச் சேகரிக்கவும், பெயர்த்து எழுதவுமே அவர் நேரம் முழுவதும் செலவு செய்தும் போதாமல் இரவின் நிசப்தத்தில் சர்வாதிகாரிகளின் தலைமுறைகளைப் பற்றிய குறிப்புகளைச் சேகரித்துக் கொண்டிருந்தார். தகவல் குப்பைகளின் நடுவே ஒரு விடியற்காலத்தில் குத்துக்காலிட்டு அமர்ந்து, ஆப்பிரிக்கக் காட்டுப் பூக்களில் அயல் மகரந்தச் சேர்க்கை பற்றிய குறிப்புகளைத் தேடிக் கொண்டிருந்தபோது அவர் உயிர் பிரிந்தது.

இந்த நான்கு தகவல்களிலும் ஆண்களே இடம் பெறுகிறார்கள். போன மாதம் சொன்னதில் பெண்கள் அதிகமாக இருந்ததைக் குறிப்பிட வேண்டும்.

இனி இரண்டாமவர்...

இறந்து போனவர்களை அலங்காரம் செய்கிற தொழிலிருந்து தாமாகவே ஓய்வு பெற்றவர் இரண்டாமவர். சுற்று வட்டாரத்தில் யார் இறந்தாலும், இனபேதமில்லாமல் இவரை வந்து பார்த்துக் காத்திருந்து அழைத்துப் போவார்கள். விதவிதமான முக அலங்காரங்களோடு புகைப்படம் எடுக்கப்பட்ட உடல்களின்

ஆல்பம் இவரிடம் இருந்தது. வந்தவர்கள் அதிலிருந்து தேர்ந்தெடுத்த மோஸ்தரில் அவர்கள் வீட்டு நிகழ்வுக்குச் செய்து கொடுப்பார். கெட்டியான பச்சை நிறத் தைலம் அடங்கிய குப்பிகள் அடுக்கி வைத்த பெட்டி இவரிடம் இருந்தது. இறந்தவர்கள் முகத்திலிருந்து கருமை அகற்றிப் பரிசுத்தமாகத் தோன்ற வைக்கும் முக அலங்காரம் இவரின் சிறப்பானவற்றில் ஒன்று. மகிழ்ச்சியான முகக் குறிப்புகளோடு விடை பெற்றவர்களாக இறந்தவர்களைச் சிங்காரப்படுத்தவும் இவர் அடிக்கடி கோரப்பட்டார்.

இனி மூன்றாமவர்...

இவர் ஓய்வு பெற்ற போஸ்ட் ஆபிஸ் கிளார்க். எப்போதும் சட்டைப் பையில் பழைய போஸ்ட் கார்டுகளை வைத்திருந்தார். விலாசம் முழுமையாக எழுதப்படாத கடிதங்களை ஆராய்ந்து, எத்தனை வருடம் தாமதமானாலும் சரியான இடத்தில் சேர்க்க வழிசெய்கிற பணியை இவர் திறமையாகச் செய்தார். எழுதியவர் இல்லாமல் போகலாம், வாங்கிக் கொள்ள வேண்டியவரும் இல்லாமல் போகலாம், கடிதங்கள் சரியான விலாசத்தை அடைவதே முக்கியம் என்று இவர் சொல்வதுண்டு. இவர் சட்டைப் பையில் வைத்திருந்த கார்டுகள் விலாசமும் தகவலும் எழுதப்படாமல் வெறுமையாக இருந்தன. இறப்பதற்கு இரண்டு நாள் முன் இரண்டு கார்டுகள் தவிர மற்றவற்றை எங்கேயோ எறிந்துவிட்டார். மிஞ்சிய ஒரு கார்டில் அவர் அரசாங்கத்துக்கு எழுதியிருந்தார். உயிரோடு இருப்பதாக அவர் சான்றிதழ் தராததால் ஓய்வூதியத்தை நிறுத்தி வைத்தது சரியில்லை என்று அதில் முறையிட்டிருந்தார். இன்னொரு கடிதத்தில் தான் இறந்து போனதாகத் தேதியில்லாமல் எழுதி ரங்கநாதனாகிய எனக்கு விலாசமிட்டு வைத்திருந்தார்.

இந்த மாதம் இறந்த நான்காமவர்...

இவர் கொல்லராக இருந்தார். கிணற்றில் தவறி விழுந்த வாளிகளை எடுக்க உபயோகப்படும் பாதாளக் கரண்டிகளைச் செய்து கொடுத்தது இவரின் சிறப்பு. இவை கலைநயத்தோடும் அமைந்தன. கிணறுகள் பெரும்பான்மையும் வற்றியுள்ளன. பாதாளக் கரண்டிகள் பரணேறிவிட்டன. கடைசி காலத்தில் இவர்

மனமுடைய இதுவும் காரணமாக இருந்தது. நிறைய ஆரங்கள் உள்ள ஒரு சக்கரத்தை வடிவமைத்துக் கொண்டிருந்தபொழுது இவர் இறந்து போனார். எந்த வண்டிக்கானது அது என்று தெரியவில்லை.

தகவல்கள் முடிவு பெறுகின்றன.

8

சிறிது நேரம் மவுனம் நிலவியது.

ரங்கநாதன் டைரியையும் நோட்டுப் புத்தகத்தையும் மடக்கிப் பையில் வைத்துக் கொண்டார். துண்டால் முகத்தைத் துடைத்துக்கொண்டு சாமியாரைப் பார்த்தார். அவர் வீட்டுக்காரக் கிழவரையே பார்த்துக் கொண்டிருந்தார்.

கிழவர் எழுந்து கொண்டார். ரங்கநாதனும் சாமியாரும் புறப்படத் தயாரானார்கள்.

அவர்கள் கூடவே வாசல் வரை வந்தார். வெளியே இறங்கி வாசல் கதவைச் சாத்த முற்பட்டார் ரங்கநாதன்.

'தகவல் கொண்டுவந்தால் மட்டும் போதுமா? கேட்க வேண்டாமா?'

கிழவர் பொதுவாகப் பார்த்துக்கொண்டு கேட்டார்.

சாமியார் குறுஞ்சிரிப்போடு தன் உள்ளங்கை ரேகையைப் பார்த்துக் கொண்டிருந்தார்.

'ஆயுள் ரேகை பலமே இல்லாம இருக்கு' என்று முணுமுணுத்தார். ரங்கநாதன் பையிலிருந்து திரும்பவும் நோட்டுப் புத்தகத்தை எடுத்தார். என்றாலும், எழுதச் சோம்பலாக இருந்ததால் சும்மா நின்றார்.

‘கொஞ்சம் ஆச்சரியமான விஷயம் இது...’ கிழவர் தயங்கினார்.

‘பரவாயில்லை... சொல்லுங்க...’ சாமியார்தான் சொன்னார்.

‘அப்படியானால் கேளுங்கள், எங்களது சந்ததியில்லாத குடும்பம். இப்போது... என் மனைவி எழுபத்தைந்தாவது வயதில் மறுபடி பருவம் எய்தியிருக்கிறாள். இப்போதைக்கு இவ்வளவுதான் சொல்ல இயலும்.’

கிழவர் சங்கடமும் சந்தோஷமும் முகத்தில் தெரிய உள்ளே போனார்.

௯

தெரு ஆள் அரவமற்றுக் கிடந்தது. முகத்தில் இறங்கிய வெய்யிலில் வியர்வை துளிர்த்தது. சாமியார் கையை அசைத்து இரண்டு கைக்குட்டைகளை வரவழைத்தார். ஒன்றை ரங்கநாதனிடம் கொடுத்தார்.

'பெண்கள் உபயோகிக்கிற மாதிரி இருக்கிறதே...'

'இப்போதைக்கு இது போதுமய்யா...'

ரங்கநாதன் முகத்தைத் துடைத்துக்கொண்டு சாமியாரைப் பார்த்தார்.

'எனக்குத் தெரியாது... ஆளை விடும்... இயற்கையே வினோதமான விஷயமில்லையா...'

சாமியார் நடந்துகொண்டே சொன்னார்.

'நான் ஒண்ணுமே கேக்கலியே...'

'கேட்ட மாதிரி இருந்தது... சரி போறது... ஏதாவது சாப்பிடலாமா?'

'வேணாம் சாமியாரே... நான் பத்து மணி பஸ் பிடிக்கணும்...'

'பத்து மணி பஸ் இன்னிக்கு வராது... இப்படியே நேரா நடந்தா

கூட்டு ரோடு வருமில்லையா... அங்கே வலப்புறமா ஒரு பழைய கார் வரும். நிறுத்தி ஏறிக்கும் அதிலே... நடுவழியிலே ஒரு பத்து நிமிஷம் நின்னு போய்த் தள்ள வேண்டியிருந்தாலும், நீர் போகவேண்டிய இடத்துக்குப் போய்ச் சேர்ந்து விடலாம்.'

கூட்டு ரோட்டில் வலப்பக்கம் கருப்பாக நெளிந்த பாதை வெய்யிலில் காயப் போட்டுக் கிடந்தது. இடது பக்கம் மண் பாதையில் நிறையப் பழமரங்கள்.

வானத்தைக் கருமையாக்கிக் கொண்டு காக்கைக் கூட்டம் தாழப் பறந்து வந்தது. தலைக்கு மேல் இறகு வீசிப்போன காக்கைகள் தன்னைப் பார்ப்பதை ரங்கநாதன் உணர்ந்தார். சாமியாரும் அவரும் நின்ற இடத்திலேயே நிற்க எல்லாப் புலனிலும் கருமை ஊடுருவிப் படர்ந்ததாகத் தோன்றியது.

தூரத்தில்கூட கேட்கிற கூட்ட இரைச்சலோடு பறந்த காக்கைகள் தரையில் பதிந்த நிழல் தடம் தொடர்ந்துகொண்டே இருக்க, இறகுகளின் வாடை காற்றில் சுற்றிச் சூழ்ந்தது.

ஒரு வினாடியில் அந்தக் கூட்டம் முழுமையாக விலகிப் போனது. வானம் திரும்ப வெறுமையானது. தூரத்தில் கடல் இரைந்து கேட்டது.

'சரி... அப்ப நான் வரேன்... அப்புறம் சாவகாசமா இன்னொரு நாள் பார்க்கலாம்...'

சாமியார் வந்த பாதையில் திரும்ப நடந்து போனார்.

அவர் கண்ணுக்கு மறைகிற வரை பார்த்துக் கொண்டிருந்த ரங்கநாதன் வலப்பக்கம் திரும்பினார். தூரத்தில் காக்கைக் கூட்டம் புள்ளிகளை விசிறின மாதிரிப் போய்க் கொண்டிருக்க, ஒரு பழைய கார் மெல்ல ஊர்ந்து வந்து கொண்டிருந்தது.

ரங்கநாதன் இடப்பக்கம் திரும்பி நடக்க ஆரம்பித்தார்.

★★★

இரா.முருகன்

1953-இல் தமிழ்நாடு, சிவகங்கையில் பிறந்தவர் இரா.முருகன். பன்னாட்டு நிறுவனங்களில் வங்கித் தொழில்நுட்பவியல், திட்ட மேலாண்மைத் துறைகளில் பொது மேலாளராக இந்தியா, பிரிட்டன், தாய்லாந்து, அமெரிக்காவில் பணிபுரிந்து பணி ஓய்வுபெற்றுத் தற்போது சென்னையில் வசிப்பவர்.

தமிழ் இலக்கிய வெளியில் 1977 முதல் தீவிரமாக இயங்கும் இரா.முருகன் கவிதையிலிருந்து சிறுகதை, குறுநாவல் வழியே நாவலுக்கு வந்தவர். மேடை நாடக ஆக்கம், திரைக்கதை உரையாடல் ஆக்கம் என்றும் பங்களித்துள்ளார். அவருடைய அ-புனைகதைப் பரப்பில் பயண-வரலாற்றுக் கட்டுரைகள், இலக்கிய, வெகுஜனப் பத்திரிகை பத்திகள், தமிழில் தொழில்நுட்ப அறிமுகம், மேலாண்மை அறிமுகம், இஸ்லாமிய வங்கியியல் அறிமுகம் ஆகியவையும் அடங்கும். மலையாளத்தில் இருந்து தமிழுக்கு நாவல், சிறுகதை, கவிதை மொழிபெயர்ப்பு செய்து வருகிறார். ஆங்கிலத்திலும் கவிதை, பத்திரிகை பத்தி எழுதி வருகிறார்.

இதுவரை, இரா.முருகனின் பத்து நாவல்களும், பதினொன்று சிறுகதைத் தொகுதிகளும், மூன்று குறுநாவல் தொகுதிகளும், இரண்டு கணினியியல் நூல்களும், பயண – வரலாற்று நூல் மற்றும் இரு இலக்கியக் கட்டுரைத் தொகுதிகளும், மலையாள நாவல் மொழிபெயர்ப்பாக ஒரு தமிழ் நூலும்

(பீரங்கிப் பாடல்கள்) அச்சில் வெளியாகியுள்ளன. இந்திய இலக்கியச் சிற்பிகள் வரிசையில் சாகித்ய அகாதமி கோரியபடி எழுத்தாளர் சுஜாதா பற்றி எழுதிய நூலும் வெளியாகியுள்ளது. இவை தவிர தனி மின் நூல்களாக, பதினைந்து புத்தகங்கள் வெளியாகியுள்ளன.

இரா.முருகனின் அண்மையில் வெளிவந்த பெருநாவல் மிளகு (ஜனவரி 2022).

இரா.முருகனின் மாய எதார்த்த இலக்கிய முயற்சிகளில் முக்கியமானது 'அரசூர் நாவல்கள்' என்ற 1850 – 1960 காலகட்டத்தில் நிகழும், தமிழ்நாட்டிலும், கேரளத்திலும் வேர்விட்டுப் பரவிய ஒரு குடும்பத்தின் புனைவு கலந்த நான்கு புதினங்கள் – *அரசூர் வம்சம், விஸ்வரூபம், அச்சுதம் கேசவம், வாழ்ந்து போதீரே.* ஒன்றிலிருந்து நீண்டு மற்றொன்றாகி அதுவும் நீட்சி கொள்ள இரண்டாயிரத்துக்கு மேற்பட்ட பக்கங்களில் நிறைந்திருப்பவை இவை.

இலக்கியச் சிந்தனை ஆண்டிறுதி விருது, கதா விருது, பாரதி பல்கலைக்கழக விருது போன்றவை பெற்றவர் இரா.முருகன். *அரசூர் வம்சம்* நாவலின் ஆங்கிலப் பதிப்பான *தி கோஸ்ட்ஸ் ஓஃப் அரசூர்,* இந்திய புக்கர் விருது என்று சிறப்பிக்கப்படும் க்ராஸ்வேர்ட் விருதுக்கான குறும்பட்டியலில் இடம் பெற்றது.

2019-ஆம் ஆண்டில் *'பீரங்கிப் பாடல்கள்'* நூலுக்காகச் சிறந்த மொழிபெயர்ப்பாளர் விருது (மலையாளத்திலிருந்து தமிழ்) கனடா நாட்டின் 'இலக்கியத் தோட்டம்' அமைப்பால் இவருக்கு வழங்கப்பட்டது.

2019-இல், மலையாள மகாகவி உள்ளூர் பரமேஸ்வர ஐயர் நினைவுப் பரிசு, மலையாளம் – தமிழ் இலக்கியப் பரிமாற்றத்துக்காக இவருக்கு திருவனந்தபுரம் தமிழ்ச் சங்கத்தால் வழங்கப்பட்டது.

www.ingramcontent.com/pod-product-compliance
Lightning Source LLC
LaVergne TN
LVHW040551051026
849519LV00004B/1314
* 9 7 8 9 3 9 0 0 5 3 3 1 5 *